ብሔር-ተኛነት

ብርሃኑ ሌንጂሶ

መታሰቢያነቱ የብሔርተኝነትን የማሰባሰብና የማደራጀት አቅም ተረድተው ለጋራ
በጎ ዓላማ ለሚጠቀሙበት ብልሆች ይሁንልኝ።

—— ልዩ ምስጋና ——

ለተከበሩ ዐቢይ አሕመድ (ዶ/ር)

የኢፌዴሪ ጠቅላይ ሚኒስትር

ቀ

ማውጫ

የሀሳብ ማገዶ

እንጨት ተማግዶ ምግብ እደሚያበስል ሁሉ ሀሳብም ተማግዶ ሀሳብን ያበስላል። መጀመሪያ የመጣው ጥሬ ሀሳብ አብሳይ ማገዶ ሆኖ ብስል ሀሳብን ይወልዳል፤ ብስል ሀሳብ ደግሞ ተሰናስሎ ለትውልድ የሚተላለፍ መድብል ይሆናል። እኔም ከአምስት ዓመት በላይ በሀሳብ ምድጃ ላይ ጥጄው የኖሩኩትን “ብሔር-ተኝነት” እነሆ የበሰለ ሲመስለኝ በዚህ መጽሐፍ አቅርቤዋለሁ። በአወዛጋቢው ርዕስ ዙሪያ የሚያጠነጥነው ይህ መጽሐፍ ለአንባቢ ተጨማሪ ግንዛቤ ይፈጥራል የሚል እምነት አለኝ። ቢያንስ ቢያንስ ውስጣችሁ ተደብቆ ያለውን የራሳችሁን ሀሳብ አንጥራችሁ ለመረዳት ጥሩ መነሻ እንደሚሆን አልጠራጠርም። እናንተ ደግሞ አንብባችሁ የመሰላችሁንና ያመናችሁበትን እንድትረዱ በታላቅ አክብሮት ተጋብዛችኋል። እኔ በራሴ አረዳድ ለጻፍኩት እንጂ እናንተ በገዛ አረዳዳችሁ ለተረዳችሁት ግን ተጠያቂ እንደማታደርጉኝ ተስፋ አደርጋለሁ።

አመሰግናለሁ!

በይቅርታ...!

የሦስተኛ ዲግሪ ተማሪ በነበርኩበት ወቅት ስለበርካታ ርዕሰ ጉዳዮች የብሎግ ድህረ ገፄ ላይ እጽፍ ነበር። ይሄን ጥረቴን የተመለከተ ፕሮፌሰሬም የምርቃቴ ቀን "A Short History of Nearly Everything" የተሰኘ የቢል ብራይሰንን መጽሐፍ በስጦታ አበረከተልኝ። ለምን ይሄን መጽሐፍ ለሚለዉ ጥያቄም "የብሎግህ ጥሩ ነጸብራቅ ሆኖ ስላገኘሁት ነው" የሚል ምላሽ ሰጠኝ። እውነት ነው፣ ስለሁሉ ነገር ብጽፍ ደስ ይለኛል። ዛሬም ቢሆን ተመሳሳይ ነገር አደርጋለሁ። ይሄ የሶስኦሎጂስቶች ሁሉ ባህሪ ይመስለኛል። ከማኀበረሰብ እና ከሰው ልጅ ባህሪ ጋር የተገናኙ ነገሮችን ሁሉ መዳሰስ፤ በተለዩ ጉዳዮች ውስጥ ጠቅላላ ዕይታ፤ በተለመደ ዕይታ ውስጥ ደግሞ እንግዳ ዕይታን መፈለግ የሶስኦሎጂስቶች ሥራ ነው። በዚህ መጽሐፍም ተመሳሳይ ነገር ሊንፀባረቅ እንደሚችል እገምታለሁ። መጽሐፉ ብዙ ጉዳዮችን ይነካካ ይሆናል እንጂ በሚፈለገው መጠን ማብራሪያ ይሰጣል የሚል እምነት የለኝም። መጽሐፍ ደግሞ በቂ ማብራሪያ መስጠት አለበት ተብሎ ስለሚታመን ከዚህ ጋር ተያይዞ ለሚፈጠረው ክፍተት ከወዲሁ አፉ ትሉኝ ዘንድ የምጠይቀዉ በታላቅ አክብሮት ነው።

በይቅርታ ጀምሩ...!

ምስጋና

መጽሐፍ በአንድ ሰው ብቻ ይጻፋል የሚል እምነት የለኝም። በተለይ ብሔርተኝነትን የመሰሉ ውስብስብ ጽንሰ ሀሳብ ላይ የተመሰረቱ መጽሐፍት ደግሞ በአንድ ትውልድም ላይጻፉ ይችላሉ። ስለዚህ ቀዳሚው ምስጋናዬ ሀሳብን በማሰናሰል ዛሬ በዚህ መጽሐፍ እንድንገናኝ መሠረት ለጣሉልን የብሔርተኝነት ጽንሰ ሀሳብ ጀማሪዎች ይሁንልኝ።

ቀጣዩ ምስጋናዬ እኔን ከዚህ ጽንሰ ሀሳብ ጋር ላስተዋወቁኝ መምህራኖቼ ይሁንልኝ። መምህራኖቼ ከቤተሰብና የትውልድ መንደሬ እስከ ፕሮፌሰሮቼ የሚያጠቃልል ነው። መምህራን የሰው ልጅን በመቅረጽ ሂደት ያላቸው ሚና እጅግ የላቀ ነው። ለመምህራን የምንሰጠው ቦታ ደግሞ ለቀጣይ ትውልድና ለሀገር መፃዒ ዕድል ያለን ቦታ ነጸብራቅ ነው። መምህራኖቻችንን ባከበርን ቁጥር ክራሞታችንን እንዳከበርን መቁጠር አለብን። ለትውልድ ቀራጮች የሚገባቸውን ቦታ ሳንሰጥ የሚገባንን ትውልድ እናገኛለን ብሎ ማሰብ የዋህነት ነው።

በዋናነት ለዚህ መጽሐፍ መነሻ የሆኑት ግን ከዚህ በፊት በተለያዩ የማኅበራዊ ሚዲያ ድረ-ገፆችና ጋዜጦች ላይ የጻፍኳቸውን ጹሑፎች በመከታተል ያነበቡ ሰዎች ናቸው። አንዳንዶቹ በመደወልም ጭምር በመጽሐፍ መልክ እንዳቀርበው ጠይቀውኛል። ከዚያም አልፈው ከጎኔ የሆኑና የደገፉኝ በርካቶች ናቸው። በዚህ ረገድ ሀብታሙ ፈይሳ፤ ዳንኤል ኮራን፤ ሰላማዊት ካሳ፤ ጌቱ ወርቁ፤ ዶ/ር እዮብ ተካልኝ፤ አወል ወገርስ፤ አይሻ መሃመድ፣ አብረሃም ንጉሴ፣ ሰለሞን መኮንን፤ ስዩም ኪዳነማሪያምና ሌሎች በርካታ ሰዎች ምስጋና ይገባቸዋል። የመጽሐፉን ጥሬ ሀሳብ አብራችሁኝ ላሰባችሁ፤ ጀሮ ለሰጣቹኝ እንዲሁም የመጀመሪያውን ጥራዝ በማንበብ ላስተካከላችሁ ጓደኞቼ በላይ ባይሳ፤ ታጠቅ ከበደና ማህሌት ሀብቱ ላቅ ያለ ምስጋና አቀርባለሁ።

ብሔር-ተኛነት

በስተመጨረሻም ለወዳጅ ዘመዶቼ ታላቅ ምስጋና ይሁንልኝ። የብሔርተኛነት ሕግን በተከተለ መንገድ በጎውን ብቻ ሳይሆን ስህተትና ድክመቶቼንም ጭምር በመጋራትና በመሸፈን በዚህ መጽሐፍ የጠቀስኩትን ጉዞ ሁሉ ከኔ ጋር ስለተጓዛችሁ ከልብ አመሰግናለሁ። በተለይ ደግሞ ወንድሜ ንዋይ መገርሳ፤ ባለቤቴ መሲና ልጆቼ ሰኚ፤ ዋፋንና ዐናን ከልብ አመሰግናለሁ።

ክብር ምስጋና ለሁላችሁም!

መነሻ

መጽሐፈ እምነት፣ ታሪክ፣ አፈ-ታሪክና ተረት ሁሉ "በመጀመሪያ ቃል ነበር.... በመጀመሪያ... ከእለታት አንድ ቀን..." ብለው ይጀምራሉ። ሁሉ ነገር መነሻ አለው። መነሻ ደግሞ መድረሻን የሚያመላክት ጽንሰ ሀሳብ ነው። እኔ ለዚህ ጽሑፍ ብዙ መነሻ መጥቀስ ብችልም ሁሉም ግን እኩል በመነሻነት አይቀመጡም፤ ይበላለጣሉ።

የመነሻዎቹ ሁሉ ቁንጮ ሶስኦሎጂ ነው። ሶስኦሎጂ የማኅበረሰብ እና የሰው ልጅን ባህሪ ሳይንሳዊ በሆነ መንገድ በማጥናት ለችግሮች መፍትሄ የሚያበጅ የሙያ ዘርፍ ነው ይላል አገስት ኮምቴ የተባለው የሶስኦሎጂ አባት። ማኅበረሰብ ደግሞ ባህልና መልካዓ ምድራዊ አሰፋፈርን የሚጋራ ሕዝብ ነው። የሶስኦሎጂ የማኅብረሰብ ትርጉም ከብሔር ጽንሰ ሀሳብ ጋር የሚቀራረብ ነው። ከዚህ አንጻር የአንድ ሶስኦሎጂስት ትኩረት ከብሔርና ከብሔርተኝነት ጥናት የሚርቅ አይሆንም ማለት ነው። ከዚህ ሙያዬ ባገኘሁት መነጽር ስለብሔርተኝነት ብዙ አጥንቻለሁ፣ አንብቤያለሁ፣ አሰናስያለሁ፣ ተናግሬያለሁ፤ ጽፌያለሁ። ይሄ አንድ መነሻ ነው። በመጽሐፉ የኢትዮጵያ ማኅበረሰብ ታሪክ (Sociological History) በብሔርተኝነት ማዕቀፍ ተዳሷል ማለት ይቻላል። ብሔርተኝነት እንደ ማኅበረሰብ ሳይንስ ባለሙያ ሆን ብዬ ረጅም ጊዜ ወስጄ ካሰብኳቸውና ካሰላሰልኳቸው ርዕሰ ጉዳዮች አንዱ ነው።

ብዙዎች የባህሪ ኢኮኖሚክስ አባት የሚሉት ሳይኮሎጂስት ዳንኤል ካንማን ከሙያ አጋሩ ከአሞስ ተቨርስኪ ጋር ከሰራቸው በርካታ ሥራዎች አንዱ የአስተሳሰብ ዘይቤ (mode of thinking) ነው። ዳንኤል ካንማን በዚህ ሥራው ሁለት ዓይነት የአስተሳሰብ ዘይቤ እንዳለ ይናገራል። የመጀመሪያውን የአስተሳሰብ ዘይቤ ፈጣን የአስተሳሰብ ዘይቤ (Fast thinking) ሁለተኛውን

ደግሞ ቀስተኛ የአስተሳሰብ ዘይቤ (Slow thinking) ሲልም ይከፍላቸዋል።

እንደ ካንማን አተያይ ፈጣኑ የአስተሳሰብ ዘይቤ ስሜታዊ (emotional) እና ደመ-ነፍሳዊ (instinctive) ነው። ይህ የአስተሳሰብ ዘይቤ ብዙ ሥራ የማይጠይቅና ለነገሮች ቅጽበታዊ ምላሽ ለመስጠት የምንጠቀምበት የአስተሳሰብ ዘይቤ እንደሆነም ይናገራል። ቀስተኛው የአስተሳሰብ ዘይቤ ደግሞ ሆን-ተብሎ የሚካሄድ (deliberative) እና ምክንያታዊ (logical) የአስተሳሰብ ዘይቤ ነው ይላል። ቀስተኛው የአስተሳሰብ ዘይቤ ጊዜና ሙሉ አዕምሮን ማሰራት የሚጠይቅ እንደሆነም ይናገራል።

ቀስተኛውን የአስተሳሰብ ዘይቤ መጠቀም ከሰው ልጅ የአዕምሮ ብስለትና ልምድ ጋር የሚሻሻልና የሰዎችን ትኩረትና ምርጫ በእጅጉ የሚያሻሽል እንደሆነም ይገልፃል "Thinking, Fast & Slow" በተሰኘ መጽሐፉ። ሆን ብሎ ማሰብ ለአስተሳሰብ ብስለት፣ ለአዕምሮ እርጋታና ለሰው ልጅ አብሮነትና ትብብር ትልቅ ፋይዳ አለው። ውይይት፣ ምክክር፣ ክርክርና ዕርቅ የሚባሉ ልህቀተ-ሰብን የሚያመላክቱ ማኅበራዊ መስተጋብሮች የሁለተኛው የአስተሳሰብ ዘይቤ ውጤት እንደሆኑም በዚሁ ማንሳት ይቻላል።

በጣም ብዙ ሰው ብሔርተኝነትን ከፈጣኑ የአስተሳሰብ ዘይቤ ጋር ያያይዘዋል የሚል እምነት አለኝ። በአንድ በኩል በፍራቻና በጥላቻ ሲመለከቱት በሌላ በኩል ደግሞ በገነነ ፍቅርና ጠባቂነት ያጥሩታል። በሀገራችን ብሔርተኝነት የስሜታዊነት ሰለባ ሆኖ የቆየ አመለካከት እንደሆነ እሙን ነው። ከዚህ አንጻር የዚህ ጽሑፍ ዋነኛ መነሻ ሁለት ዓላማዎችን ማሳካት ይሆናል። የመጀመሪያው መነሻ ብሔርተኝነትን ከስሜታዊነት ማላቀቅ ነው። ከበዛ ፍራቻና ጥላቻም ሆነ ከገነነ ፍቅርና ጋሻ ጃግሬነት አክሞ ማዳን ነው። ሁለተኛው ደግሞ ለሰላም፣ ለብልጽግናና ለሀገር አንድነት የሚሆን ቋሚ የፖለቲካ ኃይል (permanent political force) መሆኑን ማሳየት ነው። ስለዚህ አንዱ ሥራ ከፈጣን የአስተሳሰብ ዘይቤ ወደ ቀስተኛው የአስተሳሰብ ዘይቤ የማምጣት ሥራ ሲሆን

ሁለተኛው ደግሞ ብሔርተኝነት ለጋራ በጎ ዓላማ ሊውል የሚችል ስሜትና አመለካከት፣ ርዕዮተ-ዓለም፣ የመደራጃ መርሆና መሳሪያ አድርጎ ማቅረብ ነው።

ሌላኛው መነሻዬ ለተለዋዋጭ የዓለም አቀፍ ሁኔታዎች መልስ ለመስጠት ባደረገው መተጣጠፍ በብሔርተኝነት ዙሪያ ወጥ የሆነ አረዳድ አለመኖሩን ለማሳየት ነው። ሁለቱ የዓለም ጦርነቶች አልቀው ብሔርተኝነት ተሸንፏል በተባለ ጊዜ እንኳን በቅኝ ግዛት ስር የነበሩ የአፍሪካና የኤዥያ ሀገራትን ከቅኝ ግዛት ነጻ በማውጣት ረገድ ብሔርተኝነት የነበረው ሚና እጅግ በጣም ከፍተኛ ነበር። በሁለተኛው የዓለም ጦርነት ማግስት የተወለደው የአውሮፓ ኅብረት በብሔርተኝነት እንቅስቃሴ የቆሰለችውን አውሮፓ በኢኮኖሚ አስተሳሰብ በማስተሳሰር ያድናል ተብሎ የተቋቋመ ቢሆንም ሊቢራላይዜሽን ባመጣው ጫና ተመልሶ ሲናድ እየተመለከትን ነው። ይህ መጽሐፍ ይሄን ሰፋ ባለ መልኩ በማስነበብ ትክክለኛ አቅጣጫ እንድንይዝ መሠረት ይጥላል የሚል እምነት አለኝ።

ጆርጅ አርዌል “1984” በተሰኘው መጽሐፉ ስለሙታን ሀሳቦች ስንስለት በጨረፍታ ያነሳል። ሀሳብ ጭንቅላት ውስጥ መሞት ከጀመረ የሚመጡ አዳዲስ ሀሳቦችንም በፍጥነት በመግደል የሀሳብ ግድያ ባህል ይፈጥራል ይላል። በዚህ መንገድ ጭንቅላትን የሞቱ ሀሳቦች መቃብር የማድረግ አዝማሚያ ይፈጠራል። ይሄ ጉዳይ በጣም ከሚያስፈሩኝ ሀሳቦች አንዱ ነው። በርግጥ ደግሞ ጭንቅላቴ የሞቱ ሀሳቦች መቃብር እንዳይሆን በጣም በርካታ ዕድሎችን ያገኘሁ ሰው ነኝ። የማኅበራዊ ሚዲያ ዘመን ሰው መሆን ራሱ ዕድል ነው። በአጻጻፍ ዘይበዬ አንባቢዎቼን የምመርጥ ብሆንም ማኅበራዊ ሚዲያ ላይ ራሴን በመግለጽ እታወቃለሁ። በመደበኛ ሚዲያውም ሀሳቤን ከመግለጽ አልፌ እኔ የምፈልገውን ሀሳብ የሚያራምድ የሚዲያ ተቋም እስከማቋቋም ድረስ ተጉዣለሁ። በዚህ መጽሐፍ ደግሞ ሀሳብ በመማገድ ያበሰልኩትን “ብሔርተኝነት” ሳይሞት ከጭንቅላቴ ማውጣት (getting it out of my head) የግድ ሆኗል።

በነገራችን ላይ ሀሳብን መግለጽ በጣም ኃይለኛ (powerful) እና አስፈላጊ ነገር ይመስለኛል። መግለጽ ለጭንቅላት እረፍትን፣ ለሰውነት ደግሞ ብርታትን የሚሰጥ የሰውነት መገለጫ ነው። ሰው የተለያዩ ዘዴዎችን ተጠቅሞ ራሱን፣ ሀሳቡን፣ ስሜቱን፣ ንዴቱን፣ ቁጭቱን፣ ደስታና ሀዘኑን ይገልፃል። መጽሐፍ ደግሞ ከእነዚህ ዘዴዎች አንዱ ነው። ሰው በመጽሐፍ ሀሳቡን ይገልጻል፣ በመጽሐፍ ውስጥም ይገለጣል።

የመጨረሻው መነሻዬ በብሔርተኝነት ዙሪያ ያለው ግንዛቤና የራሴው አቀራረብ የፈጠራቸው አመለካከቶች ናቸው። በሕዝብ ጉዳይ ላይ የነበረኝ አቋምና አቀራረብ የተለያዩ አስተያየቶችን አስተናግዷል። እነዚህ አስተያየቶች በአብዛኛው በተዛቡ አረዳዶች የታጠሩ ነበሩ ማለት ይቻላል። በተለይ ከብሔርተኝነት አንጻር እንደተለመደው በጣም ብዙ የተዛቡ አመለካከቶች ይሰነዘራሉ። ብሔርተኝነትን እንደ ወንጀል የሚያቀርቡ ብዙ ናቸው። እኔም በዚህ ጉዳይ ላይ ረዘም ላለ ጊዜ የራሴ ምልከታዎችን ሳሰፍር ስለቆየሁ በመጽሐፍ መልክ ባዘጋጅ የተሻለና ወደ ሙሉ ዕይታ የተጠጋ ግንዛቤ ይፈጥራል የሚል አመለካከት አደረብኝ።

ይሁንና ይህን ጽሑፍ መፃፍ ብቻውን ከላይ ያስቀመጥኳቸውን ዓላማዎች ሁሉ ያሳካል የሚል እምነት የለኝም። ይሄ ዓላማ የሚሳካው አንባብያን የጽሑፉን መነሻ ሀሳብ ተጋርተው የጎደለውን እያሟሉ ካነበቡት ብቻ ነው። ግዙፍና አወዛጋቢ ከመሆኑ አንጻር ለአንባቢ በሚቀል መንገድ ለማቅረብ የተደረገውን ሙከራ ከግንዛቤ ወስዳችሁ በቀና ልቦና እንድታነቡት እጠይቃለሁ።

አቀራረብ

ጽሑፍ ሰዎች ሀሳባቸውን በሠፊው ለማጋራት የሚጠቀሙበት ዘዴ ነው። ጽሑፍ ራስን ለመግለጽና ሀሳብ ለማጋራት ጥሩ ዘይቤ ይሁን እንጂ ቀላል ዘይቤ ግን አይደለም። ጽሑፍ እጅግ ፈታኝ፣ ረጅም ጊዜ፣ ብዙ ጉልበትና ሀብትን የሚጠይቅ ጥበብ ነው። ከዚያ በተጨማሪ የአንባቢው ሁኔታ ራሱ መጻፍን ፈታኝ ያደርገዋል። የንባብ ባህል የዳበረበትና የአንባቢው ግንዛቤ የተቀራረበበት ማኀበረሰብ ውስጥ ጽሑፍ ቀላል ሊሆን ይችላል፤ እንደኛ የንባብ ባህል ባላደገበት እና የአንባቢው የንባብ ፍለጎት የተለያየ ደረጃ ላይ ባለበት ሀገር ውስጥ ግን ፈታኝ ነው። የተለያዩ ፍላጎት ያላቸውን አንባብያን ለመያዝ ጥረት ማድረግን ይጠይቃል። በዚህ መጽሐፍ የተለያየ ፍላጎት ያለውን አንባቢ ለመያዝ ጥረት ተደርጓል። ከማውጫው ጀምሮ፤ በመግቢያው፤ በየክፍሎቹ በተቀመጡ አጫጭር ግጥሞችና በየምዕራፎቹና ንዑሳን ምዕራፎች የተቀመጡ አባባሎች በተቻለ መጠን ስለርዕስ ጉዳዩ መረጃ እንዲሰጡ ለማድረግ ሙከራ ተደርጓል። ከዚህ በተጨማሪም የአመለካከቱን ሰውኛ ገጽታ ለማሳየት የጸሃፊው የሕይወት ተሞክሮዎች እንደማሳያ ተካተዋል።

በዚህ መጽሐፍ የቀረበው ዓይነት ጽሑፍ ቢያንስ በስድስት የተለያዩ ዘይቤዎች ሊቀርብ እንደሚችል የሥነ-ጽሑፍ ባለሙያዎች ያስቀምጣሉ። የመጀመሪያው ዘይቤ የትረካ (narrative) ዘይቤ ነው። ይሄን ዘይቤ ታሪካችንን ወይም ልምዳችንን ለማካፈል እንጠቀምበታለን። ዘይቤው በብዛት በአንድ ርዕሰ ጉዳይ ላይ ትኩረት በማድረግ ለአንባቢው ግንዛቤ ይሰጣል። ሁለተኛው ዘይቤ ገላጭ (descriptive) ዘይቤ ነው። በዚህ ደግሞ ጸሐፊው አንድን ሰው ወይም ቦታ በተለያየ መንገድ ይገልፃል። ሦስተኛው ዘይቤ አሳማኝ (persuasive) ዘይቤ ነው። ይሄ በብዛት የፖለቲካ አጀንዳን ለማስረጽ ወይም አንድን ምርት ለመሸጥ ይጠቀሙበታል። አራተኛው የማነጻጸሪያ (comparative)

ዘይቤ ነው። ይህ ደግሞ ሁለት እና ከዚያ በላይ በሆኑ ነገሮች መካከል ያለውን ተመሳሳይነት እና ልዩነት ለማሳየት የምንጠቀምበት ነው። አምስተኛው የምልከታ (reflective) አጻጻፍ ነው። ይሄ በዋናነት ሰዎች ዓለምን የሚመለከቱበትን መንገድ የሚያሳይ ዘይቤ ሲሆን ልምዳቸው ከሌሎች ሰዎች ተሞክሮ ጋር እንዴት እንደሚዛመድ የሚያሳይ ዘይቤም ተደርጎ ይወሰዳል። የመጨረሻው የግል (personal) ዘይቤ ሲሆን የጸሐፊውን ልምድ፣ ስሜት እና ሃሳብ የሚያንጸባርቅ ዘይቤ ነው። የግል ዘይቤ የትረካ፤ የገላጭ ወይም የማሳመን ዘይቤን ወይም የጸሐፊውን ምልከታ ሊያሳይ ይችላል።

ከዚህ አንጻር ብዙ ሰው ከወዲሁ የሚጠይቀው ጥያቄ የሚመስለኝ ይህ መጽሐፍ በየትኛው ዘይቤ ተፃፈ የሚል ነው። እኔም ከላይ የዘረዘርኳቸውን ዘይቤዎች ያነሳሁት ለዚሁ ጥያቄ መልስ ለማመላከት ነው። ይሄ መጽሐፍ የእነዚህ ሁሉ ዘይቤዎች ቅይጥ ነው ማለት ይቻላል። በጣም ብዙ የመጽሐፉ ክፍል ይተርካል (ለምሳሌ ክፍል ሶስት)፣ ስለአንዳንድ ነገሮች ደግሞ ይገልፃል (ለምሳሌ ክፍል ሁለት)፣ አንዳንድ ቦታ ደግሞ ለማሳመን ይጥራል፤ በጽኑም ይሞግታል (ክፍል አንድ እና አራት)፣ አንዳንድ ቦታ ደግሞ ያነጻጽራል፣ ያወዳድራል (ለምሳሌ ምዕራፍ 7 እና 12) እነዚህን ሁሉ የሚያደርገዉም የጸሐፊውን ምልከታዎች በማንጸባረቅ ነው።

በአጠቃላይ ጽሑፉ የምልከታ ጽሑፍ ነው። ስለሰው ልጅ ተፈጥሮ፣ ስለአስተዳደግ፣ ስለብሔርና ብሔርተኝነት፣ ስለሀገር እና የዓለም የወደፊት ዕጣፈንታ አረዳድና ምልከታዬን የሰጠሁበት ጽሑፍ ነው። እኔ ረዘም ያለ ዕድሜዬን በትምህርትና በምርምር ተቋማት ውስጥ እንዳሳለፈ ሰው ልምዱ ያለኝ የአካዳሚክ ጹሑፎች ላይ ነው። ይሁንና ይህን ጽሑፍ ወጥ በሆነ የአካዳሚክ ጽሑፍ መልክ ማቅረብን አዋጭ ሆኖ አላገኘሁትም። ለዚህ አንዱ ምክንያቴ በሀገራችን በአሁኑ ወቅት ከብሔርተኝነት ጋር የጠበቀ ትስስር ያላቸው እና አመለካከቱን በጭፍን እየጋለቡ ያሉት ከአካዳሚክ ዓለሙ ውጭ ያሉ ሰዎች መሆናቸው ነው። እነሱን ተደራሽ ለማድረግ ሲባል በዚህ

መልከ ለማቅረብ ወድጃለሁ። ሌላኛው ምክንያቴ በአካዳሚክና በፖለቲካው ዓለም መካከል እየሰፋ የመጣው ልዩነት ነው። በሀገራችን አካዳሚያ ማለት ከፖለቲካው ራሱን ያገለለ ሰው ማለት ይመስላል። በርግጥ በፖለቲካው ዓለምም ጠንከር ያለ ንድፈ ሀሳባዊ አቋም ከያዝክ "የአካዳሚክ ክርክር" አታድርገው ማለት የተለመደ ነው። እነዚህን ልዩነቶች ለማጥበብ ሲባል ጽሑፉ ወጥ የሆነ አካዳሚክ ጽሑፍ ወይም ወጥ የሆነ የፖለቲካ ሰነድ ሳይሆን የሁለቱ ቅይጥ ሆኗል። ፖለቲኮ-አካዳሚያ ነው ቢባል የሚገልጸው ይመስለኛል።

በድጋሚ መልካም ንባብ!

"ብሔር" በጋራ ታማኝነት (mutual loyalty) የተሳሰረ "ሕዝብ" ነው።

"

ብሔር ብቸኛና እውነተኛ የስልጣን ምንጭ ነው

—

ዮራም ሃዞኒ (2018)

"ብሔራዊ ማንነት" ደግሞ የጋራ ታማኝነትን ሊያጠናክሩ በሚችሉ የጋራ እሴቶችና መገለጫዎች ላይ የሚገነባ ማኅበራዊ ማንነት ነው። መገለጫዎቹ ከብዙ በጥቂቱ ባህል፤ ቋንቋ፤ ሥነ-ልቦና፤ መልክዓ-ምድራዊ አሰፋፈር እና ታሪክ ናቸው።

"ብሔርተኝነት" አንድም የጋራ ታማኝነትን ሊያጠናክሩ በሚችሉ የጋራ እሴቶች ራስን የመግለጽ ስሜት ሲሆን በሌላ በኩል ደግሞ ዓለም በተሻለ ሁኔታ የምትመራው ብሔሮች የራሳቸውን ዕድል በራሳቸው መወሰን ሲችሉ ነው የሚል ርዕዮተ-ዓለም ነው።

"

ብሔርተኝነት ወደ ዓለም-ዓቀፋዊነት የሚወስድ ግልጽ እና ብቸኛ የአስተሳሰብ አውራ ጎዳና ነው።

—

ጆን ሆብሰን (1902)

"

ብሔርተኝነት እና እስልምና (ፖለቲካል እስላም) የአንድ ሳንቲም ሁለት ገጽታ ናቸው። ሁለቱም የተጨቆኑ ብቻ ሳይሆን ለረጅም ጊዜ የተደበቁና አሁን የሕዝብ ዕውቅና የሚሹ የቡድን ማንነቶች ናቸው።

—

ፍራንኪስ ፉኩያማ (2019)

መግቢያ

ቋንቋ ሀሳብን ከአንድ ጫፍ ወደ ሌላ የሚያስተላልፍ ሞገድ ነው። ሰዎች ሀሳባቸውን በቃላት ሞልተው በሞገዱ ወደ ሌላ ሰው ይልካሉ። ቃላቶች ሀሳብና ስሜት ተሞልተው የሚያስተላልፉ ባዶ ቱቦ ናቸው ይላል ሚካኤል ሬዲ (1979)። እነዚህ ባዶ ቱቦዎች በሚያስማሙን ፍችዎች ካልተሞሉ በቀር ትርጉም አልባ የፊደል ስብስብ ከመሆን አልፈው የማግባባት አቅምና ጥቅማቸውን ያጡና የንትርክ፣ የጭቅጭቅና የግጭት መንስዔ ሆነው ይመጣሉ። በቅጡ ትርጉማቸውን ሳናውቅ በተደጋጋሚና በተለያየ መንገድ ስንጠቀማቸው ደግሞ ይዘት አልባ ቃላት (Buzzword) ሆነው ይቀራሉ።

"ብሔርተኝነት" የሚለው ቃል አወዛጋቢ ጽንሰ ሀሳቦችን ከተሞሉና አሉታዊ ምላሽ ከሚቀሰቅሱ ቃላቶች አንዱ ነው። በ20ኛው መቶ ክፍለ ዘመን በነበሩት አስከፊና አሰቃቂ ወታደራዊ ወረራዎች፣ የዘር ማጥፋት እና ማጽዳት ወንጀሎች የተበከለ መሆኑን ትናገራለች ዩኤል ታምር የተባለች አይሁዳዊት ጸሐፊ "Why Nationalism?" በተሰኘ መጽሐፏ። የብሔርተኝነትን አሉታዊ ጎንና መጥፎ ታሪክ ብቻ ማጉላት ደግሞ በውስጡ ያለውን ጭራቅ መግቦ በማሳደግ ማስወገድ የምንፈልገውን ያንኑ የብሔርተኝነት ገጽታ አጉልቶ እንደማውጣት ነው የሚሉ ጸሐፍትም አሉ። በአሜሪካ እና በአውሮፓ ያሉ እንደነ ዶናልድ ትራምፕ፣ ማሪን ለፔን፣ ቪክቶር ኦርባን እና ሌሎችም የዘመናችን ዴማጎጎዎች ደግሞ በብሔርተኝነት ስም ናዚዝምን፣ የዘር እና የኃይማኖት ጭፍን ጥላቻን በማቀጣጠል በብሔርተኝነት ላይ ያለውን መጥፎ ምስል የበለጠ እያጠናከሩት ይገኛሉም ትላለች ዩኤል።

ከ18ኛው መቶ ክፍለ ዘመን ጀምሮ በብሔርተኝነት እና በኢምፔሪያሊዝም መካከል የተፈጠረው ውዝግብ ዓለማችንን ለሁለት የዓለም ጦርነቶች

የዳረገና የብዙ ሚሊዮኖችን ሕይወት የቀጠፈ መሆኑ ይታወሳል። እነዚህ ውዝግቦች በኋላም በብሔርተኝነት እና በሊበራል ኢንተርናሽናሊዝም፤ በብሔርተኝነት እና በኢንተርናሽናል ሶሻሊዝም፤ አሁን ደግሞ በብሔርተኝነት እና በኮስሞፖለቲያኒዝም ብቻ በአጠቃላይ በብሔርተኝነት እና በዓለም-አቀፋዊነት መካከል ቀጥለዋል። ዓለም-አቀፋዊነት ራሱን በተለያየ መልክ ሲያቀርብ ብሔርተኝነት ጥንታዊ መገለጫውንና አስተሳሰቡን ይዞ መቀጠሉ የጥንካሬው መገለጫ ነው የሚሉም በርካቶች ናቸው። የሆነው ሆኖ ከእነዚህ ውዝግቦች ጋር ተያይዞ ብሔርተኝነት ላይ በተሰራ የፕሮፖጋንዳ ሥራ ምክንያት አመለካከቱ የችግር ምንጭ ተደርጎ እንዲታይ ሆኗል። ይሁን እንጂ የሥርዓት አልበኝነትን ርዕዮት ከሚያቀነቅኑቱ በስተቀር በዓለማችን አሉ የሚባሉ የፖለቲካ ርዕዮቶች ብሔርተኝነትን በተለያየ መልኩ ለመጠቀም ሞክረዋል። ብሔርተኝነት ጥልቅ ከሆኑ የፖለቲካ ጽንሰ ሀሳቦች አንዱ ሆኖ በሁሉም ቋንቋና ባህል ውስጥ የዳበረ የትርጉምና የአረዳድ መሠረት ያለው ጽንሰ ሀሳብ መሆኑንም አስመስክሯል።

ብሔርተኝነት ለምሳሌ እኔ እንኳን ጠንቅቄ በማውቀው ሦስት ቋንቋዎች ማለትም በአፋን ኦሮሞ ሳብ-ቦኑማ፣ በአማርኛ ብሔር-ተኝነት እና በእንግሊዝኛ ኔሽን-ነስ በተመሳሳይ መልኩ በጋራ ታማኝነት የተሳሰረ ሕዝብ አባል የመሆን ስሜትና አመለካከትን እንዲሁም የራስን ብሔር ዕድል በራስ ለመወሰን የሚደረገውን እንቅስቃሴ የሚያመላክት ሆኖ እናገኘዋለን። በአጠቃላይ በሶስቱም ቋንቋ በተመሳሳይ መልኩ ብሔርን እና ሰዎች ለብሔራዊ ማንነታቸው የሚኖራቸውን ስሜት፤ አመለካከት ብሎም ይሄንኑ ለማስከበር የሚደረግ እንቅስቃሴን የሚያሳይ ጽንሰ ሀሳብ ነው። በኬክማኖቪች (1996) አገላለጽ ደግሞ ብሔርተኝነት አንድም የብሔር አባል የመሆን ንቃተ ህሊና ሲሆን በሌላ በኩል ደግሞ የአንድን ሀገር ጥንካሬ፣ ነጻነት እና ብልጽግናን የማስቀጠል ቃል ኪዳን ነው።

ብሔርተኝነት በሁሉም ማኅበረሰብ እና በማኅበረሰብ አባላት ዘንድ ጥሩ ቦታ ያለው ጽንሰ ሀሳብ ነው። በማኅበረሰብ ሳይንስ ጥናት ውስጥ ደግሞ ዘለግ

ያለ ዕድሜና ቦታ ያለው ነው። እንደ አንድ የማኅበረሰብ ሳይንስ ባለሙያና በተለያዩ የማኅበረሰብ ንቅናቄዎች ተሳትፎ እንዳደረገ ሰው ብሔርተኝነት የእኔንም ቀልብ ከገዙ ማኅበራዊ ጉዳዮች አንዱ ነው። ስለብሔርተኝነት በጥቂቱም ቢሆን ተመራምሬያለሁ፤ ብዙ ጽፌያለሁ፤ በተለያዩ መድረኮች ላይም ደስኩሪያለሁ።

ሀገራችን ኢትዮጵያ የብሔርተኞች ሀገር ናት። ብሔርተኝነታችን በአደባባይ ከምንገልፀው የጠለቀና በጭፍን አመለካከቶች የተወጠረ ነው። እንደ ሌሎች የፖለቲካ ጽንሰ ሀሳቦች ሁሉ በሁለት ጫፍ የረገጡ አመለካከቶች ተወጥሮ የቆየ ጽንሰ ሀሳብ ነው። በአንድ በኩል ብሔርተኝነትን በጭፍን ጥላቻና ፍራቻ የማየት አዝማሚያ ሲንፀባረቅ፤ በሌላ በኩል ደግሞ የሁሉ ነገር የመጨረሻ መፍትሄ አድርጎ የማየት አዝማሚያዎችም ተንሰራፍተው ይገኛሉ። ሁለቱም አመለካከቶች የራሳቸው የሆኑ ውስንነቶች እንዳላቸው ግልጽ ነው። ብሔርተኝነትንም ሆነ ሌሎች በተመሳሳይ ደረጃ ያሉ የፖለቲካ ጽንሰ ሀሳቦች በሚዛኑ መታየት አለባቸው። ሚዛናዊ ዕይታ ከሚመጣባቸው መንገዶች ደግሞ ዋነኛው ግንዛቤን ማሳደግ ነው።

ጥንታዊ ፈላስፎች ብሔርተኝነት የሰው ልጅ ተፈጥሮአዊ መሠረት ያለው የሦስተኛ ነብስ ጥሪ ነው ይላሉ። የሰው ልጅ በተፈጥሮ ነጻ መሆንና መከበር እንደሚፈልግና ይሄ ፍላጎት በምክንያታዊነት ውስጥ የሚገራ እንደሆነም ይናገራሉ። ዕውቀት እየጨመረ፤ ምክንያታዊነት እያደገ በሄደ ቁጥር የሰው ልጅ ሚዛናዊነትን እየተላበሰ ይሄዳል። ስለሆነም እነሆ በብሔርተኝነት ዙሪያ ተጨማሪ ግንዛቤ ይሰጣሉ፣ ሚዛናዊነትን ይጨምራሉ ያልኳቸውን ሀሳቦች አምስት ክፍሎችና አሥራ አምስት ምዕራፎች ባሉት በዚህ መጽሐፍ ለማካፈል ወደድኩ። መጽሐፉ ብሔርተኝነትን በስሜት፣ በሥነ-ልቦናና በአመለካከት ደረጃ፤ በጽንሰ ሀሳብና ርዕዮተ-ዓለም ደረጃ እንዲሁም በመደራጃ መርሆና መሳሪያ ደረጃ ይዳስሳል።

የመጽሐፉ የመጀመሪያ ክፍል ብሔርተኝነትን በስሜት፣ በሥነ-ልቦናና በአመለካከት ደረጃ ይዳስሳል። ብሔርተኝነት ከሰው ልጅ ተፈጥሮ ጋር ያለውን ቁርኝት ከመዳሰስ ጀምሮ የማደግ ጉዞ በብሔርተኝነት ግንባታ ላይ ያለውን ሚና ይቃኛል። የብሔርተኝነት መሠረት ነው የሚባለውን ሦስተኛውን ነብስ እንዲሁም በሰው ልጅ ተፈጥሮ፤ ባህሪና ፍላጎት መካከል ያለውን ግንኙነት ይዳስሳል። በክፍሉ መጨረሻ ደግሞ ልህቀተ-ሰብን ይዳስሳል። የሰው ልጅ እንዴት ከስሜት ወደ ስሌት እንደሚሸጋገር ይመለከታል።

የመጽሐፉ ክፍል ሁለት ደግሞ የሰው ልጅ በተፈጥሮ የተከፋፈለ ስለሆነ ዓለም በተሻለ ሁኔታ የምትመራው ብሔሮች ነጻ ሲሆኑና የራሳቸውን ዕድል በራሳቸው መወሰን ሲችሉ ነው የሚለውን ርዕዮተ-ዓለማዊ ቅኝት ይዳስሳል። የብሔርተኝነትን ጽንሰ ሀሳባዊና ርዕዮተ-ዓለማዊ ገጽታን፣ የአመለካከት ፍጥጫዎችን እና የተነሱ ውዝግቦችና አስከፊ የዓለም ጦርነቶችን በአጭሩ ይዳስሳል። የክፍሉ የመጨረሻ ምዕራፍ ደግሞ ዘመናዊ የብሔርተኝነት እንቅስቃሴዎችን ያስቃኛል።

የመጽሐፉ ክፍል ሶስትና አራት ደግሞ ብሔርተኝነት ሰዎችን የማሰባሰብ አቅም ያለዉ የመደራጃ መርሆና መሳሪያ አድርጎ ይመለከታል። እንደማሳያም በሀገራችን ኢትዮጵያ የሀገረ-መንግስት ግንባታ ሂደት ውስጥ እንዲሁም በተነሱ የሕዝብ ጥያቄዎችና የተከሰቱ የፖለቲካ ለውጦች ውስጥ የነበረውን ሚና ይዳስሳል። በተጨማሪም የውጭ ጣልቃ ገብነትን በመመከት የተጫወተውን ሚናን ያነሳል። ብሔርተኝነት በዓለም የወደፊት የፖለቲካ ጉዞ ውስጥ የሚኖረውን ሚና በመመርመርም በአስተሳሰቦችና አመለካከቶች መካከል ሊኖር ስለሚገባው ዕርቅ ያመላክታል። በስተመጨረሻም ብሔርተኝነት ለሀገር ግንባታ፤ ለሰላምና ለብልጽግና ጉልበት መሆን የሚችል አስተሳሰብና መርሆ መሆኑ ላይ ሀገራዊ መግባባት ፈጥረን ለጋራ በጎ ዓላማ መጠቀም እንዳለብን ይጠቁማል።

የመጽሐፉ የመጨረሻ ክፍል የሆነው ክፍል አምስት ደግሞ መደምደሚያ ይሰጣል። በመጽሐፉ አራት ክፍሎችና አሥራ አምስት ምዕራፎች የተነሱ ዋና ዋና ጉዳዮችን በማጠቃለል ለሌላ ጽሑፍና ጸሐፊ መነሻ መሠረት በመጣል ይቋጫል።

ክፍል አንድ

ብሔርተኝነትና የሰው ልጅ ተፈጥሮ

የሰውን ተፈጥሮ ተላብሰን፤
በምክንያት፣ በመንፈስ፣ በመሻት ታንፀን፤
ለግለኛው መብት ቆምን ሆነን በቡድን፤
ሰው ሆነን አብረን ሰው ሆንን!

ሰውን ሰው ከሚያሰኙ ነገሮች አንዱ ከሌሎች ሰዎች ጋር ያለው ትስስርና መስተጋብር ነው። ማኅበራዊ እንስሳ እንደመሆናችን በተለያየ መንገድ እንተሳሰራለን፤ ትስስራችንንም እንገልጻለን። ሰዎች በደም፣ በባህል፣ በቋንቋ፣ በታሪክ፤ በኃይማኖት፣ በመልክዓ-ምድራዊ አሰፋፈርና በሕጋዊ መንገዶች ይተሳሰራሉ። እነዚህንም ትስስሮች በተለያየ መንገድ ይገልጻሉ። የሰው ልጅ ማኅበራዊ ትስስሩን ከሚገልጽባቸው መንገዶች አንዱ ብሔርና ብሔርተኝነት ነው።

አብሮነት የሰውነት መገለጫ ነው። የሰውነት ትልቁ መሠረት መተሳሰብ ነው። ከዚህ አንጻር የሰው ልጅ ተፈጥሮ ሰዎች በተፈጥሮ አላቸው የሚባለውን መሰረታዊ አስተሳሰብ፣ አመለካከት፣ ስሜትና ተግባር የሚያመለክት ጽንሰ ሀሳብ ነው። በዋናነት የሰው ልጅን ምንነት፣ ወይም ሰው መሆን 'ማለት' ምን ማለት እንደሆነ ለማመላከት የምንጠቀምበት ነው። የጽንሰ ሀሳቡ አተረጓጎምና አጠቃቀም ግን ውስብስብና አወዛጋቢ መሆኑን መጥቀስ ተገቢ ነው።

ለውስብስብነቱና አወዛጋቢነቱ የመጀመሪያውን መነሻ የሚጥለው ደግሞ በሰው ልጅ አፈጣጠር ላይ የጋራ መግባባት አለመኖሩ ይመስለኛል። የሰው ልጅ ተፈጥሮ ዛሬም ድረስ የሞቀ የፍልስፍና ክርክሮችን እያቀጣጠለ ይገኛል። እልባት ያላገኘውን የፈጠራዊነት (Creationism) እና የዝግመተ ለውጥ (Evolutionism) ክርክርን እንኳን ብንወስድ ስለሰው ልጅ ተፈጥሮ ያላቸው አተያይ የበርካታ ውዝግብ ምንጭ ሆኖ ቀጥሏል። የውዝግብ ምንጭ መሆን ብቻ ሳይሆን በሰው ልጅ ላይ ከፍተኛ ተጽኖ ማሳደር የቻለም ነው።

ጆርጅ ኦርዌል የተባለ እውቁ የልብወለድ ጸሐፊ ደግሞ እንዲህ ይላል፥ "ብዙዎቻችን እኛ በምንሰራውና በምናጠፋው ነገር ተመልሶ የሚቆጣን የሰው ልጅ ተፈጥሮ ያለ አስመስለን እናስባለን። ነገር ግን የሰው ልጅ ተፈጥሮ እኛው ራሳችን የምንፈጥረው ነገር ነው። የሰው ልጅ መጨረሻ የሌለው ተጣጣፊ ፍጡር ነው። ተፈጥሮውም እንደ አስፈላጊነቱ የሚቀያየር ነው።"

“ተፈጥሮ ነው ወይስ አካባቢ ነው የሰውን ማንነት የሚወስነው?” የሚለው ጥያቄ ዛሬም ድረስ በሥነ-ሕይወት ባለሙያዎችና በሶስአሎጂስቶች መካከል የክርክር አውድማ ነው። ሶስአ-ባውሎጂስቶች የተባሉ የዚሁ ክርክር ውጤት የሆኑ ባለሙያዎች ደግሞ ሁለቱም እኩል አስተዋጽኦ አላቸው ይላሉ። ከዚህ ጋር የሚያያዘው የስነ-ሕይወት ወሳኝነት (biological determinism) እና የማኅበራዊ ወሳኝነት (social determinism) ጉዳይንም ብንመለከት እንዲሁ የታላቅ ተቃርኖ መሠረት ሆኖ ቀጥሏል። በፍልስፍናው ረገድም የሰው ልጅ አፈጣጠር የበርካታ ክርክሮች አጀንዳ ነው። የሰው ልጅ የማኅበራዊ እንስሳነት ተፈጥሮም ሌላኛው የንትርክ አጀንዳ ነው።

በዚህ የመጽሐፉ ክፍል ውስጥ የሰው ልጅን ተፈጥሮ ከተለያየ ማዕዘን ለማየት እንሞክራለን። በመጀመሪያው ምዕራፍ ሰውነትና ሰብዓዊነትን በተለያየ መነጽር እንመለከታለን። ለሰው ልጅ ማንነት መሠረት የጣሉ አስተሳሰቦችንና አመለካከቶችንም እንዳስሳለን። ለዚሁ ይረዳን ዘንድ የፈጠራዊነት፤ የዝግመተ ለውጥ፣ የስነ-ሕይወት፣ የፍልስፍና፣ የባህሪና ባህል፣ ሆሞ ኢምርታሊስ እንዲሁም የብሔርተኞችን አተያይ እንቃኛለን። በሁለተኛው ምዕራፍ ሦስተኛው ነብስን እንመለከታለን። የሰው ልጅ የነብስ ውቅርና የተለያዩ ክፍሎችንና ፍላጎቶችን እንዳስሳለን። በዚህ ምዕራፍ ውስጥ ብሔርተኝነት የሰው ልጅ ውስጣዊ ማንነት ወይም የነብስ ፍላጎት ምላሽ ሊሆን እንደሚችልም እናያለን።

በክፍሉ ሦስተኛው ምዕራፍ ደግሞ ስለሰው ልጅ ማንነት ግንባታ እንመለከታለን። ከውስጣዊ ማንነት ግንባታ ጀምረን የተለያዩ ተቋማት በሰው ልጅ የማደግ ጉዞ ላይ የሚኖራቸውን አስተዋጽኦ እንዳስሳለን። በአራተኛው ምዕራፍ ደግሞ ልህቀተ-ሰብን እናያለን። አያይዘንም በኦገስት ኮምቴ ሥራ ላይ በመመርኮዝ እንዴት የሰው ልጅ ወይም ማኅበረሰብ ከስሜት ተላቆና በምክንያት ታንፆ ወደ ተሻለ ደረጃ ሊያድግ እንደሚችል እንመለከታለን። የተለያዩ የሰው ልጅ የዕድገት ደረጃዎችን እንዳስሳለን።

ምዕራፍ 1

ሰውነት እና ሰብዓዊነት

የብሔርተኝነት መነሻው የሰው ልጅ ተፈጥሮ ነው። ማኅበራዊ እንስሳነቱ። የሰው ሰውነት በሌሎች ጥረት መገንባቱ፤ የሰው ልጅ በቡድን ውስጥ ተወልዶ፣ በቡድን ውስጥ ተምሮና አድጎ፣ የቡድን ሕይወት መምራቱ። ጤነኛ ሰው ከቡድን ሕይወት ውጭ ሕይወት ሊኖረው በፍጹም አይችልም። ይሄ ሰዉ የመሆን ትልቁ ሀቅ ነው። የሰው ልጅ ጥንካሬውን ከቡድን አባልነቱ አግኝቶ ድክመቱን በቡድን አባልነቱ ይሸፍናል። የሟችነት ፍራቻውንም የቡድን አባልነቱ ውስጥ ይደብቃል ይላል ኤርነስት ቤከር። የማኅበር አባል መሆን ለሰው ልጅ ተፈጥሮ አስፈላጊ ብቻ ሳይሆን መሠረትም ነው።

በዝርያ ምደባ ሳይንስ የሰው ልጅ ሆሞ ሳፒያንስ (Homo sapiens) ተብሎ የሚታወቅ ዝርያ ነው። ይሄ ዝርያ በትብብር ችሎታው ከሌሎች ተመሳሳይ ፍጥረታት ሁሉ የላቀ መሆኑ ይነገርለታል። በምድር ላይ ያሉ ፍጥረታትንም መቆጣጠር የቻለው በዚሁ የመተባበር ችሎታው እንደሆነ መረጃዎች ያሳያሉ። ሆሞ ሳፒያንስ ትርጉሙ “ብልህ ሰው” ማለት ሲሆን ዘጠነኛ እና ትንሽ ዕድሜ ያለው የሰው ዝርያ እንደሆነ ባለሙያዎች ይስማማሉ። ሌሎች ስምንቱ ቀደምት ዝርያዎች የሰው ልጅ እንዴት ቀስ በቀስ ከሌሎች ተመሳሳይ እንስሳት በተለየ ሁኔታ ቆሞ መራመድ፣ ማደንና ሥጋ መብላት፣ መጠለያ መሥራት እና ምሳሌያዊ ተግባራትን መፈፀም እንደቻለ የሚያሳዩ ናቸው ይላሉ። ሆሞ ሳፒያንስ በከፍተኛ ቁጥር መተባበር በመቻሉ ምናልባት የቅርብ ዘመዶቻችን

የሆኑትን ኒያንደርታሎችን ወደ መጥፋት ሳይገፏቸው አይቀሩም ይላል ዩቫል ሀራሪ።

ሰውነት በአንድ በኩል የትብብር ውጤት የሆነው የሆሞ ሳፒያንስ ዘር መሆንን የሚያመላክት ጽንሰ ሀሳብ ሲሆን በሌላ በኩል ደግሞ የዚህ ዘር መገለጫዎችንና ባህሪያትን መላበስን ያመለክታል። ሰውነትን ከሚገልፁ የሆሞ ሳፒያንስ ባህሪያት የመጀመሪያው መተባበር ነው። ከዚያም አለፍ ብሎ በጎ አድራጊነትን ወይም በሰብአዊ መንፈስ መተሳሰብን ያመላክታል። ሰው ሰብዓዊ ፍጡር ነው። የሰው ልጅ ተፈጥሮንና ሰብዓዊነትን የተለያዩ የሙያ ዘርፎች በተለያየ መንገድ ያዩታል። ከሰው ልጅ ተፈጥሮ ዕይታዎች ግንባር ቀደም ትኩረት የሚወስዱት የፈጠራዊነት እና የዝግመተ ለውጥ አተያይ ናቸዉ። እነዚህ የሰው ልጅ ተፈጥሮን ከመግለጽ አንጻር ትልቅ ቦታ የተሰጣቸው ናቸው። የስነ-ሕይወት፣ የባህሪና ባህል እና የፍልስፍና አተያይም እንዲሁ ጉልህ ሚና ያላቸው ናቸው። በእነዚህ አተያይ መካከል መወራረስና መደጋገፍ እንዳለ ሁሉ ተቃርኖዎችም አሉ።

ለምሳሌ “የሰውን ተፈጥሮና ማንነት የሚወስነው ምንድነው?” በሚለው ጉዳይ ዙሪያ እስከ ዛሬም እልባት ያላገኘ ክርክር እንዳለ ከላይ አንስተናል። “የሰውን ስብዕናና ማንነት በመቅረጽ ረገድ በዘር የሚተላለፉ ባህሪያት ወይስ የሕይወት ልምዶች ናቸው ትልቅ ሚና የሚኖራቸው?” የሚለው ጥያቄም የማያሻማ መልስ የለውም። ክርክሩ የሚያተኩረው የዘረመል ውርስ እና የአካባቢ ሁኔታዎች ለሰው ልጅ ዕድገት ያላቸው አንጻራዊ አስተዋጽኦ ላይ ነው። በአንድ በኩል የሰው ልጅ ማንነት የሚወሰነው በተፈጥሮ ብቻ ነው የሚሉ እንዳሉ ሁሉ የሰው ልጅ ተፈጥሮ የሚወሰነው በአስተዳደግ ነው የሚሉም አሉ። ሶስኦ-ባዮሎጂስቶች ደግሞ የሰው ልጅ ስብዕናና ማንነት የሚወሰነው በሁለቱ ማለትም በተፈጥሮ እና በአስተዳደግ ድምር ውጤት ነው ይላሉ። ከዚህ ቀጥለን በሰውነት ላይ ያሉ የተለያዩ አተያዮችን አጠር አድርገን እንቃኛለን።

የፈጠራዊነት ዕይታ

የፈጠራ ጽንሰ ሀሳብ አቀንቃኞች የሰው ልጅም ሆነ ሌሎች ፍጥረታት በእግዚአብሔር የተፈጠሩ ናቸው ብለው ያምናሉ። ከዚያም አልፈው ስለሰው ልጅ ተፈጥሮ ልዩነት ሲገልጹ "ፈጣሪ የሰው ልጅን ከሌሎች ፍጥረታት ሁሉ ለይቶ በራሱ አምሳያ ፈጠረው" በማለት ለሰው ልጅ ከሌሎች ፍጡራን ሁሉ የተሻለ ቦታ ይሰጣሉ። ፈጠራዊነት የኃይማኖት ዕይታ ነው። አጽናፈ ሰማይ ሁሉ (ሰማይ፣ ምድር፣ ሕይወት እና ሰው) የአምላክ መለኮታዊ ፍጥረት ናቸው ብለውም ያምናሉ። የሰው ልጅ መነሻው ከፈጣሪው መሆኑን፣ ሰዎች 'የእግዚአብሔርን መልክ' መያዛቸውንና "የተቀረውን ፍጥረት ሁሉ እንደሚገዙ" ያስቀምጣሉ። የሰው ልጅ የተፈጠረ ስለመሆኑና "ሁለት አካላት" ማለትም "ሥጋና እስትንፋስ በእግዚአብሔር እፍ እንደተባለበት የኃይማኖት መጽሐፍት ያስቀምጣሉ። በዚህም "ሕያው ነብስ" ተፈጠረች ይላል፣ ትርጉሙም "ሕያው ሰው" ማለት ነው።

በመጽሐፍ ቅዱስ ዘፍጥረት 1፡27 መሠረት ይህ "ሕያው ሰው የተፈጠረው በእግዚአብሔር መልክ" ነው ይላል። በዚህ አተያይ፣ "ሰው መሆን የእግዚአብሔርን መልክ መያዝ ነው"። በእግዚአብሔር አምሳል መፈጠሩ የሰውን ተፈጥሮ ከአራዊት የሚለይ መሆኑ ነው። ሌላው ደግሞ አምላክ "መወሰንና መግዛት የሚችል" እንደመሆኑ መጠን በአምላክ አምሳል የተፈጠሩ ሰዎችም "መወሰንና መግዛት" ይችላሉ የሚለውን ያሳያል። በሦስተኛ ደረጃ የሰው ልጅ "ዓላማዎችን የማውጣት" እና ወደ እነርሱ የመሄድ ተፈጥሯዊ ችሎታ ያለው መሆኑ ነው። ይሄ ደግሞ የሰው ልጅ ነጻ ሆኖ የተፈጠረ ስለመሆኑ ማሳያ ነው። አዳም የተፈጠረው "ትክክለኛ ምርጫን" ለማድረግ ነው፣ ነገር ግን ኃጢአትን የመምረጥ ችሎታም ነበረው። በዚህም ከጽድቅ ወደ "ኃጢአትና እርኩሰት" ሄደ ይላል። በዚህም የሰው ልጅ ምርጫ ማድረግ የሚችል ነጻ ፍጡር መሆኑን ያስረዳል።

የዝግመተ-ለውጥ ዕይታ

የዝግመተ ለውጥ አቀንቃኞች ደግሞ ከፈጠራዊነት ዕይታ በተቃራኒው የሰው ልጅ በዝግመተ ለውጥ ሂደት ከትናንሽ እንስሳቶች እየተለወጠ የመጣ ነው ይላሉ። በሚለዋወጡ ተወራሽ ባህሪያት ምክንያት ትናንሽ እንስሳቶች ራሳቸውን ከአካባቢያቸው ጋር ለማላመድ በሚያደርጉት ጥረት ወደ ሰው እንዳደጉም ያስቀምጣል። የሰው ልጅ በዝግመተ ለውጥ ከዝንጀሮ መሰል ቅድመ አያቶች የመጣበት ረጅም የለውጥ ሂደት ነው። ሳይንሳዊ መረጃዎች እንደሚያሳዩት ሰዎች የሚጋሩት ባህሪያት ከዝንጀሮ መሰል ቅድመ አያቶች የተገኙ እና በስድስት ሚሊዮን ዓመታት ጊዜ ውስጥ የተፈጠሩ ናቸው ይላሉ።

በጣም ቀደምት ከሚባሉት የሰው ልጅ ባህሪያት አንዱ የሆነው በሁለት እግሮች የመራመድ ችሎታ ከ4 ሚሊዮን ዓመታት በፊት የተከሰተ እንደሆነ መረጃዎች ያሳያሉ። ይህ በሁለት እግሩ ቀጥ ብሎ መሄዱ ወይም ሆሞ ኢሬክተስ መሆን የሰው ልጅን ከሌሎች እንስሳት ልዩ የሚያደርገው እንደሆነም ይነገራል። በሁለት እግር ወደ መሄድ መምጣቱ ሁለት እጆቹን ከመዳዳሃነት ነጻ በማድረግ ለተፈለገ ሥራ እንዲጠቀምበት አስቻለው። ከሁሉ ነገር በላይ ደግሞ የፈጠራ ችሎታውንና ምርታማነቱን አሳድጎበታል። ሌሎች ጠቃሚ የሰው ልጅ ባህሪያት እንደ ትልቅ እና ውስብስብ አንጎል፣ መሳሪያዎች የመሥራት እና የመጠቀም ችሎታ እና የቋንቋ አቅም በቅርብ ጊዜ የዳበሩ ስለመሆናቸው ይጠቀሳል። ብዙ የላቁ ባህሪያት ማለትም ውስብስብ ምሳሌያዊ አገላለጽ፣ ጥበብ እና የተብራራ የባህል ስብጥርን በዋናነት በባለፉት መቶ ሺህ ዓመታት ውስጥ ብቅ ያሉ እንደሆኑም ያስቀምጣሉ።

የሰው ልጅ ከሌሎች በርካታ እንስሳት ጋር የሚያመሳስሉት ባህሪያት አሉት። አካላዊ እና ዘረመላዊ መመሳሰሎች እንደሚያሳዩት ከሆነ ሆሞ ሳፒያንስ ከሌሎች የዝንጀሮ ዝርያዎች ጋር በጣም የቅርብ ግንኙነት አለው። ሰዎች እና የአፍሪካ ታላላቅ ዝንጀሮዎች ወይም ቺምፓንዚዎች ከ6 እስከ 8 ሚሊዮን

ዓመታት በፊት ይኖር የነበር የጋራ ቅድመ አያት እንዳላቸውም ይተነበያል። በዚህ መረጃ መሠረት ሰዎች መጀመሪያ የተፈጠሩት በአፍሪካ ውስጥ ሆኖ አብዛኛው የሰው ዝግመተ ለውጥ የተከሰተው በዚሁ አህጉር እንደሆነም ይነገራል። የቀደምት ሰዎች ቅሪተ አካላት ሙሉ በሙሉ የተገኘውም በአፍሪካ አህጉር ነው።

የመጀመሪያዎቹ ሰዎች ከአፍሪካ ተነስተው የእስያን ምድር የረገጡት የዛሬ 2 ሚሊዮን ዓመታት ገደማ እንደሆነ ይገመታል። አውሮፓ የደረሱት ደግሞ ከ1.5 ሚሊዮን ዓመታት በፊት እንደሆነ መላምቶች ተቀምጧል። በዚህ አዝጋሚ ሂደት የሰው ልጅ ብዙ ውጣ ውረድ ውስጥ እንዳለፈና ራሱን ከአካባቢው ጋር ለማላመድ የተላያዩ መሳሪያዎችን መፍጠርና በትልቅ ቁጥር መተባበር እንደቻለ መረዳት ይቻላል። ከበርካታ ዝግመታዊ ለውጥ በኋላ ከ12 ሺህ ዓመታት በፊት የግብርና ስልጣኔዎች እንደተጀመሩም መረጃዎች ይጠቁማሉ።

የዝግመተ ለውጥ አስተሳሰብ በማኅበረሰብ ሳይንስ ውስጥም ቦታ ያለው አተያይ ለመሆኑ ሶሻል ዳርዊኒዝም የተሰኘውን የሄርበርት ስፔንሰር ሥራን ማየት ይቻላል። ይህ አመለካከት በኋላ እየተለወጠ በመሄድ በሰዎች መካከል ሰፊ ልዩነቶች እንዲፈጠሩና ቅኝ ግዛት እንዲስፋፋ ምክንያት ሆኗል። ይሄ በመጠኑም ቢሆን ቀጥለን ከምናየው የስነ-ሕይወት ዕይታ ጋር ይቀራረባል።

የሥነ-ሕይወት ዕይታ

በሥነ-ሕይወት አተያይ የሰው ልጅ ተፈጥሮ፤ ማንነት እንዲሁም የማኅበራዊ ክስተት የሚወሰነው በሥነ-ሕይወት ጉዳዮች ነው። ከነቃሉም የስነ-ሕይወት ወሳኝነት (Biological Determinism) ተብሎ ይታወቃል። በሥነ-ሕይወት ወሳኝነት የሰው ልጅ ተፈጥሮ የሚወሰነው በዘረመል ቅንብር ነው። ይሄ ማለት የሰው ልጅ ማንነት የሚወሰነው ከቤተሰቦቹ በሚወርሰው የዘረመል ዓይነት ነዉ ማለት ነዉ።

የሥነ-ሕይወት ወሳኝነት መላምትን የሚከተሉ ሰዎች እንደሚሉት ከሆነ የሰዎችን ባህሪ በቀጥታ የሚቆጣጠረው የግለሰብ ዘረመል ነው። ከዚህ ጋር በተያያዘ እ.ኤ.አ. በ1892 ጀርመናዊው የዝግመተ ለውጥ ባዮሎጂስት አገስት ዌይስማን በጀርም ፕላዝማ ቲዎሪ እንደገለጸው በዘር የሚተላለፍ መረጃ በጀርም ሴሎች አማካይነት ብቻ እንደሆነ ሀሳብ አቀረበ። እንግሊዛዊው ጋልተን ደግሞ እንደ ወንጀለኛነት ያሉ የማይፈለጉ ባህሪያት የተወረሱ ስለሆነ ጉድለት ያለባቸውን ሰዎች እንዳይራቡ ማድረግ ይቻላል የሚል ሀሳብ አቀረበ። ጣሊያናዊው ሎንብሮዞም የወንጀለኛ ልጅ ወንጀለኛ ነው በማለት አከለ። በኋላም አሜሪካዊው ሳሙኤል ሞርተን እና ፈረንሳዊው ፖል ብሮካ ነጭ የሰው ዝርያዎች ከሌሎች የተሻሉ መሆናቸውን ለማሳየት በማሰብ የራስ ቅልን አቅም ከቆዳ ቀለም ጋር ለማዛመድ ሞከሩ። አሜሪካዊው የሥነ ልቦና ሊቃውንት ኤች ኤች ጎድዳርድ እና ሮበርት ይርከስ ደግሞ የሰዎችን የማሰብ ችሎታ ለመለካት እና የተገኘው ውጤት በዘር የሚተላለፍ መሆኑን ለማሳየት ጥረዋል። ነጭ ቆዳ ያላቸው ሰዎች ከሌሎች የተሻሉ እንደሆኑም ለማሳመን ረጅም ርቀት ሄደዋል።

በኋላ በጋልተን ተነስቶ ከብዙ የሥነ ሕይወት ባለሙያዎች ድጋፍ ያገኘው “ዘረመል ወይስ አካባቢ ነው የሰውን ባህሪ የሚወስነው?” የሚለውን የጦፈ ክርክር አስነሳ። የሌባ ልጅ ሌባ የሚሆነው ትምህርት በግንኙነት (learning by association) በተባለ ሂደት እንደ ሆነ ሶስአሎጅስቶች ሀሳብ አቀረቡ። አሁን ላይ ሳይንቲስቶች፣ ኢኮሎጂስቶች፣ እንዲሁም የባህሪ ዘረመል ሊቃውንት ዘረመልም አካባቢም እኩል አስፈላጊ መሆናቸውን እና እርስ በርስ የተሳሰሩ መሆናቸውን በግልጽ ይረዱታል።

የፍልስፍና ዕይታ

ሦስተኛው የሰው ልጅ ተፈጥሮ አተያይ የነብስ ወይም ውስጣዊ ተፈጥሮ አተያይ ነው። ይህንን አንዳንድ ሰዎች የአዕምሮና የአካል ግንኙነት ዕይታ ይሉታል።

በዚህ አተያይ የሰው ልጅ ነብስያ (Soul) የተለያዩ ክፍሎች እንዳሉት፤ እነዚህ ክፍሎች እንዴት የሰው ልጅ ባህሪንና ፍላጎትን እንደሚወስኑ ይቃኛል። የሰው ልጅ ተፈጥሮ ባህሪውን፤ የሰው ልጅ ባህሪ ደግሞ ፍላጎቱን ይወስናል። በዚህ ሁኔታ የሰው ልጅ ተፈጥሮ ፍላጎቱና ውሳኔው ላይ ጫና ይፈጥራል ማለት ነው።

በዓለማችን ትልቁ የሰው ልጅ ጥያቄ "እንዴት አድርገን ነው የሰው ልጅ ፍላጎቶችን በበቂ ሁኔታ ማሟላት የምንችለው?" የሚል ነው። ለዚሁ የሚረዱም በጣም በርካታ የሀሳብ ቀመሮች ተዘጋጅተዋል። በዓለማችን የብዙ ግጭቶች መሠረት የሆኑቱ የተለያዩ የፖለቲካ ርዕዮተ-ዓለማት ለዚሁ ሲባል የተቀመሩ የሀሳብ ሰንሰለቶች ናቸው። ተመሳሳይ የሆኑ የሰው ልጅ ፍላጎቶችን በተለያየ መንገድ በማየትና በመረዳት ብቻ ለመፍትሄ የሚቀመጡ ቀመሮች የተለያዩ ከመሆንም አልፈው የግጭት መንስኤ የሆኑባቸው አጋጣሚዎች አሉ። አሁን ላይ የሰው ልጅን ከሚያጋጩ ነገሮች የመጀመሪያውን ደረጃ የሚይዘው ነገሮችን የምናይባቸውና ምላሽ ለመስጠት የምንከተላቸው መንገዶች ወይም ዘዴዎች ስለመሆናቸው አያጠያይቅም። ይሄን አርዕስት በምዕራፍ ሁለት በሠፊው እንመለከተዋለን።

የባህልና የባህሪ ዕይታ፡ የሰው ልጅ ማኅበራዊ እንስሳነት

የባህሪና የባህል አተያይ የሰው ማንነትና ባህሪ የሚወሰነው በማኅበራዊ መስተጋብርና ረጅም የግንባታ ወይም የማደግ ሂደት ነው ይላሉ። ይሄ ደግሞ ከሥነ-ሕይወት ወሳኝነት በተቃራኒ የማኅበራዊ ሂደት ወሳኝነት (Social Determinism) ተብሎ ይታወቃል። በአጠቃላይ የሰው ልጅ የሚላበሳቸውን ባህሪያት በማኅበረሰብ ግንባታ ሂደት (Social Construction) እንደሚያገኝም ያስቀምጣል። የሰው ልጅ ማንነት የማኅበራዊ ግንባታ ሂደት ውጤት ነው። ስለዚህ የሰውን ማንነት የሚወስነው ያለፈበት ማኅበራዊ ሂደት እንደሆነም ያስቀምጣል። ይህ አተያይ የሰው ልጅ በማደግ ሂደት እንዲሆን የተፈለገውን እንደሚሆን ያትታል።

በባህሪና የባህል አተያይ ወይም የማኅበራዊ ሂደት ወሳኝነት የሰው ልጅ የማኅበራዊ መስተጋብር ውጤት ነው። ይህ ሂደት ብቻውን የሰውን ባህሪና ማንነት ሊወስን ይችላል የሚል ንድፈ ሃሳብ ነው። ከዚህ አንጻር የሰው ልጅ ልማዶች፣ ባህላዊ ክዋኔዎችና ትምህርት የሰውን ልጅ ባህሪ ለመቅረጽ ትልቅ ሚና እንዳለቸው ይታመናል። በአጠቃላይ የአንድ ሰው ተፈጥሮ ከሌላ ሰው ተፈጥሮ ጋር የተቆራኘ ነው። ጤነኛ የሚባል ሰው ከሌላ ሰው ሙሉ በሙሉ ተነጥሎ በዘላቂነት መኖር እንዳማይችል ጥናቶች ያመለክታሉ። ስለዚህም ነው የሰው ልጅ ማኅበራዊ እንስሳ ነው የሚባለው። በዚህ አውድ "ማኅበራዊ እንስሳ ነው" ማለት ከሌሎች ጋር በከፍተኛ መስተጋብርና ግንኙነት ውስጥ የተፈጠረና የሚኖር እንደማለት ነው። ማኅበራዊነት በቡድን መኖርና መተሳሰብን የሚያመለክት ጽንስ ሀሳብ ነው።

የሰው ልጅ የማኅበራዊ ሁኔታ በተለያየ መንገድ ይገለጻል። ሰው ለብቻው ሲሆን "ብቸ-ኝነት" በሚባልና በሰውኛ ጥሩ መልዕክት በማይሰጥ የማኅበራዊ ሁኔታ ይገለፃል። ይሄን ሁኔታ "የብቸኝነት ጉድለት" ብለው ይገልጻሉ ጠቅላይ ሚኒስትር ዐቢይ አሕመድ በመደመር መጽሐፋቸው። ሰው ብቻውን ይሆን ዘንድ ስለማይቻለው የተለያዩ ማኅበራዊ መስተጋብሮችን ወደ መፍጠር ይሄዳል። በዚህ ሂደት ሁለት ሆነው ጓደኛሞች ሲሆኑ "ጓደ-ኝነት" በሚባል የማኅበራዊ ሁኔታ ይገለፃሉ። ጓደኛማቾች ቤተሰብ ከመሰረቱ ደግሞ "ቤተሰባዊ-ነት" በሚባል የማኅበራዊ ሁኔታ ይገለጻል። የተንዠረገገ ቤተሰብ ደግሞ ጎሳ ሆኖ በ"ጎሰ-ኝነት" ከዚያም አልፎ ከሰፋ በብሔር ደረጃ በ"ብሔር-ተኝነት" ይገለጻል። ሀገር የአንድ ወይም ከአንድ በላይ የሆኑ ብሔሮች ቤት ነው። የሀገሮች ስብስብ ደግሞ በዓለም-አቀፍ ደረጃ በ"ዓለም አቀፋዊ-ነት" ይገለጻል። በሊበራል አስተሳሰብ የተመራው ዓለም አቀፋዊ-ነት ደግሞ የሰው ልጅ ወደ ብቸኝነት እንዲያመራ አድርጓል ተብሎ በሠፊው ይወቀሳል። በአጠቃላይ እነዚህ "ኝነቶች" እና "ነቶች" የሰው ልጅን ማኅበራዊ ሁኔታ በተለያየ ደረጃ የሚገልጹ የቡድን አባልነት ገላጮች ናቸው። በ"ኝነቶቹ" እና

ብሔር-ተኝነት

በ"ነቶቹ" መካከል ያለው ልዩነት ደግሞ "ኝ" ነው። የ"ኝ" ቁጥር እየጨመረ ሲሄድ ጤናማው የሰው ልጅ ማኅበራዊ ሁኔታ ወደ አግላይነት ሊሄድ እንደሚችል በፍቃዱ ሞረዳ "ኝኝኝነት" በሚል ግጥሙ ከዓመታተ በፊት አስነብቦን ነበር።

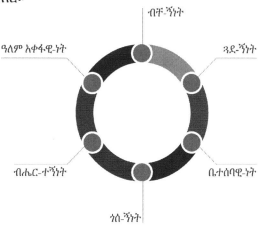

ሰውነት ራሱ የማኅበራዊ ሕይወት ውጤት ነው። ሰውነት የማኅበራዊ ሕይወት ሚስጥር ነው። ማኅበራዊ ኑሮ ወይም ትብብር ባይኖለብት ኖሮ የሰው ልጅ ልክ እንደ ሌሎች እንስሳቶች ወይ ይጠፋል ካልሆነም ኋላ ቀር ኑሮ ሊኖር ይችል እንደነበር ይገመታል። ታዲያ ማኅበራዊ ሕይወት ለሰው ልጅ ዋነኛ ምሰሶ ነው ማለትም አይደል? ነው እኮ!። የሰውነት መሠረትና መገላጫ ትስስር፤ ትብብር፤ መስተጋብር አይደለምን? ይሄ ከሆነ ደግሞ የማኅበራዊ ሕይወትን በጥሩ ግንዛቤ ማሳደግ፤ መንከባከብና መግራት አስፈላጊ ጉዳይ ይሆናል ማለት ነው። የብሔርተኞችም ትልቁ ጥያቄ እዚህ አካባቢ የሚያጠነጥን እንደሆነ ግልጽ ነው። የሰዎችን ዘላቂ ደህንነት ለማረጋገጥ ማኅበራዊ ሕይወታቸውን ማሳደግ፤ በቡድናቸው ውስጥ ተገቢውን ዕውቅና እንዲያገኙ ማድረግና በጋራ እንዲያድጉ ማድረግ እጅግ አስፈላጊ እንደሆነ ይታመናል።

በአጠቃላይ የሰው ልጅ በማኅበር የሚኖርና ያለ ጠንካራ ማኅበር ጠንካራ መሆን የሚከብደው እንስሳ እንደሆነ የማኅበረሰብ ሳይንስ ባለሙያዎች ይናገራሉ። "The Agency Structure Dilemma" በተሰኘው መጽሐፋ አንቶንዮ ግደንስ ለአንድ ጠንካራ ማኅበር ወይም አደረጃጀት ጠንካራ ግለሰብ ሊያስፈልግ እንደሚችል ሁሉ ለጠንካራ ግለሰብ መኖርም ጠንካራ ማኅበርና አደረጃጀት አስፈላጊ ነው የሚል ሀሳብ እንጸባርቋል። የሰው ልጅ የሕይወትንና የዓለምን ትርጓሜ የሚያገኘውም በቡድን ውስጥ በሚኖረው ተሳትፎና ተግባቦት እንደሆነ እሙን ነው። ይህ ተለዋዋጭ የሰው ቡድንተኝነት ከሁለት ሰው ጀምሮ የሚሄድ ሲሆን በግንኙነት ጥንካሬና በቡድን መረጋጋት ላይ የተለያዩ ጫናዎችን ያሳድራል።

ትንሹ የሰው ልጅ ቡድን የሁለት ሰው ቡድን ሲሆን ዳያድ (Dyad) ይባላል። በሁለቱ ሰዎች መሀከል የሚኖረው የመስተጋብር መስመር አንድ ብቻ ነው። ከዚህ የተነሳ በጣም ጠንካራ ግንኙነት ሲኖራቸው የቡዱኑ ቀጣይነቱ ግን ጥያቄ ምልክት ውስጥ የሚኖር ዓይነት ይሆናል። ግንኙነቱ ጠንካራ የሚሆነው ግንኙነቱን የሚሻማ ሰው ስለሌለ ነው ይባላል። ዘለቄታው ጥያቄ ውስጥ የሚገባው ደግሞ ግንኙነቱ አንድ መስመር ብቻ ያለው ስለሆነና አንድ አባል በግንኙነቱ የመቀጠል ፍላጎት ከሌለው የግንኙነቱ የመሞት ዕድል ሠፊ በመሆኑ ነው።

ቀጥሎ የሚመጣው የሦስት ሰዎች ቡድን ወይም ትርያድ (Triad) ነው። በሦስት ሰዎች መካከል የሚኖረው የግንኙነት መስመር ወደ ሁለት ያድጋል። የቡድን አባላት ቁጥር ወደ አራት የሚያድግበት ካትራድ ውስጥ ደግሞ የግንኙነት መስመሩ ወደ ስድስት ያድጋል፤ አንድ ሰው ከሦስት ሰዎች ጋር አማርጦ የግንኙነት መስመር መዘርጋት ይችላል ማለት ነው። የአባላት ቁጥር እየጨመረ በሄደ ቁጥር የግንኙነት መስመር እየጨመረ፣ የግንኙነት ጥንካሬ እየቀነሰ፡ የቡድኑ ዘላቂነት ግን እየጨመረ ይሄዳል።

በአጠቃላይ የሰው ልጅ የማኅበራዊ እንስሳነቱ ባህሪ በዚህ ተለዋዋጭ የቡድንተኝነት ባህሪው የሚፈተንና የሚመራ መሆኑ ሊታወቅ ይገባል። ትንንሽ ቡድኖች ለሰው ልጅ ማንነት ግንባታ ትልቅ ሚና ሲኖራቸው ትልልቅ ቡድኖች ደግሞ ለሰው ልጅ የቡድን ቀጣይነት ትልቅ ፋይዳ አላቸው። ስለዚህ የሰው ልጆች የትናንሽም የትላልቅም ቡድኖች አባል የመሆን ፍላጎት ይኖራቸዋል ማለት ነው። ምክንያቱ ደግሞ አንዱ የሚያሟላለትን ፍላጎት ሌላኛው ስለማያሟላ ነው።

የሰው ልጅ ተለዋዋጭ የቡድንተኝነት ስሜትን ተላብሶ ያድጋል። እንደ አስፈላጊነቱም በተለያየ ማንነት ራሱን ይገልጻል። ለምሳሌ እኔ አሜሪካ ሀገር ሆኜ ከጎለሌ ነው የመጣሁት አልልም። ወይም ሁዬ ጎሴ ሄጄ ከኢትዮጵያ ነው የመጣሁት ብል ትርጉም አይሰጥም። የማንነትም ሆነ የቡድን አባልነት አገላለጽ የራሱ የሆነ ልማድ አለው። ለምሳሌ አፍሪካ፤ ምሥራቅ አፍሪካ፤ ኢትዮጵያ፤ኦሮሚያ፤ ሰላሌ፣ ኩዩ/ገብረ ጉራቻ፤ ሁዬ ጎሴና ጎለሌ እኔ በአባልነት እንደ አስፈላጊነቱ ራሴን የምገልጽባቸው የቡድን ማንነቶቼ ናቸው።

የሰው ልጅ ማኅበራዊ እንስሳ ነው። በቡድን የሚኖርና ከቡድን የሕይወት ትርጉሙን የሚያገኝ እንስሳ ነው። ለዚህም ሂደት ይረዳ ዘንድ የሰው ልጅ ተለዋዋጭ የቡድን ስርዓቶችን በመፍጠር የማያቋርጥ የለውጥ ሂደት ውስጥ ይኖራል። ቡድን መመስረት፣ መተዋወቅ፣ ማስተካከል፣ ሥራ መሥራት፣ ማሻሻያዎችን ማድረግ እና ከዓላማው ቢንሸራተት ደግሞ ማፍረስ በሰው ልጅ ሕይወት ውስጥ ትልቅ ቦታ ያላቸው ነገሮች ናቸው። በዚህ ሂደት ቡድኖች ውስጥ ደረጃዎችን መፍጠርና ሰዎችን ለተለያዩ ሚናዎች እና ኃላፊነቶች ማጨትና መመደብ የተለመደ አሰራር ነው። በአመራር ቦታ ላይ ያሉ ሰዎች እንደ ቡድኑ ፍላጎት ወደ አመራር ተዋረድ ሊወጡ ወይም ሊወርዱ ይችላሉ። እነዚህ ሁሉ በቡድን ሕይወት ውስጥ የተለመዱ እና ጤናማ አካሄድ ናቸው። ቱክማን የተባለ ጸሐፊ በቡድን ሕይወት ውስጥ ስድስት ደረጃዎች እንዳሉ ይናገራል። እነዚህም፣

1. የመመስረት ደረጃ (Forming Stage)፣ አባላት የሚሰበሰቡበት፣ አንዱ ስለሌላው የሚማርበት እና የቡድኑን ዓላማ የሚወስኑበት ደረጃ ነው።

2. የመተዋወቅ ደረጃ (Storming Stage)፣ አባላት የበለጠ ቀጥተኛ ግንኙነት የሚፈጥሩበት እና እርስ በርስ የሚተዋወቁበት ደረጃ ነው።

3. የደንብ ደረጃ (Norming Stage)፣ የቡድን አባላት እንዴት እንደሚግባቡ እና አብረው እንደሚሰሩ የሚነገሩ ወይም የማይነገሩ ደንቦችን የሚያወጡበት ደረጃ ነው።

4. የአፈጻጸም ደረጃ (Performing Stage)፣ አባላት ዓላማቸውን የሚፈጽሙበት እና ግባቸው ላይ የሚደርሱበት ደረጃ ነው።

5. የማሻሻያ ደረጃ (Reforming Stage)፣ አባላት ግቦቹን ለማሳካት አስፈላጊ ለውጦችንና ማሻሻያዎችን የሚያስተዋውቁበት ደረጃ ነው።

6. የማፍረስ ደረጃ (Deforming Stage)፣ አባላት በተለያየ ምክንያት ቡድኑን ለቀው የሚወጡበት እና የቡድኑ ህልውና የሚያቆምበት ደረጃ ናቸው።

ዩቫል ሀረሪ የተባለ ጸሐፊ ደግሞ "Sapiens: A Brief History of Humankind" በተሰኘው መጽሐፉ ሆሞ ሳፒያንስ የተባለው የሰው ዘር በዓለም ላይ የበላይ ለመሆን የበቃው በብዙ ቁጥር መተባበር የሚችል ብቸኛው እንስሳ ስለሆነ ነው ይላል። ለኒያንደርታሎች እና ለሌሎችም በርካታ የሰው ዝርያዎች መጥፋት ዋና ምክንያት የሆነው የቅድመ ታሪክ ሳፒያንስ እንደነበሩም ይገልፃል። በተጨማሪም ሳፒያንስ በብዛት የመተባበር ችሎታው የሚመነጨው በምናብ ውስጥ ብቻ ያሉትን እንደ አማልክት፣ ብሔርተኝነት፣ ገንዘብ እና ሰብአዊ

መብቶች በማመን ልዩ ችሎታው ነው ይላል። እንደ ሀረሪ አባባል መጠነ ሰፊ የሰው ልጅ ትብብር ስርዓቶች ማለትም ኃይማኖቶች፣ የፖለቲካ አወቃቀሮች፣ የንግድ አውታሮች እና የሕግ ተቋማት የተፈጠሩት በሳፒያንስ ልዩ አርቆ የማሰብና የፈጠራ ችሎታ ነው።

ሀረሪ ስለ ሰው ልጅ ውህደት ሲናገርም የሳፒያንስ የመተባበር አዝማሚያ ከጊዜ ወደ ጊዜ እየጨመረ በመምጣቱ በፖለቲካ እና በኢኮኖሚ እርስ በርስ መደጋገፍ የተለመደ ሆኗል። ለዘመናት፣ አብዛኛው የሰው ልጅ በግዛቶች ውስጥ የኖረ ቢሆንም ካፒታሊዝም በግሎባላይዜሽን አካሄድ አንድ ዓለም-አቀፍ ኢምፓየር ለመገንባት ጥረቶች እንዳደረገ ይገልፃል። የዚህ ሂደት ዋና መንስዔዎች ደግሞ ገንዘብ፣ ኢምፓየር እና ዓለም አቀፋዊ ኃይማኖቶች ናቸው ሲል ሀራሪ ይሞግታል። ግዛት በማስፋፋት ራሱን ለማጠናከር የጣረዉ ዓለም-አቀፋዊነት አሁን ፈተናዎች በዙበት፣ ተፈተነ፣ ተንገዳገደ፣ ወደቀ የሚሉ ድምጾች እየተበራከቱ ነው።

የሆሞ ኢሞርታሊስ ዕይታ

“

የሰው ልጅ ስልጣኔ በሰው የሟችነት ተፈጥሮ ዕውቅና
ላይ የቆመ ተምሳሌታዊ የመከላከያ ዘዴ ነው።

—

ኧርነስት ቤከር

የሰው ልጅ በተለያየ ጊዜ በተለያየ መንገድ ተገልጿል። ሆሞ ሳፒያንስ ማለት “ብልህ ሰው” ማለት ነው። ሆሞ ናራቴስ ማለት ደግሞ ‘ታሪክ ነጋሪ’ ማለት ነው። ሆሞ አስቴቲከስ ማለት ደግሞ የሰው ልጅ ዝርያ በሥነ-ጥበብና በውበት ተጽዕኖ የተሻሻለ መሆኑን የሚገልጽ ጽንሰ ሐሳብ ነው። ሆሞ ኢኮኖሚከስ የሰው ልጅ በምክንያታዊ የግል ፍላጎት የሚመራና በመረጃ ላይ ተመስርቶ ውሳኔ የሚያሳልፍ መላምታዊ ፍጡር መሆኑን የሚገልጽ ነው።

ብርሃኑ ሌንጂሶ

“The Denial of Death” በተሰኘው መጽሐፉ አንትሮፖሎጂስቱ ኧርነስት ቤከር በሰው ልጅ ሕይወት ውስጥ ስላለው መሠረታዊ መንታዊነት ያወራል። ይሄ መንታዊነትም በሰው ልጅ ቁስ አካል እና በሰው ልጅ ምሳሌያዊ ትርጉም መካከል ያለ መንታዊነት ነው ይላል። የሰው ልጅ መተንፈስ የሚችል የስጋ ቁራጭ እንደሆነ የሚናገረው ቤከር በቀላሉ መተንፈስ ሊያቆም የሚችልና ሟች መሆኑ እጅግ እንደሚያስጨንቀውም ይናገራል። በዚህ ምክንያት አብዛኛው የሰው ልጅ እርምጃ የሞትን አይቀሬነት ችላ ለማለት ወይም ለመካድ የሚደረግ ጥረት ነው ይላል። ይሄንኑ ለማሳካትም የሰው ልጅ ዋና ትኩረቱን በምሳሌያዊ ማንነቱ ላይ በማድረግ የሟችነቱን አጣብቂኝ ለመርታት ይሞክራል። ይሄ ተምሳሌታዊ ራስ ተኮር ፕሮጀክት “የማይሞት ፕሮጀክት” ወይም “የጀግንነት ፕሮጀክት” ተብሎም እንደሚጠራ ቤከር ይገልጻል።

“ጀግንነት” በባህል ላይ የተመሰረተ ለራስ ከፍ ያለ ግምት የመስጠት እሳቤ ነው። በብዙ ባህሎች ውስጥ ጀግንነት ራስን ከራስ በላይ ለሆነ ነገር አሳልፎ መስጠት ነው። ሰው ለዚህ ከራስ በላይ ለሆነ ቡድን ታማኝነቱን የሚያሳየው ደግሞ ሟችነቱ እረፍት ስለሚነሳው ነው ይላሉ። ስለዚህ የሰው ልጅ የጠንካራ ቡድን አባል በመሆን ከሞት በኋላ ለመኖር ይፈልጋል ይላል። ብሔር ሰው ከሞተ በኋላም ራሱን የሚያስቀጥልበት የማንነት ገጽታ ነው ብለው የሚያምኑም በርካቶች ናቸው። ስለዚህ “ለሀገርና ለብሔር መሞት” ከሞት መዳኛ አእምሯዊ ስልት ነው ማለት ነው።

“እኔ ለብሔሬና ሀገሬ እሞታለሁ፣ ብሔሬና ሀገሬ ግን ለእኔ እንዲሞቱ አልፈልግም” የሚለው አባባል ምክንያታዊ ሊሆን የሚችለው በዚህ መንገድ ብቻ ነው። የሰው ልጅ ሞትን መፍራቱ፣ ከሞት ለመደበቅና ለመካድ መሞከሩ ኃይማኖትና ብሔርን ጨምሮ ለብዙ የፈጠራ ሥራና ስልጣኔ ዕድል በር እንደከፈተለትም ቤከር ይናገራል።

የብሔርተኞች ዕይታ

የብሔርተኞች የሰው ልጅ ተፈጥሮ ዕይታ በተወሰነ መልኩ ከላይ ካነሳናቸው ዕይታዎች ጋር የሚገናኝ ቢሆንም የተለዩ ዕይታዎችም አሏቸው። በብሔርተኞች መካከልም ራሱ የዕይታ ልዩነቶች መኖራቸው እንዳለ ሆኖ ማለት ነው። ፕራይሞርዲያሊስቶች የሰው ልጅ ተፈጥሮ በቡድን ውስጥ ትርጉም የሚያገኝ ነው ይላሉ። ዘመናዊያን ደግሞ የሰው ልጅ በሂደት መሰባሰብና መቆራኘት እንደተማረ ያምናሉ። ሁለቱም ግን የሰው ልጅ ተሳስቦ፤ ተባብሮና ተሳስሮ በቡድን የሚኖር እንስሳ ስለመሆኑ ይስማማሉ። ለምሳሌ ጀርመናዊው ጆሃን ሄርደር የሰው ልጅ ብሔራዊ መንፈስን (Volks-geist) እና ብሔራዊ ነፍስን (Volksseele) በማጣመር አንድ ሕዝብ ይሆናል ይላል። ለዚህም ነው "ብሔር" የሁሉ ነገር መሠረት መሆን አለበት ተብሎ የሚታመነው። ይህ እንዳለ ሆኖ የተለያየ የብሔርተኝነት ዓይነት የሚከተሉ ሰዎች የሰው ልጅ ተፈጥሮን በተለያየ መንገድ መግለጻቸው ግን የተለመደ ነው። ለምሳሌ ሊበራል ብሔርተኞች የሰው ልጅ የሚለዋወጥ ነፃ ፍቃድና ምርጫ ያለው ፍጡር ስለሆነ ከጊዜና ሁኔታ ጋር የሚቀያየር ተፈጥሮ ይኖረዋል ይላሉ። ከዚህ በተቃራኒ ወግ አጥባቂ ብሔርተኞች ደግሞ የሰው ልጅ በተለመደ ነገር የሚጎተት ፍጡር መሆኑንና ውሳኔዎቹም በተለመዱ ነገሮች ተጽዕኖ ስር እንደሚወሰኑ ያምናሉ። ከዚህ ጋር በተያያዘ ብሔር የታወቀና የተለመደ ባህልና ማንነት ያለው ሕዝብ ስለሆነ የብሔሩ አባላት ባህሪና ውሳኔ ላይ ተጽዕኖ እንደሚያሳድር ያምናሉ።

ምዕራፍ 2

ብሔርተኝነት፡ የሦስተኛው ነብስ ጥሪ

"

የአንድ ብሔርና ሀገር ባህል በሕዝቡ ልብ እና ነብስ ውስጥ ይኖራል።

—

ማህተመ ጋንዲ

በርካታ የፖለቲካና የኢኮኖሚ ንድፈ ሀሳቦች መሰረታቸውን የጣሉት በሰው ልጅ ተፈጥሮና ባህሪ ንድፈ ሀሳቦች ላይ እንደሆነ መላምቶች ይቀመጣሉ። ምክንያቱ ደግሞ የሰው ልጅ ተፈጥሮ የሰው ልጅ ባህሪን፤ የሰው ልጅ ባህሪው ደግሞ ፍላጎቱን ይወስናል ተብሎ ስለሚታመን ነው። የፖለቲካ ንድፈ ሀሳቦች ደግሞ በዋናነት የሰው ልጅ ፍላጎቶችን ለመመለስ አልመው የሚሰናሰሉ የሀሳብ ቀመሮች ናቸው። የኢኮኖሚ ንድፈ ሀሳቦችም ቢሆኑ እንዲሁ ናቸዉ። የኢኮኖሚ ውሳኔዎች የሰው ልጅ ባህሪ ንድፈ ሀሳብ ላይ የቆሙ መሆናቸውን ሲገልጹ "የሰው ልጅ የግል ጥቅሙን በማስቀደም ማሳደግ የሚፈልግ ምክንያታዊ ውሳኔ ሰጭ ፍጡር ነው" ይላሉ ኢኮኖሚስቶች። ይሄንንም ለማድረግ የሚያስችል አስደናቂ አቅም፤ ግንዛቤና ብቃት አለው የሚል እሳቤም ይይዛሉ። ባለፉት ጥቂት ዓመታት የባህሪ ኢኮኖሚስቶችና

የሥነ-ልቦና ባለሙያዎች በዚህ የሰው ልጅ ምክንያታዊ ውሳኔ ሰጭ ፍጡርነት ላይ ጠንከር ያለ የትችት በትር እያሳረፉ ነው። ከቅርብ ጊዜ ወዲህ የሚወጡ ጥናቶች ይህ የኢኮኖሚስቶች አተያይ ለዓለማችን በርካታ ችግሮች መሠረት እንደጣለም ያመላክታሉ።

ከዚህ አንጻር ምናልባት ኢኮኖሚስቶች ሦስተኛውን ነብስ በበቂ ሁኔታ አልተረዱትም ይሆናል የሚል ግምት ይቀመጣል። ከብዙ ዓመታት በፊት እነሶቅራጠስ እና ፕላቶ የተረዱትን ሦስተኛውን የነብስ ክፍል አለመረዳታቸው ደግሞ ለብዙ የፖለቲካ፤ የማኅበራዊና የኢኮኖሚ ቀውስ መሠረት ጥሏል የሚል ትችት ይሰነዝራሉ። ይሄ ኢኮኖሚስቶች የተከተሉት አስተሳሰብ በዋናነት ለሊበራል ዴሞክራቶቹ መሠረት በመሆኑ ዛሬ በዓለም አቀፍ ደረጃ ለምናያቸው ምስቅልቅሎች መነሻ ሆኗል ይላሉ። እነዚህን ምስቅልቅሎች ከስር መሠረታቸው ለመፍታት ሦስተኛውን ነብስ መረዳት ከምን ጊዜውም በላይ አስፈላጊ ጉዳይ ይሆናል።

"ሦስተኛ ነብስ ዛሬ በዓለም ዙሪያ በሠፊው የሚንፀባረቀው የማንነት ፖለቲካ መቀመጫ" ነው ይላል ፍራንሲስ ፉኪያማ። የነብስ ውቅር የሰው ልጅን ከሌሎች እንስሳት የሚለይ የንቃተ ህሊና መቀመጫ ነው ይባላል። የአዕምሯችን፣ የፍላጎታችን እና የስሜታችን ቅንብር ነው - ነብስ። በአካልና በነብስ መንታዊነት (body-soul dualism) የሚያምነው ፕሌቶ አካል የነብስ እስር ቤት ነው ይላል። አካል ሲሞት ነብስ ወደ ሌላ አካል ትሄዳለች ብሎም ያምናል። ሶቅራጥስም በተመሳሳይ መልኩ ነብስ አትሞትም ብሎ ያምናል። ሞት ማለት የነብስ ከስጋ መነጠል እንጂ የህልውና ፍጻሜ አይደለም ሲልም ተከራክሯል። ሰው በስጋ እያለ በሃርድ ኮፒ ይኖራል፤ ከሞተ በኋላ ደግሞ በሶፍት ኮፒ ይኖራል የሚሉም አሉ። በብሔርተኝነት ደግሞ የሰው ልጅ ከሞተ በኋላ በቡዱኑ ወይም በብሔሩ ትውስታ ውስጥ መኖር ይቀጥላል ይላሉ። "እኔ ለብሔሬና ለሀገሬ እሞታለሁ" የሚባለውም ከዚህ በመነጨ እምነት ነው። "እኔ ለብሔሬ፣ ለሀገሬ እሞታለሁ ሀገሬ ግን ለእኔ እንድትሞት አልፈልግም" የሚባለው በዚህ መርህ ነው። ለቡድናቸው የሞቱ ጀግኖች ዘለዓለም ሲታወሱ ይኖራሉ።

የሰው ልጅ ነብስ የሰው ልጅን ጤንነት (ደህንነት)፣ ግንዛቤና ዕውቀት (ምክንያታዊነት) እንዲሁም ነጻነትና እኩልነትን (ዕውቅና መፈለግን) ለማረጋገጥ በሚያስችል መልኩ የተዋቀረ የሰው ውስጣዊ ማንነት መሆኑን ፈላስፎች ይናገራሉ። ጤንነት፣ ዕውቀትና ነጻነት ለሰው ልጅ ህልውና እኩል አስፈላጊ መሆናቸውንም ከዚህ መረዳት ይቻላል። ይሄ ሀሳብ የሰው ልጅ ተፈጥሮ በዘረመል ነው ወይስ በአካባቢ ነው የሚወሰነው የሚለውንም ጥያቄ በተወሰነ መልኩ የሚዳስስ ነው። የነብስ ውቅር ወይም በነብስና በአካል መካከል ያለው ግንኙነት አረዳድ ጠንካራ የፍልስፍና መሠረት አለው። ከሶቅራጥስ እስከ ፕሌቶ የሰው ልጅ ነብስያ የተለያዩ ክፍሎች እንዳሉት ጽፈዋል።

እነዚህ ቀደምት ፈላስፎች እንደሚያስቀምጡት የሰው ነብስ ከሰው ልጅ ባህሪና ፍላጎት ጋር ቀጥተኛ ግንኙነት ያላቸው ሦስት ዋና ዋና ክፍሎች እንዳላት ያስቀምጣሉ። እነዚህም 1) መሻት (desire/appetite)፣ 2) ምክንያት (reason) እና 3) መንፈስ (spirit/thumos) ይባላሉ።

መሻት (Desire)

መሻት የሰው ልጅን ስጋዊ ፍላጎት ለማሟላት የሚሰራ የነብስ ክፍል እንደሆነ ፕሌቶ ያስቀምጣል። መሻት መሰረታዊ የሰው ልጅ ፍላጎቶችን ማለትም ምግብ፣ አልባሳት፣ መጠለያና ሌሎች ፊዚኦሎጂካል ፍላጎቶች ላይ ትኩረት የሚያደርግ የነብስ ክፍል ነው ይላል። የሰው ልጅ ጤናማ ሕይወት ለመምራት ለደህንነቱ አስፈላጊ የሆኑ መሰረታዊ ፍላጎቶቹ (Basic Needs) መሟላት አለባቸው። በፖለቲካው ዓለምም እነዚህን ፍላጎቶች ለማሟላት ትኩረት ተደርጎ ሲሰራ እንደነበረ ይታወቃል። መንግስታት የህዝባቸውን መሰረታዊ ፍላጎት ለማሟላት ትልቁ የትኩረት አቅጣጫ አድርገው እንደሚሰሩ ይታወቃል። ምክንያቱ ደግሞ እነዚህ መሰረታዊ የሰው ልጅ ፍላጎቶች ካልተሟሉ ሰው ጤናማ ሕይወት ለመምራት ስለሚቸገር ነው። የሰውን ልጅ መሰረታዊ ፍላጎቶች ማሟላት በዓለም አቀፍ ደረጃ የመንግስታት ቀዳሚ ትኩረት ሆኖ መቆየቱም የሚታወቅ ነው።

መሻት በከፊልም ቢሆን ሰው ከሌሎች እንስሳቶች ጋር የሚጋራው የነብስ ክፍል ነው። የግል ጥቅሙን በማስቀደም ምክንያታዊ ውሳኔ ይሰጣል የሚለው የኢኮኖሚስቶች ምልከታም ከዚህ የመነጨ እንደሚሆን ይገመታል። ሌሎች የነብስ ክፍሎችን በማጎልበት መግራት ካልተቻለ መሻት በደመ-ነብስ ስለሚመራ የሰው ልጅ ልክ እንደ ሌሎች እንስሳት ስግብግብና ከሥነ-ምግባር ያፈነገጡ ነገሮችን እንዲያደርግ ሊያስገድድ ይችላል። በአብዛኛው የሰው ልጅ ስስታም የሚሆነው፣ ቁስ የሚያግበሰብሰው እና በሙስናና በስርቆት የሚሳተፈው ለመሻት የነብስ ክፍሉ ትልቅ ቦታ ከመስጠት የተነሳ እንደሚሆን ይገመታል። ለሆዱ ያደረ ሰው ማለት ለመሻት የነብስ ክፍሉ የተገዛ ሰው እንደማለት ነው።

መሻት ተፈጥሮአዊ እንደመሆኑ የሰው ልጅ መሻትን ማቆም አይችልም። ሰው ጤናማ ሕይወት ለመኖር ስጋዊ ፍላጎቱ መሟላት አለበት። መሻትን ብቻ ማሟላት ግን ሰውን ሙሉ ሰው አያደርገውም። መሻት ብቻውን ጥሩ የሰው ልጅ ተፈጥሮ መገለጫ አይደለም ይባላል። ሙሉ ሰውነት ከሚገለጽባቸው ነገሮች አንዱ መሻትን መግራት መቻል ነው። መሻት የሚገራው ደግሞ ምክንያት፣ ክብርና ህሊና በሚባሉ ሌሎች የነብስ ክፍሎች ነው። ሙስና ከልክ ያለፈ የመሻት ውጤት ነው። ውስጣዊ ነው ማለት ነው። መንግስታት ሙስናን በፖሊስና በጉልበት ለመቆጣጠር ሲሞክሩ ይታያል። መሻት ውስጣዊ ማንነት ነው። በእያንዳንዱ ሰው ውስጥ ያለ ጭራቅ ነው። ይሄን ጭራቅ መገደብ የሚቻለው በውስጣዊ የስብዕና ግንባታ ነው። ይህ ግንባታ እውን የሚሆነው ግንዛቤን በማሳደግ፣ ሰው ለራሱ ጥሩ ቦታ እንዲሰጥ በማስቻል እና ወደ ህሊናው እንዲመለስ በመርዳት ነው። ምክንያታዊነት ሲጎለብት እና ሰው ለራሱ ክብር መስጠት ሲጀምር መሻት እየተገራ ይሄዳል። መሻትን መግራት ደግሞ ለማኅበረሰብም ሆነ ለሀገር ሰላምና መረጋጋት እጅግ አስፈላጊ ነው።

ምክንያታዊነት (Reasoning)

እንደ ፐሌቶ አገላለጽ የሰውን ልጅ የመማር፣ የመመራመርና የማወቅ ፍላጎት ለማሟላት የሚሰራ የነብስ ክፍል አለው። ይሄም ምክንያታዊነት ይባላል።

ይሄ የነብስ ክፍል ከሌሎቹ የነብስ ክፍሎች በተሻለ መልኩ ምክንያታዊ እንደሆነና ለሌሎች የነብስ ክፍሎች ማለትም ለመሻትና ለመንፈስ አቅጣጫ የሚሰጥ ነው። ምክንያት በችግር አፈታት ሂደት ውስጥ አይተኬ ሚና ያለው ክፍል እንደሆነም ያስቀምጣል። እንደ ስሙ የሰው ልጅ በምክንያት ነገሮችን እንዲያይ፣ ዕውቀቱን ተጠቅሞ ውሳኔ እንዲሰጥ የሚያስችል የነብስ ክፍል ነው። ኢኮኖሚስቶች ለዚህ ክፍል ዕውቅና እንደሚሰጡ ከላይ ካነሳነው የሰው ልጅ አረዳዳቸው መገንዘብ ይቻላል።

የሰው ልጅ ምክንያታዊ ሲሆንና ነገሮችን በዕውቀት ሲቃኝ ዓለም በአንፃራዊነት የተስተካከለ ይሆናል ተብሎ ይገመታል። በማደግ ሂደትም የሰው ልጅ የምክንያት የነብስ ክፍሉን ከሌሎች በተሻለ እንደሚያጎለብት መረጃዎች ይጠቁማሉ። የምክንያት ነብስ ክፍሉ ያደገ ሰው ሆን ብሎ የማሰብ፣ የማሰላሰል፣ ሁለተኛውን የአስተሳሰብ ዘይቤ የመጠቀምና ሚዛናዊ የመሆን ልምድ ይኖረዋል። ከዚያም ባለፈ ስጋዊ ፍላጎቱ ይሟላል፤ ለሰው ክብር ይሰጣል፤ መከበርም ይመጣል፤ ፍትሃዊም ይሆናል። ስለሆነም የነብስን የምክንያት ክፍል ማሳደግ ጠንካራ ማኅበረሰብ በመገንባት ሂደት ትልቅ ሚና እንዳለው ይታመናል።

የትምህርት ትልቁ ዓላማ የነብስን ለምክንያት ክፍል ማሳደግ ነው። ለዚህም ይመስለኛል በዓለም አቀፍ ደረጃ የትምህርት ሥርዓትን ማሳደግና የተማረ ዜጋን መፍጠር በሁሉም ማኅበረሰብ እና በሁሉም የፖለቲካ አስተሳሰብ ውስጥ እኩል በሚባል ደረጃ ትኩረት ያገኘው። ምክንያት ሌሎቹን የነብስ ክፍሎች መግራት የሚችል ትልቅ የነብስ ክፍል ነው። የዚህ ክፍል ማደግ ለግለሰብም ሆነ ለማኅበረሰብ ዕድገት ትልቅ ሚና ይኖረዋል። ምክንያት የልህቀተ-ሰብ መሠረት ነውና ማሳደጉ በግለሰብም ሆነ በማኅበረሰብ ደረጃ ለሚገጥሙን ችግሮች መፍትሄ ለማፈላለግ ትልቅ ሚና አለው። የሰው ልጅ ስሜት፤ አመለካከትና አስተሳሰብ የሚገራው በምክንያት ነው ብሎ መደምደም ይቻላል።

መንፈስ (Spirit)

መንፈስ የሰው ልጅን የመከበር፣ ዕውቅና የመፈለግና የማግኘት እንዲሁም ነጻ የመሆን ፍላጎትን ለማሟላት የሚሰራ የነብስ ክፍል እንደሆነ ፕሌቶ ያስቀምጣል። ሰው ነጻ ፍጡር በመሆኑ ዕውቅናና ክብር ይፈልጋል። የሰው ልጅ የዕውቅናና የክብር ፍላጎት የሚመነጨው ከነብሱ ነው። ይሄ የነብስ ክፍል ደግሞ ሦስተኛው ነብስ ወይም መንፈስ ይባላል። ክብርና ዕውቅናን መፈለግ የነብስ ጥሪ ነው ይላሉ ፈላስፎች። የዚህ የነብስ ክፍል ጥያቄና ፍላጎት ልክ እንደ መሻትና ምክንያት መልስ ይፈልጋል። የሦስተኛውን ነብስ ጥሪ ማሟላት አለመቻል እንዲሁም በምን ደረጃ መሟላት አለበት የሚለውን ጥያቄ በትክክል መመለስ አለመቻል ከሌሎች የነብስ ክፍሎች ሁሉ በበለጠ ሁኔታ የሰውን ልጅ ዋጋ ያስከፈለ መሆኑን ታሪክ ልብ ይሏል። የዓለማችን ትልልቅ ጦርነቶች፣ በማደግ ላይ ባሉ ሀገራት ትልቅ ራስ ምታት የሆኑ የሙስናና የሥነ-ምግባር ዝቅጠቶችም የዚህ ጥሩ ማሳያ ናቸው።

በመደመር መጽሐፋቸው (ገጽ 3) ጠቅላይ ሚኒስትር ዐቢይ አሕመድ እንዲህ ይላሉ፤

“የስም (ክብር) ፍላጎት የሰው ልጆች ስማቸው በበጎ እንዲነሳ የሚያሳዩት ፍላጎት ነው። ክብር የመፈለግና ለራስ ዋጋ የመስጠት ፍላጎት ነው። ይኽ ፍላጎት እጅግ ውስብስብና ከሌሎች ፍላጎቶች ጋር እጅግ የተሳሰረ በመሆኑ ብዙ ጊዜ በግልጽ ተለይቶ ምላሽ የማይሰጠው ነው። የስም ፍላጎት በራስም ሆነ በሌሎች ዘንድ ዋጋ የማግኘትና የመከበር ፍላጎት ነው። የሰው ልጆች ለራሳቸው የሚሰጡት ዋጋ ሌሎች ለእነርሱ በሚሰጡት ግምትና በሚያሳዩዋቸው ክብር ላይ የተመሠረተ ቢሆንም ይኽን የሌሎችን ግምት የሚተረጉሙበት መንገድም የዚያኑ ያክል ወሳኝ ነው። ይኽ በግለሰብም ይሁን በማኅበረሰብ ደረጃ የሚስተዋል ነው።”

የሰው ልጅ ውስጣዊ ማንነቱ ወይም ነብሱ ለክብር ፍላጎት መሠረት ይጥላል። የክብር ዕይታ ደግሞ በጊዜና በቦታ የሚቀያየር ነው። ለምሳሌ በጥንት ጊዜ ክብር ለተወሰኑ ሰዎች ብቻ የሚሰጥ ግብር ነበር። ብዙውን ጊዜ ለተዋጊዎችና

በአደጋ ጊዜ ለመጋለጥ ፈቃደኛ ለሆኑ የኅብረተሰብ ክፍሎች የሚሰጥ ዋጋ ወይም ግብር ነበር። በኋላ ደግሞ ክብር የሁሉም የሰው ልጆች መለያ እንዲሆን ተደረገ። ቀጥሎ የመጣው ጥያቄ "የሰው ልጅ መከበር እና ዕውቅና የሚፈልገው በግለሰብ ወይስ በቡድን ደረጃ ነው?" የሚል ጥያቄ እንደነበር ይነገራል።

ክብር የግለሰቦች ግብር የሚያስገኝ ነገር ነው የሚሉ እንዳሉ ሁሉ ክብር በአንድ ትልቅ የጋራ ማህደረ ትውስታ ቡድን አባልነት የሚገኝ ነው የሚሉም አሉ። በአጠቃላይ ግን ሦስተኛው ነብስ ዕውቅናን ይፈልጋል። ዕውቅና ደግሞ የመስተጋብር ውጤት ነው። ዕውቅና ዕውቅና የሚሆነው በሌሎች ይሁንታ ሲቸረው ብቻ ነው የሚሉም አሉ። ስለዚህ ዕውቅና በግለሰብ ደረጃ ብቻ በቂ አይሆንም ማለት ነው። ሌሎች ሰዎች በይፋ ዕውቅና ካልሰጡት፤ ለግለሰቡ ዋጋ ካልሰጡት ወይም ይባስ ብለው ካንቋሸሹት የግለሰብ ክብር ዋጋ የለውም ማለት ነው። ለግለሰብ የምንሰጠው ከፍ ያለ ግምት የሚመነጨው በሌሎች ዘንድ ካለው ከፍ ያለ ግምት የተነሳ ነው።

ከዚያም አለፍ ሲል ቡድን የተለዋዋጭ ህልውና መሠረት ነው። ግለሰቦች ሟች በመሆናቸው ለዘለቄታዊ ህልውና ጠንካራ ቡድን እንዲኖር ይሻሉ። ምክንያቱም ግለሰቦች ህልውናቸውን ማስቀጠል የሚችሉት በቡድን ህልውና ውስጥ ነው ተብሎ ስለሚታመን ነው። በወል በመተባበር "ቡድናዊ ማንነትንና ክብርን" ማስቀጠል ለሰው ልጅ ሰውነት መሠረት እንደሆነ የማኅበራዊ ሳይንስ ባለሙያዎች ይናገራሉ። ዮቫል ሀራሪ 'ሆሞ ሳፒያንስ የተባለው የሰው ዘር በዓለም ላይ የበላይ ለመሆን የበቃው በብዙ ቁጥር መተባበር የሚችል ብቸኛ እንስሳ ስለሆነ ነው' ይላል። ይህም የእኛ ስኬት ሚስጥር በቡድን፣ በትብብርና በመተሳሰብ ውስጥ መሆኑን ያመለክታል።

በአጠቃላይ የሰው ልጅ የተለያየ ፍላጎት ያለው የነብስ ውቅር እንዳለው ጥንታዊ ፈላስፎች ያስቀመጧቸው መረጃዎች ያሳያሉ። እነዚህ የተለያየ ፍላጎት ያላቸው የነብስ ክፍሎች በሰው ልጅ ታሪክ ውስጥ እኩል ትኩረት እንዳላገኙም መረጃዎች ይጠቁማሉ። ለምሳሌ ከሶስቱ የነብስ ክፍሎች ምክንያታዊነትን (Reasoning) ማሳደግ ትልቅ ኢንቨስትመንትና ረጅም ጊዜ የሚጠይቅ ተግባር

ነው። በዚያው ልክ የምክንያታዊነት ማደግ የመሻት መሟላት ነው፣ የክብርና የነጻነት መረጋገጥ እንደሆነም ይታመናል። ምክንያታዊ የሆነ ሰው ለስጋዊ ፍላጎቱ ብቻ ያጎበደደ አይሆንም፤ በስሜትና በመንፈስም አይወሰድም። ከዚያ ይልቅ ነገሮችን በሚዛናቸው ይረዳል። ሌሎችን ያከብራል፣ በዚያው ልክም ይከበራል። ምክንያታዊ ሰው ማለት የነብሱ የምክንያት ክፍል ያደገና የጎለበተ እንዲሁም ነገሮችን በሚዛኑ የሚረዳ ሰው ማለት ነው። ችግሮችን ከነምክንያታቸው ይረዳል፣ ዘላቂ መፍትሄም ይሰጣል። ምክንያታዊነት በዕውቀትና በመረጃ የተገነባ የአዕምሮ ውጤትም ነው። ምክንያታዊነት ከሚያድግባቸው መንገዶች ደግሞ ዋነኛው ትምህርት ነው። ለዚህም ነው ትምህርት ይቅደም፣ ሰው በዕውቀት ይታነጽ፣ ምክንያታዊነትን ይታጠቅ የሚባለው። የምክንያታዊነት ማደግ፣ መበልፀግ፣ መስፈን ለብዙ ነገር መፍትሄ ይዞ ይመጣል ተብሎ ይገመታል።

ፖለቲካ እንደ አንድ የማኅበረሰብ መተዳደሪያ ስርዓት ከተጀመረ ጊዜ ጀምሮ እነዚህን የሰው ልጅ ነብስ ፍላጎቶችን ማሟላት ላይ ትኩረት ያደርግ እንደነበር የዓለም ታሪክ ያሳያል። ይሁን እንጂ የሰው ልጅ ውስጣዊ ማንነት ውጤት የሆኑ ፍላጎቶችን የማበላለጥ አዝማሚያዎች የታዩበት መሆኑን በግልጽ ማንሳት ይቻላል። የሰው ልጅ መጀመሪያ ጤናማ ኑሮ ያስፈልገዋል ተብሎ ይገመታል። ይሁንና ጤናማ ኑሮ ራሱ የምክንያታዊነት ውጤት ስለመሆኑ በቂ ትኩረት ያገኘ ግን አይመስልም። ክብር በሌለበት ምክንያት ይኖራል ማለትም ከባድ ነው። በዚህ ምክንያት ነገሮችን በቅደም ተከተል ለማስቀመጥ እንኳን ምክንያታዊ መሆን ያስፈልጋል።

መሻትንና ምክንያትን ከማሟላት አንጻር በዓለም ላይ ብዙ ልዩነት አልነበረም ማለት ይቻላል። የተለያየ መንገድን ይከተሉ እንጂ የሰውን ልጅ ስጋዊ ፍላጎት ወይም መሻትን ማሟላት ላይ በሀገራት ወይም በርዕዮተ-ዓለማት መካከል የጎላ ልዩነት የለም ማለት ይቻላል። የሰው ልጅ እንዲያውቅ ወይም ምክንያታዊ እንዲሆን ማድረግን በተመለከተም እንዲሁ የጎላ ልዩነት የለም። በዓለም ላይ በትምህርት ላይ ያለው አቋም ወጥ ነው ማለት ይቻላል። መሰረታዊ ትምህርት ማግኘት የሰው ልጅ መብትም ነው። በሰው ልጅ ታሪክ የሰፋ የፖለቲካ

ልዩነት የታየበት ጉዳይ ቢኖር በሦስተኛው ነብስ ጉዳይ ላይ ብቻ ነው። የሰፋ ልዩነት መኖሩ ብቻ ሳይሆን በልዩነቱ ምክንያት የደረሱ አደጋዎችም ከባድ መሆናቸውን ልብ ይሏል። የሰው ልጅ መታወቅ፣ መከበር፣ እኩል እና ነጻ መሆን እንደሚፈልግ ስምምነት ቢኖርም "የሰው ልጅ መታወቅ፣ መከበር እና ነጻና እኩል ሆኖ መታየት የሚፈልገው በምን ደረጃ ነው?" በሚለው ጥያቄ ላይ ትልቅ ልዩነት አለ። ልዩነት አለ ብቻ ሳይሆን በሰው ልጅ ታሪክ ትልቁ የተቃርኖ ምንጭ የሆነዉ ልዩነት ይሄ ነበር።

የሰው ልጅ መታወቅ፣ መከበር፣ ነጻና እኩል ሆኖ መታየት የሚፈልገው በምን ደረጃ ነው? በሚለው ጉዳይ ላይ በዓለማችን ሁለት ትልልቅ ቡድኖች ተፈጥረዋል። የመጀመሪያው ቡድን የሰው ልጅ መከበር እና መታወቅ የሚፈልገው "በግለሰብ ደረጃ ነው" የሚል አመለካከት አላቸው። ስለዚህ የሰውን ልጅ በግለሰብ ደረጃ ዕውቅና ከሰጠነው የሁሉ ነገር መፍትሄ ይሆናል የሚል እምነት ያለው ሀሳብ ማራመድ ጀመሩ። ይሄ ሀሳብ በዋናነት የሰው ልጅ የግል ጥቅሙን በማስቀደም ማሳደግ የሚፈልግ ምክንያታዊ ውሳኔ ሰጭ ነው ከሚለው የኢኮኖሚስቶች አስተሳሰብ ጋር የሚገናኝ ነው። በዚህ መልክ ዓለም-አቀፋዊ የግለሰቦች መብትን ወደ ማቀንቀን ተገባ። ይሄ ቡድን በተለምዶ "የግለሰብ መብት አቀንቃኝ" ወይም ሊቢራሊስት የሚባለውን ካምፕ ፈጠረ። የሰው ልጅ መሻቱን መሠረት አድርጎ ምክንያታዊ ውሳኔ የሚሰጥ እንስሳ ነው የሚል አዝማሚያ ያለው የሊበራሊዝም አመለካከት ዛሬም ድረስ የሚቀነቀን አመለካከት ነው። ይሁን እንጂ ይሄ አስተሳሰብ ሦስተኛውን ነብስ በአግባቡ ያልተረዳ አመለካከት ነው ተብሎ ይተቻል።

ከዚህ በተቃራኒ ያለው ሁለተኛው ቡድን ደግሞ የሰው ልጅ መከበርና መታወቅ ይፈልጋል። የዚህ ፍላጎት መሠረት ግን ግለሰብ ሳይሆን የሰው ልጅ ማኅበራዊ እንስሳነት ተፈጥሮ ወይም ከግለሰብ በላይ ለሆነ ቡድን ታማኝ መሆንና እዚያ ቡድን ውስጥ በጥሩ መታየት ከመፈለግ የሚመነጭ ነው ብለው ያምናሉ። ስለሆነም ለእነዚህ መብቶች በዘላቂነት ዕውቅና ለመስጠት የሰውን ልጅ በግለሰብ ደረጃ ብቻ ዕውቅና መስጠት በቂ አይሆንም፤ በቡድን ደረጃም ዕውቅና መስጠት ያስፈልጋል። የቡድን ዕውቅና ከግለሰብ ዕውቅናም በተሻለ

አስፈላጊ ይሆናል የሚል እምነት ያዙ። ይሄ ቡድን ደግሞ ዛሬ በተለምዶ “የቡድን መብት አቀንቃኝ” ወይም ብሔርተኞች ለምንላቸው መሠረት የጣለ ነው ይባላል። ቡድኑ በተሻለ ሁኔታ ለሰው ልጅ ሦስተኛው ነብስ ዕውቅና የሰጠ ቡድን እንደሆነም ይነገራል።

ከ18ኛው ክፍለ ዘመን ጀምሮ በአውሮፖ በእነዚህ ሁለት አመለካከቶችና ቡድኖች መካከል የነበረው ውዝግብ ዓለምን ውድ ዋጋ ያስከፈለና በሰው ልጅ ታሪክ ከፍተኛውን ውድመት ያደረሰ ታሪክ ሆኖ አልፏል። ከዚህ ጋር በተያያዘ ብሔርተኝነት ሁለት የዓለም ጦርነቶችን አስነስቶ፣ ሆሎኮስትን አስከትሎ፣ በኋላም ሙሉ በሙሉ ተሸንፎ ተወገደ ይላሉ። ከቅርብ ጊዜ ወዲህ ደግሞ በሊበራሊዝም ውስጥ ያለው ዓለም-አቀፋዊነት በብሔርተኝነት ውስጥ ካለው ጠንካራ ብሔራዊ ስሜት ጋር የማይጣጣም ሆኖ ሊበራሊዝም እየተፈረካከሰ እንደሆነ በሠፊው ይነሳል። “በብሔራዊ ፍላጎቶችና በዓለም-አቀፋዊ የጋራ ጉዳዮች መካከል በሚደረግ ፉክክር ብሔራዊ ፍላጎቶች በዝረራ ያሸንፋል።” ብለዋል የኬኒያዉ ፕሬዚዳንት ዊልያም ሩቶ በቅርቡ በዓለም አቀፍ መድረክ ላይ ባደረጉት ንግግራቸዉ።

“

የሊበራሊዝም ሞት ከሁለት ሺህ ዓመት በፊት ከተፈጸመው

የኢየሱስ ክርስቶስ ቀብር ቀጥሎ በዓለማችን ትልቁን

የቀብር ሥነ-ሥርዓት እያስተናገደ ይገኛል።

ጀምስ ትሩብ

ሊበራሊዝም እውነት እየሞተ ነውን? ብሔርተኝነትስ እንደገና እያንሰራራ ነውን? የብሔርተኝነት ማንሰራራትስ ከሰው ልጅ ተፈጥሮ ጋር ቀጥተኛ ግንኙነት አለውን? የሚሉ ጥያቄዎች ጥናት የሚሹ ቢሆንም አዎንታዊ ምላሽ እያገኙ እንደሆነ ግን መናገር ይቻላል። የሦስተኛው ነብስ ጥሪዎች እስከ ዛሬ የተደበቁና አሁን ዕውቅና የሚፈልጉ ሆነው ቀርበዋል።

ምዕራፍ 3

ብሔርተኝነትና የሰው ልጅ የማንነት ግንባታ

❖

"

እኛ ስለእኛ አሳምነን መተረክ በቻልነውና ሌሎች አምነው ስለእኛ መልሰው በሚተርኩት ልክ ነን።

ስኮት ቱሮው

የሰው ልጅ በሂደት የሚገነባ ትርክት ውጤት ነው። የሰው ልጅ ሁለት ነገር መሆን ይኖርበታል ይላል ኮኮ ቻነል የተባለ የስነ-አዕምሮ ባለሙያ። አንደኛው መሆን የሚፈልገውን ሰው መሆን ሲሆን ሁለተኛው ደግሞ መሆን የሚፈልገውን ነገር መሆን ነው ይላል። ሰው መሆን የሚፈልገውን የሚሆነው በሂደት ነው። በመጀመሪያ ደረጃ መሆን የሚፈልገውን ይመርጣል ወይም ይመረጥለታል፣ ከዚያም በማንነት ግንባታ ሂደት ወደ ተመረጠው ማንነት ይታደጋል። በዚህ ሂደት ውስጥ ሰውየው የመረጠውን ወይም የተመረጠለትን እንዲሆን የሚረዱ በርካታ የማኅበረሰብ ተቋማት አሉ። ከእነዚህም የመጀመሪያው ተቋም ቤተሰብ ነው። ቤተሰብ ሰው ምን መሆን እንደሚገባው ከመምረጥ ጀምሮ ወደዚያ በማደግ ሂደት ውስጥ ከፍተኛውን ሚና ይጫወታል። የሰው ልጅ የማንነት ግንባታ በዋናነት በቤተሰብ ማዕቀፍ የሚከናወን ነው።

ቤተሰብ የግለሰቡን የመጀመሪያውን ማኅበራዊነት ሂደት (Primary Socialization) ሙሉ በሙሉ በመምራት ለቀጣይ ደረጃ ካዘጋጀ በኋላ ወደ ሚቀጥለው ተቋም ያስተላልፋል። ከዚያ ቀጥሎ ትምህርት ቤት፣ የኃይማኖት ተቋማት እና ሌሎች በማኅበረሰቡ የተገነቡ ማኅበራዊ ተቋማት ብሎም የአካባቢው ማኅበረሰብ ግለሰቡን ተቀብለው ሁለተኛውን የማኅበራዊነት ሂደት (Secondary Socialization) በየደረጃው ያስቀጥላሉ። እነዚህ ሁለት የማኅበራዊ ሂደቶች የሰው ልጅ ማኅበራዊ ወረት እንዲያካብት በማድረግ ሙሉ ማንነት ያላብሱታሉ ማለት ነው።

የሰው ልጅ የሚታወቅባቸውና የሚገለጽባቸው በርካታ ማንነቶቹን የሚያገኘው ከላይ በተገለጹት ሁለቱ ውስብስብ የማንነት ግንባታ ሂደቶች ውስጥ በማለፍ ነው። እነዚህ መገለጫዎች ሰው የሆነውን ወይም መሆን የሚፈልገውን የሚያመላክቱ ናቸው። ስለዚህ ማንነት ስንል በዋናነት መገለጫ ነው ማለት ነው። ማንነት መታወቂያ ነው። ሰው በጣም በርካታ ማንነቶች፣ መታወቂያዎችና መገለጫዎች ይኖሩታል። ከመታወቂያ ቁጥር ጀምሮ፣ ስም፣ የጣት ዐሻራ፣ ዲኤንኤ፣ ቤተሰባዊ ትስስር፣ ጎሳ፣ ብሔር፣ ዜግነት፣ ኃይማኖት፣ ጾታ እና ሰብዓዊነት እንደ ማንነት ይጠቀሳሉ።

በዚህ ምዕራፍ ውስብስብ የማንነት ግንባታ ሂደቶች እና ለብሔርተኝነት የሚጥለውን መሰረት እንቃኛለን። ይሄን ለማድረግ ደግሞ ግለሰባዊና ቡድናዊ እንዲሁም ውስጣዊና ውጫዊ የማንነት ግንባታ ሂደቶችን በአብነት በማንሳት ለብሔርተኝነት የሚጥለውን መሠረት እንመለከታለን።

ብርሃኑ ሌንጂሶ

ብሔርተኝነትና የሰው ልጅ የማደግ ጉዞ

"

ምኔም ኦሪጅናል አይደለም። እኔ እስከ ዛሬ ያወቅኳቸው ሰዎች ድምር ውጤት ነኝ

ቹክ ፓላሂኑክ

የሰው ልጅ የማደግ ጉዞ የማያልቅ የማንነት ግንባታ ሂደት ነው። የሰው ልጅ ተወልዶ ወደ ማኅበረሰቡ ከሚቀላቀልበት ጊዜ ጀምሮ በተለያዩ ሂደቶችና ተቋማት አማካኝነት ማኅበረሰቡ የሚፈልጋቸውን ማንነቶች ብሔርተኝነትን ጭምሮ ይማራል። ማደግ በጣም አስደማሚ የሕይወት ጉዞ መሆኑን ፈላስፎች ይናገራሉ። እነ ዲካርተስ ህጻንነት ተወዳጅ እና ተናፋቂ ጊዜ እንደሆነ ይናገራሉ። ግን ህጻንነት ሁሉም ማኅበረሰብ ዘንዳ ተወዳጅና ተናፋቂ ጊዜ ነው ማለት ግነት ነው። አዋቂነት አሰልቺ ሊመስል ይችላል፤ በተለይ ደግሞ የማይደረሱ እንኳን ቢሆኑ ከህጻንነትና ከወጣትነት ህልሞችና ሀሳቦች ጋር ሲነጻፀር አሰልቺ ሊመስል ይችላል።

አንዳንዴ ማደግ የልጅነት ተስፋና ህልምን በመካድ፤ ራስን አሸንፎ፤ የሕይወት ገደብን ተቀብሎ ለመኖር እንደመገደድ ተድርጎ ይታያል። ነገሩ እውነት ነው። ማደግ እውነቱን ተቀብሎ ተስፋና ህልምን አሻሽሎ፤ ገደቦችን ተቀብሎ የመጓዝ ሂደት ነው። ይህን ሂደት ግን እንደ ቁልቁለት ጉዞ ማቅረብና አሳንሶ መመልከት የከፋ ጉዳት አለው። ማደግ በራሱ ጥሩ ነገር ነው። ልጆች ለማደግ ይጓጓሉ፤ ለማኅበረሰባቸዉ አስተዋጽኦ ለማድረግ የሚመኙበት ጊዜ ነው። ማደግን እንደመጥፎ ማቅረብ እና ወደኋላ ብቻ እንዲመለከቱ ማድረግ የማደግ ጉጉታቸውን የሚያጨልም ይሆናል። ማደግ ወደፊት ነው። ወደፊትን እንደ አነስተኛ ማየት ደግሞ በምንም መስፈርት ትክክል አይሆንም።

"

በማደግ ሂደት የሰው ልጅ አንዳንድ ቅዠቶችን ለማግኘት አንዳንዶቹን መጣል የግድ ይሆናል።

ቨርጂኒያ ዎልፍ

"እኔ ሳድግ ለእናቴ ጥሩ ነገር ማድረግ እፈልጋለሁ" ትላለች ልጄ ሰኘ። እናት ደግሞ የብዙ ነገር ምሳሌ ናት። የብሔርተኝነት ስሜትም መነሻ ነው ይባላል። ማደግ ለእናት ጥሩ ነገር ለማድረግ የሚያስችል ሂደት ከሆነ ጥሩ፣ ተስማሚ እና የሚፈለግ ስለመሆኑ ሌላ ማስረጃ የሚያስፈልገው አይመስለኝም። በተመሳሳይ ለሀገርም ጥሩ ነገር ለማድረግ አስቻይ ሂደት ይሆናል። ይሄ ሂደት በሰው ልጅ የማንነት ግንባታ ውስጥ ጉልህ ድርሻ ያለው ሂደት ነው። በማደግ ሂደት የያዝነውን ይዘን ተጨማሪ ግብዓቶችን እየጨመርን ወደፊት እንጓዛለን። ማደግ መገንባት ነው። ማደግ ሁሌም ጭማሪ አለው። የማደግ መንገድ የመደመር፣ የመገንባት መንገድ ነው። የሰው ልጅ ግን በተፈጥሮ በባለፈው ነገር በምልሰትና በትዝታ መፈንጠዝ ይወዳል። በዚህ የፈንጠዝያ ባህር ውስጥ ሲዋኝ ደግሞ ያለፈን እና የልጅነት ጊዜን ይናፍቃል። ማደግ የመነሳትና ከትላንት በተሻለ መብሰል እንጂ የቁልቁለት ጉዞ ግን ሊሆን አይችልም። ለማደግ የሚከፈለው ከፍተኛ ዋጋ መብሰል ነው። በማደግ ሂደት የሰው ልጅ በዋናነት ስለሁለት ነገሮች በመማር ይበስላል፤ ስለራሱ ግለሰባዊ ሁኔታ እና ስለሌሎች ቡድናዊ ሁኔታን በመማር ነው። ይሄን ደግሞ በአራት ደረጃ (አራት ማዕዘን) እንደሚማር የዘርፉ ባለሙያዎች ይገልጻሉ። ይሄንንም የሰው ልጅ ልምድ ወይም የእውቀት ካርታ በማለት ይገልጻሉ። እነዚህ አራቱ ማዕዛናት፤ ውስጣዊ ግለሰባዊ ማንነት (ስለራስ)፤ ውጫዊ ግለሰባዊ ማንነት (ስለእኔ)፤ ውስጣዊ ቡድናዊ ማንነት (ስለእኛ) እና ውጫዊ ቡድናዊ ጉዳዮች (ስለእነሱ) ይሆናል።

ቡድናዊ ማንነት	ውስጣዊ ቡድናዊ ማንነት (እኛ/WE) - ባህል፤ ቋንቋ፤ እሴት፤ ታሪክ - ቤተሰብ፤ ጎሳ፤ ብሔር	ውጫዊ ቡድናዊ ጉዳዮች (እነሱ/THEM) - ሰለሌላ ቡድን/ባህል ያለን ግንዛቤ - የዓለም አቀፍ ግንዛቤ
ግለሰባዊ ማንነት	ውስጣዊ ግለሰባዊ ማንነት (ራሴ/I) - ነባራዊ ማንነት - ስሜት፤ እውቀት፤ ፍላጎት - አድራጊ ማንነት	ውጫዊ ግለሰባዊ ማንነት (እኔ/ME) - ማኅበረሰባዊ ማንነት - የመሆን ማንነት - ተደራጊ ማንነት
	ውስጣዊ ማንነት	ውጫዊ ማንነት

ይሄን ረጅም የማደግ ሂደት፤ የማንነትና የእውቀት ግብይትን ቀጥለን በምሳሌ እንመለከታለን።

የማንነቴ ግንባታ እንደማሳያ

ይህ መጽሐፍ የጸሐፊው ግለታሪክ አይደለም። ነገር ግን ብሔርተኝነትን ከሰው ልጅ ሕይወትና ልምድ ጋር በማያያዝ ሰውኛ ግጽታ እንዲላበስ ለማድረግ የግለሰብ የማደግ ጉዞን ማካተት አስፈላጊ ሆኗል። ግለታሪክን በመጠኑ ማካተቱ ሁለት ጥቅም ይኖረዋል ብዬ አምናለሁ። የመጀመሪያው ይህን ውስብስብ ጽንሰ ሀሳብ ሰውኛ በሆኑ የሕይወት ጉዞ ውስጥ በማሳየት ለአንባቢዎች ቀላልና ቅርብ ማድረግ ነው። ሁለተኛው ሰዎች በአመለካከቱ ላይ ካላቸው ፍራቻና ጥላቻ እንዲሁም ከገነነ ፍቅርና ጋሻ ጃግሬነት እንዲላቀቁ ማድረግ ነው። ብሔርተኝነት ከሰው ልጅ ተፈጥሮ ጋር የተያያዘ እና በሰው ልጅ የማደግ ጉዞ የሚገነባ አመለካከት መሆኑን ማሳየት ነው። ይሄን ለማሳየት የእድገት ጉዞዬን፤ ከጎሎሌ ወደ ሰላሌ፣ ከሰላሌ ወደ ሸገር፣ ከሸገር ወደ አምቦ የተደረገውን ፈጣን ሽግግር በማሳየት አንድ ሰው እንዴት የብሔርተኝነት አስተሳሰብና አመለካከት እንደሚላበስ አስቃኛለሁና ተከተሉኝ።

የእኔ የማደግ ጉዞ ፈጣን፣ ተለዋዋጭና አስደሳች ነበር ማለት እችላለሁ። በትንሿ የትውልድ መንደራችን ሞቅ ባለ የማኅበራዊ ሕይወት የተጀመረው የማደግ ጉዞዬ ሰላሌን አቋርጦ ወደ ሸገር ከዚያም አልፎ በወጣትነት ዕድሜዬ ብዙ የዓለማችንን ሀገራት አስቃኝቶኛል። በጣም ወደኋላ የቀሩ ተብለው

ከተፈረጁ ሀገራትና ባህሎች እጅግ ዘመኑ እስከ ተባሉት፣ በደስተኝነት ጥናት የዓለማችን ደስተኛ ሀገራት ከተባሉት እስከ ደስታ የራቃቸው ሀገራት አይቻለሁ ብቻ ሳይሆን ኖሬበታለሁ። ከአፍሪካ እስከ አውሮፓ፣ ከአሜሪካ እስከ ኤዥያ የተለያዩ ሀገራትን ዞሬ አይቻለሁ፤ ተምሬያለሁ፤ ሰርቻለሁ። የማደግ ጉዞዬ በጣም አስተማሪና አጥጋቢ ነበር ማለት እችላለሁ። ጊዜዬን በደንብ ተጠቅሜበታለሁ፥ የባከነ ጊዜ የለኝም። እነዚህ ሁሉ እኔን በመገንባት ሂደት ውስጥ የላቀ አስተዋጽዖ ነበራቸው። ግን መገንባት የተፈለገው አሁን ያለውን "እኔ"ን ነው ወይስ ሌላ ለሚለው ጥያቄ ለጊዜው መልስ የለኝም። እኔስ ራሴ መሆን የምፈልገውን ሆኛለሁ ወይ ለሚለውም ጥያቄም እንዲሁ። ከተሳካልን መልሱን አብረን እንፈልጋለን።

በአጠቃላይ ዕድገቴ በፍጥነት በሚለዋወጥ ዓለም ውስጥ ነበር። ጉዞው በግብርና ከምትተዳደር ትንሽ መንደር (ጎሎሌ) እስከ የፌስቡክና ትዊተር መንደር ሲሊከን ቫሊ የረዘመ ነበር። እነዚህ በጣም የተራራቁ ዓለማት የተለያየ ማንነት ሊያላብሱኝ ሞክረዋል። ግን የእነሱ ድምር ውጤት የፈጠረው "እኔ"ን ነው። እውነታው ይሄ ነው። እኔ የዚህ የረዘመ የማደግ ጉዞ ውጤት ነኝና ጉዞውን፤ የሰጡኝን ማንነት እና የፈጠሩብኝን ስሜትና አመለካከት አጠር ባለ መልኩ ላስቃኛችሁ።

ግለሰባዊ ማንነት ግንባታ፤ እኔ (Me) እና ራሴ (I)

"

ሕይወት ራስን ፈልጎ ማግኘት ሳይሆን ራስን መፍጠር ነው።

—

ጆርጅ ሾው።

ለስላሳ ሞጋች ነህ ይሉኛል። ስለበርካታ ጉዳዮች ሞግቻለሁ፤ አሁንም እሞግታለሁ። ወደፊትም በርግጠኝነት ሙግቴ ይቀጥላል። ሞጋችነት የሰው ልጅ ተፈጥሮ ይመስለኛል። የማይሞግት ሰው ሙሉ ማንነቱን የሚገነባ

አይመስለኝም። ምክንያቱ ደግሞ የሰው ልጅ ሙሉ ማንነት የሚገነባው በሙግት፣ በክርክር፣ በውይይት እና አንዳንዴም በግጭት ስለሆነ ነው። የማንነት ግንባታ ቀጣይ ሂደት ነው። ስለዚህ ሁሌ ሞጋች መሆን የዚህ ሂደት ቀጣይነት ማሳያ ነው። የእኔ ሙግት ታዲያ በእኔና በሌሎች መካከል ብቻ የተገደበ አይደለም። በእኔ ሁለት ግለሰባዊ ማንነቶቼ መካከል ማለትም በራሴ (I) እና በእኔ (Me) መካከል የሚደረግ ሙግትም ጭምር ነው።

በእኔና እና በራሴ መካከል ያለው ልዩነት በዓለማችን በሁለት ሰዎች ወይም አስተሳሰቦች መካከል ይኖራል ተብሎ ከሚገመት የልዩነት ስፋት የሚስተካከል ነው ማለት ይቻላል። እኔና ራሴ የሁለት ዓለም ሰዎች ናቸው ቢባል የተጋነነ አይሆንም። በአንድ ሰው ሁለት ግለሰባዊ ማንነቶች መካከል ይሄን ያህል የሰፋ ልዩነት ይኖራል ብሎ መገመት ከባድ ነው። ይሄ ጉዳይ በቅርብ ጊዜ ሜክስኮ ሀገር ሄጄ የስንዴና የበቆሎ ዘረመል ባንክ ስንጎበኝ አንድ ሳራ ሄርኔ የተባለች የዘረመል ሳይንቲስት የነገረችንን ነገር አስታወሰኝ። በአንድ የበቆሎ ራስ ላይ በሚገኙ ሁለት የበቆሎ ዘለላዎች መካከል ያለው ልዩነት አለች ዶ/ር ሳራ በሰው ልጅና በችምፓንዚ መካከል ካለው ልዩነት ይበልጣል። ነገሮች ተመሳሳይ ሲመስሉ የሚኖራቸው ልዩነት፣ የተለያዩ ሲመስሉ ደግሞ የሚኖራቸው መመሳሰልና ኅብረት እጅግ አስገራሚ ነው።

ራሴ በእኔ ዘንዳ በጣም ወግ አጥባቂ ነው። ለማኅበረሰብ ህጎች የሚገዛና ብቸ-ኝነትን የሚወድ፣ ብዙ ነገርን ለራስ የሚተው ማንነቴ ነው። ወደ ውስጡ የሚመለከት በእንግሊዝኛው አባባል ኢንትሮቨርት (Introvert) ነው። በተቃራኒው እኔ ደግሞ በቀላሉና በፍጥነት ተግባቢ፣ ነገሮችን ቀለል አድርጎ ማለፍ የሚችል፣ ማኅበራዊ ሕይወት የሚወድ፣ የማኅበረሰብ ሕጎችን ለመተቸትና ለመጣስ የሚሞክር አፈንጋጭ (deviant) ነው። በሌላ አገላለጽ ወደ ውጭ የሚመለከትና በእንግሊዝኛው አባባል ኤክስትሮቨርት (Extrovert) የሚባለው ማንነት ነው።

በእነዚህ ማንነቶች (በእኔና በራሴ) መካከል በተለያዩ ጊዜያት በጣም ብዙ እልህ አስጨራሽ ጦርነቶች ተካሂደዋል። ራሴ በርካታ ድሎችን በእኔ ላይ

ተቀዳጅቶ ያውቃል። ከዚያም የተነሳ ማንነቴን “እኔ-አልባ” ለማድረግ ተቃርቦ የነበረበት ጊዜያት ውስን አልነበሩም። እውነታው ግን ከዚህ በተቃራኒ የቆመ ሆነ። ራሴን የማውቀው እኔና በጣም ጥቂት የሙያ ባልደረቦቼ ብቻ ናቸው። በተቃራኒው እኔ በጣም ብዙ ሰው ዘንድ የሚታወቅ ማንነቴ ሆኗል። ራሴ ተግባራዊና ባለሙያ ነው። እኔ ደግሞ በሕዝብ ዘንዳ የሚታወቅ ምናባዊ የማኅበራዊ ፍትህ አቀንቃኝ ነው።

በሁለቱ ማንነቶቼ መካከል ያለው ልዩነት በወደር የለሽ ተቃርኖ የተሞላ ነው። እኔ ዓለም የራሷ የሆነ ውጫዊ ተፈጥሮ የላትም፣ ዓለም ያለችው የሰው ጭንቅላት ውስጥ ነው ብሎ ያምናል። ዓለምን የምንቀርፀውም በሀሳብና በምናብ እንዲሁም በአስተሳሰባችን ሲስተም ነው ብሎ ያምናል። ከዚህም የተነሳ የሰውን አስተሳሰብ ሊቀይሩ ይችላሉ ብሎ ያመነባቸውን ሀሳቦች ሁሉ (ይሄን መጽሐፍ ጨምሮ) በማጋራት የተጠመደ ነው። በተቃራኒው ራሴ ከአስተሳሰባችን ውጭ የሆነ ቋሚ ዓለም አለ ብሎ ያምናል። ልዩነቶቹ በሰፉ ቁጥር ራሴ እኔን ከሌሎች በመነጠል ወደራሱ ለማምጣት ጥረቶችን ያደርጋል። በዚያው ልክ እኔም ራሴን በመግፋት ራስ-አልባ ማንነት ሊያላብሰኝ ይሞክራል። በሁለቱ መካከል የሚደረገው የሀሳብ ፍጥጫ አስቸጋሪ ቢሆንም ለማንነቴ ግንባታ ጥሩ መሠረት ጥሏል። በእኔና በራሴ መካከል ያለው ልዩነት እጅግ በጣም ሰፊ ነው። አንዱ አንደኛውን ጫፍ ሌላው ሌላኛውን ጫፍ ይዘው በሶስአሎጅ አይዲያል ታይፐ (ideal type) እንደሚባለዉ ይሆኑብኛል።

የሆነው ሆኖ የሙያ መሰረቴ ሶስአሎጂ ነው። የእኔ ማንነት ከሌሎች ተነጥሎ ትርጉም አልባ እንደሚሆን አሳምሬ አውቃለሁ። ጆርጅ ሄርበርት ሚድ የተባለ ሶስአሎጂስት አዕምሮ የማኅበራዊ ሂደት ነፀብራቅ ነው ይላል። ከዚህ አንጻር ‘እኔ’ (Me) የማኅበረሰብ ማንነት ነው ይላል ሚድ። ‘ራሴ’ (I) ደግሞ ለማኅበረሰብ ማንነቱ “እኔ” የምንሰጠው ምላሽ ነው ይላል። “እኔ” ግለሰቦች የሚላበሱት በማኅበረሰብ የተገነባ ማንነት ሲሆን “ራሴ” ደግሞ ግለሰቦች ለዚህ በማኅበረሰብ አመለካከት ለተገነባው ማንነት የሚሰጡት ምላሽ ነው። ራሴ አድራጊ (subject) ማንነት ሲሆን እኔ ደግሞ ተደራጊ (object) ማንነት

ነው ይላል። ራሴ አዋቂ ማንነት፤ እኔ ደግሞ ታዋቂ ማንነት ነው።

በሌላ አገላለጽ "ራሴ" ግለሰባዊ ማንነት ነው ሊባል ይችላል። ሊቢራሊስት ነው ቢባል የተጋነነ አይሆንም። በተቃራኒው "እኔ" ደግሞ ማኅበራዊ ማንነትና የቡድን ነጸብራቅ ነው። እኔ ከራሴ በተሻለ በሌሎች ዘንዳ ይታወቃል። በሌሎች ይወሰዳል። ከሌሎች ጋር ያብራል። ብሔርተኛ የመሆን ዕድሉም ከፍተኛ ነው። ስለዚህ ሊቢራሊስትም ብሔርተኛም የመሆን ግለሰባዊ ተፈጥሮ አለን ማለት ነው።

እንደ ሚድ አገላለጽ የሰው ልጅ ሙሉ ማንነት የሚገነባው በሁለቱ ማንነቶች (በራሴና በእኔ) መካከል በሚደረገው መስተጋብር ነው። በሁለቱ ማንነቶች መካከል ሚዛናዊ የሆነ ግንኙነትና መስተጋብር እንዲኖር ማድረግ ለሰው ልጅ ጤናማ አዕምሮ ይሰጣል ይላሉ ሶስአሎጂስቶች። የሰው ልጅ የአስተሳሰብ ጤንነትም የሚለካው በራሴና በእኔ መካከል በሚደረግ ግለሰባዊ ውይይትና ምክክር እንደሆነም ይናገራሉ።

በዚሁ ማዕቀፍ ሙሉ ማንነቴ በራሴና በእኔ መካከል በተደረገ እልህ አስጨራሽ ክርክርና ጦርነት ላይ የተገነባ ነው ማለት እችላለሁ። ከሀገር ከወጣሁና የሕዝብ ትግል እንቅስቃሴ ውስጥ ተሳትፎ ማድረግ ከጀመርኩ በኋላ "እኔ" ከ"ራሴ" በተሻለ ሁኔታ የመገንባትና የመታወቅ ዕድል አገኘ። በዚህ ሂደት ራሴ ላይ ጫና ለማሳደር ብዙ ሙከራዎችን አድርጓል። ይሁን እንጂ በሁለቱ መካከል ሚዛን ለማስጠበቅ ባደረግኩት እልህ አስጨራሽ ጥረት ሙሉ ማንነቴን ማትረፍ ችያለሁ የሚል እምነት አለኝ። በዚሁ ሂደት በርካታ ጓደኞቼ ወደ አንድ ወይም ወደ ሌላ ጫፍ ሲወሰዱም አይቻለሁ። በትግሉ ዘመን በቁንጠኛነታቸው 'ራሳቸውን" ብቻ ለመሆን የታገሉ እንዳሉ ሁሉ ከዚህ በኋላ የሚኖረን የሕዝብ ወይም የጋራ ማንነት ብቻ ነው ብለው ተውጠው የቀሩ "እኔዎችም" ብዙ ነበሩ።

የሰው ልጅ ውስጣዊና ውጫዊ ግለሰባዊ ማንነቶች አለው። በነዚህ ማንነቶች መካከል በተከታታይነት የሚደረግ ውይይት፣ ክርክር፣ ጭቅጭቅ፣ ፋክክር አንዳንዴም ጦርነት ለሚዛናዊ የማንነት ግንባታ እጅግ አስፈላጊ ነው። በሁለቱ

ማንነቶች መካከል ብቻ ሳይሆን በአስተሳሰቦችና አመለካከቶች መካከል ከዚያም አልፎ በሰዎች መካከል ሚዛናዊ መስተጋብር ለማረጋገጥ ያስችላል። በእነዚህ ሁለት ማንነቶች መካከል ሚዛን አስጠብቆ መጓዝ፣ መግባባትና መቻቻልን ለመፍጠርና ለጤናማ የግል ማንነት ግንባታ እንዲሁም ለማኅበራዊ ሕይወት እጅግ አስፈላጊና ጠቃሚ ነው። ከራሱ ጋር ያልታረቀ ሰው ከሌላ ሰው ጋር ለመታረቅ በጣም ይከብደዋል። ከራሱ ጋር ያልታረቀ ሰው ከአካባቢው ጋር ተዋህዶና ተስማምቶ ለመሥራት ይፈተናል። ውይይትና ዕርቅን ከራስ መጀመር ለብዙ ነገር ጥሩ መነሻ ይሆናል። በአንድ ራስ ሁለት ምላስ የሚለው ሀገርኛ ብሂል ያልታረቁ "ራሴ"ና "እኔ" ውጤት ይመስሉኛል።

የሰው ልጅ ሕይወት በብዙ ውጣ ውረድና ፈተና የተሞላ ነው። ዓለማችን በርካታ ከቁጥጥራችን ውጪ የሆኑ ነገሮች የበዙባት ዓለም ነች። የሰው ልጅ ችግር ግን ችግር መኖሩ አይመስለኝም። የሰው ልጅ ችግር ለችግሮች ያለው አመለካከት ይመስለኛል። ችግር የሰው ልጅ ሕይወት አካል ነው። ስለሆነም የሰው ልጅ በሕይወቱ ሊገጥሙት የሚችሉትን ፈተናዎች ለማለፍ ያለው ብቸኛ አማራጭ ችግርንና ፈተናን የመቋቋም አቅምን ማዳበር ብቻ ነው። ይሄ ደግሞ የዕለት ተዕለት ውሳኔ (everyday referendum) ይጠይቃል። ለተሻለ ውሳኔ ደግሞ የመጀመሪያው እርምጃ ውስጣዊ ጥንካሬውን ማሳደግ ነው። ውስጣዊ ጥንካሬ የሚለው ጽንሰ ሀሳብ ሁሉም ሰው ትንሽ የሚያውቀው የሚመስለው፤ ነገር ግን ማንም ሰው የተሟላ ማብራሪያ የማይሰጠው ጽንሰ ሀሳብ ነው ይባላል። አንዳንዶች ውስጣዊ ጥንካሬን ከመንፈሳዊነት ጋር ያዛምዳሉ። ሌሎች ደግሞ በአብዛኛው ከውስጣዊ ተነሳሽነት የሚመነጭ የውስጣዊ ማንነት ግንባታ ውጤት ነው ይላሉ።

በእኔ እምነት ውስጣዊ ጥንካሬ የሁለቱ ማንነቶች ማለትም የ'ራሴ' እና የ'እኔ" መናበብና መግባባት ውጤት ነው። በራሴና በእኔ መካከል ጥሩ መግባባት ካለ ሰው ጠንካራ ውስጣዊ ማንነት ይኖረዋል። ጠንካራ ውስጣዊ ማንነት ያለው ሰው ደግሞ ለራሱ ክብር ይኖረዋል። በራስ የመተማመን ዕድሉም ከፍተኛ ነው። የሰው ልጅ ክብር መፈለግም ሆነ ክብር መስጠት የውስጣዊ

ማንነት ውጤት ነው። ውስጣዊ ማንነቱ በጥሩ ሁኔታ የተገነባ ሰው ለራሱ ክብር ይኖረዋል፤ ሌሎችንም ያከብራል። ከራሱ ጋር ተስማምቶ፤ ከአካባቢው ጋር ተግባብቶና ተላምዶ ይኖራል። ውስጣዊ ጥንካሬ ፈጠራን፣ ዕድገትንና ለችግሮች ፈጥኖ መፍትሄ የመፈለግ አቅማችንን የሚያጎለብት ስለሆነ ፈተናን ለመቋቋም እጅግ አስፈላጊ ነው። ስለሆነም ከምንም ነገር በፊት ውስጣዊ ማንነታችንን መገንባት፤ በእኔና በራሴ መካከል መግባባትና ሚዛንን መጠበቅ አስፈላጊ ይሆናል።

የማደግ ጉዞዬ ከጎሎሌ ጀምሮ...

ተወልጄ ያደኩት ጎሎሌ በምትባል በተራራ በተከበበች ትንሽዬ መንደር ውስጥ ነው። ጎሎሌ ውስጥ ያለው የዝምድና ርቀት እስከ አጎትና አክስት ልጅ ብቻ ነበር። ከሃያ የማይበልጡ 'ሰማይ ጠቀስ' ጎጆ ቤቶች ብቻ የነበሩባት ጎሎሌ በጣም ሞቅ ያለ የማኅበራዊ ሕይወት ነበራት። ከሃያዎቹ ውስጥ አንዷ ቤት ድግስ የማይጠፋባት ራሷን የቻለች ላስ ቬጋስ ነበረች ማለት ይቻላል። ምንም እንኳን በእናታችን የጠበቁ ሕጎች ሳቢያ በእነዚህ ድግሶች ላይ በአካል የመታደም ዕድል ባይኖረንም፤ ዘፈኑና ጭፈራው ግን ቤታችን ድረስ ዘልቆ ይመጣ ነበር። በመልስ ምት ድግሱ እኛ ቤት ሲመጣ ግን ቁጭ ብለን በቀጥታ (live) እንኮሞኩመዋለን። ድግሶቹ በጥዑም ዜማና ላብን ጠብ በሚያደርግ የረገዳ ጭፈራ ደምቀው እስከ እኩለ ሌሊት ይዘልቃሉ።

Darroo roobee daarii abeebee
Farsoo quufee daadhiin kajeelee
Darroo roobee daarii gindabaratii
Farsoo quufee daadhii natti maraxii

እየተባለ ከጠላና ከጠጅ እያማረጡ በዜማ ጠይቀው እየጠጡ ይጨፍራሉ።

ጎሎሌ በሰሜን በኩል ጥቅጥቅ ባለ ደን በተሸፈነ ተራራ ከሁዬ ጎሮ ተለይታለች። በምሥራቅ ደግሞ በቁረንሳ ወንዝ ከኮዬ አካሌ ቀበሌ ተነጥላለች። በደቡብም እንዲሁ ቁረንሳ፣ ፊቴ፣ ቱምቱና ቡልቱማ ወንዞች በሚገናኙበት ከኮዬና ዋዩ

ተነጥላለች። በምዕራብ በተራራና በቡልቱማ ወንዝ ከዋዩ ተነጥላ ሰብሰብ ብላ ራሷን ለራሷ ትታ ቁጭ ያለች የትውልድ ቦታዬ ናት-ጎሎሌ። ትምህርት ቤት እስከገባ ድረስ ጎሎሌ ብቸኛ ዓለሜ ነበረች። ሙሉ ዓለም ለመሆን ዝግጅቷን የጨረሰች ተነጥላና ተከባ ቁጭ ያለች ከሡንደቅ-ዓላማ መልስ ሁሉንም የሀገር መስፈርት ያሟላች ሀገር ትመስላለች።

ክረምት ሲመጣ እንቅስቃሴዋ ይገደባል። ወንዞቿ አያሻግሩም። በተለይ የቁረንሳ ወንዝ አይሞከርም። ስለዚህ አያታችን ቤት ለመሄድ ቁረንሳ እስኪቀንስ መጠበቅ የግድ ነበር። ቁረንሳ ክረምቱን በሙሉ እየጨፈረ የእኛን ቤት ከስር እየነቀነቀ አልፎ ሙገር ገብቶ ወደ ዓባይ ይነጉዳል። የቁረንሳን ጥጋብና ጭፈራ እንደቴያትር እያየን ነው ያደግነው። በኋላ የዓባይን ፖለቲካ ሳጠና በልጅነት እያስፈራራን ቤታችንን ከስር ወደላይ እየነቀነቀ፣ ለሦስት ወራት ከአያታችን ቤት አቆራርጦን ድምፁን እንደዜማ እያሰማን ሙገርን ተቀላቅሎ ወደ ዓባይ የሚሄደው ቁረንሳ ነበር ትዝ የሚለኝ።

ብቻ ጎሎሌ የተከፈለች፣ የተከበበችና የተገለለች ትንሽዬ የገጠር መንደር ናት። ይሄ ተፈጥሮዋ ነው። በዝናብ ወይም በእሳተ-ገሞራ የተፈጠረ ሊሆን ይችላል። ግን በቃ ተፈጥሮዋ ነው። ጎሎሌ ይሄን እውነታም የተቀበለች ይመስለኛል። የሰው ልጅ በተፈጥሮ የተከፋፈለ ነው የሚለው የብሔርተኞች እሳቤም በዚሁ ሁኔታ የሚፈጠር ይመስለኛል።

ጎሎሌ የቤተሰቦቼ መንደር ናት። ሁሉም ሰው እንደ አባትና እናት ይታያል። የመንደሩ ልጆች ሁሉ ወንድምና እህት ናቸው። ልጅ ሆኜ በጣም የምፈራው አንድ ሰውዬ ግን ነበር። ስሙ አባ ሙጣ ይባላል። ፂሙ ጨፍገግ ያለ ጎንበስ ብሎ የሚሄድ ሽማግሌ ነበር - አባ ሙጣ። ከስሙ ጀምሮ ነበር ግራ የሚገባኝ። ራሴን አውቄ ትምህርት ቤት እስከገባ ድረስ በጣም እፈራው ነበር። ለምን እርሱን ብቻ እንደምፈራ እስከዛሬም አላውቅም። መፍራት የተፈጥሮ ሕግ ሳይሆን አይቀርም። በርግጥ ብዙ የሰው ልጅ ስልጣኔ፣ ብሔርተኝነትን ጨምሮ ምንጬ ፍራቻ እንደሆነ ይነገራል። በዚያው ልክ ደግሞ ፍርሃት ቁጣ፤ ጥላቻና ሁከትን በመቀስቀስ ወደ ሌሎች አጥፊ ስሜቶች ሊያመራ የሚችል አሉታዊ

ስሜት መሆኑም ሊሰመርበት ይገባል። ብሔርተኝነት ላይ መጥፎ ጥላ ካጠሉ ነገሮችም አንዱ ለአመለካከቱ ያለዉ ፍራቻ ነዉ። ብቻ በኋላ ሰለቸኝ መሰለኝ መፍራቴን ተውኩ። ከዕለታት አንድ ቀን እኛ ቤት መጣና "አንተ ተምረሃል አይደለም?" አለኝ። እኔም አዎ ብዬ ደረቴን ነፍቼ መለስኩለት። ከዚያ የተለያየ የፉጨት ድምጽ አሰማኝና አስቲ ይችን ፉጨት ጽፈህ አምጣ አለኝ። በፍጥነት ሞከርኩ ግን አልቻልኩም። በወቅቱ እኔ የተማርኳቸው የአማርኛ ፊደላት ያንን ድምጽ ለመፃፍ በቂ አልነበሩም። ከዚህ በመነሳት ትምህርት ዋጋ የለውም እንዴ የሚል የመጀመሪያውን ጥያቄ ጠየቅኩ። እርሱም የእኔን ዕውቀት የመፈታተን ሙከራ ያደረገ ይመስለኛል።

ጎሎሌ ትርጉሙ የተከበበች እንደማለት ነው። በባህላዊ መስኖ የበለጸገች ናት። ቃሪያና ሽንኩርት አዲስ አበባ ድረስ በማቅረብም ትታወቃለች። በአጠቃላይ ጎሎሌ የእኔ መሠረት እና መገኛ ናት። የጎሎሌ መኖር ለእኔ መኖር አስፈላጊ ነበር የሚል እምነት አለኝ። ጎሎሌ ባትኖር እኔ እኖር ነበር? የሚል ጥያቄ እጠይቅና መልሱ ከባድ ይሆንብኛል። በራስ ወዳድነት ለጎሎሌ ከፍ ያለ ቦታ እሰጣለሁ። የማንነቴ አስኳል ሰለሆነች ለጎሎሌ ያለኝ ስሜትና አመለካከት እጅጉን ጥልቅ ነው።

አድጌ ዕድሜዬ ለአቅመ ትምህርት ሲደርስ በጎሎሌ ሰሜናዊ አቅጣጫ ተራራና ጫካውን አቋርጬ በአቅራቢያችን ወደሚገኘው የሚሽን ትምህርት ቤት ተወሰድኩ። ከዚያ በፊት የተለያየ ሰው በተለያየ ስም ይጠራኝ ነበር። አባቴ "ኢያሱ" በሚል የፖለቲካ ስም፤ የአባቴ እናት "ኢጃራ" በሚል የሃመቺሳ ስም፤ የእናቴ አባት "ቅርሹ" በሚል የዕድሜ ስም፤ ቶለሳ ሂርጴ የተባሉ ጎረቤታችን "ብረጋ" በሚል የባህር ስም እና በጣም በርካታ የአካባቢው ሰው ደግሞ በጆሮዬ ትልቅነት "አባ ጉራ" ብሎ ይጠራኝ ነበር። የክርስትና ስሜ ደግሞ "ወልደ-ኢየሱስ" ነው። የሆነው ሆኖ ትምህርት ቤት ስመዘገብ ስሜ 'ብርሃኑ' ሆኖ መዝገብ ያዘ። በርግጥ ብርሃኑ ቢፀናም ከሰላሳ ዓመታት በኋላ ሳስኪያ በርጌን በተባለች የራድ ባዉድ ዩንቨርሲት ጸሐፊ አማካኝነት የስሜ ጉዳይ ወደ ውዝግብ ተመለሰ። "ብርሃኑ ሌንጂሶ" ነህ ወይስ "ብርሃኑ መገርሳ" የሚለው

ጥያቄ በተለይ ከሚዲያዎች አሁንም ይመጣል።

የሚሽን ትምህርት ቤት በቀበሌያችን ውስጥ በሚሽነሪዎች የተሰራ እጅግ ዘመናዊና ውብ ትምህርት ቤት ነው። የትምህርት ቤቱ ምቹነት በፍጥነት ብዙ ጓደኞች እንዳፈራ ረድቶኛል። በትምህርት ቤቱ የቤተ-ክርትያን አገልጋይ ልጆችም ስለነበሩ በፍጥነት የአማርኛ ቋንቋ ተማርኩ። ተጨማሪ ቋንቋ፣ ተጨማሪ ጓደኛ፣ ተጨማሪ ሀገር - ቀበሌ አገኘሁ። በቁንጥጫው የሚታወቀው መምህር ተስፋዬ አበበ፤ እኛ ከለመድነው አማርኛ ለየት ያለ የአማርኛ “ዘዬ” ያላት መምህር ትክክል፥ ባለ ጎፈሬው መምህር መሃሪና ሳንበላው በጮምቦ ጣዕም ምራቃችንን ያስዋጠን በዚያዉም በወለጋ ፍቅር እንድንወድቅ ያደረገን መምህር ገመቹ የማይረሱ ናቸው።

እስከ ስድስተኛ ክፍል ድረስ ሚሽን ትምህርት ቤት (በኋላ ቄሲ ተብሎ ተሰይሟል) ተምሬ የስድስተኛ ክፍል ፈተና ተፈትኜ ካለፍኩ በኋላ ከአያቶቼ ባገኘሁት የትምህርት ዕድል (በስኮላርሺፕ) ወደ ስዩም ደምሰው ትምህርት ቤት ተዘዋወርኩ። እዚያም እንደዚሁ ተጨማሪ ጓደኛ፣ ተጨማሪ ዕውቀትና ሀገር አገኘሁ። ስዩም ደምሰው ስማር የማልረሳው ሌላው ነገር የማሙዬ ጌዶ ባለቤትና የአመንቴ ዳዲ ጉርብትና ነበር። አንድ ኃይሌ ጌዶ የተባለ ከውትድርና የተመለሰ ሰው ሞቶ ቀብሩ ላይ በተተኮሰ ጥይት ማሙዬ ጌዶ የተባለ ታላቅ ወንድሙም ሞተ። የማሙዬ ሚስት እስከ ዛሬም ስሟን አላውቅም፤ ጀሮዋ ቢቆረጥ አፋን ኦሮሞ አትሰማም። አመንቴ ዳዲ ደግሞ በተቃራኒው ጆሮው ቢቆረጥ አማርኛ የማይሰማ እንደሆነ ነበር የምናውቀው። ሆኖም ሁለቱ ጎረቤታሞች ረዘም ያለ ጊዜ እየወሰዱ ሲሳሳቁ አያለሁ። ይሄንኑ ነገር ለመመልከት ትንሽ ሰዓት አስቀድሜ በቤታቸው በኩል ሳልፍ ቆሜ ለመከታተል እሞክር ነበር። እሷ በአማርኛ እሱም በአፋን ኦሮሞ እያወሩ እየተቀባበሉ ይስቃሉ። ይሄ ነገር እኔን በጣም ግራ ያጋባኝ ነበር። እስከዛሬም ድረስ ይገርመኛል።

ስዩም ደምሰው ትምህርት ቤት ለሁለት ዓመት ከተማርኩ በኋላ ለከፍተኛ ሁለተኛ ደረጃ ትምህርት ወደ ገርበ ጉራቻ አመራሁ። ገርበ ጉራቻ የኩዮ ወረዳ ዋና ከተማ ናት። በዘመኑ በአዲስ አበባ እና ባህር ዳር መካከል የምትገኝ

የሞቀች ከተማ ነበረች። ከአራት ሰዓት ጀምሮ ከጎንደርና ጎጃም እንዲሁም ከአዲስ አበባ የሚመጡ መንገደኞችን በመመገብ የምትጠመድ ከተማ ናት - ገርበ ጉራቻ። ጫጫታና ወከባዋ ለሁለትና ሦስት ሰዓታት ያህል ይደራና አውቶብሶቹ ከተማዋን ለቀው ሲወጡ ቄሮና ቃሬዎቿ ለእግር ጉዞ ወደ መንገድ እስኪወጡ መልሳ ፀጥ ረጭ ትላለች።

ከልጅነታችን ጀምሮ ከዘፈን ጋር ያለን ጥብቅ ቁርኝት "ሰላሌ ከዘፈነ ፍየል..." ከሚለው ብሂል ባሻገር ወደ ከተማዋ የሚገቡ አውቶብሶች በሚያሰሟቸው ሙዚቃዎች የተቃኘ ነው። ከተማዋን አቋርጠው የሚያልፉ አውቶብሶች በተመሳሳይ የወቅቱን ድምፃዊ ዘፈን በድምጽ ማጉያዎቻቸዉ እያሰሙ ይነጉዳሉ። ይሄ የአውቶብሶች ሙዚቃ ከተማ ውስጥ ብቻ ሳይሆን ትምህርት ቤት ክፍላችን ድረስ በመግባት ልባችንን አሸፍቶ እንድንሸፍተው ያስገድደናል።

ሸልሙልኝ በቅሎ አስጭኑልኝ ፈረስ
ገስግሶ ሚወስደኝ እዚያው ወንዜ ድረስ
ወለል በል ጎዳናዉ ተገለጥ መንገዴ
አድባሩን ቀየዉን ናፈቀብኝ ሆዴ. . .

እያለ አውቶብሱ ወደ ዓባይ በረሃ ሲምዘገዘግ እኛ አንደኛውን ስንኝ ከአንዱ አውቶብስ ሁለተኛውን ቀጥሎ ከሚመጣው በመቃረም እየተቀባበልን መዝፈን እንጀምራለን። ለበለጠ ማጠናከሪያም ከሬዲዮ በመስማት ዘፈኑን በተሟላ መልኩ ከመዝፈን ባሻገር ስለ ዘፈኑና ስለ ዘፋኙ አጠር ያለ ትርጉምና ትንተናም ጭምር እናደርግ ነበር። ሰላሌ ሁሉም ዘፋኝ ነው ማለት ይቻላል። እነወሰኑ ዲዶ፣ አበበ ተሰማንና ለገሰ አብዲ የመሳሰሉ ስመጥር አርቲስቶችን ያፈራች መሆኗንም ልብ ይሏል።

በነገራችን ላይ በኢትዮጵያ የሚታየው የሙዚቃ እውቀት፣ ቅኝትና የአጨፋፈር ስልት በጣም አስገራሚ ልዩነት ይታይበታል። ለምሳሌ ሰላሌ አካባቢ ከግጥምና ዜማው ይልቅ የሙዚቃ ስልተ-ምት (ቢት) ይደመጣል። ሰው አንዴ የሙዚቃው ቅኝት ውስጥ ከገባ በኋላ በራሱ የመዝፈን ነገር ይበዛል። የሰላሌ ሰው ቆሞ ነው የሚዘፍነው። ወደ ምሥራቅ ኦሮሚያ ደግሞ ብንሄድ ሰው

ቁጭ ብሎ ነው ሙዚቃ የሚሰማው። ትኩረቱ ግጥም ላይ ይሆናል ማለት ነው። በሌላ በኩል ከሰሜኑ የሀገራችን ክፍል ወደ ደቡብ ስንሄድ ለጭፈራ የሚጠቀሙት የሰውነት ክፍልም እንደዚያው ከአንገት ወደ እግር የሚሄድ ይመስላል። ለምሳሌ ትግራይ አንገት፣ አማራ ትከሻ፣ ኦሮሚያ በብዛት ወገብ፣ ደቡብ ዳሌ እያለ እስከ እግር ድረስ ይሄዳል።

ገርበ ጉራቻ ከተማ በተለይ ገርበ ጉራቻ ከፍተኛ ሁለተኛ ደረጃ ትምህርት ቤት ትንሿ ኢትዮጵያ ናት ማለት ይቻላል። ከኤርትራ፣ ከትግራይ፣ ከጉራጌ፣ ከአማራና ከሌሎችም ብሔር ብሔረሰቦች የተወለዱ ጓደኞቻችን በርካቶች ናቸው። በአጠቃላይ የብዝሃነት መገለጫ ናት - ገርበ ጉራቻ። ይሄ ከላይ ያነሳሁት የብሔር ማንነት ልዩነት ግን የአካባቢው ሰው በጉልህ የሚያውቀው አይመስለኝም። እኔም ራሴ ወደ አዲስ አበባ መጥቼ ከተመለስኩ በኋላ ነበር ያወቅኩት። “nama biyya ormaa” (የሰው ሀገር ሰው) መሆናቸው ግን ይታወቃል። ከዚህም የተነሳ ልዩ እንክብካቤ የሚቸራቸው ይመስለኛል።

ገርበ ጉራቻ በጣም ብዙ ነገር አስተምራ ለሌላ ጉዞም አዘጋጅታኛለች። ከጎጃም የሚመጡ ሰዎችን አለባበስና አነጋገርን ያየንባት፤ የሀገር አቋራጮቹን አውቶብሶች ሙዚቃ የኮመኮምንባት፣ የተለየ ባህልና ቋንቋ፣ የተለየ አተያይና ፖለቲካ መኖሩን የተማርንባት ከተማችንም ናት - ገርበ ጉራቻ። ስለራስ፤ ስለእኔ፤ ስለእኛ እና ሰለእነሱም ያወቅነው በገርበ ጉራቻ ነበር።። አሥራ አንደኛ ክፍል እያለሁ ደግሞ ተስፋዬ ከበበው የአፋን ኦሮሞ መምህራችን ሆነው ሲመጡ የአፋን ኦሮሞ ቋንቋ ዕድገትና የኦሮሞ መብቶች ጉዳይ አብረው መጡ። መምህር ተስፋዬ ጥሩ አስተማሪዬና መካሪዬም ነበር። በጣም በርካታ መጽሐፍት አስነብቦኛል። ሱራ አብዲ፣ ጎዳኒሳ፣ ዲርመሙ፣ ጉራቻ አባያና ሌሎች በወቅቱ አሉ የሚባሉ የአፋን ኦሮሞ ልብ-ወለድ መጽሐፎችን አስነብቦኛል። የትምህርት ቤታችንን ሚኒ ሚዲያ ወደ አፋን ኦሮሞ ለመቀየር ባደረግነው ትግል ውስጥም እጅግ ረድቶን ነበር። ፖለቲካና ብሔርተኝነት ሲጀመር አፋን ኦሮሞ፣ የኦሮሞ ባህልና ታሪክ ማጠንጠኛ ነበሩ።

እዚሁ ሁለተኛ ደረጃ እያለሁ ከነተስፋዬ ሽፈራው (ዶ/ር)ና ታዬ አዱኛ ጋር በመሆን ለተማሪዎች ጥያቄና መልስ ውድድር (ዶርጋ ዶርጌ) ሰሜን ሸዋ ዞን ዋና ከተማ ፍቼ ድረስ በመሄድ ሰላሌን ተዋወቅናት። ሰላሌ ደምታ ኢትዮጵያን የገነባች የበርካታ ስመ ጥር ጀግኖች ሀገር ናት። የስመ ጥሩ አርበኛ የአብቹ፣ የሰማዕቱ አቡነ ጴጥሮስ፣ የኦሮሞ ብሔርተኝነት አባት በመባል የሚታወቁት የጄነራል ታደሰ ብሩና የኃይለማሪያም ገመዳ፤ የቀራጡ አገሪ ቱሉ፤ የበቀለ በዳዳ፤ የእውቁ አትሌት አበበ ቢቂላ፤ የአፍሪካ 'ትሬዛ' የአበበች ጐበናና ሌሎች በርካታ ጀግኖች መፍለቂያ ነች - ሰላሌ።

ህፃኑ አቢቹ ሁለት ወንድሞቹን የገደሉበትን ጣሊያኖች የገቡበት ጉድጓድ ገብቶ መቆሚያ መቀመጫ ያሳጣቸው ጀግና ነበር። እስከ ቅርብ ጊዜ ድረስ ጀግንነቱ በሰላሌ ባህላዊ ሙዚቃዎች ውስጥ ብቻ የሚታወቀው አብቹ በኋላ የተጫኔ ጆብሬ የትርጉም ሥራ በሆነው የሃበሻ ጀብዱ መጽሐፍ ላይ ታሪኩ ተጽፏል።

Abbichuu nagaa nagaa; dhoqqeerra hin marmaarinii
Achittuu nagaa nagaa; qoreen sin waraaninii

አብቹ ሰላም ሁን፣ ባለህበት ራስህን ጠብቅ፤ ከፉ አይንካህ ተብሎለታል።

አቡነ ጴጥሮስ እጅህን ስጥ ሲሉት አልሰጥም ብሎ የሕይወት መስዋትነት ከፈለ። ታሪኩ በሚገባው ልክ ባይነገርም አቡነ ጴጥሮስ በኢትዮጵያ ታሪክ የጀግንነትን ልክ ያሳየን አባት ነው። ለዚያ ነው "ጴጥሮስ ህዋ ነው" ያለው ሎሬት ፀጋዬ ገብረመድን። አንድ ጄብራሬ የአቡኑን ውሳኔ እንደተቃወመም ይገልጻል ሎሬት ፀጋዬ። አበበ ቢቂላ እ.ኤ.አ በ1960 ሮም ላይ በተደረገው ኦሊምፒክ በባዶ እግሩ በመሮጥ የኢትዮጵያም የአፍሪካም የመጀመሪያውን የወርቅ ሜዳሊያ ማሸነፍ የቻለ ጀግና አትሌት ነው። በ1964 በተደረገው የቶኪዮ ኦሎምፒክ ላይ ደግሞ ሁለተኛውን የወርቅ ሜዳሊያ በማግኘት አሸናፊነቱን ማስጠበቅ የቻለ የመጀመሪያው አትሌት ሆነ። የክብር ዶክተር አበበች ጐበና ሌላኛዋ ሰላሌ ያበረከተችልን የበጎነት ተምሳሌት ናት።

ሁሉም በሰሩት ሥራና ባሳዩት ጀግንነት በእያንዳንዱ ኢትዮጵያዊ ዘንዳ የሚታወሱ ቢሆኑም በሚገባቸው ልክ ግን ያልተዘመረላቸው ጀግኖች መሆናቸው አያጠራጥርም። ለዚህ አስተዋጽኦ ካደረጉ ጉዳዮች አንዱ ብሔርተኝነት ይመስለኛል። ኦሮሞው በበቂ ሁኔታ የማይዘምርላቸው የከፈሉት መስዋትነት ለኢትዮጵያ ነው በሚል ይመስላል። የኢትዮጵያ ብሔርተኞች ደግሞ በሚገባው ታሪካቸውን የማያወሱት ኦሮሞ ስለሆኑ ይመስለኛል። ለዚህ ጥሩ ማሳያ ሊሆን የሚችለው የተቀሩትን ማለትም እነ አገሪ ቱሉ፤ በቀለ በዳዳ፣ ጄነራል ታደሰ ብሩና ኃይለማሪያም ገመዳ በኦሮሞ ሕዝብ ዘንዳ ጥሩ የሚወራላቸው መሆኑን ስንገነዘብ ነው።

ብዙዎች የትጥቅ ትግል አርዓያ አድርገው የሚመለከቱት አገሪ ቱሉ በወቅቱ የሰላሌን ሕዝብ እንደመዥገር ተጣብቆ ያስቸገረውን የፊውዳል ስርዓት ለመታገል ራሱን አዘጋጀ። ለዚህ የሚረዳውን ወታደራዊ ስልጠና ለማግኘትም ማሰልጠኛ ገብቶ ከሰለጠነ በኋላ ክቡር ዘበኛን ተቀላቀለ። ይሄም ጀኔራል ታደሰ ብሩን ጨምሮ በርካታ የኦሮሞ ባለስልጣናትን ለመተዋወቅ ዕድል ፈጠረለት። ከዚያም አልፎ የመጫና ቱለማ መረዳጃ ማኅበር አባል ሆኖ መንቀሳቀስ ጀመረ። የንጉሱ ስርዓት የማኅበሩን አመራር ባሰረ ጊዜም አገሪ ትጥቁን ይዞ ሰላሌ ገባ። የትግል ስልቱን በመቀያየርና ሕዝቡን በማንቀሳቀስ የባላባት ስርዓትን እንቅልፍ የነሳዉ አገሪ ቱሉ በኋላ ትግሉን ወደ ሌሎች አካባቢዎች ለማስፋፋት ወደ ወለጋ ተንቀሳቅሶ በ1962 ዓ/ም በነቀምቴ ከተማ ተይዞ ወደ ፍቼ ከተወሰደና ለትንሽ ጊዜ ከታሰረ በኋላ ከሁለት ወንድሞቹ ጋር በስቅላት ተገደለ። የሰላሌ ሕዝብም የአምዴ አበራ ቡችሎች የዚያን ጀግና እጅ በሽቦ አስረው ገደሉት በማለት ዘፈኑ፤

Yaa Hoolota Oborii
Hoolota Hamdee gugurraa sanii
Shiboo irra maranii
Harka Agarii ibiddo sanii

በቀለ በዳዳ በጃንሆይ ጊዜ እሳት የላሰ ጠበቃና ገርበ ጉራቻ አከባቢ የሚታወቅ ሀብታም ነበር። በርካታ የእህል ወፍጮዎችና ከተማ ውስጥ ዛሬም ድረስ የቀበሌ ቤት የሆኑት ቤቶች የእሱ እንደነበሩ ይነገራል። በቀለ በዳዳ (ጉሬ) በገርበ ጉራቻ ቤተ ክርስቲያን ተሰርቶ በምርቃቱ ላይ በተነሳ ብሔርን መሰረት ያደረገ አምባጓሮ አንድ ባላባት ላይ እርምጃ ወስዶ ጫካ ገባ። የሰላሌ ሰውም እንዲህ ብሎ ዘፈነለት፣

Yaa gurree yaa gurree Badhaadhaa Buttaa
Yaa gurree dhiira darajaarraa buttaa

በስተመጨረሻም በቀለ በዳዳን በራሱ ጥበቃ አስገደሉት።

አባቱን የገደሉትን ጣሊያኖችን ለመፋለም በ14 ዓመት ዕድሜው ጫካ የገባው ጄኔራል ታደሰ ብሩ በኋላ ለእስር ወደ ሞቃዲሾ ተወሰደ። በተመሳሳይ መልኩ በወቅቱ የሚኒሊክ ትምህርት ቤት ተማሪ የነበረው ኃይለማሪያም ገመዳ የተለያዩ አደረጃጀቶችን በመፍጠር ጣሊያንን ለማጥቃት ሲዘጋጅ ተይዞ ወደ ዴኔን ተወስዶ ለእስር ተዳረገ። በኋላ እንግሊዞች ሶማሊያን ተቆጣጥረው ጣሊያንን ከምሥራቅ አፍሪካ ሲያባርሩ ወጣቱ ታደሰ ወደ ኬኒያ ሄዶ ወታደራዊ ስልጠና ከወሰደ በኋላ ወደ ሀገሩ ኢትዮጵያ ተመልሶ በተለያየ የስልጣን ደረጃዎች ሀገሩን አገልግሏል። በተመሳሳይ መልኩ ኃይለማሪያምም ወደ ኢትዮጵያ ተመልሶ በሥራ ሚኒስቴር ውስጥ በመቀጠር ማገልገል ጀመረ።

በሥራው አጋጣሚ በንጉሡ አስተዳደር ሕዝቡ መበደሉን ያየው ኃይለማሪያም እኔ በሥራ ሚኒስቴር በመሥራት የህዝቤን የኑሮ ሁኔታ መቀየር አልችልም በማለት ትምህርቱን ለመቀጠል ሥራዉን ለቀቀ። ትምህርቱን ጨርሶም በግሉ ጠበቃ ሆኖ መሥራት ጀመረ። በዚህ ጊዜ ጃንሆይ ለሕዝቡ የሰጡትን የመደራጀት መብትና የሕግ ዕውቀቱን ተጠቅሞ ሕዝቡን ወደ ማደራጀት ገባ። በመጀመሪያ ደረጃ የሰላሌ መረዳጃ ማኅበር በማቋቋም ከዚያ ቀጥሎ ከጅባትና ሜጫ መረዳጃ ማኅበር ጋር በማዋሃድ የሜጫና ቱለማ መረዳጃ ማኅበርን መሰረቱ። በዚህ ጊዜ ነበር ኃይለማሪያም ዛሬ በኦሮሞ ሕዝብ ዘንዳ በሠፊው የሚታወቁ ምልክቶችን ማለትም ፋጂ አባገዳ (ጥቁር፣ ቀይና ነጭ)፣

ኦዳና ሌሎችንም የኦሮሞ ሕዝብ በሠፊው የሚጠቀምባቸውን ምልክቶች የቀረፀው።

ከዚህ በተጨማሪ አምስት ኪሎ የሚገኘውን የኢትዮጵያ ኦርቶዶክስ ተዋህዶ ቤተክርስቲያን ፖትርያርክ ጽ/ቤት በማስገንባት ያስመረቀው ኃይለማሪያም ገመዳ ነበር። በህንፃው ምርቃት ላይ ዐፄ ኃይለ ሥላሴ ንግግር እንዲያደርግ ጋብዘውት "በዚህች ጥንታዊት ሀገር ለመጀመሪያ ጊዜ የፖትርያርክ ቤት ሠራን" ብሎ በመናገሩ ዐፄው የክርስትያን ደሴት ናት በምንላት ሀገር እንዴት እንዲህ ትናገራለህ ብለው እንደተቆጡት ይነገራል። በኋላ የቤተ መንግስት ሥራ አስኪያጅና የሕግ አማካሪ አድርገው ቢሾሙትም ኃይለማሪያም በአጭር ጊዜ ከሥራ በመልቀቁ ለእስር እንደተዳረገና በኋላም አስር ቤት እያለ ታሞ እንደሞተ ይነገራል።

የእነ ኃይለማሪያምንና የነ አገሪ ቱሉን ምክር ቆይቶም ቢሆን የተቀበለው ጄኔራል ታደሰ ብሩ ሜጫና ቱላማን ተቀላቅሎ መንቀሳቀስ ጀመረ። በኋላ አደረጃጀት በመፍጠር ከማሞ መዘምር ጋር መፈንቅለ መንግስት ሞክረዋል በሚል ሰበብ ማሞ በስቅላት ተገድሎ ጄኔራሉ በግዞት እስር ወደ ሀረርጌ ተዘዋወረ። ሕዝቡን በማስተማር ላይ ብዙ ጊዜውን ያሳለፈው ጄኔራል ታደሰ በኋላ ወደ ባሌ ሄዶ እያለ የንጉሡ ሥርዓት ተገረሰሰ። ደርግ ስልጣን እንደያዘ ለጄኔራል ታደሰ ብሩ የአብረን እንስራ ጥሪ አቀረበለት። የተለያየ የስልጣን አማራጭም እንደተሰጠው ይነገራል። ጄኔራል ታደሰ ግን የኦሮም ሕዝብ ጥያቄ የራስን ዕድል በራስ የመወሰን የነጻነት ጥያቄ እንጂ አንድን ስርዓት በሌላ ስርዓት የመተካት አይደለም በሚል በፍጹም ብሔርተኝነት መርህ ሳይቀበል ቀርቶ በቀጥታ ወደ ትጥቅ ትግል አመራ። በኋላም በስቅላት እንዲሞት ተፈርዶበት ከጄኔራል ኃይሉ ረጋሳ ጋር ተገደሉ። ምንም እንኳን አቋሙ መርህ መርና በወቅቱ ትክክል ቢሆንም ዛሬ ላይ ቆመን ስናይ የጄኔራል ታደሰ ውሳኔ ስህተት አልነበረም ማለት አይቻልም። አንድም እሱን አጣን፤ ሁለትም እሱ መስጠት የሚችለውን አመራር አጣን፣ ሶስት ደግሞ የትጥቅ ትግል አርአያ በመሆን እስከ ዛሬም እርስ እበርስ ለመገዳደል አደረሰን። ከዚያም አልፎ ከመንግስት

ቢሮክራሲ መሸሸን እንደ አዋጭ የትግል ስልት ማየት ዛሬም ድረስ የዘለቀ ቢሆንም ውጤቱ ግን የሕዝብን ችግር ማራዘም ብቻ ሆኖ ይገኛል።

የሆነው ሆኖ የጎሎሌው ህፃን ልጅ አድጎ፣ ገርበ ጉራቻ ከተማ ተምሮ፣ ሰላሌን አውቆ የብዝሃነት መገለጫ የሆነችዋን ሰፊዋን ኢትዮጵያን ለመተዋወቅ ወደ አዲስ አበባ ዩኒቨርስቲ መጣ። ታላቅ ወንድሜ ንዋይ አዲስ አበባ ድረስ መጥቶ ከአጎቶቻችን የምክር አገልግሎት ካገኘ በኋላ የማኅበራዊ ሳይንስ ለማጥናት ወሰንን። ሁለታችንም አዲስ አበባ እንዲደርሰን በሚል በአንድ እጅ ጽሑፍ ፎርም ሞላሁ። ይሁንና እኔን አዲስ አበባ ዩኒቨርሲቲ ወንድሜ ንዋይን መቐለ ደረሰው። እኔና ንዋይ ወንድማማች ብቻ አልነበርንም። ጓደኛሞችም ነበርን። አሁን መለያየት የግድ ሆኗል። እንደ አጋጣሚ ሆኖ ከገርበ ጉራቻ ከፍተኛ ሁለተኛ ደረጃ ትምህርት ቤት የመጣን ተማሪዎች አንድ ዶርም ተመደብን። በላይ ባይሳ፣ ታጠቅ ከበደ፣ ገረመው ተክሉ፣ አስመራ ጆቴ፣ ኤርሚያስ ጌታሁንና ጫላ ሕጉ እንደገና ተሰየምን። ግቢውን ለመልመድ ከባድ ነበር። የታጠቅ ከበደ ኮሜዲና የገረመው ተክሉ ግጥሞች ግቢዉን ለመልመድ ትልቅ ሚና ነበራቸው። በዩኒቨርሲቲው ቆይታችን በቅጡ በማንረዳቸው በርካታ ረብሻዎች ተሳትፈናል፤ ካፌ በመስቀል ተወዳዳሪ አልነበረንም። አራት ኪሎና ኮተቤ መምህራን ማሰልጠኛ የገቡ ጓደኞቻችንንም ከመጠየቅ አልቦዘንም።

ብቻ እንደምንም የመጀመሪያ ሴሚስተር ትምህርት አለቀ። የሚሰናበተውና የሚቀረው ተማሪ እንደተለየና የሁለተኛ ሴሚስተር ትምህርት እንደተጀመረ ታላቁ የተማሪዎች አመጽ ተቀሰቀሰ። በዚህ ሂደት ነበር በሠፊው ከተለያዩ የኦሮሚያ ዞኖች ከመጡ ተማሪዎች ጋር የመተዋወቅን ዕድል ያገኘሁት። በተመሳሳይም ከሌሎች የኢትዮጵያ ክልሎች ከመጡ ተማሪዎችም ጋር እንዲሁ የመተዋወቅ ዕድል ተፈጠረ። አመፁ ሲቀሰቀስ ተማሪው ሁለት ቦታ ተከፍሎ እንደነበር አስታውሳለሁ። የልዩነቱ መነሻ የታሪክ ዕድሜ ይመስለኛል። ኢትዮጵያ የሦስት ሺህ ዓመት ታሪክ አላት ወይስ የላትም በሚል ክርክር ይመስለኛል። የኦሮሞ ተማሪዎች በፐ/ር መስፍን ወልደ ማሪያምና በፐ/ር ብርሃኑ ነጋ የተመራውን የብሔራዊ ሎተሪ አዳራሽ ስብሰባ ረግጠው በመውጣታቸው ውዝግብ ተነሳ። “ኢትዮጵያዊ ስትሆኑ እንገናኝ”

ተባሉ። ተማሪው በሁለት ቡድን ተከፈለ። በዚሁ የተነሳ የኦሮሞ ተማሪዎች ተቃውሞውን ተቃወሙ። መንግስት እጁን ለማስገባት የሞከረ ቢሆንም በኋላ አንድ አሁን ስሙን መጥቀስ የማልፈልገው የአነግ ሰው የኦሮሞ ተማሪዎችን አግባብቶ ትግሉን እንድንደግፍ አደረገ።

ለተወሰነ ጊዜ ከረበሽን በኋላ ግቢውን ለቀን እንድንወጣ ተነገረን። በዚህ መሃል እኔና ተስፋዬ ዳዲ የጋዜጣ ሱሰኛ ሆነን ስለነበር የተማሪ መታወቂያችንን ደብቀን ከሰሜን ሆቴል አካባቢ ጋዜጣ ስንገዛ ተይዘን ታሰርን። ምሳ ሳንበላ ውለን ማታ ተለቀቅን። በኋላ ለአንድ ዓመት ከዩኒቨርስቲ እንደተሰናበትን በሬዲዮ ሰማን። በዚህ ሂደት ነበር እንግዲህ ሀገሬን እስከመጨረሻው የተዋወቅኳት። ሙሉ ሀገር፣ የመኖሪያና የማኅበራዊ ትስስር ሀገሬን ብቻ ሳይሆን የፖለቲካ ሀገሬን ጭምር ተዋወቅኳት። የኢትዮጵያ ሙሉ ገጽታዋ በቅጣት መጣልኝ። በትክክል የኢትዮጵያ ትልቁ ብሔር ኦሮሞ አባል እና ኢትዮጵያዊ መሆኔንም አወቅኩ። የኦሮሞ ብሔረ-ሰብ (የብሔር-ሰው) ነኝ። ኢትዮጵያዊ ዜጋ ነኝ።

ወደ ዩኒቨርሲቲ ከተመለስን ከዓመት በኋላ እንደገና ከትምህርት ቤት ሊያስባርረኝ የሚችል እና እኔም ላለመባረር የመጨረሻውን ውሳኔ የወሰንኩበት አጋጣሚ ተፈጠረ። በህይወቴ ትክክለኛውን ውሳኔ የወሰንኩበት ቀን ይመስለኛል። ጥያቄ ስለጠየቁ ብቻ ሦስት መቶ የኦሮሞ ተማሪዎች ከትምህርት ገበታቸው የተባረሩበት ጊዜ ነበር። መባረራቸውን ያበሰረችው ደብዳቤ በጣም አጭር ነበረች።

“ስማችሁ ከዚህ በታች የተዘረዘረ ተማሪዎች ከዩኒቨርሲቲው የታገዳችሁ መሆኑን እገልፃለሁ።

ፊርማ

እንድሪያስ እሸቴ

ዩኔስኮ ቼር፣ ሂዩማን ራይት ኤንድ ዴሞክራሲ” ይላል።

ላለመባረር በወሰንኩት ውሳኔ እስከዛሬ ድረስ ብደስትበትም ከዚያ ቀጥሎ ያሳለፍኩት ጊዜ ግን በጣም ከባድና አስቸጋሪ ነበር። በዩኒቨርሲቲው የቀረን

ተማሪዎች ትግሉን ለመቀጠል ሙከራዎችን አርገን ነበር። በዚሁ ሂደት ነበር እኔ የኦሮሞ ተማሪዎች ኅብረት (WTBO) የመረጃ ዘርፍ አስተባባሪ ሆኜ የተመረጥኩት። በቅጡ ሥራዬን ሳልጀምር ታዲያ ከዕለታት አንድ ቀን ከመንገድ ላይ ተይዤ ለብዙ እንግልት ተዳረግኩ። ከጓደኞቼ ጋር ለእግር ጉዞ በወጣሁበት ነበር በጥቁር መኪና ወደማላውቀው ስፍራ ታፍኜ የተወሰድኩት። የገንዘብና የሞባይል ምንጬ ተመረመረ። በራሴው የእጅ ስልክ ብዙ ዛቻና ማስፈራሪያ ተቀበልኩ። በኋላ መቅደስ ለማ ከተባለች ጓደኛዬ ጋር ስልክ ተቀያየርን። እሷም በእኔ ስልክ ዛቻ ቀመሰች። ጉዳዩ እጅግ ውስብስብ ነበር።

በኋላ ውስብስቡን የጥቁሩ መኪና ጉዞና የስልክ ዛቻ እንደምንም አልፌ ትምህርቴን ጨርሼ በጅማ ዩኒቨርሲቲ የአምቦ ኮሌጅ ብቸኛው የሶስኦሎጂ መምህር ሆኜ የመቀጠር ዕድል አገኘሁ። የቅጥሩ ቀን ጋሽ በቀለ ጣሰውና በርካታ የአምቦ ዩኒቨርሲቲ ቀጣሪ ቡድን ትንሽዬ የትምህርት ሚኒስቴር መሰብሰብያ ክፍል ውስጥ ቁጭ ብለው ጠበቁኝ። ጋሽ በቄ በአምቦ ኮሌጅ የኅብረት ሥራ ትምህርት ክፍል ኃላፊ ነበሩ። የራሴ የማይመስል ጥቁር ሙሉ ልብስና ክሬም ሸሚዝ ውስጥ ቆሜ ዘው ብዬ ወደ ክፍሉ ገባሁ። የሥራ ቅጥሩ የሚካሄደው በእንግሊዝኛ ቋንቋ ነበርና “please have a seat” አሉኝ ጋሽ በቀለ። ጥያቄውን አከታተሉት። ከሳምንት በኋላ ተደውሎልኝ ወደ አምቦ አመራሁ። ዳዲ አሰፋ የተባለ ጓደኛዬ በወቅቱ የሙገር ኮሌጅ የሂሳብ አስተማሪ የነበረ ወስዶ ግቢውን አሳየኝ። እርሱ ጋር አድሬና ቅጥሬን ጨርሼ ወደ አዲስ አበባ ተመለስኩ። ለሁለተኛ ጊዜ ሥራ ለመጀመር ተመልሼ አምቦ ሄድኩ። አልጋ ከያዝኩ በኋላ ለእግር ጉዞ ወደ ከተማ ወጣሁ። በአምቦ ሰው ብቻ ሳይሆን እንስሳውም ቀኙን ጠብቆ ነው የሚሄደው። መሃል ከተማ ላይ ከነቀምት የመጣ አውቶብስ መንገድ ዳር ቆሟል። ረዳቱ የሆቴሉን ዘበኛ ጠየቀው።

ረዳቱ: አባ ከላይ ያለውን እቃ ላውርደው እንዴ?

ዘበኛው: ለምን?
ረዳቱ: ቢያድር ችግር የለውም?
ዘበኛው፡ አምቦ ጀግና እንጂ ሌባ የለውም።

አምቦ ጀግና እንጂ ሌባ የማይኖርባት ሀገር ስለመሆኗ መዘገብኩ። እውነት ነው፣ አምቦን አንዳንዴ እንደኔ የሚያውቃት ያለ ሁሉ አይመስለኝም። ለእኔ አምቦ ሥራ የጀመርኩባት ብቻ ሳትሆን ሥራ የለመድኩባት የሙያ መሠረቴ ናት። የእኔ የሶስኦሎጂስቱ ሀገር ናት። በወቅቱ አምቦ ጥሩ ጊዜ አልነበራትም። ግን በመጥፎ ጊዜም ቢሆን ጥሩ ሥራ ለመሥራት ያደረግነው ሙከራ ፍሬ አፍርቷል ማለት ይቻላል። ከጋሽ ዳዲ መሃሪ፣ ዶ/ር ሰለሞን አለሙ፣ ዶ/ር ግዛው ደበበ፣ ዶ/ር ልዑል ታደሰ፣ ዶ/ር አንድነት ደረሰ፣ ማህሌት ሀብቱ፣ ዶ/ር ጋሻው ታደሰ፣ ዶ/ር አለማየሁ ደቀባ፣ ዶ/ር አንዱዓለም ታምሩ፣ ተመስገን ጥላሁን፤ ዶ/ር በዳኔ ገመቹ እና ሌሎች ውድ ጓደኞቼ ጋር የተዋወቅኩባት አምቦ የማኅበራዊ እሴት ሀገሬም ናት። ከዚህም ጋር ተያይዞ በዩኒቨርሲቲው ለተለያዩ ኃላፊነቶች ታጨን። የአካዳሚክ ፕሮግራም ኦፊሰር፣ የሶስኦሎጂና ሶሻል ዎርክ ትምህርት ክፍል መሥራችና የመጀመሪያው የትምህርት ክፍሉ ኃላፊ ሆኜም ሠርቻያለሁ። ከዚያም አልፎ የዩኒቨርሲቲውን ትልልቅ ዝግጅቶችና መድረኮችን መምራት ጀመርኩ።

እ.ኤ.አ በ2010 ደግሞ ለኢትዮጵያ ሀገራዊ ምርጫ የአውሮፓ ኅብረት የረጅም ጊዜ የምርጫ ታዛቢ (Long Term Observer) ሆኜ አምቦ አካባቢ የመሥራት ዕድል አግኝቼ ነበር። በዚህ ጊዜ ይበልጥ የምዕራብ ሸዋን ሕዝብ ተዋወኩ። በምሥራቁ የምዕራብ ሸዋ ክፍል ተዘዋውሬ የሕዝቡን ስነልቦና የማጥናት ሰፊ ዕድል አገኘሁ። ለረጅም ጊዜ ደብቄ የኖርኩትን የፖለቲካ ቁስሎቼንም በአውሮፓ ኅብረት ሪፖርት ውስጥ የመግለጽ ዕድል አገኘሁ። ከፒተር ማክስዌልና ከማርገሪታ ሱኬ ጋር በጣም ጥሩ የሚባል ጊዜ አሳለፍኩ። የምርጫው ውጤት ሲገለጽ ኢሕአዴግ አሸነፈ። ምርጫ እንዳለቀ ችግር ካለና ከሀገር የመውጣት ፍላጎት ካለኝ ደውዬ እንዳሳውቅ የአውሮፓ ኅብረት አሳወቀኝ። እኔም በወቅቱ ምንም ችግር እንደሌለና ከሀገር መውጣት እንደማልፈልግ ገልጬ ተሰናበትኩ።

ብቻ በጎሎሌ የመሠረት ድንጋዩ የተጣለው "እኔ" በሚሽንና በስዮም ደምሰው ትምህርት ቤቶች ከታነጽኩ በኋላ ወደ ገርበ ጉራቻ አመራሁ። ገርበ ጉራቻ

ከገባሁ በኋላ ደግሞ ሌላ ቋንቋ የሚናገር፣ ሌላ የአለባበስና የአነጋገር ዘዬ እና ባህል ያለው ማኅበረሰብ መኖሩን ተገነዘብኩ፣ እኔም የኦሮሞ ብሔር አባል መሆኔን ተረዳሁ። ከዚያም አለፍ ብዬ በኢትዮጵያ ጥላ ስር ያሉ ብዙ ብሔር ብሔረሰቦች መኖራቸውን ተማርኩ፤ ተገነዘብኩም። ከነሙሉ ችግሮቿ ኢትዮጵያዊ መሆኔን መርምሬ፣ አውቄ፣ አምኜ ተቀበልኩ። አጠቃላይ ግንባታው ሲታይ ከትንሽ ወደ ትልቅ የሄደ ነው። የትንሿ ጎሎሌ ትንሹ ልጅ በሕይወት ጉዞው ገርበ ጉራቻን፣ ሰላሌን፣ ኦሮሚያን፣ ኢትዮጵያን እያለ ሄደ። ሰው ነው፣ ጥቁር ሰው፣ የኢትዮጵያ ዜጋ የሆነ ሰው፣ የኦሮሞ ብሔር ተወላጅ የሆነ ሰው፣ የሰላሌ ልጅ፣ የኩዩ ወረዳ ልጅና የጎሎሌው ተወላጅ። የብዝሃ ማንነት ባለቤት። እነዚህ ሁሉ በማንነት ግንባታ ውስጥ ትልቅ ቦታ እንደነበራቸው አይተናል። በግንባታ ሂደት ውስጥ የነበራቸው ሚና ግን ይለያያል፣ ይበላለጣልም። ከጎሎሌ ይጀምራል። ጎሎሌ ትልቅ ሚና ነበራት። የማንነቴ አስኳል ናት ጎሎሌ። ጉልህ የማንነቴ ግንባታ በጎሎሌ የተጠናቀቀ ነው ቢባል የተጋነነ አይሆንም።

አንድን ማንነት የሰዎች መገለጫ ከሚያደርጉት ነገሮች አንዱ ተመሳሳይ የሆነ ሌላ ማንነት መኖሩ ነው። ራሱ በመኖሩ ብቻ ሳይሆን ከሌሎች መለየቱ ነው ማለት ነው ማንነትን ገላጭ የሚያደርገው። ማንነት መኖርን እና መለየትን አንድ ላይ አጣምሮ የሚይዝ ጽንሰ ሀሳብ ነው። ሰው ሰብዓዊ ፍጡር ነው። ግን ራሱን ሰብዓዊ ፍጡር ነኝ ብሎ አይገልጽም። ምክንያቱም በዚያ ትይዩ ሌላ መገለጫ የለም። ማንነት መለያ እና አንፃራዊ አቀራረብ ነው። የሆነውን ብቻ ሳይሆን ያልሆነውንም ይገልፃል። የማንነት ግንባታ ሂደትም እንደ ሰንሰለት የተያያዘ ነው። ከትንሽ ወደ ትልቅ እየሰፋ የሚሄድ ወይም አዳጊ (Incremental) ጉዞ ነው። በዚህ አረዳድ ብሔርተኝነት አባል ለሆንበት ብሔር ወይም ቡድን ያለን አመለካከት፤ ስሜትና ወገን-ተኝነት ነው። ሰው የብዙ ቡድን አባል ሊሆን እንደሚችልም አይተናል። ይሄ ማለት አንድ ሰው የብዙ ዓይነት ቡድንና ብሔርተኝነት አቀንቃኝ ሊሆን ይችላል ማለት ነው። እኔም የዚሁ አንድ ማሳያ ነኝ ማለት እችላለሁ።

ምዕራፍ 4

ልህቀተ-ሰብ፡ ከስሜት ወደ ስሌት

የሰው ልጅ የዕድገት ጉዞ የመብሰልና የልህቀት ጉዞ ነው። እያደግንና እየበሰልን ስንሄድ የተሻለ አረዳድና ልህቀት እያሳየን እንሄዳለን። ነገሮችን በምክንያት፣ በስሌትና በተረጋጋ መንፈስ ወደ ማየትም እንሻገራለን። ስሜታዊነት እየቀነሰ ነገሮችን በምክንያታዊነት፣ በስሌት፣ በመረጃና በማስረጃ ወደ መግለጽ እንሄዳለን ማለት ነው። ይህ የልህቀት ጉዞ የነብስ የምክንያታዊ ክፍል መጎልበት ነው። ኦገስት ኮምቴ (Auguste Comte) የተባለው የፈረንሳይ ፈላስፋ ከፍተኛ ነገሮችን በጭንቅላት የመያዝና የማስታወስ አቅም (photographic memory) ያለው ሰው ነው ይባላል። ይሄንን አቅሙን ተጠቅሞ ፈረንሳይን ከገባችበት ቀውስ ለማውጣት ባደረገው ምርምር ሶስኦሎጂ (Sociology) የሚባል ቱባ የማኅረሰብ ሳይንስን መፍጠር ችሏል።

ኦገስት ኮምቴ ከሚታወቅባቸው ሥራዎች የመጀመሪያውን ስፍራ የሚይዘው ደግሞ የሦስት ደረጃዎች ሕግ (The laws of the three stages) ነው። በዚህ ሕግ መሠረት የሰው ልጅ በዕድገቱ ሦስት ተከታታይ ደረጃዎች ውስጥ ያልፋል። እነዚህም 1) የሥነ-መለኮት ደረጃ (theological stage) 2) የባይተዋር ደረጃ (metaphysical stage) እና 3) የስሌት ደረጃ (positivistic stage) ይባላሉ።

የመጀመሪያው ደረጃ ለሰው አዕምሮ ዕድገት አስፈላጊው መነሻ ሲሆን ሁለተኛው ደረጃ ደግሞ ከመጀመሪያው ወደ መጨረሻው የመሸጋገሪያ ደረጃ ነው ይላል ኮምቴ። አንድ ሰው ወይም ማኅበረሰብ እነዚህን የዕድገት ደረጃዎች እንደሚያልፍ ኮሚቴ በሥራው ያመለክታል።

የሥነ-መለኮት ደረጃ

በሥነ-መለኮታዊ ደረጃ ውስጥ ላለ ግለሰብም ሆነ ኅብረተሰብ ሁሉ ነገር የሚሆነው ከላይ በመጣ ትዕዛዝ ብቻ ነው። የሰው ልጅ ሚና በተጻፈለት ዕጣ ፋንታ እስከ ተፈቀደለት ጊዜ መኖር ብቻ ይሆናል የሚል ነው። በዚህ የዕድገት ደረጃ ውስጥ ላሉ ግለሰቦችም ሆነ ኅብረተሰብ ነገሮች የሚሆኑት ፈጣሪ ይሁን ስላለ እንደሆነ ይታመናል። ስለዚህ የሰው ልጅ ነገሮችን የመለወጥ አቅሙ ውስን መሆኑን አምኖ በመቀበል መኖር እንዳለበት ያስረዳል ማለት ነው።

የሰው ልጅ ነገሮችን መቀየር የሚሞክረው ፈጣሪውን በፀሎት በመለመን ብቻ ነው። ስለዚህ ሰዎች በግለሰብ ደረጃም ሆነ በቡድን ደረጃ ራሳቸውን ከፈጣሪያቸው ጋር ያስተሳሥራሉ። በፈጣሪያቸው ዙሪያም ይተሳሰራሉ። በዚህ የዕድገት ደረጃ ውስጥ ያሉ ግለሰቦችም ሆኑ ማኅበረሰቦች ፈሪሃ እግዚአብሔር ያላቸው ከመሆናቸው የተነሳ በማኅበረሰብ ደረጃ የጎላ ችግር አይፈጠርም። እዚህ ደረጃ ውስጥ ላሉ ግለሰቦችም ሆነ ማኅበረሰቦች ጥሩ ሰውም ሆነ ጥሩ መንግስት ፈሪሃ እግዚአብሔር ያለው፣ በእግዚአብሔር የተመረጠና የተቀባ እንደሆነ ይታመናል። የመንግስት ቅቡልነት ምንጭም ሥዩመ እግዚአብሔርነት ነው። በመሆኑም ማኅበረሰቡ ህሊናው ለፈጣሪው የሚታዘዝ፣ ፍቅሩ ለፈጣሪው የሆነ፤ ለቁሳዊና ለስጋዊ ፍላጎት የማይገዛ ማኅበረሰብ ይሆናል ማለት ነው። ሶስተኛ ነብሱ የሁሉ ነገር አዛዥና ታዛዥ ይሆናል ማለት ነው። በርካታ የዓለማችን ሕዝቦች አሁንም ድረስ በዚኛው ደረጃ ውስጥ እንደሚሆኑ ይገመታል።

የባይተዋር ደረጃ

በባይተዋር ደረጃ (metaphysical stage) ውስጥ ያለ ግለሰብም ሆነ ኅብረተሰብ እንደ ሥነ-መለኮት ደረጃ ሁሉ በፈጣሪ ወይም በበላይ ኃይል የሚያምን ቢሆንም ፈጣሪ በተፈጥሮና በሰው ልጅ የዕለት-ተዕለት ኑሮ ላይ በሚኖረው ተሳትፎ ላይ ግን የተለየ አተያይ አላቸው። በብዙ ነገር ላይ ግን የተዘበራረቀ ዕይታ ስላላቸውና ለዚያ መልስ ፍለጋ ላይ የተጠመዱ ስለሆኑም መረን የለቀቁ ብዙ ችግሮች የሚፈጠሩበት ደረጃ ነው።

በዚህ ደረጃ ውስጥ ያሉ ሰዎች ወይ ሙሉ በሙሉ ለእግዚአብሔር አይገዙም ወይ ደግሞ ምክንያታዊ አይሆኑም። ከሁለት ያጣ የሚሆኑበት ነው። የሽግግር ጊዜ ነው ይባላል። በጣም አስቸጋሪ ጊዜ እንደሆነም ይነገርለታል። Isaac Asimov እንዳለው "Life is pleasant. Death is peaceful. It's the transition that's troublesome." ከዚህ የተነሳ ብዙ ጊዜ ሰላምና መረጋጋት የሚጠፋበት ማኅበረሰብ ይሆናል። ሰው ስጋት ውስጥ ይዘፈቃል። ከዚህ የተነሳ በተለያየ ነገር የመወሰድ ዕድላቸው ከፍተኛ ይሆናል። ከላይ እንደተገለጸው ፈሪሃ እግዚአብሔር ይቀንሳል፤ የሕግ የበላይነት ደግሞ በቅጡ አይረጋገጥም።

ሰው ለፈጣሪውም ሆነ ለህልውናው በቅጡ የማይሸነፍበት የዕድገት ደረጃ ነው ባይተዋር። በተለዋዋጭ ስሜት የመወሰድ ዕድልም በጣም ከፍተኛ የሚሆንበት ደረጃ ነው። በዚህ ደረጃ ውስጥ ባሉ ማኅበረሰብ ዘንድ ቁሳዊ ፍላጎት እያደገ የመሄድ አዝማሚያ አለው። ከዚህም በተጨማሪ ነውጥ የሚበዛበት፤ ሰው የተለያየ ፍላጎት የሚያሳይበትና ፍላጎቱንም ፍትሃዊ ባልሆኑ መንገዶች ለማሟላት የሚሞክርበት አካሄዶች ይንጸባረቃሉ። የመሻት የነብስ ክፍል ፍላጎት ሌሎችን የሚያሸንፍበት ደረጃ ነው። በዚህ ዓይነት ማኅበረሰብ ውስጥ ጥሩ ሰውም ሆነ መንግስት ነውጥን የሚቆጣጠር ጉልበታም ነው። ማክስዌበር እንደሚለው የመንግስት ቅቡልነት ምንጭ በብዛት ከመሪዎች ሞገስ ወይም አስፈሪነት ይመጣል። ይህ እንዳለ ሆኖ ምክንያታዊነት ግን

እየጨመረ እንደሚሄድ ማሳያዎች ይኖራሉ። ፍርሃትና ያንን ለመቆጣጠር የሚደረጉ መፍጨርጨሮች ራሳቸው የምክንያታዊነት መነሻ እንደሚሆኑ ይገመታልና። የሥርዓት መጣስና እርሱ የሚፈጥረው ፍራቻ በሰው ዘንድ ንቃት በመፍጠር በጋራ ነገሮችን ለማስተካከል የሚደረጉ ጥረቶችን እንደሚያበረታታም ይገመታል። ፍርሃት የሽሽግር ጥሩ እርሾ ነውና።

የስሌት ደረጃ

ሦስተኛው የዕድገት ደረጃ የስሌት ደረጃ (Scientific stage) ይባላል። እዚህ ደረጃ የደረሱ ግለሰቦችም ሆኑ ኅብረተሰቦች ነገሮችን በምክንያትና በስሌት የመግለጽ ከፍተኛ ችሎታ ይኖራቸዋል። ለእያንዳንዱ ነገር የሚለካና የሚታይ ወይም የሚዳሰስ ምክንያት ማቅረብ የሚችሉ ናቸውም ይላል ኮምቴ። በዚህም ምክንያት የስሌት ደረጃ የሰው ልጅ የጭንቅላትም ሆነ የኅብረተሰብ ዕድገት የመጨረሻው ደረጃ ነው ይላል። ችግር ውስጥ የነበረችው ሀገሩ ፈረንሳይ ከችግር የምትላቀቀው የኅብረተሰቡ አስተሳሰብ የስሌት ደረጃ ላይ ሲደርስ እንደሆነም አገስት ኮምቴ ያምን ነበር። የፈረንሳይ አብዮት ውጤት ናቸው የሚባሉቱ ነጻነት፣ እኩልነትና ወንድማማችነት የተባሉ የዴሞክራሲ እሴቶችም በዚሁ መንገድ የተፈጠሩ ናቸዉ ማለት ይቻላል።

ስሌት የሰው ጭንቅላት ወይም ምክንያት የተባለው የነብሱ ክፍል ጥሩ የዕድገት ደረጃ ላይ የሚደርስበት እንደሆነ ማስቀመጥ ይቻላል። በማኅበረሰብ ውስጥ ደግሞ ምክንያታዊነት የሚሰፍንበት የማኅበረሰብ የዕድገት ደረጃ ይሆናል ማለት ነው። ሁሉም ሰው በአንድ ጊዜ እዚህ ደረጃ ላይ ይደርሳል ማለት ግን አይደለም። ቀድሞ የደረሱቱ ያልደረሱትን እየመሩ ወደ ምክንያታዊነት ያመጧቸዋል ማለት እንጂ። "ፈላስፋው ይምራ!" የሚለው የፕሌቶ አስተያየትም ይሄን ለማመላከት ይመስላል። በዚህ ደረጃ ደግሞ ጥሩ ሰው ወይም መንግስት በሰዎች ሙሉ መብት የሚያምን ምክንያታዊና ዴሞክራሲያዊ መንግስት ይሆናል ማለት ነው። የመንግስት ቅቡልነት ምንጭ የሚመነጨውም ከሕግና ከሕግ ብቻ ይሆናል። በዚህ ሂደት ነው ሰው ከስሜት ወይም ከሥነ-መለኮታዊ አስተሳሰብ ተላቆ ወደ ስሌት ወይም ምክንያታዊነት የሚመጣው። በአጠቃላይ

የሰው ልጅ ነብስ ሁለንተናዊ የማደግ ዕድል ያገኛል ማለት ነው።

እዚህ ጋር ትልቁ ጥያቄ እኛ እንደ ግለሰብ እንዲሁም እንደ ማኅበረሰብ የትኛው ደረጃ ላይ ነን የሚለው ነው። በሀገራችን ዛሬም ድረስ የተጻፈልንን ነው የምንኖረው የሚሉ በርካታ ሰዎች ቢኖሩም ባይተዋር የሆኑና በስሌት ደረጃ ያሉም ቁጥራቸ ቀላል አይደለም። ከህክምና ፀበልን፣ ከቴራፒስት ጠንቋይን የሚመርጡ እንዳሉ ሁሉ መረጃ አምርተው በመሸጥ የሚተዳደሩ የድህረ-እውነት ሰዎችም አሉን። በዚህ እውነታ ውስጥ በሀገራችን በጣም ብዙ ቁጥር ያለው ሕዝብ የመጀመሪያው ደረጃ ውስጥ መሆኑ ግን አያጠያይቅም።

አንድ ሀገር ሽግግር ላይ ነው ሲባል ግን ብዙ አመለካከቶች እየተለወጡ ነው ማለት ነው። ሽግግር የአስተሳሰብ፤ የአመለካከትና የአተያይ ለውጥ ይጠይቃል። በእኛ ሀገር የፖለቲካ ለውጥን ወይም ሽግግር እንደተቋማዊ ለውጥ ብቻ የማየት አዝማሚያዎች አሉ። ይሁንና መዘንጋት የሌለበት ጉዳይ የለውጥ ሁሉ መሠረት የአስተሳሰብ ለውጥ መሆኑ ነው። ለውጥ የአስተሳሰብ ሽግግር እና የአተያይ ለውጥ ነው። አገስት ኮምቴ ባስቀመጠው መሠረት ከአንዱ ወደ ሌላኛው የዕድገት ደረጃ መሻገርም ነው። በተለይ በሁለተኛ ደረጃ ውስጥ ያሉ ማኅበረሰብ ክፍሎች በብዙ ነገር የመወሰድ ዕድል አላቸው። በርግጥ በጣም ብዙ የዓለማችን ሀገራት ደግሞ ሁለተኛው ደረጃ ውስጥ መሆናቸው ግልጽ ነው። ብሔርተኝነትም የሚጠነክረው በእዚህ ደረጃ ውስጥ ባሉ ማኅበረሰብ ላይ እንደሆነም መገመት አያዳግትም።

በተመሳሳይ መልኩ የሥነ ልቦና ባለሙያዎች አንድ ሰው ሙሉ ብስለት ላይ ለመድረስ ሦስት የዕድገት ደረጃዎችን ማለፍ እንዳለበት ያስቀምጣሉ። እነዚህም የጥገኝነት፣ የነጻነት እና የመደጋገፍ ደረጃ ናቸው። እነዚህንም ከላይ ካነሳነው የኦገስት ኮምቴ የዕድገት ደረጃዎች ጋር የሚዛመዱ ናቸው።

በሰው ልጅ ተፈጥሮ ጥገኝነት የመጀመሪያው ደረጃ ነው። የሰው ልጅ ጥገኛ ሆኖ ይወለዳል። ለምሳሌ ህፃን ልጅ የቤተሰቦቹ ጥገኛ ነው። ዓለምን የሚረዳው በዚያው በጥገኝነት መነጽር ነው። ህጻናት ብቻ ሳይሆኑ አዋቂዎችም ጥገኛ የሚሆኑባቸው በርካታ አጋጣሚዎች እንዳሉ ጥናቶች ያመላክታሉ። የሆነው

ሆኖ ሰዎች ከጥገኝነት ተላቀው ወደ ነጻነት ሉል መሄድ እንዳለባቸው፣ ኃላፊነት መውሰድ እንዳለባቸው፣ የሚፈልጉትን ነገር በራሳቸው አቅም ማግኘት እንዳለባቸው በጥገኝነታቸው ወቅት ይማራሉ።

ነጻነት የሰው ልጅ ለህይወቱ ሙሉ ኃላፊነት መውሰድ የሚጀምርበት ሁለተኛው ደረጃ ነው። የነጻነት ደረጃ የሚጀምረው እያንዳንዱ ሰው ለሕይወቱ እና ለመረጠው ምርጫ ተጠያቂ መሆን ሲጀምር ነው። በዚህ ጊዜ እንደጥገኛው ሰው ሰበብ የማያበዛ፣ የመፍትሔ አካል የሚሆን፣ በችሎታ የሚያምን ይሆናል። ይሄ የውስጣዊ ማንነት ፍላጎት ነው።

የሦስተኛው ደረጃ ደግሞ የመደጋገፍ ደረጃ ነው። ነጻ ሰው ራሱን ችሎ ነገሮችን ለማድረግ ባለው ችሎታ ይተማመናል። በመደጋገፍ የሚያምን ሰው ደግሞ በራሱ መሥራት የሚችለውን ነገር ከሌሎች ጋር አብሮ በመሥራት በጣም በተሻለ ሁኔታ መፈፀም እንደሚቻል ያምናል። አብሮ መሥራት ትልቁ የሕይወት ቁልፍ እንደሆነ ይረዳል። የሰው ልጅ ከሌሎች ጋር አብሮ ለመሥራት፣ ከሌሎች ጋር አብሮ ለመኖር እና ከሌሎች ለመማር እስካልቻለ ድረስ ዘላቂ የስኬት ጎዳና ላይ መጓዝ አይችልም ይላሉ የሥነ ልቦና ባለሙያዎች። መተባበርና መተሳሰብ የሰውነት መሠረትም መገለጫም ነው። ብሔርና ብሔርተኝነትም እንዲሁ። በሚቀጥለው ክፍል በሠፊው እንቃኛለን።

“

በሰው ልጅ የረጅም ጊዜ ታሪክ ውስጥ መተባበርንና
መሻሻልን የተማሩ ሰዎች አሸንፈዋል።

——

ቻርለስ ዳርዊን

ክፍል ሁለት

ብሔርተኝነት፡ ጽንሰ ሀሳባዊና ታሪካዊ ዳራ

ከብሔር ተቀዳን፣ ሆነን ብሔርተኛ

በኅብረት የምናምን፣ የምንኖር ባገርኛ

ግን ብሔርተኝነት ምንድነው?

ብሔርተኛውስ ማነው?

የጋሊፖሊው ተፋላሚ?

ወይስ የሂሮሽማው ሰው?

የትላንቱ ጦር ቀስቃሽ?

ወይስ የዛሬው ሙት ወቃሽ?

የብዙዎቹ የዓለማችን ሀገራት ታሪክ የጦርነት ታሪክ ነው። ዛሬ የዓለም ካርታ ላይ የምናውቃቸው ሀገረ-መንግስታት የረጅም ዓመታት ጦርነት ውጤት ናቸው ይላል ቻርለስ ቲል። የዘመናዊ ዓለም ታሪክና ትርክቶች ደግሞ የትላንቱን ጦርነት ቀስቃሾችን በማንገስና በመውቀስ ዙሪያ የተቃኙ ሆነው ይገኛሉ። የዚህ ውጤት በሚመስል መልኩ የብሔርተኝነት እንቅስቃሴዎችም በአንድ በኩል የትላንቱን ጦር ቀስቃሾች ጀግና በማድረግና በማንገስ፣ እነሱ የፈጠሩትን ሀገርና ድንበር ጠብቆ ለማስጠበቅ የሚደረግ እንቅስቃሴ ሆኖ ይገኛል። ጦር ሰባቂዎቹ የዋጁትን ጦርነቶች ቅዱስ ጦርነት እስከ ማለት የሚዘልቅ፣ ለመሪዎቹ ሀውልት ተክለው የልደትና የሙት ዓመትን እያከበሩ መኖሩን የታማኝነታቸው መገለጫ አድርገው ይወስዱታል።

ጦር ቀስቃሾቹ በተለምዶ የሀገራት አባት ተደርገው የሚወሰዱባቸውም አጋጣሚዎች በርካታ ናቸው። የእንግሊዙ ጆርጅ ሊውስ፣ የአሜሪካው ጆርጅ ዋሽንግተን፣ የፈረንሳዩ ናፖሊዮን ቦናፓርት፣ የጀርመኑ አዶልፍ ሂትለር፣ የጣሊያኑ ቤንቶ ሞሶሎኒ፣ የራሽያው ቭላድሚር ሌኒን፣ የህንዱ ማህተመ ጋንዲ፣ የቻይናው ማኦ ዘዶንግ፣ የደቡብ አፍሪካው ኔልሰን ማንዴላ፣ የኬኒያው ጆሞ ኬኒያታ፣ የታንዛኒያው ጁሊየስ ኔሬሬና የጋናው ኩዋሜ ንኩሩማ በዚህ መንገድ ስማቸው ከሚነሳው ውስጥ ናቸው።

ከዚህ በተቃራኒ የቆመው ቡድን ደግሞ ያለፈው ታሪክ ተበዳይ ሆኖ የትላንቱን ጦርሰባቂዎች በመውቀስና በመክሰስ ላይ የተመረኮዘ ብሔርተኝነት ያራምዳል። ከዚህ አንጻር የብሔር ማንነታቸውን የበደሉ መነሻ አድርገው በመሳል፣ የመሰባሰቢያና የነጻነት ትግል መቀስቀሻም አድርገው ይጠቀሙበታሉ። የትላንቱን ጦር ቀስቃሾችና የሀገር አባት የሚባሉቱን መቃወም፣ መተቸት፣ መዝለፍና ማራከስ ደግሞ ለብሔር ማንነታቸው ታማኝነትን ማሳየት ተደርጎ ስለሚወሰድ የተቃወመ፣ የተቸና የተገዳደረ ሰው ጀግናና ጥሩ ብሔርተኛ ተደርጎ ይወሰዳል።

በአጠቃላይ ግን የብሔርተኝነት እንቅስቃሴዎች ያለፈውን ታሪክ፣ በታሪክ አጋጣሚ የተፈጠሩ የጦርነት ክስተቶች፣ የጦርነቶቹ ውጤት የሆኑ ሀገራትንና

መሪዎቻቸውን በመውቀስና በማንገስ ላይ የተገነቡ ናቸው ማለት ይቻላል። አንዱ ቡድን በታሪክ አጋጣሚ የተፈጠሩ ነገሮችን የማስቀጠል ብሔርተኝነት ሲያቀነቅን ሌላኛው ቡድን ደግሞ ነባራዊውን ሁኔታ የመለወጥ ብሔርተኝነት ያቀነቅናል። ይሄ በሀገራችን ኢትዮጵያም በግልጽ የሚንጸባረቅ ጉዳይ ነው። የሙገሳና የወቀሳ ብሔርተኝነት በተለይ ከማስፋፊያ ጦርነቱ ጋር በተገናኘ በሠፊው የሚነሳ ርዕሰ ጉዳይ ነው።

ብሔርተኝነት በራሱ አወዛጋቢ ጽንሰ ሀሳብ ስለመሆኑ ከላይ በሠፊው አንስተን ነበር። ስሙ ሲጠራ ብዙ ሰው ይፍረከረካል ትላለች አይሁዳዊቷ ዬኤል ታምር። አወዛጋቢ ጽንሰ ሀሳብ ብቻም ሳይሆን እጅግ በጣም ከባድ ተጽኖ ፈጣሪ አመለካከት ነው። ከዚህም የተነሳ በርካታ የፖለቲካ ርዕዮቶች በተወሰነ መልኩም ቢሆን የብሔርተኝነትን ንድፈ ሀሳብ ወስደው ከራሳቸው ሀሳብ ጋር በመቀላቀል ለመጠቀም ሞክረዋል። ሥርዓትን ከሚቃወሙ የአናርኪና የኮሙኒዝም አስተሳሰብ በስተቀር ሁሉም የፖለቲካ ርዕዮቶች የብሔርተኝነትን አስተሳሰብ በአንድ ወይም በሌላ መልኩ ለመጠቀም ሙከራ አድርገዋል። በሌላ አገላለጽ ሊበራሉም፣ ወግ አጥባቂውም፣ ዴሞክራቱም፣ አምባገነኑም፣ አቃፊውም፣ አግላዩም፣ ተስፋፊውም፣ ፀረ-ተስፋፊውም እኩል ተጠቅሞበታል። ይህን ጉዳይ የብሔርተኝነት ዓይነቶችን ስንመለከት የምንመለስበት ይሆናል። ብሔርተኝነት በተለያየ ቡድን ለተለያየ አገልግሎት ጥቅም ላይ ውሏል። ብሔርተኝነት ቅኝ ለመግዛትም ነጻ ለማውጣትም ጥቅም ላይ ውሏል። ከዚህም አለፍ ብሎ ብሔርተኝነት ዴሞክራሲያዊ እንዲሁም አምባገነናዊና ፋሽስታዊ ሥርዓትን ለመገንባትም አገልግሏል። በግራ ዘመሙ እንዲሁም በቀኝ ዘመሙ ቡድን እኩል ጥቅም ላይ ውሏል። ይሄ ባህሪው ደግሞ አወዛጋቢ አድርጎታል። አወዛጋቢ ያደረገው ግን የጽንሰ ሀሳቡ ይዘት ሳይሆን በጽንሰ ሀሳቡ ዙሪያ ያለው የፖለቲካ አመለካከት እና የተለያዩ ቡድኖች ለተቃረነ ዓላማ መጠቀማቸው እንዲሁም በአስተሳሰቡ ዙሪያ የተሰሩ የፕሮፖጋንዳ ሴራዎች ናቸው።

ብሔር-ተኝነት

በጠንካራ መሠረት ላይ የተገነባው ብሔርተኝነት ከኢምፔሪያሊዝም ጋር በመጋጨት ኢምፓየሮችን አፍርሷል፤ በሃያኛው ክፍለ ዘመን በአሸናፊነት የወጣውን ሊበራሊዝምንም አሁን እያሽመደመደ እንደሆነ በሰፊው ይነገራል። ዓለም አቀፋዊነትን ሲያቀነቅኑ የነበሩ ሀገራት በስደተኞች ላይ በር መዝጋታቸው ብሔርተኝነት ምን ያህል እየገነነ እንደሆነ ያረጋገጠ ነው፤ የዓለማችን ሰላም፤ ብልጽግናና ሀገራዊ አንድነት በብሔርተኝነት ውስጥ የሚረጋገጥ ነው የሚሉ ድምጾች ጎልተው እየወጡ ይገኛሉ።

በጽንሰ ሀሳብ ደረጃ ብሔርተኝነት ሰዎች ለብሔራቸዉና ለብሔራዊ ማንነታቸው የሚኖራቸው ስሜትና አመለካከት፣ ዓለም የተሻለች የምትሆነው ብሔሮች የራሳቸውን ዕድል በራሳቸው መወሰን ሲችሉ ነው የሚል ርዕዮተ-ዓለማዊ አስተሳሰብና ለዚህ ዓላማ በሚደረገው እንቅስቃሴ ሰዎችን የሚያሰባስብና የሚያደራጅ የመደራጃ መርሆ ነዉ። ስለዚህ የብሔርተኝነት መሰረቱ "ብሔር" የሚለው ጽንሰ ሀሳብ ነዉ ማለት ነዉ። ስለሆነም የብሔርተኝነትን ትርጉም እና ተያያዥ ጉዳዮችን ከማየታችን በፊት የጽንሰ ሀሳቡ መሠረት የሆነውን "ብሔር"ን መረዳት የግድ ይሆናል።

በዚህ የመጽሐፉ ክፍል ቅኝታችንን "ብሔር ምንድነው?" በሚለዉ ጥያቄ እንጀምራለን፤ የብሔርና የብሔርተኝነትን ትርጉም እና ተያያዥ ጉዳዮችን፤ የተለያዩ የብሔርና የብሔርተኝነት አተያዮችን እንዲሁም የብሔርተኝነት ርዕዮተ-ዓለማዊ ገፅታና ዓይነቶች፣ በብሔር፤ በሀገረ-መንግስትና በመንግስት መካከል ያለውን ግንኙነትና ብሔርተኝነትና ሀገር ቤትን እንቃኛለን። በክፍሉ ሁለተኛው ምዕራፍ የአመለካከት ፍጥጫን እና ሁለቱን የዓለም ጦርነቶች ከብሔርተኝነት አንጻር እንቃኛለን። በምዕራፍ ሶስት ደግሞ ዘመናዊ የብሔርተኝነት እንቅስቃሴዎችን ምሳሌ ወስደን እናያለን።

ምዕራፍ 5

ብሔር፣ ብሔርተኝነትና ሀገር

ብሔርንም ሆነ ብሔርተኝነትን በማያሻማ መንገድ መግለጽ አዳጋች ነው። ብሔርና ብሔርተኝነት ብሔርተኞች የሚሰጡትን ትርጉም ይይዛል ይባላል። ጽንሰ ሀሳቡን ሶስኦሎጂስቶችም ሆኑ የታሪክ ምሁራን፣ የፖለቲካ ሳይንቲስቶች ሆኑ የስነ-ልቦና ሊቃውንት በተመሳሳይ መንገድ አይገልጹትም። ቀለል ባለ አገላለጽ ብሔር ሰፊ ቤተሰብ ነው። በአንድ የተወሰነ ግዛት ውስጥ የሚኖር ባለፈው የበለጸገ የጋራ ትውስታ ወይም የወደፊት የጋራ ዕጣ ፈንታና ራዕይ የተሳሰረ ሕዝብ ነው - ብሔር። ይሄ ሕዝብ በዘር፤ በታሪክ፤ በባህል፤ በቋንቋ ወይም በጋራ አሰፋፈር የተሳሰሩና የጋራ ታማኝነትን ያጎለበቱ ሰዎች ስብስብ ነው። ስብስቡ ስለልዕልናው፣ ስለአንድነቱና ስለጋራ ጥቅሙ የነቃ የባህለ-ፖለቲካ ስብስብ ነው የሚሉም አሉ። በአጠቃላይ ግን "ብሔር" የሰዎችን ትስስር የሚያመላክት ጽንሰ ሀሳብ ነው። ትስስሩ በዋናነት በጋራ ቋንቋ፣ ባህል፣ ታሪክ፣ መልከዓ-ምድራዊ አሰፋፈርና ስነ-ልቦና ላይ የተመሰረተና የረጋ ማኅበረሰብ የፈጠረ ትስስር መሆን እንዳለበትም የማኅበረሰብ ሳይንስ ባለሙያዎች ያስቀምጣሉ።

በአንድ በኩል የብሔር ዋነኛ መገለጫ መልከዓ-ምድራዊ አሰፋፈር ነው የሚሉ አሉ። ምክንያቱ ደግሞ መልከዓ-ምድራዊ አሰፋፈር ሌሎች መገለጫዎችን ሁሉ የሚወስን ስለሆነ ነው ይላሉ። በሌላ በኩል ደግሞ የብሔር ዋነኛ

መገለጫ የፖለቲካ ንቃተ ህሊና ነው ይላሉ። ከዚሁ ጋር ተያይዞ የብሔርን መፈጠር ከትምህርት መስፋፋትና ከሰው ልጅ ንቃተ ህሊና መጎልበት ጋር የሚያስተሳስሩ በርካታ ምሁራን እንዳሉ ሁሉ ብሔር ከሰው ልጅ መፈጠር ጋር አብሮ የመጣ ጽንሰ ሀሳብ ነው የሚሉም በርካታ ናቸው።

ብሔር "የዕለት-ተዕለት ህዝበ ውሳኔ" ነው ይላል ኤርነስት ሬናን የተባለ የፈረንሳይ የታሪክ ምሁር። እ.ኤ.አ በ1882 ለመጀመሪያ ጊዜ "ብሔር" የሚለውን ቃል ለመተርጎም የሞከረው ሬናን "ብሔር" የሕዝብ የጋራ ማንነት በሚፈጥሩ የግለሰቦች ነጻ ፈቃድ ላይ የሚመሠረት ቡድንተኝነት ነው ይላል። ብሔር ነብስና መንፈሳዊ መርህ ነውም ይላል ሬናን። ይሄ ነብስ ወይም መንፈሳዊ መርህ በዋናነት በሁለት ነገሮች ላይ ይመሰረታል። አንደኛው ያለፈውና የጋራ ንብረት የሆነው የበለጸገ የትዝታ ውርስ (memory) ሲሆን ሌላኛው ደግሞ የዛሬው ስምምነትና አብሮ የመኖር ፍቃድና ፍላጎት እንዲሁም ሰዎች የተቀበሉትን ቅርስ ለማስቀጠል የሚገቡት ቃልኪዳን ነው። የአንድ ብሔር ህልውናና ጥንካሬ የሚለካው አባላቱ በጋራ በሚያስታውሱት ትውስታ (Memory) ብቻ ሳይሆን አባላቱ በጋራ በሚረሱት ነገርም ጭምር እንደሆነ ሬናን ይገልፃል። ምክንያቱ ደግሞ በብሔር ግንባታ ሂደት የሚፈጠሩና ሊታወሱ የሚገባ ጥሩ ነገሮች እንዳሉ ሁሉ ሊታከሙና ሊረሱ የሚገባ መጥፎ ድርጊቶችም ስላሉ ነው ይላል።

በተለይ የብዙ ሀገራት እና የብሔርተኝነት እንቅስቃሴዎች መሠረት በአንድም ይሁን በሌላ ከጦርነት ጋር የተገናኘ መሆኑን ስንመለከት ብዙ ጉዳዮች መረሳት እንዳለባቸዉ አያጠያይቅም። በሬናን ትርጉም ላይ ተመርኩዘው ብዙ ጸሐፍት ብሔርን ለመተርጎም ሞክረዋል። ከእነዚህም መካከል እውቁ የፖለቲካ ሳይንቲስት ቤኔዲክት አንደርሰን "ብሔር ታሳቢ የሚደረግ ወይም ምናባዊ ማኅበረሰብ ነው" ብሏል። ታሳቢ የሚደረግበት በርካታ ምክንያቶች እንዳሉትም አንደርሰን ያስቀምጣል። በመጀመሪያ አንድ ሰው የብሔሩን አባላት በሙሉ በአካልና በግለሰብ ደረጃ ሊያውቃቸው ስለማይችልና ታሳቢ ስለሚያደርግ ነው። ሁለተኛው ደግሞ ሰዎች ስለሀገራቸውና

ስለሉዓላዊነታቸው ሲያስቡም እንዲሁ ታሳቢ በማድረግ ነው ይላል። በሦስተኛ ደረጃ ብሔር ታሳቢ ማኅበረሰብ የሚሆንበት ምክንያት ምንም እንኳ በአንድ ብሔር አባላት መካከል ልዩነቶች፣ አለመግባባቶችና ጥላቻዎች ቢኖሩም አባላት እንደ እኩልና ምንም ልዩነት የማይታይበት ስብስብ ተደርጎ የሚታይ በመሆኑ ነው ይላል። ስለሆነም ብሔር ታሳቢ የሚደረግ ማኅበረሰብ (imagined community) ነው ይላል አንደርሰን።

ብሔርተኝነት ደግሞ ስለብሔራችን የሚኖረን ስሜትና የአመለካከት ማዕቀፍ ነው። ብሔርተኝነት ዓለም የሚታይበት ርዕዮተ-ዓለም ነው። ብሔርተኝነት የሰው ልጅን ማሰባሰብና ማደራጀት የሚችል የመደራጃ መርሆ (Organizing Principle) ነው። ጠቅለል ተደርጎ ሲታይ ብሔርተኝነት መሳሪያ ነው ማለት ይቻላል። ይሄን መሳሪያ የተለያዩ ቡድኖች የተለያየ ዓላማ ለማስፈፀም ተጠቅመውበታል። ለበጎ ዓላማ የተጠቀሙበት በጎ ዓላማን አሳክተውበታል። ሀገር ገንብተውበታል። ብሔርተኝነት ትልልቅ ሀገራትን በመበተን ትንንሽ ሀገራትን ለመመስረትም መሳሪያ ሆኖ አገልግሏል። ለሀገር አንድነት፤ ለሰላምና ለልማት እንዲሁ መሳሪያ ሆኖ አገልግሏል።

“ብሔር” በሰው ስምምነትና መልካም ፈቃድ የሚፈጠር የሰዎች ስብስብ ነው? ወይስ በተፈጥሮ የሚገኝ ትስስር ነው? ብሔርተኝነትስ ሰዎች በተፈጥሮ የሚያገኙት ስሜት ነው ውይስ የሚማሩት ነው? ለሚለው ጥያቄ ዛሬም ድረስ በምሁራን መካከል የግንዛቤ ልዩነቶች አሉ። የብሔርና የብሔርተኝነትን አመጣጥ ለማብራራት በዋናነት ሁለት ንድፈ ሐሳቦች ይነሳሉ። የመጀመሪያው ብሔርና ብሔርተኝነት ተፈጥሮአዊ መሠረት አለው የሚል ሲሆን ፕሪሞርዲያሊስት (Primordialists) በሚባሉ ቡድኖች ይቀነቀናል። ሌሎች ደግሞ ብሔርና ብሔርተኝነት ከዘመናዊነት ጋር አብሮ የመጣ አረዳድና አስተሳሰብ ነው የሚል እና ዘመናውያን (Modernists) በሚባሉ ስብስብ የሚቀነቀን አስተሳሰብ ነው። ቀጥለን እነዚህን ሁለቱን አመለካከቶች እንቃኛለን።

ብሔርና ብሔርተኝነት፣ የፕራይሞርድያሊዝም አተያይ

በፕራይሞርዲያል አመለካከት ብሔር የሰው ልጅ ከተፈጠረ ጊዜ ጀምሮ ከሰው ጋር የኖረ የኑሮ ዘይቤ እንደሆነ ይገለፃል። የዘርፉ ባለሞያዎች ብሔር ከሰው ልጅ መፈጠር ጋር በእጅጉ የተቆራኘና ረዘም ያለ ዕድሜ ያስቆጠረ የሰው ልጅ የትስስር ገመድ ስለመሆኑ ያስቀምጣሉ። የተለያዩ የፕራይሞርድያሊዝም ሀሳብ አራማጆች ያሉ መሆኑና ሁሉም ብሔር ተፈጥአዊ መሠረት ብቻ ያለው ስለመሆኑ ባይስማሙም ረጅም ዕድሜ ያስቆጠረ ወይም ከሰው መፈጠር ጋር አብሮ የተከሰተ ስለመሆኑ ግን ከሞላ ጎደል ይስማማሉ።

የዚህ አመለካከት አራማጆች ብሔር የሰው ልጅ ማኅበራዊ እንስሳነት መገለጫ ወይም የቡድንተኝነት አዝማሚያ ማሳያ ነው። ብሔር ሰዎች እርስ በርሳቸው ጠንካራ ግንኙነት ለመፍጠር እንዲሁም ራሳቸውን ከሌሎች እንስሳት በመከላከል ጥቅማቸውን የሚያስጠብቁበት ተፈጥሯዊ መስተጋብር ነው የሚል እምነት ያራምዳሉ። ስለዚህ ብሔር ሰው ራሱን ከተለያዩ ጥቃቶች ለመጠበቅ የሚጠቀምበት መሳሪያ መሆኑን ልብ ይሏል። ተፈጥሮአዊ መሠረትም አለው ይላሉ። “ደም ከልጓም ይስባል” የሚለው ሀገርኛ አገላለጽና “Blood is thicker than water” የሚለው የባህርማዶ አባባል ከፕራይሞርዲያሊስቶች አመለካከት ጋር የሚቀራረብ ሀሳብ ሆኖ ይታያል።

የፕራይሞርዲያሊስት አተያይ በቀደሙት ጊዜያት ብዙ ተከታዮች የነበረው ቢሆንም ከጊዜ ወደ ጊዜ ተከታዮቹን እያጣ የመጣ አስተሳሰብ ሆኗል። ከዚህም በተጨማሪ በአንዳንድ ሀገራት በጠንካራ የሀገር ግንባታ ምክንያት የተለያዩ ሕዝቦች አንድነት ስለማድረጋቸውም ፕራይሞርዲያሊስቶችን ተቀባይነት አሳጥቷል ይላሉ። በርግጥ ፕራይሞርዲያሊዝም ላይ ያለው ትኩረት በአካዳሚክሱ ዓለም እየቀነሰ ቢመጣም የሰው ልጅ ግን አሁንም የፕራይሞርዲያሊዝም አገላለጾችን በዕለት ተዕለት ኑሮው ውስጥ በሠፊው እየተጠቀመበት ይገኛል።

ለማሳያም ያህል መነሻዬ የሚለው (my root) ከምንም ጊዜ በላይ ጥቅም ላይ እየዋለ ይገኛል። የሰው ልጅ የመንቀሳቀስ ዕድሉ እየጨመረ በመጣ ቁጥር ቤቴ ብሎ የሚጠራው ነገር አስፈላጊነትም እየጨመረ መምጣቱን መገንዘብ አያዳግትም። በእርግጥ የሊበራሊዝም መስፋፋት የሰው ልጅ ትስስርን በመቀነስና በማዳከም ላይ የተመሰረተ ስለሆነ የፕራይሞርዲያሊዝምን አመለካከት ለማዳከም የተሰሩ ሥራዎች ሰፊ መሆናቸውን ማንሳት ይቻላል። ይህም የተደረገው የብሔርተኝነትን አመለካከት ከስር መሰረቱ ለማዳከም ይረዳል ተብሎ ስለተገመተም ጭምር ነው ይባላል። በጽንሰ ሀሳብ ደረጃ ግን እንደ ብሔርተኝነት ሁሉ ፕራይሞርዲያሊዝም በራሱ ችግር የሌለበት ሲሆን የሰው ልጅ ዛሬም ራሱን በሠፊው ሲገልጽበት ይስተዋላል።

የፕራይሞርዲያሊዝም ንድፈ ሐሳብ ብሔርና ብሔርተኝነት ሁልጊዜም የነበረና የሚኖር ነው የሚል እምነት አለው።

ብሔርና ብሔርተኝነት፣ የዘመናውያን አተያይ

የዘመናዊነት ንድፈ ሃሳብ ደግሞ ብሔርንና ብሔርተኝነትን በማኅበራዊ ሁኔታ የተገነቡ አድርጎ ይወስዳል። ዘመናዊነት በአሁኑ ጊዜ በብዛት ተቀባይነት ያለው ንድፈ ሃሳብ ነው። ብሔርና ብሔርተኝነት እንደ ኢንዱስትራላይዜሽን፣ ከተሜነትንና የጅምላ ትምህርት በመሳሰሉት የዘመናዊነት ሂደቶች የተነሳ ሀገራዊ ንቃተ ህሊና በመጨመሩ የተፈጠረና የጎለበተ እንደሆነ አድርገው ያነሳሉ። የዚህ ንድፈ ሃሳብ አራማጆች ብሔሮች “በምናብ የሚታሰቡ ማኅበረሰቦች”፣ ብሔርተኝነትን ደግሞ የጋራ ስሜትና ማንነትን የሚያጎናጽፍ እና ግለሰቦችን በፖለቲካዊ አጋርነት የሚያስተሳስር “የተፈለሰፈ ባህል” ነው ሲሉ ይገልጹታል። የዚሁ ንድፈ ሐሳብ አካል ተደርጎ የሚወሰደው ኢትኖሲይምቦሊዝም ደግሞ ብሔሮችና ብሔርተኝነት የምልክት፣ የአፈ-ታሪክ እና የወግ ውጤት እንደሆኑ ያስረዳል።

ብሔር-ተኝነት

በዘመናውያን አተያይ ብሔር በጊዜ ሂደት በተለይም በማኅበራዊ ግንኙነት የተፈጠረ እና ትርጉሙም ከጊዜ ወደ ጊዜ እየተቀየረ የመጣ ነው። ብሔር ተፈጥሯዊነው ከሚሉት በተቃራኒ ብሔር ማኅበራዊ ፈጠራ ነው በማለት የባህል ለውጥን፣ ድንበርን፣ ታሪካዊ ወቅቶችን፣ የግለሰቦችን ሚና፣ ኢኮኖሚያዊና ፖለቲካዊ ምክንያቶችን ለብሔር መፈጠር በምክንያትነት ይጠቅሳል። ስለዚህ ብሔር በማኅበራዊ ፈጠራ ሂደት የሚፈጠር ማንነት ነው ይላሉ። ይሄ ማንነት ግን በብዙ ውሳኔዎቻችን ላይ ጫና በማሳደር ውሳኔዎቻችንን የሚያስለውጠን ማንነት ነው። ምርጫችንን በእጅጉ የሚወስን ማንነት ነው። ብዙ ጊዜ እንደሚባለው ከሌሎች ሰዎች ጋር የሚኖረንን ግንኙነት ብቻ ሳይሆን ስለዓለም የሚኖረንን የማኅበራዊ ስነ-ልቦና የሚወስን የማኅበራዊ ግንባታ ውጤት ነው ይላሉ።

አንደርሰን የብሔርን ጽንሰ-ሀሳብ ማኅበረሰቡ በንቃት እንደሚገነባ ያምናል። ብሔር ራሳቸውን የዚያ ቡድን አካል አድርገው በሚቆጥሩት ሰዎች ማኅበራዊ መስተጋብር ታሳቢ ተደርጎ የተገነባ ማኅበረሰብ ነው ይላል። ብሔር በማኅበራዊ ሂደት የሚገነባ ነው የሚለው አስተሳሰብ ብዙዎችን የሚያስማማ ሀሳብ ቢሆንም መነሻው ምንድነው የሚለው ላይ ግን አሁንም ብዙ ክፍተቶች ያሉበት መሆኑ ይነሳል።

ይህ ማኅበራዊ ግንባታ ለምን አስፈለገ ለሚለው ጥያቄም እንዲሁ የተለያዩ መላ ምቶች ይቀርባሉ። አንዳንዶች ለሰው ልጅ ስነ-ልቦና ጥንካሬ ለመስጠት ነው ሲሉ ሌሎች ደግሞ ብሔር የተፈጠረው ለፖለቲካ ልሂቃን መሳሪያነት (political instrument) እንዲሆን ተብሎ ነው ይላሉ። ብሔርን የፈጠሩት በብሔር ስም የሚነግዱ የፖለቲካ ልሂቃን (ethnic entrepreneurs) ናቸውም ሲሉ አክለዉ ይገልጻሉ። ይህንንም የሚያደርጉት በአንድ ሀገረ-መንግስት ውስጥ ይገባናል የሚሉትን ጥቅም ለማግኘትና ለማሳደግ ለዚህም በፈጠሩት ማንነት ስም በርከት ያሉ ምልምሎችንና ተከታዮችን ለማግኘትና እሱን ተጠቅመው የራሳቸውን ግለሰባዊ ስልጣን ለማጠናከር ነው ይላሉ።

በዚህ አረዳድ ብሔር የፖለቲካ መደራደሪያ መሳሪያ ይሆናል ማለት ነው።

በአጠቃላይ ግን በፕሪይሞርዲያሊስቶችም ሆነ በሞደርኒስቶች መካከል ልዩነቶች አሉ። በፕሪይሞርዲያሊስት የተለያዩ ቡድኖች መካከል ሰፊ ልዩነቶች እንዳሉ ሁሉ በዘመናዊያን መካከልም ልዩነቶች አሉ። ለምሳሌ "ብሔር የማኅበራዊ ሂደት ወጤት ነው" የሚሉት ለብሔር መፈጠር የፖለቲከኞቹን ሚና አጉልተው ሲያሳዩ በተቃራኒው "ብሔር የፖለቲካ ልሂቃን ፈጠራ ነው" የሚሉት ደግሞ ትልቁን ትኩረት የሚሰጡት ለፖለቲካ ልሂቃኑ ብቻ መሆኑ ነው። ከዚህም በተጨማሪ በአንድ ወቅት በልሂቃን የበላይነት የተፈጠረ ብሔርተኝነት ቀስ በቀስ በሕዝብ ዘንድ ሲዘወተር ለብሔር መፈጠር ድርሻው ከፍተኛ ስለሚሆን ሁለቱ አስተሳሰቦች የሚመሳሰሉባቸው ነጥቦች ይበዛሉ።

ብሔርተኝነት፣ ርዕዮተ ዓለማዊ ገፅታና ዓይነቶች

ብሔርተኝነት ሶስት ዋና ዋና ጭብጦች ላይ የቆመ የአስተሳሰብ ማዕቀፍ ነው። የመጀመሪያው ጭብጥ ብሔር የፖለቲካ አደረጃጀት መሠረት መሆን አለበት የሚል ነው። የሰው ልጅ ታማኝነት ከምንም በላይ ለብሔር ነው በሚል እሳቤ ብሔር የፖለቲካ መሠረት መሆን እንዳለበት ብሔርተኞች ይስማማሉ። "ብሔር ብቸኛና እውነተኛ የስልጣን ምንጭ ነው" ይላል ዮራም ሃዞን "The Virtue of Nationalism" በተሰኘ መጽሐፉ። ሁለተኛው የሰው ልጅ በተፈጥሮ የተከፋፈለና በማኅበር የሚኖር እንስሳ መሆኑ ነው። በዚህ ተፈጥሮአዊ የማኅበረሰብ አባል የመሆን ሂደት ደግሞ ብሔርተኝነት ትልቁ አሰባሳቢና የመደራጃ መርሆ እንደሆነ ይነገራል። በሦስተኛ ደረጃ የሚጠቀሰው ጭብጥ ስለነጻነትና የራስን ዕድል በራስ መወሰን ላይ ያለው ግንዛቤ ነው። የራስን ዕድል በራስ መወሰን ሲባል ብዙ ጊዜ ከመገንጠል ጋር ተያይዞ የሚነሳ ቢሆንም መገንጠል ግን አንዱና ምናልባትም የመጨረሻው የራስን ዕድል በራስ የመወሰን አማራጭ ነው።

ብሔር-ተኝነት

ብሔርተኝነት በነዚህ ጭብጦች ላይ የቆመ ዓለምን የምንመለከትበት የፖለቲካ ርዕዮተ-ዓለም ነው። መሪ ንድፈ ሐሳቡም የአንድ ግለሰብ ታማኝነት ከሁሉ የግል ወይም የቡድን ፍላጎቶች በላይ ለብሔሩ ወይም ለብሔረ-መንግስቱ ነው የሚል ነው። ብሔረ-መንግስት ካስፈለገባቸው ምክንያቶች መካከል ደግሞ የመጀመሪያው የሰው ልጅ በተፈጥሮ የተከፋፈለ ስለሆነ ነው የሚል እምነት ላይ የቆመ ነው። ስለሆነም ብሔርተኝነት የብሔርን ማኅበራዊ፣ ፖለቲካዊና ኢኮኖሚያዊ ጥቅም ለማሳደግ የሚጥር ሥርዓት ተደርጎ ሊወሰድ ይችላል። በሌላ በኩል ብሔርተኝነት አንድ ብሔር ከተጋረጠበት የህልውና አደጋ ራሱን ለማዳን የሚጠቀምበት የፖለቲካ ርዕዮተ-ዓለም ነው ሊባልም ይችላል።

አንዳንድ ሰዎች በተለይ የቀኝ ዘመሙ አመለካከት አራማጆች ብሔርተኝነት የርዕዮተ-ዓለም መሠረት የለውም፤ በኩርፍያና በቂም ላይ የተመሰረተ የጥላቻ አመለካከት ነው በማለት ከብሔር-ጠልነት ጋር አመሳስለው ለማቅረብ ይሞክራሉ። ይሁንና የብሔርተኝነት ርዕዮተ-ዓለማዊ መሠረት የሰው ልጅ ተፈጥሮ መሆኑን በክፍል አንድ ለማስነበብ ተሞክሯል። ከዚህም አልፎ የሰው ልጅ በተለያዩ ተፈጥሮአዊና ሰው ሰራሽ ምክንያቶች የተከፋፈለ ነው የሚል እሳቤ ላይ የቆመ አመለካከት ነው። ይህ ክፍፍል የተለያየ መልክና ይዘት ያለው ቢሆንም በዋናነት ጎልቶ የሚታየው በጂኦ-ግራፊያዊ አሰፋፈሩ ነው። የሰው ልጅ የተፈጥሮን ሕግ ባላሸነፈበት ሁኔታ በተራራና በወንዝ ለረጅም ጊዜ ተለያይቶ በመቆየቱ የባህል፤ የቋንቋ፤ የታሪክ እንዲሁም የዘር ግንድ ልዩነቶች እንደተፈጠሩና እየሰፉ መሄዳቸውን ያትታል። እነዚህን መከፋፈሎች በበቂ ሁኔታ ሊይዝ የሚችል እንዲሁም የቋንቋ፣ የባህል፣ የታሪክና የዘር ግንድ አንድነት የሚታይበት "ብሔር" ነው ይላል። የፖለቲካ ዝግመተ ለውጥን የሚያጠኑ ምሁራን እንደሚያስቀምጡት ከሆነ ደግሞ በአደንና ፍራፍሬ ለቀማ ከሚተዳደሩ እስከ ዘመናዊ የመረጃ ማኅበረሰብ ያለውን ብንመለከት የፖለቲካ ትስስራቸው ምንጭ ረጅም ጊዜ አብረው በመኖር የሚፈጠሩ ጋርዮሾች ናቸው ይላሉ።

ክፍፍሎቹና ልዩነቶቹ መሰረታዊ መሆናቸውን ካስቀመጡ በኋላ ለዚህ በተፈጥሮ ለተከፋፈለው የሰው ልጅ ጥሩ የመንግስት ወይም የአስተዳደር ሥርዓት የብሔረ-መንግስት (nation-state) ይሆናል የሚል ዕሳቤ ይይዛል። በዚህ የሀሳብ ሰንሰለትም ብሔርተኝነት ርዕዮተ-ዓለም የመሆን ዕድል ያገኛል ማለት ነው። በቀደመው አስተሳሰብ ብሔርና መንግሰት ወይም ብሔርና ሀገር አንድ መሆን አለባቸው የሚል የዓለም ዕይታ ነበረ። ከዚያ በኋላ ግን በጣም በርካታ ለውጦችና መሻሻሎች እንዳሉ ማንሳት ይቻላል።

ስለሆነም በዚህ አረዳድ የብሔርተኝነት ዋና መሰረቱ የሰው ልጅ ተፈጥሮ ነው ማለት ይቻላል። ኩርፍያና ጥላቻ ባይኖሩም ብሔርተኝነት ራሱን ችሎ ሊኖር የሚችል ጠንካራ መሠረት ላይ የተገነባ አስተሳሰብ መሆኑንም ልብ ይሏል። ይሄ ማለት ግን ብሔርተኝነት ከሌሎች ብሔሮች ጋር ከሚደረገው መስተጋብር ጋር ግንኙነት የለውም ማለት አይደለም። ይሁንና ከሌሎች ብሔሮች ጋር በሚደረግ መስተጋብር የብሔር ጭቆና የሚኖር ከሆነ ብሔርተኝነት ከጭቆና ለመላቀቅ የሚደረግ የነጻነት እና የእኩልነት ትግል ሆኖ የሚታይበት ሁኔታም አለ። ብሔርተኝነት ከጭቆና ለመላቀቅ የሚደረግን ትግል በማጠናከር ጨቋኙን በመቃወምና በመታገል እምርታን ያሳየ በተለይ ከቅኝ ገዥዎች ነጻ ለመውጣት በተደረገው እንቅስቃሴ ውስጥ ጉልህ ሚና እንደነበረው ይታወቃል። የብዙ ነጻ አውጭዎች መሠረትም ነው - ብሔርተኝነት። ለነጻነት የሚደረጉ ብዙ እንቅስቃሴዎች ሞተር ሆኖ ማገልገሉም የሚካድ አይሆንም። ብሔርተኝነት ለነጻነትና ለሉዓላዊነት የሚደረግ እንቅስቃሴ ነው የሚባለውም በዚሁ አውድ ነው።

በአጠቃላይ ብሔርተኝነት ግለጽ የሆነ የርዕዮተ-ዓለም መሠረት ያለው የፖለቲካ አመለካከትና እንቅስቃሴ መሆኑ ሊሰመርበት ይገባል። ይህ ርዕዮት በአሁኑ ዘመን እጅግ ከፍተኛ ኃይልና ፋይዳ ያለው ነው። በግለሰባዊነትና በትናንሽ ጥቅማ ጥቅም የተያዘውን ሰው ማነቃነቅ የቻለ ኃይል ነው። ስለዚህ ለአንድ ሀገር ሰላም፤ ብልጽግናና ዴምክራሲ እንዲሁም አንድነትና ሉዓላዊነት

ትልቅ አበርክቶ የሚኖረው ኃይል መሆኑ ከግንዛቤ ተወስዶ እንዴት አድርገን ለጋራ በጎ ዓላማ እንጠቀምበታለን የሚለው የሁሉም ሰው ጥያቄ መሆን ይኖርበታል። “What is Nationalism?” በሚለው ጽሑፉ ኬክማኖቪች (1996) “ብሔርተኝነት የአንድ ብሔር አባል የመሆን ንቃተ ህሊና ወይም ስሜት ብቻ አይደለም ይላል። ይልቁንስ የአንድን ሀገር ጥንካሬ፣ ነጻነት እና ብልጽግናን የማስቀጠል ቃል ኪዳንም ነው ይላል።

በርግጥ ባለፉት ግማሽ ምዕተ-ዓመታት በኢኮኖሚው ግሎባላይዜሽን እና በፖለቲካው ሊበራላይዜሽን የተቃኘው የምዕራቡ ዓለም ስልጣኔ ሰዎችን ከቡድን ውጭ እንዲያስቡና ግለኝነት እንዲነግስ ብዙ ጥረቶችን አድርጓል። በክርስቲያን የሥነ ምግባር እሴቶች ጥላ ስር ይሰራሉ ተብለው የተወጠኑቱ የኢኮኖሚክ ግሎባላይዜሽን እና ፖለቲካል ሊበራላዜሽን በምድር ላይ ገነትን ለመፍጠር ያስችላሉ ተብለው ነበር። ይሄው ውጥን በምዕራቡ ዓለም ሰው የሚበላውን አጥቶ በረሃብ ከመሞት አብዝቶ በመብላት (obesity) እንዲሞት እንዲሁም በተፈጥሮና በሌላ ሰው እጅ ከሚሞት ራሱን በራሱ በማጥፋት እንዲሞት አስችሏል ይላል ዩቫል ሀራሪ። ስለዚህ የምዕራቡ ዓለም ሊበራሊዝም የሰውን ልጅ ከተፈጥሮ እና ከሌሎች ሰው-ሰራሽ ጫናዎች ነጻ አውጥቶ ብቸኛ የራሱ ጠላት አድርጓል ማለት ይቻላል። ህዝቦቿ ዛሬም ድረስ የሚበሉትን በማጣት እና በማያባራ የርስ በርስ ጦርነት የሚሞቱባት አፍሪካ ደግሞ የዚህ ስልጣኔ እናት ናት።

የኢኮኖሚው ግሎባላይዜሽን እና የፖለቲካው ሊበራላይዜሽን ምዕራባውያኑን ሀብት ያለበት ቦታ በነጻነት እንዲሄዱ አስችሏቸዋል። በዚህ ሂደት በተደረገው የሀብት ብዝበዛም የዓለማችን ሀገራት ደሃና ሀብታም ተብለው ተከፈሉ። ቀድመው የኢኮኖሚክ ግሎባላይዜሽኑን መርህ ተከትለው በንግድ ስም ሀብት የሰበሰቡቱ ቱጃር ሀገራት ተባሉ። የተበዘበዙቱ ደግሞ ደሃ ሆነው ቀሩ። በዓለም ሀገራት መካከል የተፈጠረው የሀብት ልዩነት በዚህ መልኩ የተፈጠረ ነበር።

በኋላ ይሄንኑ መርህ የተከተለ በሚመስል መልኩ “የደሃው ሀገር” ዜጎች ሀብታቸው ወደሄደበት የምዕራብ ሀገራት መሰደድ ጀመሩ። የምዕራቡ ሀገራትም ወደኋላ ማፈግፈግ ጀመሩ። ስደተኞች መጡብን፣ ሥራችንን ወሰዱብን፣ የመንግስትን ወጪ ጨመሩ በማለት ማማረርና ወደ ኋላ ማየት ተጀመረ። በዚህ ሂደት የወሰዱትን ሀብትና ንብረት የሚያስታውስና የሚያነሳው ግን ከቶውኑ የለም። አሁን ላይ ለተፈጠረው ችግር ወደኋላ መመለስ ብቻውን በቂ መፍትሄ እንደሆነ አድርገው ያቀርባሉ። ፈረንሳይ በናፖልዮን ቦናፓርት ዘመን፣ ጀርመን በአዶልፍ ሂትለር፣ ጣሊያን በቤንቶ ሞሶሎኒ፣ ራሽያ በብላድሜር ሌኒን፣ ቻይና በማኦ ዘዶንግን፣ አሜሪካ በጆርጅ ዋሽንግተን ዘመን ወደኋላ መወሰዳቸው የተለመደ ነው።

እሥራኤልም ሰለሞን ያመለከበትና ለአምላኩ መስዋዕት ይሰዋበት ነበር ተብሎ በሚታመንበት ስፍራ እንደገና ቤተ-መቅደስ መልሼ እገነባለሁ ማለትዋ፣ ዶናልድ ትራምፕም “አሜሪካን እንደገና ታላቅ እናደርጋታለን” ማለቱ፣ የኢትዮጵያ መሪዎች “ትልቅ ነበርን ትልቅም እንሆናለን” ማለታቸው በእኩል ደረጃ ወደኋላ መመልከት ነው ብሎ መውሰድ ይቻላል። በእኩል ደረጃ የብሔርተኝነት መገለጫና የወደኋላ ጉዞም ይመስላል። ከዚህም በላይ ዓለም ዳግም አመለካከትን በአጥር ለመለየት እየተንደረደረች እንዳለች ያመላክታል። ዶናልድ ትራምፕ በሜክሲኮና በአሜሪካ መካከል ሊገነባ የነበረው ትልቅ አጥር የርዕዮተ-ዓለም አጥር ነው። በርግጥ እሥራኤልና ሳውዲአረቢያን ጨምሮ ሌሎችም ብዙ ሀገራት እንዲሁ አጥር ማጠራቸውን ልብ ይሏል።

ብሔርተኝነት በተለያዩ ሰዎች በተለያየ መንገድ ሲበየንና ጥቅም ላይ ሲውል እንዲሁም በተለያየ መንገድ ሲከፈል ማየት አዲስ አይደለም። ከላይ እንዳነሳነው ብሔርተኝነትን አንዳንዶች እንደ አዎንታዊ ኃይል ያዩታል። የራስን ባህል፣ ቋንቋና ታሪክ ለማወቅና ለማሳወቅ፣ ለማሳደግና ለመጠበቅ እንዲሁም በራስ ሀገርና ባህል መኩራትና ሉዓላዊነትን ለመጠበቅ እንደሚደረግ

እንቅስቃሴ ይወስዳል። በሌላ በኩል ደግሞ ብሔርተኝነትን እንደ አግላይ፣ ወግ አጥባቂ፣ ጦር ሰባቂና ጸረ-ዴሞክራሲ አመለካከት አድርገው ይመለከታሉ። ከሀገርና ከባህል ፍቅር ጋር ተያይዞ በመልካምነት እንደሚነሳው ሁሉ ጽንፍ ሲይዝ ደግሞ ከጦር እና ከዘር ማጥፋት ጋር ተያይዞ የሚነሳ ጽንስ ሀሳብ ነው። በአጠቃላይ ግን ብሔርተኝነት በሁለት የሚጋጩ አመለካከቶች የተወጠረ ስለመሆኑ ግልጽ ነው። ከዚሁ ጋር በተያያዘ የተለያዩ ምሁራን ብሔርተኝነትን በተለያዩ መንገዶች ይከፍላሉ። ከብሔረሰባዊ ማንነት፤ ከባህል፤ ከኢኮኖሚ እና ከአመለካከት ጋር በተገናኘ የተለያዩ የብሔርተኝነት ዓይነት መኖራቸው እንደተጠበቀ ሆኖ በብዛት ከርዕዮተ ዓለም ጋር በመቀላቀል የሚጠቀሙ ኃይሎች ከርዕዮታቸው ጋር አያይዘው ትርጉም ይሰጡታል። የሚከተሉቱ ከብዙ በጥቂቱ የብሔርተኝነት ዓይነቶች ናቸው ተብለው የሚጠቀሱ ናቸው።

የማኅበረሰብና የሲቪክ ብሔርተኝነት

ማኅበረሰባዊ ብሔርተኝነት ብሔር የሁሉ ነገር መሰረት መሆን አለበት ብሎ የሚያምን የማኅበረ ፖለቲካ አስተሳሰብ ነው። ማኅበረሰባዊ ብሔርተኞች (Communal Nationalists) የሰው ልጅ በተፈጥሮ የተከፋፈለ በመሆኑና "ብሔር" ጥሩ የሰው ማኅበራዊ ሕይወት መገለጫ መሆኑን ያምናሉ። የግለሰብ ታማኝነት ለብሔሩ ስለሚሆን እያንዳንዱ ቡድን የራሱ የሆነ አስተዳደር ወይም ሀገር ቢኖረው ዓለም በተሻለ መንገድ የመመራት ዕድል ይኖራታል ይላሉ። ስለዚህ ለተከፋፈለ የሰው ልጅ ጥሩ የመንግስት ሥርዓት ከማኅበረሰቡ የሚወጣ መንግስት ነው ይላሉ። አንድ ብሔር የራሱ የሆነ መንግስት ወይም የፖለቲካ አስተዳደር እንዲሁም ሀገር ቢኖረው ጥሩ ይሆናል የሚል አመለካከትን ያራምዳሉ።

የሲቪክ ብሔርተኝነት ደግሞ ከማኅበረሰባዊ ብሔርተኝነት በተቃራኒ የቆመና ዜግነት ወይም ሀገራዊ ማንነት የሁሉ ነገር መሰረት መሆን አለበት የሚል የማኅበረ-ፖለቲካ አስተሳሰብ ነው። ሲቪክ ብሔርተኝነት ዜግነት የብሔራዊ ማንነት መሠረት መሆን አለበት የሚል ሀሳብ ያራምዳል። የሰው ልጅ

በተለያየ መንገድ የተከፋፈለ መሆኑን፣ አንድ ሰው የብሔር አባል የመሆን መብቱንና የራሱን ብሔር መገለጫዎች የማወቅ፣ የመንከባከብ፣ የማሳደግና የመጠበቅ መብትና ኃላፊነት ቢቀበሉም ብሔሮች የግድ የራሳቸው መንግስት ወይም አስተዳደር ሊኖራቸው አይገባም የሚል እምነት ያራምዳሉ። ከዚያም አለፍ ብለው ባለብዙ ብሔር መንግስት ወይም ኅብረ-ብሔራዊ (Multi-national) አወቃቀር ፋይዳው ከብሔራዊ መንግስት አወቃቀር የጎላ እንደሚሆንም ያስቀምጣሉ። ብሔር ብሔረሰቦች ተግባብቶና ተባብሮ መኖር ለሰው ልጆች ትልቅ ጠቀሜታ አለው ብለው የሚያምኑ ናቸው።

ወግ አጥባቂ እና ሊበራል ብሔርተኝነት

ወግ አጥባቂ ብሔርተኝነት (Conservative Nationalism) ባህላዊ ማንነትን በማስጠበቅ ይታወቃል። ብሔርን እንደ ተፈጥሮአዊ ልማት በመመልከት የጋራ ባህልን በመጠበቅና በማስተዋወቅ ብሔራዊ መግባባትና መተሳሰርን ማምጣት እንደሚቻል ያምናሉ። ከዚህ በተቃራኒ ያለው ሊበራል ብሔርተኝነት (Liberal Nationalism) ደግሞ ዜግነት የሀገራዊ ማንነት መሠረት መሆን አለበት የሚል ሀሳብ ያራምዳል።

ወግ አጥባቂ ብሔርተኝነት የራሱን ብቻ በማስጠበቅና በማስቀጠል ላይ ትኩረት የሚያደርግ የብሔርተኝነት ዓይነት ነው። ከዚህ በተቃራኒው ያለው የሊበራል ብሔርተኝነት ደግሞ ልክ እንደ ሲቪክ ብሔርተኝነት የሰው ልጅ በተለያየ መንገድ የተከፋፈለ በመሆኑ የራሱን ባህልና ማንነት እያሳደገ ከሌሎች ጋር ደግሞ አብሮ መኖር መቻል አለበት ይላሉ። ምክንያቱ ደግሞ ሁሉም ባህል ለአባላቱ ተመሳሳይ ትርጉምና ጥቅም የሚሰጡ ስለሆነ ነው።

ወግ አጥባቂ ብሔርተኞች እያንዳንዱ ብሔር የራሱ የሆነ መንግስት ያስፈልገዋል ብለው ሲከራከሩ ሊበራሎች ደግሞ ብሔሮች የግድ የራሳቸው መንግስት ወይም አስተዳደር ሊኖራቸው አይገባም ይላሉ። የኅብረ-ብሔራዊ አወቃቀር ፋይዳ የጎላ መሆኑንም ያስቀምጣሉ። ሊበራል ብሔርተኞች

ብዙውን ጊዜ ከሌሎች ብሔር ብሔረሰቦች ጋር ተግባብቶና ተባብሮ መኖር ለሰው ልጆች ትልቅ ጠቀሜታ አለው ብለው የሚያምኑ ናቸው።

እንደ ኢትዮጵያ ላሉ ባለብዙ ባህል፣ ቋንቋና ብሔር ሀገር ዴሞክራሲያዊ ሊብራል ብሔርተኝነት (Democratic Liberal Nationalism) ወይም ኅብረ ብሔራዊ ብሔርተኝነት በጣም ወሳኝና የችግሮቻችን መፍቻ መድኃኒት እንደሚሆን በዚሁ መጥቀስ ይቻላል።

አካታች እና አግላይ ብሔርተኝነት

አካታች ብሔርተኝነት የአንድ ማኅበረሰብ አባላት የሀገሩን ዋና ዋና ምልክቶችን እንዲቀበሉ እና እንዲደግፉ የሚያበረታታ የብሔርተኝነት ዓይነት ነው። የዜግነት ማንነትን መሠረት በማድርግ ግለሰቦች በፈቃደኝነት ወደ አንድ ሀገር መቀላቀል እንደሚችሉም ያስቀምጣል። አካታች ብሔርተኝነት የልዩነት እና የመቻቻል እሴቶችን የሚያከብርና የሚያበረታታ የብሔርተኝነት ዓይነት ነው። አካታች ብሔርተኝነት በሊበራል እሴቶች እና መለኪያዎች ላይ የቆመ በመሆኑ ከሊበራል ብሔርተኝነት ጋር ይቀራረባል።

ከዚህ በተቃራኒው ያለው አግላይ ብሔርተኝነት ደግሞ የቡድኑ አባል ያልሆኑትን ሁሉ በማግለል ላይ የተመረኮዘ እና ብዙ ጊዜ ከአምባገነን መንግስታት ጋር የሚያያዝ ነው። አግላይ ብሔርተኝነት ብዙ ጊዜ ከዘውግ ማንነት ጋር ይያያዛል። በፖለቲካ ዋልታ ላይ ሲቀመጡ አካታች ብሔርተኝነት መካከል ላይ ሲሆን አግላይ የሆነው ብሔርተኝነት ደግሞ ወደቀኝ ርቆ ይገኛል። የልዩነታቸው ቁልፍ መሠረት ለሌሎች ያላቸው አመለካከት ነው።

ተስፋፊ እና ጸረ-ተስፋፊ ብሔርተኝነት

ተስፋፊ ብሔርተኝነት (Expansionist Nationalism) ለራስ ከፍ ያለ ቦታ በመስጠት በተቃራኒው ለሌሎች ዝቅ ያለ ቦታ ከመስጠት የሚመነጭ አመለካከት ነው። እኛ የተሻልን ነን በማለት ወደ ሌሎች ማኅበረሰብ ወይም ድንበር በመስፋፋት ለመቆጣጠር የሚደረገው ጥረትም ከዚህ የመነጨ

ነው። ተስፋፊ ብሔርተኝነት ለቅኝ ግዛት መሠረት የጣለ ብሔርተኝነት ነው። ተስፋፊ ብሔርተኝነት የራስን ንቃተ-ህሊና ከፍ አድርጎ “ሌሎች”ን ደግሞ ዝቅ አድርጎ በንቀትና በጥላቻ ከማየት የሚመነጭ አስተሳሰብ ነው።

ከዚህ በተቃራኒ ያለው ደግሞ ጸረ-ተስፋፊ ወይም ጸረ-ቅኝ ገዥ ብሔርተኝነት (Anti-colonial Nationalism) ነው። ከ18ኛው ከፍለ ዘመን ጀምሮ በወታደራዊ ዘዴዎች በቅኝ ግዛት የተያዙ ሀገራት የራሳቸውን ዕድል በራስ ለመወሰን ብሔራዊ የነጻነት ትግል በመጀመራቸው የተፈጠረ ብሔርተኝነት ነው። በዚህ ትግል ብዙ በቅኝ ገዥ አገዛዝ ስር የነበሩ ሀገራት ከጣልቃ ገብነት ነጻ መሆን እንደቻሉ ይታወቃል። ይህንን የጸረ ቅኝ ግዛት ብሔርተኝነት በ20ኛው ክፍለ ዘመን የብዙውን ዓለም የፖለቲካ መልከዓ ምድር የቀያየረ ነበር። አንደኛው የዓለም ጦርነት ያበቃው በቬርሳይ ስምምነት መሠረት ጀርመን በጦርነቱ ተሸናፊ ሆና እና ለአውሮፓ ሀገራት የራስን ዕድል በራስ የመወሰን መብት በማረጋገጥ ነው። ይሁን እንጂ ስምምነቱ ከአውሮፓ ውጪ ላሉት ሀገራት የራስን ዕድል በራስ የመወሰን መብት አላጎናጸፈም ነበር። ይልቁንም ቀደም ሲል በጀርመን ቅኝ ግዛት ስር የነበሩ ሀገራት ለእንግሊዝ እና ለፈረንሣይ ኢምፓየር ተላልፈው ተሰጡ። በኋላ ግን በጸረ-ተስፋፊ ብሔርተኝነት ነጻነታቸውን ተጎናጸፉ።

ብሔራዊ እና ኅብረ-ብሔራዊ ብሔርተኝነት

“ብሔራዊ” ብሔርተኝነት ልክ እንደ ማኅበረሰባዊና ወግ አጥባቂው ብሔርተኝነት የሰው ልጅ በተፈጥሮው የተከፋፈለ መሆኑን አምኖ አንድ ብሔር አንድ የመንግስት ስርዓት ወይም ሀገር ቢኖረው ይመረጣል ብሎ ያምናል። ስለዚህ “ብሔር ደረጃ” የደረሱ ሕዝቦች ነፃ ሀገር ወይም ብሔራዊ የመንግሥት ሥርዓት ሊኖራቸው ይገባል ይላል። ከዚህ በተቃራኒ ያለው ደግሞ ኅብረ-ብሔራዊ ብሔርተኝነት ነው። ይሄ ደግሞ ብዝሃነት ውበት ነው ብሎ የሚያምን ልክ እንደ ሊበራልና ሲቪክ ብሔርተኝነት የተለያዩ ብሔሮች አንድ ላይ ሆነው በስምምነት የጋራ ሀገር ቢመሰርቱ የፈጠራ አቅም ስለሚጨምር

የተሻለ ተጠቃሚ ይሆናሉ ይላሉ። እንደ ኢትዮጵያ ባሉ የብሔር ብሔረሰቦች ሀገር ውስጥ ኅብረ-ብሔራዊ ብሔርተኝነት በዜግነት ማንነት ላይ የሚገነባና በሀገር ፍቅር የሚገለጽ የብሔርተኝነት ስሜት ነው።

የኃይማኖት ብሔርተኝነት

የኃይማኖት ብሔርተኝነት በኃይማኖት ስም የሚፈጠር አመለካከት ነው። በዋናነትም የሃይማኖታቸውን አመለካከት የሚያንፀባርቁ ሕጎች እንዲወጡ እንዲሁም ኃይማኖት በፖለቲካዊ እና ማኅበራዊ ሕይወት ውስጥ ያለው ሚና እንዲጎላ ይፈልጋሉ። በቀደመው ጊዜ የመንግስትና የኃይማኖት ተቋማት ቁርኝት በነበራቸው ጊዜ የመንግስት የሚባሉ ኃይማኖቶች እንደነበሩ የሚታወቅ ነው።

የክርስቲያን ብሔርተኝነት ለምሳሌ በአሜሪካን ሀገር ኬኬኬ (KKK) በተባለ ቡድን በሠፊው የሚንጸባረቅ ነው። አሜሪካ የክርስቲያን ሀገር ስለሆነች ይሄንኑ የሚገልጹ ምልክቶች በአደባባይ እንዲታዩ እንዲሁም በመንግስት ድጋፍ እንዲደረግላቸውም ይጠይቃሉ። የእስላም ብሔርተኝነት ደግሞ በአረቡ ዓለም በአይ ኤስ አይ ኤስ (ISIS) የሚቀነቀነው ነው። የእስላም ብሔርተኝነት የሚያቀነቅኑ ደግሞ በእስልምና ሕጎች የሚገዛ ሀገርና መንግስት የማቋቋም ዓላማ ያላቸው ናቸው። ከዚህ በተጨማሪ ሊበራሊዚም በክርስቲያን የሥነ ምግባር እሴቶች ጥላ ሥር የተገነባ ስለሆነ በእነዚህ ሁለቱ ብሔርተኝነቶች መካከል ቅራኔዎችን ማስነሳቱ አልቀረም።

ብሔር፤ ሀገረ-መንግስትና መንግስት

ብሔር፤ ሀገረ-መንግስትና መንግስት በዘመናዊ ፖለቲካ ውስጥ በጣም የተሳሰሩና በሰፊው ሥራ ላይ የሚውሉ ግን ትርጉማቸው አሻሚ ሆኖ የሚቀርብ ጽንሰ ሀሳቦች ናቸዉ። ከላይ ለማንሳት እንደተሞከረዉ ብሔር በጋራ ታማኝነት የተሳሰረ ሕዝብን የሚያመላክት ጽንሰ ሀሳብ ነው። የጋራ ታማኝነታቸው በዋናነት የሚገነባውም በሚጋሩት ታሪክ፣ ቋንቋ፤ ባህልና

መልከዓ-ምድራዊ አሰፋፈር እንዲሁም በወደፊት ዕጣ ፋንታቸው ላይ እንደሆነ አንስተናል። ስለሆነም የብሔር አባላትን የሚያስተሳስረው ያለፈ የበለጸገ የጋራ ማስታወሻ እንዲሁም የወደፊት የጋራ ዕጣ ፈንታቸው ይሆናል ማለት ነዉ።

ሀገረ-መንግስት ደግሞ ዓለም-አቀፋዊ እውቅና ያለዉ ድንበር፤ ሕዝብና መንግስት ያለዉ ክልልን ያመላክታል። መንግስት ደግሞ የሆነ ሀገረ-መንግስትን የሚያስተዳድር የፖለቲካ ሥርዓት ይሆናል ማለት ነዉ።

አንድ ብሔር ሉዓላዊ ሀገርና መንግስት ሊኖረው ይችላል። አንድ ብሔር ሉዓላዊ ሀገርና መንግስት ሲኖረዉ ብሔረ-መንግስት ይባላል። ለዚህ ጥሩ ምሳሌ የሚሆኑት ፈረንሳይ፤ ጀርመን፤ ጃፓንና ግብጽ ናቸዉ። ከዚህ በተለየ ሉዓላዊ ያልሆነ ክልላዊ አስተዳደርና ክልላዊ መንግስት የሚኖራቸው ብሔሮችም አሉ። ይሄ የሀገራችን የመንግስት አወቃቀር የሚከተለው ነው። ከዚያም አልፈው የራሳቸው የሆነ መስተዳድርም ሆነ ሀገር እንዲሁም መንግስት የሌላቸው ብሔሮችም በዓለማችን በርካቶች ናቸዉ። የብሔርተኝነት እንቅስቃሴም በብዛት የሚስተዋለው በነዚሁ ሉዓላዊነት በሌላቸው ማኅበረሰብ ዘንዳ ነው። ከዚህ አንጻር ብሔርተኝነት ከሉዓላዊነትና ነጻነት ጋር በእጅጉ የተቆራኘ መሆኑን መረዳት ይቻላል።

በአጠቃላይ ከብሔር ጋር ባላቸዉ ግንኙነት ሀገረ-መንግስታትን በሁለት ዋና ዋና መንገዶች ከፍሎ ማየት ይቻላል። እነዚህም ብሔረ-መንግስት (Nation State) እና ኅብረ-ብሔራዊ ሀገረ-መንግስት (Multinational State) ናቸዉ። ብሔረ-መንግስት አንድ ብሔር የራሱ የሆነ ሉዓላዊ ሀገርና መንግስት ሲኖረዉ የምንጠቀምበት ጽንሰ ሀሳብ ሲሆን ኅብረ-ብሔራዊ ሀገረ-መንግስት ደግሞ ከአንድ በላይ የሆኑ ብሔሮች አንድ ሀገረ-መንግስትና መንግስት ሲጋሩ የምንጠቀምበት ጽንሰ ሀሳብ ነው። ኅብረ-ብሔራዊ ሀገረ-መንግስት ራሱ በሁለት መንገድ ሊታይ ይችላል። የመጀመሪያዉ በአንድ ሀገረ-መንግስት ውስጥ የተጠቃለሉ ብሔሮች በሂደት በማቅለጥ (Melting Pot) ወደ አንድ ሀገራዊ ማንነት ለማምጣት የሞከሩ ሀገረ-መንግስታት ሲሆኑ ሁለተኛዉ ደግሞ ኅብረ-ብሔራዊነትን በማክበር ብዝኃነትን የሚያስተናግዱ ሀገረ-መንግስታት ናቸው።

ብሔርተኝነትና ሀገር ቤት

“ሀገር” የብሔርተኞች ጽንሰ ሀሳብ ነው። ብሔርተኞች ከኢምፔሪያሊስቶች ጋር ባደረጉት እልህ አስጨራሽ ጦርነት ኢምፓየሮችን አፍርሰው የፈጠሩት የጋራ ቤት ነው - ሀገር ቤት። ይሄ ቤት በተለምዶ አንድ ብሔር የሚኖርበት የመሬት ወሰንን፣ የጋራ ታማኝነትን የሚያጠናክሩ የማንነት መገለጫዎችን፣ ነጻ መንግስትንና ታሪክን አንድ ላይ አጭቆ የሚይዝ ነው። ሀገር የሚለው ጽንሰ ሀሳብ ሀገረ-መንግስትንና ብሔርን አንድ ላይ የያዘ ጽንሰ ሀሳብ ነው። “የእናት ሀገር፤ የአባት ሀገር” የሚሉ አገላለፆችም ከብሔርተኞች የተወረሱና ሀገር የቤተሰብ ተቀጥላና የብሔር መኖሪያ መሆኑን ለማሳየት ጥቅም ላይ የሚውሉ ናቸው። በአጭሩ ሀገር ሰፋ ያለ የቤተሰብ ቤት እንደማለት ነው።

ለምሳሌ የእኔ ሀገር ጎሎሌ፤ ሰላሌና ኦሮሚያን በውስጥዋ ያቀፈችው ኢትዮጵያ ናት። ሁሉም ሰው ሀገር ቤት አለው። በሌላ አነጋገር ሰው ሁሉ ቤተሰብ አለው ቤተሰቡም ቤተሰብ አለው። የዚህ የተንዠረገገ ቤተሰብ ቤት ደግሞ ሀገር ቤት ይባላል። ሀገር ቤት በአጭሩ ሰፊ ቤት፣ ሰፊ ቤተሰብ የሚኖርበት ቦታ እንደማለት ነው። ሀገር ቤት የእትብት መቀበሪያ ሲሆን ልጅነቴ ማርና ወተቴ ብለን የቦረቅንበት የማንነታችን መገኛ ማህተምም ነው። ሀገር ቤት አፈር ፈጭተን ጭቃ ያቦካንበት፤ ከብቶች የጠበቅንበት፤ በለምለም መስኮች ላይ የቦረቅንበት፤ የተማርንበትና ያደግንበት ቤታችን ነው። በአጠቃላይ ሀገር ቤት ለቀን ከወጣን እንኳን ተመልሰን የምንገባበት የማንነታችን መሠረት የተጣለበት ማኅበረሰብ ነው - ባላ'ገር!

Anis biyyan qabaa; biyya biyya caaltuu
Biyya too Oromiyaa kan uumaan badhaatuu
“እኔም ሀገር አለኝ፤ ከሀገርም የተሻለች ሀገር

ሀገሬ ኦሮሚያ፤ በተፈጥሮ የበለጸገች” ይላል ታላቁ አርቲስት አሊ ቢራ

ብርሃኑ ሌንጂሶ

ሀገር ቤት ሰው በአካል ብቻ ሳይሆን በደመ-ነብሱ የሚኖርበት የተከለለ ድንበር፣ ባህል፣ ስነ-ልቦና ወይም ትዝታ እንደማለት ነው። የሀገር ቤት መስፈርት ራሱ ከወጡ በኋላም "ተመልሶ መምጣት" ወይም "ወደ ሀገር መመለስ" ነው። ሀገር ቤት የአንድን ሰው ሙሉነት የሚገልጽ ጽንስ ሀሳብ ይመስለኛል። የሰውን ልጅ ሰው ከሚያሰኙት ዋና ዋና ነገሮች ውስጥ ከሌሎች ሰዎች ጋር የሚደረግ መስተጋብር፣ ራሱን/ሷን ከሌሎች ጋር መግለጽና ሀገር ወይም ቤት የሚሉ ነገሮች መኖራቸው ይመስለኛል።

አንድ ሀገር ወይም ሀገር ቤት ደግሞ የራሱ የሆኑ ልዩ መገለጫዎች ይኖሩታሉ። እነዚህ ልዩ መገለጫዎች ደግሞ መሬት ላይ ያሉ የሚዳሰሱ ወይም የሰው አዕምሮ ውስጥ ብቻ ያሉ የማይዳሰሱ ሊሆኑ ይችላሉ። ሀገር ቤት ማስታወሻ ነው። በሰው አዕምሮ ውስጥ ቦታ የሚይዝ፤ የራስ ወይም የቅርብ ሰዎች የተጠራቀመ ማስታወሻ ነው። ሰው ሀገሩን ለቆ ርቆ በሚሄድበት ጊዜ ይህ የማስታወሻ ክፍል ለተለያዩ ጥቃቶች ይጋለጣል። በዚህ መንገድ እየተገፋ፣ እየፈራ፤ እየጠበበና ጊዜ እያለፈበት ይሄዳል። መሬት ላይ ያለውና በሰው አዕምሮ ውስጥ የተያዘውም ማስታወሻ እየተለያየ፣ እየተራራቀ ሲሄድ ማንነት ትርጉም እያጣ ይሄዳል። ይሄ ብዙ ኢትዮጵያውያን ዳያስፖራዎችን የገጠመ ችግር ይመስለኛል። እኔም ገና ወደ ዳያስፖራዊ ዓለም ስቀላቀል የተረዳሁት ጉዳይ ይሄ ነበር። ከዚያ የተነሳ ይመስለኛል እኔ በዳያስፖራው እያለሁ ራሴን ሀገር ቤት መሬት ላይ ካለው ነገር ጋር በቅርብ ርቀት ለማቆየት ወሰንኩ። "ሀገር ቤት"ን ብቸኛ ሀገሬ አድርጌ ለመቀጠል ለራሴ ቃል ገባሁ። ኔዘርላንድስ እያለሁ የፖለቲካ ተሳትፎዬ እየጨመረ መሄዱን የተረዳች አንድ ፕሮፌሰሬ ጥገኝነት እንድጠይቅ ወይም እጄን እንድሰጥ መከረችኝ። እኔም "ከዚህ በኋላ እጄን የምሰጠው ለኢየሱስ ክርስቶስ ብቻ ይሆናል" ብዬ በቀልድ መልክ መለስኩላት።

"ሀገር ቤት" አንድ ብቻ መሆኑን በጽኑ አምናለሁ። የሀገር ጽንስ ሀሳብ ራሱ ይሄን ታሳቢ ያደርጋል። የሰው ልጅ በተፈጥሮ የተከፋፈለ መሆኑን

እና ለእያንዳንዱ ክፉይ ሀገርና መንግስታዊ አስተዳደር እንደሚያስፈልግ በብሔርተኞች ይታመናል። ያንተ ሀገር ማለት ያንተ ሕዝብ፣ ያንተ ባህልና ቋንቋ በሠፊው የሚገለጽበት ቦታ ማለት ነው። ወደድንም ጠላንም የእኛ ሀገር ኢትዮጵያ ናት - በቃ። ኢትዮጵያ ውስጥ ብዙ ችግር መኖሩ ወይም ሌላ ሀገር ችግር መቀነሱ ይሄን እውነታ አይቀይረውም። ሀገራችን ውስጥ የሚታዩ ችግሮችን ማስተካከል የእኛ ፋንታ ነው፣ ካቃተን ደግሞ ከነችግሮቿ የእኛ ሀገር ሆና ትቀጥላለች። ብዙ የእኛ ሰዎች እንደሚሞክሩት ዝም ተብሎ የሌላን ሰው "ሀገር ቤት" የራስ ማድረግ ቀላል የሚሆን አይመስለኝም። ቢያንስ ቢያንስ ማስታወሻ ማጣትን ያስከትላል። ሀገር ቤት ማስታወሻ ነውና። ስለዚህ የሌላን ሰው ሀገር ቤት የራስ ለማድረክ መሞከር ከባድ ውሳኔ ነው። ከብሔርተኝነት መገለጫዎች የመጀመሪያውን መስፈርት እንደመጣስ ይቆጠራል። ብሔርተኛ ማለት የራሱ ሀገር ቤት ያለው ወይም እንዲኖረው የሚታገል ሰው እንደማለት ነው። እኔ ለራሴ ሀገር ቤት ትልቅ ቦታ አለኝ። ስለዚህ እኔ ብሔርተኛ ነኝ ማለትም አይደለ?

ሀገር የሌለው ሰው ሙሉ ሰውነት አይኖረውም። በተለይ ደግሞ እንደ ኢትዮጵያዊ ከሌሎች ጋር ለመቀላቀል የሚከብደው ሕዝብ ሀገር ቤት ብቸኛ አማራጩ ነው። በነገራችን ላይ ከሀገር ቤት ውጭ የሚኖሩ ኢትዮጵያውያን በሁለት መሰረታዊ ፈተና ውስጥ ይኖራሉ የሚል እምነት አለኝ። የመጀመሪያው ከሚኖሩበት ማኅበረሰብ (host society) ጋር በበቂ ሁኔታ ባለመቀላቀላቸውና የዓለምን ነባራዊ ሁኔታ አለመረዳታቸው የሀገራቸው ጉዳይ ብቻውን የቆመ ያስመስለዋል። በሁለተኛ ደረጃ ደግሞ ሀገር ቤት የቀረውን ነገር ሁሉ የማይለወጥ፣ የማይንቀሳቀስ አድርጎ የማየት ችግር ነው። የእነሱ ግንዛቤ፣ የእነሱን ትምህርት ከሀገር ቤት መልቀቅ ጋር ስለሚያገናኙት ሀገር ቤትን ያልለቀቀን ሰው የማይማር፣ የማያውቅ፣ የማይለወጥ እና ደሃ አድርጎ የማየት አዝማሚያዎች በግልጽ ይንፀባረቃል። ይሁንና ይህ ሁኔታ አሁን አሁን እየተለወጠ መሆኑን ተገንዝብያለሁ። በዚህ ምክንያትም ይመስለኛል በብዛት የኢትዮጵያ ዳያስፖራ ከሚኖሩበት ሀገርም ከተወለዱበት

ሀገርም የተለዩ ባህሪዎችን የሚያሳዩት። “የኢትዮጵያ ዳያስፖራ ንቅል ዳያስፖራ ነው” አሉ አንድ ልምድ ጠገብ አምባሳደር። ሀገር ቤትን መውደድና ለሀገር ቤት መቆርቆር በጣም ጥሩ ነገር ነው። ከዚያ በተቃራኒ ደግሞ ያለንበትን አካባቢ አለመረዳት ሀገር ቤትንም ላለመረዳት መሠረት ይጥላልና ጥንቃቄ ይሻል እላለሁ።

ሀገር ውስብስብ ጽንሰ ሀሳብ ነው። ትርጉሙም ከጊዜ ወደ ጊዜ ይቀያየራል። ከምንም በላይ ግን ሀገር ስሜት ይመስለኛል። አያቴ ማሚቴ ገልገሌ ሀገሯ “ኮዬ” ይባላል። ሲሰፋ ወይም አያቴን ሲከፋት ደግሞ አካሌን ይጨመራል። ኮዬ የወንድ አያታችን የሰኚ በዳኔ የትውልድ ቦታ ነው። አካሌ ደግሞ የሴት አያታችን የማሚቴ ገልገሌ የትውልድ ቦታዋ ነው። ልክ ጎሎሌ የእኔ የትውልድ ቦታ እንደሆነው ማለት ነው። ለሴት አያታችን ከኮዬ ውጭ ያለው እንደሌላ ሀገር ይታያል። “ቢያ ኦርማ” ትለዋለች። የባዕድ ሀገር እንደማለት ነው። ታዲያ ጅማ ያሉ ወንድሞቿን ስታስታውስ በሀሳብ ወደ ከተማ ዲምቱ መክነፏ ያልተለመደ ነገር አይደለም። መቼም አያቴ ጅማ ስትሄድ አዲስ አበባን አልፋ በወሊሶ ወልቂጤን አቆራርጣ ነውና ሀገሯ ሰፊ ለመሆኑ ጥርጣሬ አይገባትም። ስለዚህ ኮዬን ሀገር ብላ ስትጠራ በሀገር ውስጥ ሀገር ስለመኖሩ ታሳቢ አድርጋ ይመስለኛል። እውነት ነው፣ ሀገር ሰንሰለት ናት። ብዙ ደረጃዎች አሏት። እኔ እንኳን ሙሉ ኢትዮጵያን ለመተዋወቅ አምስት ሀገራትን ማለትም የትውልድ ሀገሬን (ጎሌሌን)፣ ቀበሌያችን (ሁዬ ጎሴን)፣ ወረዳችን (ኩዩን/ገርበ ጉራቻን)፣ ዞናችንን (ሰላሌን) እና ክልላችን (ኦሮሚያን) ደረጃ በደረጃ አልፌ ነበር ሙሉ ኢትዮጵያን የተዋወቅኳት።እርሱ ብቻ አይደለም የራስህን ሀገር ለመረዳት የግድ የሌሎችን ማወቅና መረዳት ያስፈልጋል። በንጽጽር የሚገኝ እውቀት ነው ማለት ነው።

በ1896ቱም ሆነ በ1935ቱ የጣልያን ወረራ ጊዜ በጣም በርካታ ሰዎች ከትውልድ አካባቢዬ እንደዘመቱ አያቴ ነግራኛለች። ይሄን ታሪክ ሌሎች በርካታ ጸሐፊዎችም አስፍረውታል። ለምሳሌ በሁለተኛው የጣሊያን ወረራ

ጊዜ ሰላሌ የካሳ ኃይሉ ልጆች የአበራና የአስፋ ወሰን ግዛት እንደነበረች ታሪክ ልብ ይለዋል። ከወሎና ከበጌምድር ቀድሞ ትግራይ የገባው የሰላሌ ጦር እንደነበረ ተጫኔ ጆብሬ የተረጎመው የሀበሻ ጀብዱ የተሰኘው የአዶልፍ ፓርለሳክ መጽሐፍ ላይ ሰፍሯል።

በሻዕቢያና በወያኔ ውጊያም እንዲሁ በርካታ ሰው ዘምቷል፤ ተሰውቷልም። የመንጌን ጦርነቶች በመዋጋትም ወደርየለሽ ሚና ነበረው የሰላሌ ሕዝብ። በኋላም በዚሁ አተያይ ይመስለኛል በመሰረተ ልማት ጥሩ ደረጃ ላይ የነበረው አካባቢ መጨረሻ ሆነ። የአማራ ብሔርተኞች የሸዋው አማራ በደል የሚሉት ጽዋ የሸዋ ኦሮሞውንም የደረሰው መሆኑ ልብ ይሏል። በየነ አረዶ የተባሉ አንድ የሰፈራችን አዝማሪ ወጣቱ ለዘመቻው በአምበሳ አውቶብስ ሲጓዝ አይተው እንዲህ ብለው ነበር፣

Baale laalee balaanbassaan Baale laalee

Baxana ijoollee Salaalee

Dura goruuf waanan wallaalee

ባለአንበሳው ወደ ባሌ ሲዞር ያዜመው ዜማ ነበር። በተመሳሳይ መልኩ እኔ የዘጠነኛ ክፍል ተማሪ ሳለሁ የመለስ ዜናዊ እና የኢሳያስ አፈወርቂ የፈንጠዝያ ጦርነት ሲጀመር ከትምህርት ቤት ተጠርተን እናት ሀገራችን ላይ የተቃጣውን ጦርነት ለመመከት እንድትዘምቱ እንጠይቃለን አሉን። እኛም የእናት ሀገር ትርጉም ላይ አላስፈላጊ ክርክር በማስነሳት ስብሰባውን አስተጓጎልነው። በርግጥ በየነ አረዶ በተመሳሳይ ጊዜ የኤርትራ ጉዳይ ላይ ያለውን አቋም እንዲህ ብሎ ገልጾ ነበር።

Emmolee yaa garba ciisaa

Eeritraa maaltu gadhiisaa...

ብቻዓለምላይብዙሀገራትእንዳሉሁሉሀገርውስጥምሀገራትስለመኖራቸው፣ ሀገሮቹም የተለያየ ፍላጎቶችን ለማሟላት እንደሚውሉ ማስቀመጥ ይቻላል።

አንዱ የኢኮኖሚ ጥቅማችንን ሲያስከብር ሌላኛው የማንነታችን ትርጉም መሠረት ይጥላል። በዓለማችን የምንፈልጋቸውን ነገሮች ሁሉ በአንድ ላይ እንድናገኝ ታሳቢ ተደርጎ ይመስለኛል ሀገር ሰፋ ያለ ይሆናል። በዚህ አግባብ ሀገር መሳሪያ ይሆናል ማለት ነው። ጥቅማችንን የምናስከብርበት መሳሪያ። የዚህ መሳሪያ ጥንካሬ ደግሞ ለጥቅማችን መከበር መሰረታዊ ነው። ጠንካራ ሀገር ለዜጎች ጥቅም መከበር አስፈላጊ ነው። የኦቾሎኒ ፍሬ የሚያካክሉ ሀገራትን መስርተን የምንፈልገውን ጥቅም እናገኛለን ብሎ ማሰብ የዋህነት ነው።

በዚሁም ምክንያት ተደራራቢ እንዲሆን የሚፈለገው ብሔር እና ሀገር ወይም መንግስት የሚለያዩበት ሁኔታ ይፈጠራል ማለት ነው። ሀገር ብሔር፣ ብሔርም ሀገር (ብሔረ-መንግስት) የሚሆንበት አጋጣሚ እንዳለ ሁሉ (under the concept of nation state)፣ ሀገር የብዙ ብሔሮች ስብስብ (multinational state) የሚሆንበት ሁኔታም አለ። በሌላ በኩል ሀገር እንደየሁኔታው የተለያየ ትርጉም ሊሰጥ የሚችል ጽንሰ ሀሳብ ነው። በሀገራችን ነባራዊ ሁኔታ ሀገር ማለት አንድ ሰው የሚኖርበት ወይም ቤት ብሎ የሚጠራው ቦታ ወይም ስፍራ ሊሆን ይችላል። ወይ ዘመድ አዝማድ፣ ጎሳ ያለበት ስፍራ (Space) ሊሆን ይችላል። በሀገርና በብሔር መካከል ያለው ግንኙነትና ልዩነትን በተመለከተ ትልቁ ጥያቄ ያለው ለእያንዳንዱ ብሔር ሀገር ወይም መንግስት ያስፈልጋል ወይስ ለጥቅማቸው በሚያመች መንገድ ብዙ ብሔሮች አንድ ላይ ሆነው የጋራ ሀገር ወይም መንግስት ቢኖራቸው ይሻላል የሚለው ነው።

ኢትዮጵያ ከሰማንያ በላይ ብሔሮች ያሏት ሀገር ናት። በርግጥ ይሄ ቁጥር መፈተሽ እንዳለበት አንዳንድ ጸሐፍት ያነሳሉ። ለአንድ ብሔር አንድ ሀገር ከተባለ ሰማንያ ኦቾሎኒ የሚያካክሉ ሀገራት ሊኖሩ ይችላሉ ማለት ነው። ቀጣዩ ጥያቄ ይሄ ይጠቅማል ወይ የሚለዉ ነው። ተወዳዳሪስ መሆን ይችላሉ ወይ ነው? መልሱ ቀላል ነው። አይችሉም። የኢትዮጵያ ብሔሮች ዕጣ ፋንታ የተሳሰረ ነው። በሀገራችን የብሔር ልዩነት በኃይማኖት አንድነት ይታሰራል።

በማኅበራዊ ትስስር ይጋመዳል። ስለዚህ የኢትዮጵያ ሕዝብ ጥሩ አማራጭ ተባብሮ፣ ተመካክሮና ተስማምቶ አንድ ጠንካራ የፖለቲካ ማኅበረሰብ መገንባት ነው። እስከ ዛሬም ይሄንን ማድረግ አለመቻላችን አሳዛኝ ነው። አሁን ግን ለማሳካት ስትራቴጂካዊ ትኩረታችን መሆን አለበት። ከዚህ አንጻር ብሔርተኛ ለጋራ ጥቅም የሚተጋ ሰው ይሆናል ማለት ነው። የራስን ብሔር ጥቅም ብቻ እንኳን ለማስከበር የሌሎቹንም ማስከበር የግድ የሚሆንበት ሁኔታ ውስጥ እንዳለን የሚገነዘብ ሰው ነው ብሔርተኛው።

ወደ ሀገር ቤት መመለሴን እንደምሳሌ

"

ሞኝ የተሰደደበትን ሀገር ከሀገር ቤት ጋር ያምታታል።

የኦሮሞ ብሂል

እኔ በትምህርትና በስራ ምክንያት በርካታ ሀገራት ላይ ከዞርኩ በኋላ ወደ ኢትዮጵያ ተመለስኩ። ደም ከልጓም ይስባል ይባል የለም? ራሴን ኢትዮጵያ ውስጥ ማየት እወዳለሁ። ቤተሰቦቼ፣ ጓደኞቼና አካባቢዬ ተሰናስለዉ የማንነቴ ትርጉም ስለሆነ ይመስለኛል። የማልፈልጋቸው ቢቀየሩ ደስ የሚሉኝ ብዙ ነገሮች አሉ። እነዚህን ለመቀየር ብሔርተኛ መሆን አስፈላጊ ብቻ ሳይሆን የግድ ነው ብዬም አምናለሁ። ታግዬ ለመለወጥ ብሎም ማስለወጥ ድረስ የሚሄድ ብሔርተኛ መሆን እንዳለብኝ አውቃለሁ። አንዳንዴ የእኔ ዘረ-መል (Gene) የተሰራው ለኢትዮጵያ ታሳቢ ተደርጎ ነውና ጤናማ ኑሮ ለመኖር ወደ ኢትዮጵያ መመለስ የግድ ነው የሚል በሳይንስም የተደገፈ የሚመስል ሙሉ እምነት ይገዜ ራሴን አገኛለሁ።

ናይሮቢ እያለሁ ጠቅላይ ሚኒስትር ዐቢይ አሕመድ (ዶ/ር)፤ የወቅቱ የኦሮሚያ ብሔራዊ ክልላዊ መንግስት ፕሬዚዳንት ዶ/ር ለማ መገርሳና የውጭ ጉዳይ ሚኒስትር ዶ/ር ወርቅነህ ገበየሁ ከሌሎች የልዑክ ቡድን አባላት ጋር ለሥራ ጉብኝት ወደ ናይሮቢ ኬኒያ መጡ። በወቅቱም ኬኒያ ስደት ላይ ከነበሩ አቶ

አለማየሁ ከተማ፤ ቶኩቻው አለማየሁና ሀይሉ አበበ ጋር ኢንተርኮንቲነንታል ሆቴል ተገኝተን አቀባበል አደረግንላቸው።

የሞቀ ሰላምታ ከተለዋወጥን በኋላ ወደ አንዱ ክፍል አመራን። የልዑክ ቡድኑ በርካታ ሰዎችን ይዞ ነበር። እኔና አለማየሁ ዶ/ር ለማ መገርሳንና ዶ/ር ወርቅነህ ገበየሁን ተከትለን አንድ ክፍል ገባን። ቁጭ ከማለታችን ክፍሉ ውስጥ ከነበሩ አራት ሰዎች ሶስቱ ፊት ላይ እምባ መፍሰስ ጀመረ። በምን ምክንያት እንዳለቀሱ ዛሬም ድረስ አላውቅም። ነገሩን ለመረዳት ሙከራ ሳደርግ የእኔም እምባዬ መፍሰስ ጀመረ። ለካ ነገሩ እኛ ካሰብነውም በላይ ከባድ ኖሯል የሚለው ጥያቄ መሰለኝ ያስለቀሰኝ። በጣም ተቆጨሁ፤ ቁስላቸውን ለመረዳትና ለመጋራትም ለራሴ ቃል ገባሁ። ከአንድ አምስት ደቂቃ በኋላ ግን እምባችንን ጠራርገን መሳሳቅ ጀመርን። አለማየሁ ከተማን አጥብቀው ጠየቁት። በዚህ መሃል ለምን አብሬያቸው እንዳለቀስኩ አሰብኩ። ሰው የሰው እምባ ብቻ አይቶ አብሮ ለማልቀስ ሌላ ምን ያስፈልግ ይሆን? ኦሮሞ ደሜ (Dhiiga tiyya) የሚለው ነገር አለው። ከዚያ በኋላ የቡድኑ አባል መሆኔን አውጂ አብሬያቸው ወደ ስብሰባ አመራሁ።

በማግስቱ ጠዋት ተመልሼ ከዶ/ር ዐቢይ ጋር ተገናኘን። በወቅቱ ዶ/ር ዐቢይ ብሔርተኝነትን አንኳሰሰ የሚል ውዝግቦች ነበሩ። እኔም በአጋጣሚው ጉዳዩን አንስተን ትንሽ እንድናወጋ ጠየቅኩት። በእርሱ አስተያየት ላይ የራሴን አስተያየት ከመስጠት የእርሱን አተያይ ለማወቅ ሞከርኩ። ለንግግሩ በቂ መከራከሪያ ነጥቦች እንዳለውና ብዙ ሰው እንዳሰበው የአፍ ወለምታ እንዳልሆነ ገባኝ። ብሔርተኝነት ያሳንሳል፤ ሪዳክሽኒስት ነው የሚል በብዙ ጸሐፊዎች ዘንዳ የሚነሳ ሀሳብ ያለው መሰለኝ። በስተመጨረሻም ብሔርተኝነትን በመሰለ ውስብስብና አወዛጋቢ ጉዳይ ላይ አሁን አስተያየት ከመስጠት መቆጠብ ጥቅሙ የጎላ እንደሚሆን አስተያየቴን አከልኩና ተለያየን። በዚህ ወቅት ነበር ዶ/ር ዐቢይ ወደ ሀገር ቤት ተመልሼ ለውጡን እንድደግፍ የጠየቀኝና እኔም አስብበታለሁ ብዬ የተለያየነው።

ከእነሱ ከተለየሁ በኋላ ስለጉዳዩ ከጓደኞቼ ጋር ለመነጋገር ሞከርኩ። ብዙ ሰው ያለበቂ ምክንያት አኮረፈኝ። ለምን እንደሆነ ባላወቅኩት መንገድ ለዓመታት ከተሳተፍኩበት የሕዝብ ትግል እንደተቀነስኩም ገባኝ። በርግጥ ነገሩ የጀመረው ከዚያ በፊት ነበር። ጠቅላይ ሚኒስትሩ የተመረጡ ቀንም በቀጥታ ስርጭት ላይ ተመሳሳይ ነገር ተንጸባርቆ ነበር። ከብዙ ሰው ጋር ለመነጋገርም ሞከርኩ፤ የለውጡን ኃይል ደግፈን በምርጫ ጠንካራ ህዝባዊ መንግስት እንዲመሠረት እናድርግ የሚልም ሀሳብ አቀረብኩ። ይሁንና አንዳንዶች ይሄ በፍፁም አይሆንም የለውጡ መንግስት ራሱን በደንብ ሳያደራጅ እንበትነው የሚል አቋም ያዙ። ሌሎች ደግሞ በአደባባይ በለውጡ አካሄድ ላይ እየተከራከርን ሕዝብ የተሻለ ሀሳብ እንዲያገኝ እናድርግ አሉ። በዚህ ጉዳይ እኔ በርከት ያሉ ዙር ክርክሮችን አድርጌያለሁ። ከእነዚህም መካከል ዐቢይ ብሔርተኛ ነው ወይስ አይደለም በሚል አርዕስት ቢቢሲ ላይ ያደግረኩትን መቼም አልረሳውም። ሌላኛው ቡድን ደግሞ የለውጡን አመራር ደግፈን አበርትተን በምርጫ የተሻለ መንግስት እንዲመሠረት እንሥራ በሚለው ተስማማ።

በነገራችን ላይ ይሄ ታሪክ በ1960ዎቹ በአውሮፓና በሰሜን አሜሪካ ለግራ ዘመሙ ፖለቲካ ከተጋለጡ የኢትዮጵያ ተማሪዎች ታሪክ ጋር በእጅጉ ይመሳሰላል። በ1960ዎቹ በተለያዩ የአውሮፓና የአሜሪካ ዩኒቨርሲቲዎች ትምህርታቸውን ይከታተሉ የነበሩ የኢትዮጵያ ወጣቶች ከግራ ዘመሙ ፖለቲካ ጋር ራሳቸውን ካስተዋወቁ በኋላ አብዮታዊ እንቅስቃሴና የትጥቅ ትግል ለመጀመር የማርክሲስት ሌኒኒስት ፓርቲ ወደ መመስረት ገቡ። ከዚህ እንጻር ዋና መሥሪያ ቤቱን በአልጀርስ ያደረገው የኢትዮጵያ ሕዝብ ነጻነት ድርጅት እና በምዕራብ አውሮፓ የተፈጠረው የመላው ኢትዮጵያ ሶሻሊስት ንቅናቄ የሚጠቀሱ ናቸው።

በ1966 ዓ.ም የተቀሰቀሰው መጠነ ሰፊ ህዝባዊ አመጽ የኢትዮጵያ ተማሪዎች ወደ ሀገር ቤት እንዲመለሱ አደረገ። በዚያም ሀገር ውስጥ በሠፊው የሚነበቡ ድብቅ ጋዜጦች ተቋቋሙ። በኋላ መለዮ ለባሹ አብዮታዊ ሂደቱን ተቆጣጥሮ ንጉሠ ነገሥቱን አስወግዶ “የኢትዮጵያ ሶሻሊዝም”ን መገንባት ጀመረ። በዚህ ሂደት ግራ ዘመሙ የኢትዮጵያ ሲቪል ሁለት ቦታ እንደተከፈለ ይነገራል።

የኢትዮጵያ ሕዝብ ነጻነት ድርጅት ብዙ ትናንሽ ቡድኖችን በማሰባሰብ በ1967 ዓ.ም በይፋ የኢትዮጵያ ሕዝቦች አብዮታዊ ፓርቲ (ኢሕአፓ) የተባለውን የፖለቲካ ድርጅት አቋቋመ።

በኃይሌ ፊዳ የሚመራው የመላው ኢትዮጵያ ሶሻሊስት ንቅናቄ (መኢሶን) እና አንዳንድ በግራ በኩል ያሉት ደግሞ በወታደራዊው መንግስት ማዕቀፍ ውስጥ ሆነው ወታደሩን ርዕዮተ-ዓለም ለማስተማር ወሰኑ። በኋላ የመንግስቱ አምባገነናዊነት እየጨመረ ሄደ። በኢህአፓና በመኢሶን መካከል ያሉ ልዩነቶችም እየሰፉ ሄደው መገዳደል እንደተጀመረ ታሪክ ያስታውሳል። የመንግስቱ ኃይለማሪያም አብዮታዊ ሰደድ እየጠነከረ ሄዶ መኢሶን (ፊድስቶቹ) ድጋፍ የሰጡት ደርግ እየተዳከመ መጣ። በኋላ መኢሶን በሦስት አቅጣጫ ከአዲስ አበባ ወደ ጫካ ወጣ። ደርግም እያሳደደ ጨፈጨፋቸው፣ የተቀሩቱን አሰራቸው። ይህ ድርጊት የሲቪሉን ክንፍ ጉልበት ያዳከመና ሀገርን የጨለማ ማቅ ያለበሰ ክስተት ሆኖ አለፈ። የ1960ዎቹ ትውልድ በኢትዮጵያ ፖለቲካ በጣም ይታወሳል። ስለጊዜው ዛሬም ድረስ ክርክር አለ። ክርክሩ ግን ከታሪኩና ከደረሰው አሰቃቂ ውድመት ምን እንማራለን ሳይሆን የመጀመሪያውን ጥይት ማን ተኮሰ የሚል እርባና ቢስ ክርክር ይመስላል።

በተመሳሳይ ሁኔታ በ2010 ዓ/ም የለውጥ ወቅትም መሰል ሁኔታዎች ተከስተዋል። ይሄውም ልክ እንደ መኢሶን የለውጡን ኃይል ደግፈን ዴሞክራሲያዊ ሽግግሩን እውን እናድርግ የሚልና በተቃራኒው የለውጡን ኃይል አሽመድምደን የመሪነቱን ሚና እንቆጣጠር የሚሉ ተፃራሪ አቋሞች ነበሩ። የ1960ዎቹ ድብቅ ጋዜጣን ይዞ እንደመጣ ሁሉ የ2010 ደግሞ ዲጅታል ሚዲያ ነበረው። የለውጡ መሪዎችና ደጋፊዎች ላይ የተቀናጀና መጠነ ሰፊ የስም ማጥፋት ዘመቻዎች ተከፈቱ። እንደማሳያም በመደበኛና ሌሎችም ማኅበራዊ ሚዲያዎች ከሚሰሩ የስም ማጥፋት ዘመቻዎች በተጨማሪ "የተጠለፈ ትግል" የሚል መጽሐፍ ተጽፎ ለህትመት በቃ። በዚህም ሳያበቃ ችግሩ እየተወሳሰበ ሄዶ በመሪዎች ላይ የግድያ ሙከራዎች ተካሄዱ። ይህ ክስተት በመኢሶን እና በኢህአፓ መካከል ተፈጥሮ ከነበረው ታሪካዊ ተቃርኖ

ጋር በጣም ይመሳሰላል። መሻሻሎቹ እንዳሉ ሆነው ማለት ነው። እኔም በዚህ ተቃርኖ ውስጥ በተለያየ መንገድ ተሳልኩ።

ለተወሰኑ ጊዜያት በዳያስፖራው ከቆየሁ በኋላ ተቋርጦ የነበረን የምርምር ሥራ ለማጠናቀቅ ወደ ኢትዮጵያ ተመለስኩ። የምርምር ሰራዬን ሰርቼ ከመመለሴ በፊት ከወቅቱ የኦሮሚያ ክልላዊ መንግስት ፕሬዝዳንት ከዶ/ር ለማ መገርሳ ጋር ተገናኝተን ተወያይተን ነበር። በውይይቱ ላይ አምባሳደር ብርሃኑ ፀጋዬና ሌሎችም በርካታ ከዳያስፖራ የመጡ ሰዎች ነበሩ። ፕሬዚዳንቱ ለውጡን የገጠሙ ውስጣዊ ፈተናዎችን ጊዜ ወስደው አስረዱን። ወቅቱ ፀጉራቸውን ሹሩባ የተሰሩ ታጣቂዎች ብቅ ብቅ ማለት የጀመሩበት ጊዜ ነበር። እኔም በውይይቱ ላይ ሁለት ነገር ላይ አስተያየት መስጠቴን አስታውሳለሁ። አንዱ የለውጡን ታሪክ ጻፉ የሚል ሲሆን ሁለተኛው ደግሞ መሳሪያ ታጥቀው የሚንቀሳቀሱ ኃይሎችን በጊዜ ተቆጣጠሩ የሚል ነበር። ክቡር ፕሬዝዳንቱ እንቆጣጠረዋለን የሚል አጭርና ቀላል መልስ እንደሰጡም ትዝ ይለኛል።

ምዕራፍ 6

ታላቁ ተቃርኖ: የአመለካከቶች ፍጥጫ እና ሁለቱ የዓለም ጦርነቶች

❖

"

ግሎባላይዜሽን የብሔርተኝነት ተቃርኖ ነው፤ ድንበር ለሌለው አንድ ዓለም የሚታገል አስተሳሰብ ነው።

———

ጎድፍሬይ (2008)

ዓለማችን የብዙ አስተሳሰቦችና አመለካከቶች መድረክ ናት። ከእነዚህ ውስጥ ደግሞ ዓለም-አቀፋዊነትና ብሔርተኝነት ዓለምን ወጥረው የያዙ አስተሳሰቦች መሆናቸው ግልጽ ነው። ሁለቱም ጥንታዊና ኃይማኖታዊ መሠረት ያላቸው ስለመሆናቸው መረጃዎች ይጠቁማሉ። ለሌሎች በርካታ ርዕዮተ-ዓለማዊ አስተሳሰቦችም መሠረት የጣሉ አስተሳሰቦች ስለመሆናቸው ይነገራል። አንዱ የሌላኛው የመጨረሻ ጫፍ ነው የሚሉም አሉ።

93

ዛሬ 'የውሸት ዘፈን' ብለው የሚፈርጁትን ጨምሮ ስለዓለም-አቀፋዊነት ብዙ ተጽፏል፣ ተነግሯል። አዲስ የዓለም ሥርዓት በማለትም አሞካሽተውታል። በተመሳሳይ ሁኔታ ስለብሔርተኝነትም ብዙ ተብሎ ነበር። የቀድሞው የእንግሊዝ ጠቅላይ ሚኒስትር እ.ኤ.አ በ1954 በደቡብ አፍሪካ ካደረገው ንግግር በመነሳት ብሔርተኝነት እንደ አውራቂስ ያለ ነውጠኛ አውሎ ንፋስ እንደሆነ ተነግሯል። "በዓለም ላይ የብሔርተኝነት ንፋስ በኃይለኛው እየነፈሰ ነው" ነበር ያሉት ጠቅላይ ሚኒስትሩ። ይህ ንፋስ መንፈስ ያቆመበትን ጊዜ ለማስታወስ ከባድ ቢሆንም አሁን ላይ ግን ብዙ ሰዎች የንፋሱን ጉልበት እየተገነዘቡ የመጡ ይመስላል።

ቅዱሳን መጽሓፍትና የፖለቲካ ርዕዮተ-ዓለም

በግሌ የኃይማኖት መጽሓፍትን ከሚያነቡ ሰዎች ባልሆንም አልፎ አልፎም ቢሆን ባነበብኩ ቁጥር ግን ሁሌም እንደተሳሳትኩ ይሰማኛል። የኃይማኖት ድርሳናት ለፖለቲካ መሠረት በመጣል የሚወዳደራቸው ያለም አይመስለኝም። ርዕዮተ-ዓለም የሚለው ጽንሰ ሀሳብ ዓለምን የምናይበት የሀሳብ ቀመርን የሚያመላክት ነው። በዓለማችን ላይ ሁለት የፖለቲካ ርዕዮተ-ዓለማት ብቻ እንዳሉ ይሰማኛል። እነዚህም ዓለም-አቀፋዊነት እና ብሔርተኝነት ናቸው። ሁለቱም በተለያዩ መልክ ሊገለጹ ይችላሉ። ለምሳሌ ዓለም-አቀፋዊነት በኢምፔርያሊዝም፣ በሊበራል ኢንተርናሽናሊዝም፣ በኢንተርናሽናል ሶሻሊዝም እና በኮስሞፖሊትያኒዝም መልክና በሌሎችም በርካታ መንገድ ሊቀርብ ይችላል። ሁሉም ግን በአንድም ሆነ በሌላ መንገድ ዓለም-አቀፋዊነትን የሚያቀነቅኑ ናቸው። በተመሳሳይ መንገድ ብሔርተኝነትን የሚያቀነቅኑ አስተሳሰቦችም አሉ። በአጠቃላይ ግን የዓለም አቀፋዊነትም ሆነ የብሔርተኝነት ርዕዮተ ዓለማዊ መሠረት የኃይማኖት መጻሕፍት መሆናቸውን የሚያሳዩ መረጃዎች በርካታ ናቸው።

ጥንታዊ ንጉሣዊያን በተለይም በመካከለኛው ምሥራቅ የነበሩ የኢምፓየር ገዥዎች ራዕያቸውን የሚቀዱት ከአንድ ገንዳ እንደሆነ አፈ ታሪኮች ያሳያሉ። በዋናነት አምላካቸው ለነገሥታቶቹ ተናገረ ተብሎ ከሚታመነውና በቅዱስ

ድርሳናት ከተካተቱ መልዕክቶች እንደሆነም በሠፊው ይታመናል። ለምሳሌ በማርቆስ 16፤15-16 የተጻፈው “ወደ ዓለም ሁሉ ሂዱ ወንጌልንም ለፍጥረት ሁሉ ስበኩ” የሚለው ለክርስትና ኃይማኖት መስፋፋት መሠረት እንደጣለም ይነገራል። ይህ በአሌክሳንደሪያ፣ በሮማን ኢምፓየር፣ በናፖሊዮን ቦናፓርት የፈረንሳይ መገለጥ፣ በጀርመን እና በሩሲያውያን ዘንድ ተቀባይነት አግኝቶ እንደነበርም ይነገራል። በኋላ ይሄው ርዕይ ለመስፋፋትና ለቅኝ ግዛት መሠረት እንደጣለም መረጃዎች ያሳያሉ። ይህ ከእግዚአብሔር ወደ ነገሥታቱ መጣ የተባለው ራዕይ ለኢምፔሪያሊዝም በኋላ ደግሞ ለሊበራል ኢንተርናሽናሊዝም እና ለግሎባሊዝም መሠረት እንደሆነም ይታመናል። በኢትዮጵያም ወንጌልን ለአሕዛብ ማዳረስ የሚለው አካሄድ የማስፋፊያ ጦርነቱ መሠረት ከሆኑ ምክንያቶች አንዱ እንደሆነ ማስታወስ ይቻላል።

ከዚህ ጥቅስ ጋር ይቃረናል ተብሎ የሚታመነው ብቸኛው ጽሑፍ የሚገኘው በዕብራይስጥ ቅዱሳን ጹሑፎች ውስጥ ወይም በተለምዶ ብሉይ ኪዳን ተብሎ በሚጠራው መጽሐፍ ውስጥ ነውም ይባላል። በብሉይ ኪዳን እግዚአብሔር ለሙሴ የተናገረው ከላይ እግዚአብሔር ለነገሥታቱ ተናግሯል ከተባለው ጋር የሚቃረን ነው ይላሉ የአይሁድ ጸሐፊዎች። ቃሉም እንዲህ ይላል “ሕዝብህ የሚኖርበት ድንበር ይህ ነው፤ ድንበር ተሻግራችሁ ጎረቤቶቻችሁን አታስቸግሩ ምክንያቱም መሬታቸው ከእግዚአብሔር ዘንድ የተሰጣቸው ውርስ ነው። ንጉሣችሁንም ሆነ ትርፍ የምታገኙት ከወንድሞቻችሁ መካከል ነው። ባህላችሁንም ሆነ እምነታችሁን ሌሎች ላይ አትጫኑ” እንደተባለ ተጽፏል።

በእሥራኤላውያን አምላክና በሙሴ መካከል ተደረጉ የሚባሉ የመልዕክት ልውውጦችን ሁሉ ብንቃኝ የምናገኘው ስለ ብሔር፣ ግዛት፣ ብሔራዊ መንግስት እና ብሔርተኝነት የሚያመላክቱ መልዕክቶችን ነው። ይህ የብሉይ ኪዳን ጽሑፍ ለብሔራዊ መንግስት ወይም ብሔረ-መንግስት እና ብሔርተኝነት ትልቅ መሠረት የጣለ መሆኑ ዛሬም ድረስ ይታመናል። ስለዚህ በዓለማችን በሠፊው የሚንጸባረቁ ተቃርኖዎች ምንጫቸው የቅዱሳን መጽሐፍት እንደሆኑ በዚሁ ማንሳት የሚቻል ይመስለኛል።

የዓለም አቀፋዊነት እና የብሔርተኝነት ፍጥጫ

"

እኔ ለብሔሬ፣ ላገሬ ሞታለሁ
ሞቼ ስከወዲያኛው እሄዳለሁ
ሄጄም ገነትን ገዛለሁ!

—

ብሔርተኞች

...

"

እስቲ አስቡት ሀገር ባይኖረን
የምንኖርበት ሌሎችን ገድለን
በርግጥ ከባድ አይደለም ማድረግ
ህልመኛ ነው በለኝ ወገኔ
ግን ብቻዬን አይደለሁም እኔ
አንተም ትቀላቀላለህ አንድ ቀን
ለአንድ ዓለም ምሳሌ ለመሆን።

—

የዓለም አቀፋዊነት አጀንዳ አቀንቃኙ ጆን ሌኖን

ዛሬ በዓለማችን የተቃርኖ ጫፍ የሚባለው በሊበራል ኢንተርናሽናሊዝም እና በብሔርተኝነት መካከል ያለው ተቃርኖ ነው። ሊብራል ኢንተርናሽናሊዝም ብዙውን ጊዜ ከሰው ልጅ ነጻነት፣ ልማት፣ ዕድገት እና ብስለት ጋር ተመሳስሎ ይቀርባል። ከዚህም የተነሳ ሰዎች የሊበራሊስት አስተሳሰብ እንዲላበሱና በዚያ አስተሳሰብ ራሳቸውን እንዲገልፁ ይበረታታሉ። ከዚህ በተቃራኒ ብሔርተኝነትን ከትምክህተኝነት፣ ከጥላቻ፣ ከጦርነትና ከዘር ማጽዳት ጋር በማቆራኘት ሰዎች የብሔርተኝነት አስተሳሰብ እንዳይላበሱና ራሳቸውን በዚያ እንዳይገልጹ ለማድረግ ይመከራሉ።

ብሔርተኝነት የሰው ልጅ በባህል፤ በቋንቋ፤ በታሪክ፤ በዘር ግንድ፤ በመልክዓ ምድራዊ አቀማመጥ እና በመሳሰሉት የተከፋፈለ ስለሆነ ለዚህ የተከፋፈለ የሰው ልጅ የተሻለ መንግስት እና የመንግስት ሥርዓት ከዚሁ ክፍል ውስጥ የሚወጣ መንግስት እና የአስተዳደር ሥርዓት ነው ብሎ ያምናል። ስለዚህ ብሔር ያለምንም የውጭ ጣልቃ ገብነት ራሱን በራሱ ማስተዳደር ያለበት፣ የሌላ ብሔር ሕግ ሊጫንበት የማይገባ ብቸኛ እና እውነተኛ የስልጣን ምንጭ ነው የሚል አስተሳሰብም አለው።

በዚህ አስተሳሰብ ነው ብሔርተኝነት ሀገራትን ከኢምፔሪያሊዝም አገዛዝ ነጻ ያወጣውን አብዮት የቀሰቀሰው። ብሔር ብቸኛውና እውነተኛ የስልጣን ምንጭ ነው የሚለው "ብሔርተኝነት" ግዛትን ማስፋፋት እና ኢኮኖሚያዊ፣ ማኅበራዊ እና ባህላዊ ቀንበር መጫንን ዋና ዓላማው ካደረገው ኢምፔሪያሊዝም ጋር በእጅጉ ተላተመ፣ በሂደትም አፈረሰው። ኢምፔሪያሊዝምን ካፈረሰ በኋላም ከሊበራሊዝም ጋር ተመሳሳይ ጦርነት ገጠመ። ከዚህም የተነሳ አንዳንዶች ሊበራል ኢንተርናሽናሊዝምን ከኢምፔሪያሊዝም ጋር ያመሳስሉታል። ሁለቱም ዓለም ከአንድ ማዕከል መመራት አለበት ብለውም ያምናሉ በማለት ይከሳሉ። ልክ እንደ ኢምፔሪያሊዝም ሊበራል ኢንተርናሽናሊዝም ዓለም አቀፋዊ ዕድገት ሊኖር የሚችለው በፖለቲካ ማኅበረሰቦች መካከል የተቀናጀ ትብብር ሲኖር ነው ብሎ ያምናል። ይህን የተቀናጀ ትብብር ደግሞ የሚመራ አንድ ኃይል (እንደ አሜሪካ) መኖር አለበት ብለውም ያምናሉ፣ እንዲኖርም ይሰራሉ።

ሊበራል ኢንተርናሽናሊስቶች ወጥ የሆነ መስፈርት በመጠቀም መንግስታትን አምባገነናዊ እና ዴሞክራሲያዊ መንግስት በማለት ለሁለት ለመከፈልም ይሞክራሉ። ከዚህ በተቃራኒ የቆሙቱ ብሔርተኞች ደግሞ መንግሥትና የመንግስት አስተዳደር ሕዝቡንና ባህሉን በሚመጥንና በሚስማማ መንገድ የሚዋቀር ስለሆነ አውድ ተኮር መመዘኛ ያስፈልገዋል ብለው ያምናሉ። ከዚህ አንጻር ሲታይ የብሔሮች ልዩ ባህል፤ ታሪክና ፍላጎት ላይ የሚመሰረቱ የተለያዩ የመንግስት አስተዳደር ሥርዓቶች ሊኖሩ እንደሚገባ ያስቀምጣሉ።

በርግጥም የምዕራባዊያኑ የዴሞክራሲ ኦርቶዶክስ ለሁሉም ሀገር ይሰራል የሚለው እምነት እየተሸረሸረ መሆኑ ግልጽ ሆኗል።

በብሔርተኞች እምነት የመንግስት ሥርዓቶች የተዋቀሩበትን ባህልና የሕዝብ ስነልቦና ከግንዛቤ ያላስገባ የአምባገነን እና የዴሞክራሲያዊ መንግሥት አገላለጽ ከቁንጽልነትም አልፎ ወደ ፍረጃነት ሊሄድ ይችላል። ዴሞክራሲ ራሱ የብሔር ፕሮጀክት ነው ስለዚህ ዴሞክራሲያዊ መንግስት መገምገም ያለበት የብሔሩን ባህላዊና የሕዝቡን ስነልቦና ማዕከል ባደረገ መንገድ ብቻ መሆን ይኖርበታል ይላሉ። በተለይ የውክልና ዴሞክራሲ ወደ ኦሊጋርኪ እያመራ ከመሄዱ ጋር ተያይዞ የተለያዩ ብሔራዊ ሁኔታን ከግንዛቤ የሚያስገባ የዴሞክራሲ ስርዓት መዘርጋት አስፈላጊ መሆኑ ይታመናል።

ዮራም ሃዞኒ የተባለ እሥራኤላዊ ጸሐፊ ብሔርተኝነት አስፈላጊ የፖለቲካ ግንባታ እና ብቸኛው የነጻ መንግስታት ሥርዓት ነው ይላል። የሊበራል ኢንተርናሽናሊዝም ተቃዋሚ ሆኖ ሕዝቦችን በድንበራቸው ውስጥ በመጠበቅ እና ለገዥነትና ወረራ እንዳይነሳሱ በማድረግ ለነጻነት ጠንካራ ጥበቃ የሚያደርግ ብቸኛ አስተሳሰብ ነው ይላል ሃዞን። የአንድ ሀገር አንድነት እና መረጋጋት ከጋራ ታማኝነት እና የሕዝቦች ወንድማማችነት ስሜት ይመነጫል። ይሄ ደግሞ ብዙ ጊዜ ቋንቋ እና ኃይማኖትን ከመጋራት፤ ከሁሉም በላይ ግን ከጋራ ታሪክ እና ለአንዳንድ የጋራ መርሆች ካለን ጉጉት ይመጣል ይላል። ይህ ግን ልዩነትን ከመቃወም ጋር አንድ ተደርጎ መታየት የለበትም ይልቁኑ ብሔሮች በጎሳ የተደራጁ፣ በቤተሰብና በግለሰብ የተዋቀሩ በመሆናቸው በየደረጃው ሰፊ ልዩነቶች የሚታይባቸው መሆኑ ሊሰመርበት ይገባል ብሎ ይከራከራል።

በርግጥ ሊበራል ኢንተርናሽናሊዝም በሰው ልጅ ልዩነት ውስጥ ጣልቃ መግባት እና አለመቻቻልን እያሳደገ የመጣ ስለመሆኑ በድፍረት መናገር ይቻላል። በዚህ አካሄዱም የሰው ልጅ ከመተባበር ይልቅ እንዲወዳደር፤ ከመተማመን ይልቅ እንዲጠራጠር ተደርጓል። በተቃራኒው ብሔርተኝነት በተፈጥሮ የሰው ልጅ የተከፋፋለ መሆኑን ስለሚያምን ለልዩነቶቹ ዕውቅና በመስጠት ለመቻቻል በር እየከፈተ ነው። “ብሔርተኝነት ራስን የመገደብና የመቻቻል መርህ ነው” ይላል ሃዞኒ። ሊበራል ኢንተርናሽናሊዝም ደግሞ

በተቃራኒው በጣልቃገብነቱ እየታወቀ በመሄድ ይገኛል። የዚህ ግብረ-መልስ በሚመስል መልኩ ብሔርተኝነት ከጊዜ ወደ ጊዜ ከጸረ-ጣልቃ ገብነት በተለይም የምዕራባውያንን ጣልቃ ገብነት ከመቃወም፣ ከሀገር ፍቅር ስሜት እና ጥሩ ዜጋ ከመሆን ጋር በእጅጉ እየተገናኘ መጥቷል። ይህ በዓለም አቀፍ ደረጃ እያደገ የመጣው የብሔርተኝነት እንቅስቃሴም በብዙ ሰዎች ዘንድ ተቀባይነትን እያገኘ እንደሆነ በርካታ ማሳያዎች አሉ።

"

ብሔርተኝነት ወደ ዓለም-አቀፋዊነት የሚወስድ

ዋነኛና ብቸኛው አውራ ጎዳና ነው።

—

አትክን ሆፕሰን (1902)

ከዚህ አንጻር ሲታይ ደግሞ ብሔርተኝነትና ዓለም-አቀፋዊነት የአንድ መስመር ሁለት ጫፎች ናቸው ብሎ መውሰድ ይቻላል። አንዱ ሙሉ በሙሉ እንዲኖር ሌላኛው ሙሉ በሙሉ መጥፋት አለበት የሚለው አስተሳሰብም ዓለማችንን ብዙ ዋጋ አስከፍሏል። ዓለም አቀፉ አውድ የብዙ ብሔሮችና ብሔራዊ መንግስታት ስብስብ መሆኑ የማይካድ ሀቅ ነው። እኛ የተሻልን ነን ዓለም እኛ የምንለውን መምሰል አለባት፣ እንደዚያ ካልሆነ ደግሞ እኛ ጣልቃ ገብተን የማስተካከል ኃላፊነት አለብን የሚሉቱ በተለምዶ ዓለም አቀፋውያን የሚባሉት በርግጥ ጽንፈኛ ብሔርተኞች ናቸው። ለራሳቸው ቡድን ታማኝ የሆኑ ብቻ ሳይሆኑ የእኛ ቡድን ከሌሎች ሁሉ ስለሚበልጥ ሌሎችን መምራት አለበት ብለው የሚያምኑ ናቸው። እነዚህን መጥፎዎቹ ብሔርተኞች ማለት ይቻላል።

የሰው ልጅ በተለያየ መንገድ ተቧድኖ የተለያዩ የማኅበራዊና የፖለቲካ ስርዓቶችን ይመሰርታል። ብሔር የፖለቲካና የኢኮኖሚ ንቃተ ህሊና ያለው አደረጃጀት ነውም ይባላል። ለሌሎች የሰው ልጅ አደረጃጀቶችም ጥሩ መሠረት የሚጥል አደረጃጀት ሳይሆን አይቀርም የሚል እምነትም አለ።

ብሔርተኝነት እና ሁለቱ የዓለም ጦርነቶች

"

የጦርነቱን ማብቂያ ያዩት የሞቱት ብቻ ናቸው።

—

ጆርጅ ሳንታያና (1922)

የሰው ልጅ ሦስት የነብስያ ክፍሎች እንዳሉትና እነዚህም የተለያየ ፍላጎቶች እንዳላቸው በክፍል አንድ በጥልቀት አይተናል። መንፈስ የተባለው የነብስ ክፍል የሰው ልጅ ክብር፣ ዕውቅናና ነጻነት የሚፈልግ ክፍል እንደሆነም ተመልክተናል። ከዚህ ጋር ተያይዞ የሰው ልጅ ክብር፣ ዕውቅናና ነጻነትን የሚፈልገው በምን ደረጃ ነው? የሚለው ጥያቄ አጨቃጫቂ ጥያቄ ሆኖ እንደነበርም አንስተናል። አጨቃጫቂነቱ አሁንም ድረስ የዘለቀ ነው። ከዚህም ጋር ተያይዞ በዋናነት ሁለት ቡድኖች ተፈጥረው እንደነበርና የመጀመሪያው ቡድን የሰው ልጅ ክብርና ነጻነት የሚፈልገውና የሚጠይቀው በግለሰብ ደረጃ ነው የሚል ሲሆን ሁለተኛው ደግሞ ሰው መብቱን የሚፈልገውና የሚጠይቀው በቡድን ደረጃ ነው የሚል እንደነበር አንስተናል።

የመጀመሪያው ቡድን በተለምዶው የግለሰብ መብት አቀንቃኝ ወይም ሊበበራሊስት ሲሆኑ ሁለተኛው ቡድን ደግሞ በተለምዶ የቡድን መብት አቀንቃኝ ወይም ናሽናሊስት ተብሎ የሚጠራውን ቡድን ፈጠረ። ከ18ኛው ክፍለ ዘመን ጀምሮ ኢንዱስትሪ አብዮት በተስፋፋባት አውሮፓ በእነዚህ ሁለት ቡድኖች መካከል በተፈጠሩ መካረሮች ዓለም ለሁለት ታላላቅ ጦርነቶች እንደተዳረገች መረጃዎች ያመላክታሉ።

ወደ ዓለም ጦርነት ከማምራቱም በፊት አውሮፓ ውስጥ በጣም በርካታ ትንንሽ ጦርነቶች ይካሄዱ እንደነበር ይታወቃል። እነዚህ ጦርነቶችና ግጭቶች ዛሬ ሀገር በሆኑት የያኔዎቹ የተለያዩ ቡድኖች ከኤምፓየሮቹ ለመላቀቅ የሚያደርጉት ጦርነት እንደነበረ ይታወሳል። ለምሳሌ ኔዘርላንድስ ሰማንያ ዓመት አካባቢ የፈጀ ጦርነት ውስጥ የቆዩ የሰባት ወረዳዎች ሀገር ናት። ሌሎች

ብዙ የአውሮፓ ሀገራት የብዙ ዓመት ጦርነት ውጤት ናቸው። በአውሮፓ ብቻ ሳይሆን በሌሎችም ሀገራት ተመሳሳይ ታሪክ እንዳለ ይታወቃል። በአንድም ይሁን በሌላ እነዚህ ጦርነቶች ከመብት፣ ነጻነት፣ ራስን በራስ ከማስተዳደርና ከሉዓላዊነት ጋር በእጅጉ የተገናኙ ናቸው ማለት ይቻላል።

አንደኛው የዓለም ጦርነት (1914 - 1919)

"ጦርነቶችን ሁሉ የማቆሚያ ጦርነት" የተባለው የመጀመሪያው የዓለም ጦርነት እ.ኤ.አ በ1914 እንደተጀመረ የታሪክ መረጃዎች ያሳያሉ። ጦርነቶችን ሁሉ የማቆም ጦርነት የተባለበት ምክንያትም በወቅቱ ለዓመታት የቆየውን የፖለቲካ ግጭት ሀገራት አጋር ሆነው በመደጋገፍ እና ቀጣናዊ አለመግባባቶችንና የፖለቲካ ልዩነቶችን ወደ መደምደሚያ ለማምጣት የወሰኑበት ጊዜ ስለነበረ ነው ይባላል።

በዚሁ አካሄድ አውሮፓ ሦስት ትልልቅ ቦታ ተከፍላ ነበር ይባላል። የ"ማዕከላዊ ዞን" የሚባለው መጀመሪያ በጀርመን፣ በኦስትሮ-ሃንጋሪ እና በጣሊያን መንግሥት ሦስትዮሽ ትብብር የተገነባ አጋርነት ነበር። ይሁንና እ.ኤ.አ በ1915 ይህ ጥምረት ፈርሶ ጣሊያን ወጣች፣ የኦቶማን ግዛት እና የቡልጋሪያ መንግሥት ደግሞ ተቀላቀሉ። ይሄ በጀርመን፣ በኦስትሮ-ሃንጋሪ፣ በኦቶማን ኢምፓየርና በቡልጋሪያ የተዋቀረው ቡድን በአካል በአውሮፓ ማዕከላዊ ክፍል ውስጥ ስለሚገኙ "ማዕከላዊ ኃይል" የሚባል ስያሜ መያዛቸውን ጥናቶች ያመላክታሉ።

"የተባበረው ወገን" የተባለው ደግሞ መጀመሪያ በፈረንሳይ፣ በዩናይትድ ኪንግደም እና በሩሲያ ኢምፓየር ሦስትዮሽ ትብብር የተመራ ነበር። ይህ ጥምርም በ1917 መገባደጃ ላይ ሌሎች አጋር ሀገራት ማለትም ሰርቢያ፣ ቤልጂየም፣ ሮማኒያ፣ ጣሊያን፣ ጃፓን እና ግሪክን በመጨመር እንደ አዲስ ተዋቀረ። በ1917 በመደበኛነት ኅብረቱን ሳትቀላቀል አሜሪካ "ለተባበሩት ሀገራት" ወታደራዊ ድጋፍ መስጠት ጀመረች። እነዚህ ደግሞ ከሌሎች አህጉራት በመጡ ሀገራት እና በአካልም ከአውሮፓ አህጉር ውጫዊ ክልል

ውስጥ የሚገኙ ሀገራት ስለሆኑ በትብብር የተመሰረቱ መሆናቸውን ለማሳየት "የተባበሩት ኃይላት" የሚል ስያሜ እንደያዙ ይነገራል።

በሦስተኛ ደረጃ ገለልተኛ ኃይሎች በሚል ስፔን፣ ኔዘርላንድስ፣ ዴንማርክ፣ ስዊድን እና ኖርዌይ የተዋቀሩ ሲሆን የማዕከላዊውና የተባበሩት ኃይሎች በሚያደርጉት የርስ በርስ ጦርነት ውስጥ ላለመሳተፍ ገለልተኛ አቋም የወሰዱ ናቸው። ዓለምን ሦስት ቦታ የከፈለው ይህ አንደኛው የዓለም ጦርነት የተካሄደው እ.ኤ.አ. ከሃምሌ 1914 እስከ ኅዳር 1918 ባለው ጊዜ ውስጥ ሲሆን አጀማመሩም እንደሚከተለው ነበር።

አርክዱክ ፈርዲናንድ የተባለ የኦስትሮ-ሃንጋሪ ግዛት አልጋ ወራሽ እ.ኤ.አ. ሰኔ 28 ቀን 1914 ከባለቤቱ ከሶፊ ጋር የቦስኒያ ዋና ከተማ የሆነችውን ሳራጀቮን ሲጎበኙ ጋቭሪሎ ፕሪንሲፔ በተባለ የ19 ዓመት የሰርቢያ ብሔርተኛ በጥይት ተመትቶ ተገደሉ። አልጋ ወራሹ እና ባለቤቱ የስቴት ሙዚየምን ለመክፈት እና ወታደራዊ እንቅስቃሴዎችን ለመከታተል በሄዱበት ነበር ግድያው የተፈጸመው። በወቅቱ በኦስትሪያ-ሃንጋሪ እና በሰርቢያ መካከል የነበረው ግንኙነት መጥፎ መሆኑ ከግንዛቤ በማስገባት ባለቤቱ ሶፊ አብራው ለመሄድ እንደወሰነችም ይነገራል። በኦስትሪያ-ሃንጋሪ እና በሰርቢያ መካከል የነበረው ውጥረት በወቅቱ የበላይ የሆነውን ስልጣን ለመያዝ በአውሮፓ መንግስታት መካከል ለዓመታት ሲደረግ የቆየው ውጊያ ውጤት እንደ ነበረም ይነገራል። የጥንዶቹ መገደል የኦስትሪያ-ሃንጋሪ ባለስልጣናትን አስቆጥቶ ግጭት ቀሰቀሰ። ይሄው ክስተት ለአንደኛው የዓለም ጦርነት የመጀመሪያውን ችቦ ለኮሰ።

ወራሽ ፈርዲናንድ እና ባለቤቱ በሽጉጥ ከመገደላቸው በፊትም ከእጅ ቦምብ ጥቃት አምልጠው እንደ ነበር ይጠቀሳል። በስድስት ነፍሰ ገዳዮች ጥቃት የተሰነዘረባቸው ፈርዲናንድና ባለቤቱ ሶፊ በኋላ ከሰርቢያ ብሔርተኛ ከፕሪንሲፔ በተሰነዘረ ጥቃት ሕይወታቸው አልፏል። የጥቃቱ ፖለቲካዊ ዓላማም የሰርቢያን ደቡባዊ ስላቭ ግዛት የመቆጣጠር ፍላጎት እንደ ነበር ይወሳል። ይህ የቦስኒያ ክፍልም በኦስትሪያ-ሃንጋሪ ከኦቶማን ኢምፓየር የተጠቃለለ እንደነበር ታሪክ ያወሳል።

የኦስትሮ-ሃንጋሪ ባለስልጣናት በንጉሣዊው ጥንዶች ላይ በደረሰው ጥቃት በመበሳጨታቸውም በሳራዬቮ ውስጥ ተከታታይ የጸረ-ሰርብ አመጽ አስነሳ። በዚህም ምክንያት በርካታ ሰርቦች ቆሰሉ፤ ታሰሩ፤ ሞቱም። የቦስኒያ-ሰርብ እና የሰርብ ንብረት የሆኑ ሕንፃዎች ተቃጠሉ፤ ወደሙ። ይህ ነበር "የሐምሌ ቀውስ" የተሰኘው ብጥብጥ መነሻው።

ከዚያ በፊትም ቢሆን በኦስትሪያ-ሃንጋሪ፣ በጀርመን፣ በፈረንሳይ፣ በሩሲያ እና በብሪታንያ መካከል የፖለቲካ አለመግባባቶች እንደነበሩ ይታወቃል። በወቅቱ በኦስትሪያ-ሃንጋሪ ንጉሳዊያን ቤተሰቦች ላይ በተወሰደው ጥቃት ውስጥ የሰርቢያ ተሳትፎ ግልጽ ቢሆንም እንኳን አሳማኝ ማስረጃ ማግኘት ግን ቀላል አልነበረም። የሆነው ሆኖ ኦስትሪያ ለጦርነት እየተዘጋጀች እንደሆነ ሰርቢያ እርግጠኛ ነበረች። በመሆኑም የሰርቢያ መንግሥት ወታደሮቹ ዝግጁ እንዲሆኑ በማዘዝ ከሩሲያ እርዳታ ጠየቀ። ኃያሏ ሩሲያም ለሰርቢያ የምታደርገውን ድጋፍ የተረዳችው ኦስትሪያም በድብቅ ከጀርመን ድጋፍ ጠየቀች።

በዚሁ መሠረት እ.ኤ.አ ሀምሌ 23 ቀን 1914 ኦስትሪዮ-ሃንጋሪ "የጁላይ አልቲማትየም" የተባለውን የመደራደሪያ ነጥቦች ለሰርቢያ አቀረበች። ይህ አልቲማትየም ሆን ተብሎ ጦርነት ለመቀስቀስ የተቀረጸ የአስር ጥያቄዎች ዝርዝር እንደ ነበርና አብዛኛዎቹም ተቀባይነት የሌላቸው እንደነበሩ ይነገራል። ሰርቢያም ከአምስተኛው እና ከስድስተኛው የመደራደሪያ ነጥብ በስተቀር ሁሉንም እንደማትቀበል ገለፀች። ምክንያቱ ደግሞ ጥያቄዎቹ ሉዓላዊነትን በሚጥሱ መልክ የኦስትሪያ-ሃንጋሪ ባለስልጣናት የሰርቢያን ባለስልጣናት እንዲመረምሩ የሚጠይቅ ስለነበረ ነው ይባላል።

ይህን ተከትሎ እ.ኤ.አ ሀምሌ 25 ቀን 1914 ሰርቢያ እና ሩሲያ ወታደሮቻቸው የኦስትሪያ-ሃንጋሪ ኢምፓየርን እንዲወጉ አዘዙ። አርክዱክ ፈርዲናንድ እና ባለቤቱ ሶፊ በተገደሉ በወሩ ሀምሌ 28 ቀን 1914 የኦስትሪያ-ሃንጋሪ መንግስት በሰርቢያ ላይ ይፋዊ ጦርነት አወጀ። ከአንድ ሳምንት በኋላም ሩሲያ፣ ሰርቢያ፣ ቤልጂየም፣ ፈረንሳይ እና ታላቋ ብሪታንያ በኦስትሪያ-ሃንጋሪ እና በጀርመን ላይ ተሰለፉ።

በዚህ መንገድ ጦርነቱ በተባበሩት ቡድን እና በማዕከላዊ ኃይሎች መካከል ተነሳ። ጀርመን ጦርነቱን በሁለት ግንባር ተዋጋች። የጀርመኑ አልፍሬድ ሽሊፌን በምዕራቡ ግንባር ከፈረንሳይ ጋር በምሥራቅ በኩል ደግሞ ከሩሲያ ጋር ውግያ ጀመረ። ጀርመን ሰማንያ በመቶ የሚሆነውን ሰራዊቷን በምዕራቡ በኩል በማስቀመጥ በቤልጂየም በኩል ፈረንሳይን እየወጋች በተቀረው ሃያ በመቶ ሰራዊት ደግሞ በምሥራቅ በኩል ከሩሲያ ጋር መዋጋት ጀመረች።

እ.ኤ.አ ነሐሴ 4 ቀን 1914 የጀርመን ወታደሮች የሊጌን ከተማ በመውረር የቤልጂየም ድንበርን ተሻገሩ። መጀመሪያ ላይ ጀርመኖች በምዕራቡ ጦር ግንባር ወደፊት ለመራመድ ተሳክቶላቸው እንደነበር ይነገራል። መስከረም 1914 የመጀመሪያው የማርኔ ጦርነት በፈረንሳይ-እንግሊዝ እና በጀርመን መካከል ተደረገ። የጀርመን ጦርም ወደ ሰሜን ምሥራቅ ፈረንሳይ ዘልቆ መግባት ቻለ። በኋላ የተባበሩት ጦር ጀርመኖችን ወደ አይሴን ወንዝ መመለስ ቻሉ። የረጅም ጊዜ ጦርነት በመባል የሚታወቀው የቬርዱን ጦርነት ከየካቲት 1915 እስከ ታኅሣሥ 1916 ድረስ ተደረገ። ብዙ ደም መፋሰስ የታየበትና በጭካኔው የሚታወቅ የቬርዱን ጦርነት ለተከታታይ 10 ወራት የተካሄደ ከረጅም ጊዜ ጦርነቶች አንዱ ነበር። ጀርመኖች የፈረንሳይን የቬርዱን ከተማ ዒላማ አድርገው የመረጡበት ምክንያትም በምዕራብ ግንባር የምትገኝ በመሆኗና ቀድሞውንም የፖለቲካ ታሪክ ስለነበራት ነው ይባላል።

በምሥራቅ ግንባር ደግሞ በነሐሴ 1914 መጨረሻ የታንበርግ ጦርነት ተደረገ። ይሄም ሩሲያ በፕሩሺያ እና በፖላንድ ክፍል በኩል ጀርመንን ለመውረር የሞከረችበትና በጀርመን እና በኦስትሪያ ተባባሪ ኃይሎች የቆመችበት ነበር። ምንም እንኳን ጀርመኖች ይህንን ጦርነት ቢያሸንፉም ብዙ ወታደሮቻቸውን ወደ ምሥራቅ ለማድረስ ውድ ዋጋ ከፍለው ነበር። ከዚህም አልፎ በማርኔ ጦርነትም ዋጋ አስከፍሏቸዋል። በአጠቃላይ ነገሮች በሽሊፈን ዕቅድ ልክ አልሄዱም። ጀርመኖች በሁለቱም ግንባሮች በአንድ ጊዜ የሚደረጉ ጦርነቶችን አልፎ አልፎ ለመጋፈጥ ወታደሮቻቸው በተለያየ መጠን ማሰባሰብ ነበረባቸው። ከ1914 እስከ 1916 ባሉት ዓመታት ውስጥ የሩሲያ ጦር የጀርመንን መስመሮች ማቋረጥ አልቻለም ነበር። ጦርነቱ በሩስያ ፖለቲካዊ እና ኢኮኖሚያዊ

አለመረጋጋትን በመጨመር የምግብ እጥረት አስከተለ። በውጤቱም በ1917 በቭላድሚር ሌኒን እና በቦልሼቪክስ የሚመራውን የሩስያ አብዮት አስነሳ። በዚህም ምክንያት ሩሲያ ጦርነቱን ለማቆም ተገደደች።

የሩስያ ጦር አንደኛውን የዓለም ጦርነት ካቆመ በኋላ ጀርመን ከምዕራባዊ ግንባር ጋር ብቻ መዋጋት ነበረባት። ጀርመን በጦርነቱ መጀመሪያ ላይ ገለልተኛ የነበርችው ዩናይትድ ስቴትስ መርከቦች እና ታንከኮች ላይ ጥቃት ሰነዘረች። እ.ኤ.አ በ1915 በብሪቲሽ ደሴቶች ዙሪያ ያለው ውሃ የጦርነት ቀጠና እንዲሆን ከታወጀ በኋላ ብዙ የጀርመን ጀልባዎች እንዲሁም የንግድ እና የመንገደኞች መርከቦች ሰጠሙ።

የአሜሪካ መርከቦች ዕጣ ፋንታም የዚህ ጭካኔ ሰለባ ሆኑ። ሉስታንያ የተባለች የአሜሪካ መርከብ በ1915 በጀርመን ባህር ኃይል ሰጠመች። ይህም በተፈጥሮ የዓለም አቀፍ የባህር ሰርጓጅ ጦርነት ህጎችን የጣሰ ነበር። በዚህ ምክንያት የ128 የአሜሪካ ዜጎች ሕይወታቸው ቢያልፍም የወቅቱ የአሜሪካ ፕሬዝዳንት ውድሮው ዊልሰን ሀገሪቱ ሕጉን እንድታከብር ብቻ አስጠነቀቁ። ምንም እንኳን ጀርመን በመጀመሪያ በዚህ የተስማማች ቢሆንም፣ ብሪታንያ እጇን እንደምትሰጥ ጠብቀው እንደገና ያልተገደበ ጦርነት ጀመሩ።

ይህም አሜሪካ ጦርነቱን እንድትቀላቀል የተደረገ ቀጥተኛ ያልሆነ ግብዣ ነበር ይባላል። ፕሬዚዳንቱ እንዲህ ያለውን ሕገወጥ ጦርነት እንደማይታገሱት ቀደም ሲል እንደተናገሩት፣ ጀርመን የአሜሪካን መግባት እየጠበቀች ነበር። ሚያዝያ 1917 ዊልሰን በኮንግረንሱ ፊት ቀርቦ በጀርመን ላይ ጦርነት አወጀ። ከአራት ቀናት በኋላ የአሜሪካ ኮንግረስ በጀርመን ላይ ጦርነት አወጀ። ሩሲያ ጦርነቱን ለቅቃ ከወጣች በኋላ ጀርመን በአንዳንድ ጦርነቶች አሸንፋለች። በምዕራባዊው ግንባር ላይ መገኘታቸውንም አጠንክረው ነበር። ነገር ግን አሜሪካ ወደ ጦር ሜዳው ስትቀላቀል የጀርመን መሸነፍ አይቀሬ እየሆነ መጣ።

ሐምሌ 1918 ጀርመን የመጨረሻው ጦርነት ከፈረንሳይ ወታደሮች ጋር ገጠመች። የአሜሪካ ድጋፍ ያገኙት የተባበሩት ኃይሎች የጀርመን ጦር ወደ

ኋላ በመመለስ ለሦስት ቀናት የተሳካለት የመልሶ ማጥቃት ወረራ ፈጸሙ። በዚህ ሂደት የኅብረቱ ኃይሎች በሚቀጥሉት ወራት ብዙ የፈረንሳይ እና የቤልጂየምን ይዞታዎች ተቆጣጠሩ።

ቱርክ ጋሊፖሊን ቢያሸንፍም የኦቶማን ኢምፓየር ከአረቦች አመጽ በኋላ ፈራረሰ። ይህ ከተባበሩት መንግስታት ጋር በጥቅምት 1918 ስምምነት ለመፈረም ምክንያት ሆናቸው። ብዙም ሳይዘገይ ኦስትሪያ-ሃንጋሪ እንዲሁ በኅዳር ወር በውስጣዊ ብሔርተኞች እንቅስቃሴ ምክንያት የጦር ሰራዊቱ ፈረሰ። በመጨረሻም ጀርመን በአጋሮቿ እጅ መስጠትና በግብአት እጦት ምክንያት ጦርነቱ ማክተሙን ለማወጅ ተገደደች። ኅዳር 1918 ጀርመን የትጥቅ ትግል በማቆሟ ምክንያት አንደኛው የዓለም ጦርነት አበቃ።

በ1919 የፓሪስ የሰላም ኮንፈረንስ ተካሄደ። በመቀጠልም ሰኔ 28 ቀን 1919 አጋር እና ማዕከላዊ ኃይሎች የቬርሳይለስ ስምምነት ተፈራረሙ። ይህ የሆነው የኦስትሪያ ንጉሣዊ ባልና ሚስት ከተገደሉ አምስት ዓመታት በኋላ ነበር። የስምምነት ሰነዱ ብዙ ድንጋጌዎችን ይዟል። ከእነዚህም መካከል አወዛጋቢው በማዕከላዊ ኃይሎች የተፈረመ “የጦርነት ወንጀል” አንቀጽም ይገኝበታል። በጦርነቱ ወቅት ለደረሰው ጉዳት እና ውድመት ሁሉ ተጠያቂዎች መሆናቸውን የሚገልጽ ነበር። በሩሲያ አብዮት ምክንያት ንጉሣዊው አገዛዝ አብቅቶ ሩሲያ የሶቪየት ሶሻሊስት ሪፐብሊካኖች ኅብረት (USSR) በመባል የምትታወቅ ሪፐብሊክ ሀገር ሆች።

ይሁንና ይሄ ጦርነት የመጀመሪያው ዓለም ጦርነት ማብቂያ እንጂ የዓለም ጦርነት ማብቂያ ሊሆን ግን አልቻለም። ምክንያቱም የተፈረሙ አወዛጋቢ ስምምነቶች ለሁለተኛው የዓለም ጦርነት መነሻ የሚሆን ሌላ እርሾ ተጥሎ ነበር። እንደተፈራውም አዶልፍ ሂትለር ነገሩን ከሃያ ዓመታት በኋላ ለኮሰው።

ሁለተኛው የዓለም ጦርነት (1939 - 1945)

አንደኛው የዓለም ጦርነት በቬርሳይለሱ የሰላም ስምምነት ያበቃ ይመስል ነበረ። ጀርመን ትጥቅ እንድትፈታ፣ የያዘችውን ግዛት አሳልፋ እንድትሠጥና

ለፈረንሳይ ካሳ እንድትከፍል እንዲሁም ለደረሰው ጉዳት ሁሉ ኃላፊነቱን እንድትወስድ በመፈረም ፕሬዚዳንት ዊልሰን ያነሷቸው አሥራ አራቱ ነጥቦች ተግባራዊ መሆን እንዳለባቸው ከስምምነት የተደረሰ ቢሆንም ጀርመን ጉዳቱን በማድረስ ልትወቀስ ወይም ልትቀጣ አይገባም ነበር ተባለ። ስለዚህ ይህ ኢ-ፍትሃዊ ስምምነት ለሁለተኛው የዓለም ጦርነት መንስኤ ሆነ።

እ.ኤ.አ በ1933 የጀርመን ቻንስለር ሆኖ የተመረጠው አዶልፍ ሂትለር ወደ ስልጣን በመምጣት በፍጥነት ታዋቂ አምባገነን መሆን ቻለ። ንፁህ የጀርመን ዘር “aryan race” በሚል አስተሳሰብ በአውሮፓ ድንበሮችን አስፍቶ ለማሸነፍ በጽኑ አምኖ ለመታገል ተነሳ። ለዚሁ ይረዳው ዘንድ በ1930ዎቹ ሀገሪቱን በድብቅ አስታጥቆ ከጣሊያንና ከጃፓን ጋር ውል ተፈራርሞ ነበር።

የቬርሳይለስን ስምምነት ቢጥስም በ1938 ቼኮዝሎቫኪያ ወደ አስትሪያ ተቀላቀለች። አሜሪካ እና ብሪታንያ በውስጣዊ ፖለቲካቸው የተጠመዱበት ጊዜ ስለነበረ ለዚህ ከባድ እርምጃ የአጸፋ ምላሽ አልሰጡም። ሦስቱ ዋና ዋና “የአክሲስ ኃይሎች” ማለትም ጀርመን፣ ጣሊያን እና ጃፓን ወደ ስምምነት የመጡትም በዚህ መንገድ ነበር።

በነሐሴ ወር 1939 የሶቪዬት ኅብረቱ ጆሴፍ ስታሊን እና የጀርመኑ አዶልፍ ሂትለር ሕግ-አልባ የተባለውን ስምምነት ተፈራረሙ። በመቀጠል መስከረም 1939 ሂትለር ፖላንድን መውረር ጀመረ። ፈረንሳይ እና እንግሊዝ እንደዚህ ያለ ወረራ ቢከሰት ፖላንድን ለማዳን ቀድመው ቃል ገብተው ነበርና ሁለቱም በአንድነት ሆነው 1939 በጀርመን ላይ ጦርነት አወጁ። በቀጣይም 17ኛው የሶቪዬት ጦር ከምሥራቅ ፖላንድን በማጥቃት በቀላሉ ጀርመን እጅ እንድትወድቅ አደረጉ። በተስማሙት ሕገ-ወጥ ስምምነት መሠረትም ፖላንድ በሶቪዬት እና በጀርመን እንድትገዛ ተከፈለች።

ሚያዝያ 1940 ጀርመን ኖርዌይን እና ዴንማርክን በአንድ ጊዜ ወረረች። ቀጥለውም ግንቦት 1940 “የመብረቅ ጦርነት” እየተባለ በሚጠራው ጥቃት ቤልጂየምና ኔዘርላንድስን አቋረጡ። በጀርመን ጦር ተከታታይ ጥቃቶች

ፈረንሳይ ጫና ውስጥ ወደቀች። የጣሊያኑ አምባገነን ቤኒቶ ሞሶሎኒ ግንቦት 1939 ከጀርመን ጋር "የኅብረት ስምምነት" የተሰኘ ሌላ ስምምነት ተፈራርሞ ነበር። ከዚህ በኋላ በብሪታንያ እና በፈረንሳይ ላይ ጦርነት ጀመሩ።

በከባድ ተቃውሞ ምክንያት ፈረንሣይ ሰኔ 1939 ጦርነትን ላለመሻት የጦር መሣሪያ ለጀርመን ሰጠች፤ ጀርመንም የፈረንሳይን የተወሰነ ክፍል ተቆጣጠረች። ቀጣይዋ ዒላማ ከምዕራቡ ዓለም ብሪታንያ ነበረች። ነገር ግን በመልክዓ-ምድራዊ አቀማመጧ በውሃ የተከፈለች ስለሆነች ይህ ሥራ ለጀርመናውያን ከባድ ሆነ።

ሆኖም በአውሮፕላኖች ቦምብ በማፈንዳት እነሱን ለማጥቃት አዲስ ዘዴ ቀየሱ። ከመስከረም 1940 እስከ ግንቦት 1941 በርካታ የጀርመን አውሮፕላኖች ብሪታንያ ላይ ቦምቦችን በመወርወር በሰላማዊ ዜጎች ላይ ከፍተኛ ጉዳት እንዳደረሱ ይነገራል። ወደ ውስጥ በሚገቡ ሀብቶች እጥረት ምክንያት ጠቅላይ ሚኒስትር ዊንስተን ቸርችል እ.ኤ.አ. በ1941 በኮንግሬስ በወጣው የብድር-ሊዝ ሕግ ከአሜሪካ እርዳታ ጠየቀ።

ሃንጋሪ፣ ሮማኒያ እና ቡልጋሪያ በ1941 መጀመሪያ ላይ የአክሲስን ኃይሎች ተቀላቀሉ። በምዕራብ መሬት ከወረረች በኋላ ጀርመን ስልቷን ተግባራዊ ለማድረግ ሰኔ 1941 በኦፕሬሽን ባርባሮሳ ሶቪየትን ለመውረር ሞከረች። በወቅቱ ሩሲያ ትልቅ ብትሆንም የአቪዬሽን ቴክኖሎጂያቸው ከጀርመን ጋር ሲነጻፀር ኋላ ቀር ነበር። ምንም እንኳን ያልተዘጋጁበት እጅግ የዘገየ እና ታይቶ የማይታወቅ ጦርነት ቢሆንም በስተመጨረሻ ግን ሩስያ ጀርመንን አሸነፈች።

ከዚህ በኋላ ጀርመን በአውሮፓ ከእንግሊዝ ጋር ብቻ ለመዋጋት ቀረች። በዚሁ ጊዜ ጃፓን በፓስፊክ ውስጥ ቻይናን እያጠቃች ነበር። ይህም ጃፓን ድንበሩን ወደ መካከለኛው እስያ እና ወደ ፓስፊክ ለማስፋት ያደረገችው ጥቃት እንደሆነ ይነገራል። ከ1937 እስከ ታህሳስ 1941 ድረስ ከቻይና ጋር ተዋግታም ነበር። ታህሳስ 1941 360 የሚደርሱ የጃፓን አውሮፕላኖች በሃዋይ ውስጥ በአሜሪካ የባህር ኃይል የጦር መርከብ ላይ ጥቃት ሰነዘሩ። ይህንን ተከትሎ ታህሳስ

1941 አሜሪካ ጃፓን ላይ ጦርነት አወጀች። እ.ኤ.አ. ሰኔ 1942 በሚድዌይ ጦርነት ከአሜሪካ መምጣት ጋር ከረጅም ጊዜ በኋላ የተባበሩ ኃይሎች ድል ተቀዳጁ። ከነሐሴ 1942 እስከ የካቲት 1943 ድረስ የተባበሩት የባህር ኃይሎች ጃፓንን በከፍተኛ ሁኔታ አጠቁ። ታሪኩ እንደገና ሲደገም፣ የአሜሪካ መግባት እንደገና ጠረጴዛዎቹን አዙሮ አጋር ኃይሎች የጃፓንን ዋና መሬት ለመውረር በቁ።

ኅዳር 1942 ሶቪዬቶች በአጸፋ ጥቃት ጀርመንን አሸነፉ። በዚያው ዓመት የእንግሊዝ እና የአሜሪካ ወታደሮች የጣሊያንን እና የጀርመንን ጦር በሰሜን አፍሪካ አሸነፉ። በዚህም ምክንያት በሐምሌ ወር የሙሶሎኒ መንግሥት ፈራረሰ። ሰኔ 1944 የተባበሩት መንግስታት በኖርማንዲ የባህር ዳርቻ ላይ በጀርመን የተያዘውን የፈረንሳይ ክፍል ወረሩ። በዚህም ምክንያት ሂትለር አብዛኛውን የሰራዊቱን ኃይል በምዕራቡ ግንባር ላይ እንዲያከማች አስገደደው። ከታኅሣሥ 1944 እስከ ጥር 1945 በቡልጌ ጦርነት በመዋጋት፣ በመጨረሻ በሶቪዬቶች በምሥራቅ ግንባር ተሸንፏል። ሚያዝያ 30 ሂትለር ራሱን ሲያጠፋ ግንቦት 8 ጀርመን ለሶቪየት ተገዛች። ይህንንም ተከትሎ ሶቪየት አብዛኛው የጀርመንን ዋና ምድር ወረረች። ከሀምሌ አስከ ነሐሴ 1945 በተካሄደው የፖስትዳም ኮንፈረንስ የአሜሪካ፣ ብሪታንያ እና የሶቪየት መሪዎች የጀርመንን መሬት ተከፋፍለው ለመግዛት ተወያዩ። ከጃፓንም ጋር ለመግጠም ዕቅድ አወጡ።

በኋላም አሜሪካ የጃፓንን አደገኛ ወረራ ስለፈራች አውዳሚና ለአስከፊ ሞት የሚዳርገውን የኒውክሌር መሳሪያዎችን ጥቅም ላይ አዋለች። በነሐሴ ወር መጀመሪያ ላይ በጃፓን የሂሮሺማ እና ናጋሳኪ ከተሞች ላይ የቦምብ ጥቃት ተፈፀመ። በስተመጨረሻ መስከረም 2 ቀን 1945 ጃፓን ለፖስታዳም ውሎች ተስማማች። ይሄም በዋናነት ለሁለተኛው የዓለም ጦርነት ማብቃት ምክንያት ሆነ። በፖስትዳም ኮንፈረንስ በአሸናፊዎቹ ስምምነት የተከፈለችው ጀርመን የርዕዮተ-ዓለም ግርግዳ የሆነው 'የበርሊን ግንብ' ቆመላት። ይሄም

በሶቪየት ኅብረት ከተያዘው ምስራቅ በርሊን ዜጎች በምዕራባውያን ወደ ተያዘው ምዕራብ በርሊን እንዳይመጡ ለማገድ ነበር ይባላል። በተከሰተው ውድመት የደነገጠችው አውሮፓ ነገሮችን ከስር መሰረታቸው ለመፍታት በጎረቤት ሀገራት መካከል ወዳጅነትን ማጠናከርና ብሔርተኝነትን መገደብ እንደሚያስፈልግ አምና መንቀሳቀስ ጀመረች። ይህ አጋጣሚ ዛሬ ለምናውቀው የአውሮፓ ኅብረት መሠረት እንደጣለም መረጃዎች ያመላከታሉ።

በ1945 ሁለተኛው የዓለም ጦርነት ሲያበቃ አውሮፓ ወድማ ነበር። በሚሊዮን የሚቆጠሩ ሰዎች ሞተዋል፤ ቆስለዋል ወይም ተፈናቅለዋል። በሆሎኮስት ብቻ ስድስት ሚሊዮን አይሁዶች ተገድለዋል ይባላል። ግንቦት 1950 የፈረንሳይ ውጭ ጉዳይ ሚኒስትር ሮበርት ሹማን በአውሮፓ ሀገራት መካከል የጥልቅ ትብብር ዕቅድ አቀረቡ። ይሄም በምዕራብ አውሮፓ የድንጋይ ከሰል እና የብረታ ብረት ኢንዱስትሪዎችን በማዋሃድ እንዲጀመር ሐሳብ አቀረቡ። በ1951 በሹማን ዕቅድ መሠረት ስድስት ሀገራት የድንጋይ ከሰል እና የብረታብረት ኢንዱስትሪዎቻቸውን በጋራ አስተዳደር ስር ለማዋል ስምምነት ተፈራረሙ። እነዚህም ጀርመን፣ ፈረንሳይ፣ ጣሊያን፣ ኔዘርላንድስ፣ ቤልጂየም እና ሉክሰምበርግ ነበሩ። በዚህ መንገድ የተጀመረው የዘላቂ ሰላም እንቅስቃሴ በ1957 የሮማ ስምምነት ላይ የአውሮፓ ኢኮኖሚ ማኅበረሰብን ወደ ማቋቋም ተሸጋገረ። የአውሮፓ ኢኮኖሚ ማኅበረሰብ በአህጉሩ በተደጋጋሚ የተከሰቱ ደም አፋሳሽ ግጭቶች ለማስቆም በማለም የአውሮፓ ፖለቲከኞችና ባለሀብቶች ያቋቋሙት ከብሔር በላይ (Super national) የሆነ ተቋም ነው። የአውሮፓ የድንጋይ ከሰል እና ብረታብረት ማኅበረሰብ የጋራ ጉባኤን በመተካት የመጀመሪያ ስብሰባውን ማርች 30 ቀን 1958 በፈረንሳይ ስትራስቦርግ ያካሄደውና እስከ ዛሬም የዘለቀው የአውሮፓ ፓርላማ ሮበርት ሹማን ፕሬዚዳንት አድርጎ መረጠ።

በነገራችን ላይ ፈረንሳይ ለአውሮፓ ህብረትም ሆነ ለዓለማችን ትልቅ አበርክቶ ያላት ሀገር ነች። ዘመናዊ ዴሞክራሲን ጽኑ መሠረት ላይ በማቆም

ውስጥ ትልቅ ድርሻ ያላት ሀገር ነች። ነጻነት፣ እኩልነትና ወንድማማችነት የተባሉ የዴሞክራሲ እሴቶች መሰረታቸው የፈረንሳይ አብዮት ነው። በርግጥ በአብዮቱ ወቅት በጥባጮች የተባሉትን ዜጎቿን ወደ አልጀሪያና ሌሎች ቅኝ ግዛቶች በመላክ ውስጣዊ መረጋጋትን ማረጋገጥ እንደቻለችም ይነገራል።

ከዚያን ጊዜ ጀምሮ በፍጥነት እየተስፋፋ የሄደው የአውሮፓ ኢኮኖሚ ማኅበረሰብ በኮሙዩኒዝም ውድቀት እና የበርሊን ግንብ መፍረስ ደግሞ የተሻለ ዕድል በማግኘቱ በ1993 የ"ነጠላ ገበያ" ስምምነትን አጸደቀ። በዚህም አራት ዓይነት ነጻነቶችን ማለትም የዕቃዎች፣ የአገልግሎቶች፣ የሰዎች እና የገንዘብ እንቅስቃሴዎችን ነጻ አደረገ። በርከት ያሉ አባላትም በመቀላቀላቸው አባል ሀገራቱ ከስድስት ወደ 27 አድገዋል። ስሙም ከአውሮፓ ኢኮኖሚ ማኅበረሰብ ወደ አውሮፓ ኅብረት ተለውጧል።

የአውሮፓ ኅብረትን ከብሔር በላይ አስተሳሰብና ሁሉን ነገር ወደ አንድ የማምጣትን እንቅስቃሴ በመቃወም የምትታወቀዋ የብሪታኒያ ጠቅላይ ሚኒስትር ማርጋሬት ታቸር እንደነበረችም ይነገራል። በኋላ ታቸርን በማሸነፍ ስልጣኑን የተቆናጠጡት ጆን ሜጀር የአውሮፓ ኅብረት አቀንቃኝ እንደነበሩና ምናልባትም ታቸር የተገፋችው በኅብረቱ አጀንዳ አቀንቃኞች ሊሆን እንደሚችልም ይነገራል። የሆነው ሆኖ ከብሔር በላይ የሚባል አስተሳሰብ ብዙ መንገድ እንደማያስኬድ ዛሬ በእውሮፓ የተለያዩ አካባቢዎች የሚታየው የብሔርተኝነት እንቅስቃሴ ጥሩ ማሳያ ነው። የብሪ-ኤግዚት (Brexit)፣ የካታሎኒያ የራስን ዕድል በራስ የመወሰን ጥያቄ፣ የጸረ-ስደተኛ እንቅስቃሴዎች እና ሌሎችም ተመሳሳይ ኩነቶች ከብሔሩ በላይ የሰው ልጅ ታማኝ የሚሆንለት ነገር ይኖር ይሆን ወይ የሚል ጥያቄን አጭሯል። ቅርብ ጊዜ በማንቸስተር በተካሄደ ኮንፈረንስ በልጁ ተጋብዞ ባደረገው ንግግር የብሪታኒያዉ ጠቅላይ ሚኒስትር ሪሺ ሱናክ እኛ ከአውሮፓ ኅብረት መነጠላችን ለታላቅነታችን ያለንን ራዕይ ያሳያል ብሏል። እንደገና ትልቅ ለመሆን መነጠልን መረጡ (Brexit)።

እ.ኤ.አ. በ1989 የበርሊን ግንብ መፍረስ፤ በ1992 የሶቪየት ኅብረት መፈረካከስና የቀዝቃዛ ጦርነት ማብቃት በግልጽ በብዙዎች ዘንድ የዓለም መጨረሻ ተደርጎ ተወስዶ ነበር። የሁለተኛው የዓለም ጦርነት የመጨረሻ ተፋጣጮቹ ሀገራት በትውልድ ጃፓናዊ፤ በዜግነት አሜሪካዊ የሆነው ፍራንኪስ ፉኩያማ “The End of History and The Last Man” በሚለው ጽሑፉ ሊብራል ዴሞክራሲ የሰው ልጆች የፖለቲካ ዕድገት የመጨረሻ መዳረሻ ነው ብሎ ደመደመ። ከሰላሳ ዓመታት በኋላ የሆነው ነገር ፉኩያማ የተሳሳተ ድምዳሜ ላይ መድረሱን የሚያሳይ ብቻ ሳይሆን ራሱን አርሞ “Identity: The Demand for Dignity and the Politics of Resentment” የሚል ጥሩ ጽሑፍ እንዲጽፍ ያበቃው ነበር። ዶናልድ ትራምፕ በሜክሲኮና በአሜሪካ መካከል ሌላ ግንብ ለማቆም ፎከረ። ለግንቡም ሜክሲኮዎች ዋጋ ይከፍላሉ ብሎ ዛተ። አሜሪካ ዳግም ታላቅ የምትሆነው ትልቅዬ ግንብ በአሜሪካና በሜክስኮ መካከል በማቆምና ሜክሲካውያንንም አሜሪካዊያንንም በድንበራቸው ውስጥ በማቆየት እንደሆነ ተናገረ። ከዚህም በተጨማሪ ሳውዲ ዓረቢያ በድንበሯና በየመን መካከል ረጅም ግድግዳ እየሰራች እንደሆነ ይታወቃል። እሥራኤልም እንዲሁ ፍልስጤሞችን ለማገድ ግድግዳ መስራቷ ፀሐይ የሞቀው ዓለም ያወቀው ሀቅ ነው።

በተመሳሳይ በጣሊያን የእንግሊዝኛ ቃላትን በኦፊሴላዊ ግንኙነት ውስጥ መጠቀም በሕግ የሚያስቀጣ ሆኗል። በቅርብ ጊዜ የወጣው አዲስ ሕግ ሌሎች የውጭ ቋንቋዎችንም የሚያጠቃልል ቢሆንም በተለይ ግን የእንግሊዝኛ ቃላት አጠቃቀም ላይ ያተኮረ እንደሆነ ይነገራል። ምክንያቱ ደግሞ አንድም የእንግሊዝኛ ቃላት አጠቃቀም የጣሊያን ቋንቋን “ያዋርዳል” ተብሎ ስለሚታመን ሲሆን በሁለተኛነት ደግሞ ዩናይትድ ኪንግደም ከአውሮፓ ኅብረት አባልነቷ በመልቀቋ እንደሆነ ይነገራል። ይሄ አካሄድ ሱፐራናሽናል የተባለው የአውሮፓ ኅብረት ወደ ዘፍጥረቱ የብሔሮች ግጭት ወይም የዓለም ጦርነት እየተመለሰ እንዳይሆን ስጋቶችን ያጭራል።

በአጠቃላይ ግን ዓለም ዳግም ለብሔርተኝነት እንቅስቃሴ እጅዋን እየሰጠች ስለመሆኑ በርካታ ማሳያዎች አሉ። በሊበራሎች የግጭት ጠማቂ ተብሎ የሚከሰሰው ብሔርተኝነት ክንፎቹን እያማታና አድማሱን እያሰፋ ይገኛል። በርሊን በግንብ ስትከፈል ዋና ጠላታችን ሞስኮ ቀርቷል ያሉት ምዕራባውያንም እንዳልተሳሳቱ የአደባባይ ሚስጥር ሆኗል። የቭላዴር ሌኒን ልጆች ከጆሴ ሲልቫ፤ ከማዮ ዘዶንግ፣ ከማተመ ጋንዲና ኔልሰን ማንዴላ ልጆች ጋር የሊበራሊዝም መቃብር ቁፋሮ ላይ ተባብረዋል። የ"BRICS Plus" አካሄድ የዓለም ሁኔታን በእጅጉ እንደሚቀይር ጥርጥር የለውም። "የዓለም ፍጻሜ" ተብሎ የተሞካሸውን ሊበራልዝምን መገዳደራቸው አይቀሬ ነው። ሀገራችን ኢትዮጵያም ለመጀመሪያ ጊዜ ጎራ ለይታ አቋም መውሰዷ ትልቅ እርምጃ ነው።

ምዕራፍ 7

ዘመናዊ የብሔርተኝነት እንቅስቃሴዎች

ብሔርተኝነት ራስን በብሔር ማንነት ከመግለጽ ጀምሮ ብሔረ-መንግስት ለማቋቋም እስከ መንቀሳቀስ የሚያጠቃልል ጽንሰ-ሀሳብ መሆኑን ተመልክተናል። የመጀመሪያው የመሆን ብሔርተኝነት (Nationalism of being) ሲሆን ሁለተኛው ደግሞ የእንቅስቃሴ ብሔርተኝነት (Nationalist movement) ነው። ብዙውን ጊዜ የሰዎችን ትኩረት የሚስበው ደግሞ የእንቅስቃሴ ገጽታው ነው ማለት ይቻላል። ብሔርተኝነት ግን እንቅስቃሴ ብቻ አይደለም። ብሔርተኝነት የሰው ልጅ የትስስር ስሜት ዕውቅና (membership consciousness) የሚፈጥረዉ የአመለካከት ማዕቀፍ ነዉ። የቤተሰብነት ተቀጥላ ነው የሚሉም አሉ። ስለዚህ ቢያንስ ሁለት ዓይነት የብሔርተኝነት አረዳድ መኖሩን ግንዛቤ መውሰድ አስፈላጊ ነው። የሰው ልጅ የትስስር ስሜት ዕውቅና የሆነው አረዳድ ከሰው ልጅ ተፈጥሮ ጋር የተገናኘው ሲሆን የእንቅስቃሴ ገጽታውን የሚያጎላው አረዳድ ደግሞ ከትምህርትና ከማኅበረ-ፖለቲካ ንቃተ ህሊና መጎልበት ጋር የተገናኘው አረዳድ ነው።

በመጀመሪያው አረዳድ የሰው ልጅ በቡድን ውስጥ የሚኖር እንስሳ እንደ መሆኑ መጠን ብሔርተኝነት ምን ጊዜም ከሰው ልጅ ጋር የነበረና የሚኖር ነው ይላሉ። አክለውም ብሔርተኝነት የሰው ልጅ የማኅበረሰብ አባል ሆኖ

በመወለዱና በማደጉ የሚፈጠርበት ስሜትና የሥነ-ልቦና ውቅር ነው ይላሉ። ይሄ አረዳድ ከላይ ካነሳነው የፕራይሞርድያሊዝም ንድፈ ሀሳብ ጋር በቀጥታ የሚገናኝ ነው።

ሁለተኛው ደግሞ ብሔርተኝነት በ18ኛው ክፍለ ዘመን በአውሮፓ የተፈጠረ፣ በ20ኛው ክፍለ ዘመን ደግሞ ወደ እስያና አፍሪካ የተስፋፋ የፖለቲካ እንቅስቃሴ እንደሆነ አድርጎ ያቀርባል። ከዚያ በፊት በብዙ ምክንያቶች አውሮፓ ውስጥ ብሔራዊ ስሜት እንዳልዳበረ፣ የሕዝቡ ተገዥነትም በአካባቢው ለሚገኙ ርስተ ጉልተኛ፣ የከተማ መንግስት ወይም ዘውጋዊ አገዛዝና ለኃይማኖታዊ ሥርዓት ብቻ እንደነበር ይገልጣሉ። ይህ ማለት የአውሮፓዊያን ፖለቲካዊ ታማኝነት ለብሔራዊ መንግስታቸው አልነበረም ማለት ነው። በተመሳሳይ መልኩ ሥልጣኔም ብሔራዊ ሳይሆን ዓለም-ዓቀፋዊ ገጽታ እንደነበረው ይነገራል። ይህ የሚሆነውም የብሔርተኝነት ስሜት ሳይኖር ቀርቶ ሳይሆን ማኅበረሰቡ በግብርና የሚተዳደር ስለነበረና የሠራተኛው ክፍል ብዙ ጊዜውን በጉልበት ሥራ ላይ ያሳልፍ ስለነበረ ነው። ዕውቀት የውስኖች ሀብት ስለነበረ አብዛኛውን የማኅበረሰብ ክፍል የሚያሳትፍ ሐሳብም አልተገኘም ነበር ይላሉ።

ብሔርተኝነት በሐሳብ መለዋወጥ እና በትምህርት የሚኮለኮል ስሜትና አመለካከት እንደመሆኑ፣ እንዲሁም አብዛኛውን ኅብረተሰብ ካላሳተፈ ትርጉም ስለሌለው ከ18ኛው ክፍለ ዘመን በፊት ሊጎለብት እንዳልቻለም ያስረዳሉ። ሐሳቡን ለማፍለቅ የሚችሉት የኅብረተሰብ መደቦችም፣ ከቁጥራቸው ማነስ የተነሳ ከተለያዩ የአውሮፖ ጸሐፍት ምሁራን ጋር በጊዜው ዓለም-አቀፋዊ በነበሩት የግሪክ እና የላቲን ሥልጣኔዎች ላይ ተመርኩዘው ዓለም-አቀፋዊ ማንነትን በመያዝ የተጠመዱ እንጂ ለተገዥዎቻቸው ዕውቀት ለማካፈል ምንም የሚገፋፉቸው የራስ-ጥቅም (incentives) አልነበራቸውም።

ከ18ኛው ክፍለ ዘመን መጨረሻ ጀምሮ በአውሮፖ ውስጥ የኢንዱስትሪ መስፋፋት በነባራዊው የመደብ ክፍፍል ላይ ከፍተኛ ለውጥ አስከተለ። ይህን ኢንዱስትሪያዊ ኢኮኖሚ ለማካሄድም የግዴታ ብዙ የተማረ ሰው አስፈለገ።

የተማረ ክፍል በበዛ ቁጥር ደግሞ በዚያው ልክ ከሩቅ ሀገር አውሮፓውያን ጋር በደብዳቤና በመጽሐፍት ሐሳብ ከመለዋወጥ ይልቅ በቅርበት እርስ በርስ ሀሳብ መለዋወጥ ቀላል ሆኖ ተገኘ። ሰዎች በወቅቱ ዓለም-አቀፋዊ ቋንቋ በሚባሉት በግሪክ እና በላቲን ሳይሆን በቅርብ በሚገኝ በአፍ መፍቻ ቋንቋቸው መማር ጀመሩ። ይህም ቀስ በቀስ ሥልጣኔ በብሔር እንደሚሆን ግንዛቤ ፈጠረ። ይሄ በትምህርት የዳበረ ብሔርተኝነት ደግሞ የገዥና የተገዥ መደብን በብሔራዊ ማንነታቸው የሚያስተሳስር ስለሆነ ከፖለቲካዊ እና መንግስታዊ ብሔርተኝነት ጋር እያደገ ሄዶ በስተመጨረሻ በአውሮፓ ውስጥ ብዙ ለውጦችን አስከትሏል። ከእነዚህም ለውጦች ውስጥ የአንደኛው እና የሁለተኛው የዓለም ጦርነት፤ የኦቶማንና የኦውስትሮ-ሃንጋሪ ኢምፓየር መፈረካከስ፣ የጣሊያን እና የጀርመን ብሔረ-መንግስታት ሆነው መመስረትን መጥቀስ ይቻላል።

ከ1830 እስከ 1870 ደግሞ ብሔርተኝነት በአውሮፓ ሥነ ጽሑፍን በማነሳሳትና ፈጣን ምሁራን በመፍጠር የአንድነትም ሆነ የመከፋፈልም ኃይል መሆን እንደሚችል አሳየ። ብሔርተኝነት አይበገሬ አንቀሳቃሽ ስሜት መሆኑን አስመሰከረ። በዚህም ብዙዎችን አስቆጣ። የዓለም ጦርነቶችን በመቀስቀስ የእልቂቱ መነሻ ሆነ ተብሎ ዛሬም ድረስ ይከሰሳል። ከዚሁ ጋር በተገናኘ በብሔርተኝነት ጥላ ስር ብዙ ወንጀሎችና ጥፋቶች ተሰሩ። ብሔርተኝነት የሴራ ፖለቲካ ፕሮፖጋንዳ ሰለባ ሆነ። ሌሎችን የመጥላት ስሜት ላይ የተመሰረተ አግላይ አስተሳሰብና እንቅስቃሴ ነው የሚል ትርጉምም ተሰጠው። በተለይ በቀኝ ዘመሙ ርዕዮት አራማጆች የተፈጸሙ የፖለቲካ አሻጥሮች በብሔርተኝነት ላይ ከባድ ጥላ አጥልተዋል። በተሰራው ሴራ በጣም በርካታ ሰዎች ዛሬም ድረስ ብሔርተኝነትን ብሔር-ጠልነት አድርገው ይመለከታሉ።

21ኛው ክፍለ ዘመን ያረጁ አስተሳሰቦች የታደሱበት ምዕተ ዓመት ነው ይላሉ ዘመናዊውን የብሔርተኝነት እንቅስቃሴ የሚያጠኑ ምሁራን። ሆኖም ግን የ21ኛው ክፍለ ዘመን የብሔርተኝነት እንቅስቃሴዎች ከ18-20ኛው ክፍለ

ዘመን ከነበሩት የብሔርተኝነት እንቅስቃሴዎች በእጅጉ እንደሚለዩም ያስቀምጣሉ። እንደ ድሮው የብሔርተኝነት እንቅስቃሴ ለመስፋፋትም ሆነ ለመገንጠል አይንቀሳቀሱም ይላሉ። ከቭላድሚር ፑቲን እስከ ዶናልድ ትራምፕ እና ዢ ጂንፒንግ ድረስ የዘመናዊ ብሔርተኝነት አንቀሳቃሾች በተመሳሳይ መልኩ በግሎባላይዜሽን ለተፈጠሩ የኢኮኖሚ ቀውሶች መፍትሄ በማፈላለግ ላይ የተጠመዱ ናቸው ይላሉ። ከዚህ አንፃር ባለፉት መቶ ዓመታት የተገነቡትን የዓለም አቀፋዊነት ራዕይ፣ ሕጎችና ግንኙነቶችን በማፍረስ የሀገራትን ሉዓላዊነት እና የስልጣን ነፃነትን የሚመልስ እንቅስቃሴ ነው ይላሉ። ከዚህ አንጻር በምሳሌነት የሚጠቀሱ የጥቂት አገራትን የብሔርተኝነት እንቅስቃሴዎችን ከራሴ ልምድ ላካፍላችሁ።

የውሸት ዘፈን፡ የትራምፕ ብሔርተኝነትና የአሜሪካ ሌላኛው ገጽታ

ዶናልድ ትራምፕ እ.ኤ.አ. ሚያዝያ 27 ቀን 2016 በኦሃዮ ባደረጉት የምርጫ ቅስቀሳ ንግግራቸው “ከእንግዲህ ለግሎባሊዝም የውሸት ዘፈን አንበረከክም” ብለው ነበር። የራሱን ጥቅም ማስቀደም ያልቻለ ሀገር በልጽጎ አያውቅም ያሉት ትራምፕ ወዳጆቻችንም ሆኑ ጠላቶቻችን የሀገራቸውን ጥቅም በማስቀደም ከእኛ ሀገር አስበልጠው ያያሉ። እኛም ፍትሃዊ በሆነ መንገድ ያን ማድረግ መጀመር ይኖርብናል። ከዚህ በኋላ ይህችን ሀገር ወይም ህዝቦቿን ለግሎባሊዝም የውሸት ዘፈን አሳልፈን አንሰጥም የሚል ነው አቋማቸው።

“ብሔረ-መንግስት (Nation State) እውነተኛ የደስታ እና የስምምነት መሠረት ሆኖ ይቀጥላል፣ እኛን የሚያስሩ እና አሜሪካን የሚያዋርዱ ማናቸውንም የዓለም አቀፍ ማኅበራትንም ሆነ ስምምነቶች በጥርጣሬ እንመለከታለን በማለትም ዛቱ። በእኔ አስተዳደር የራሳችንን ጉዳይ የመቆጣጠር አቅማችንን የሚቀንስ ማንኛውንም ስምምነት አልቀበልም” በማለትም አሜሪካ ለዘመናት ያቀነቀነችውን ዓለም-አቀፋዊነት አፈር አለበሱት - ዶናልድ ትራምፕ።

“The Nationalist Revival: Trade, Immigration, and the Revolt Against Globalization” በተሰኘ መጽሐፉ አንጋፋው የፖለቲካ ተንታኝ ጆን ጁዲስ ሁሉም ሰው እንደየሁኔታው ለዴሞክራሲ ሥርዓት ግንባታም ሆነ ለአፋኝ አምባገነናዊ መንግስታት መሠረት ሊሆን የሚችል ብሔራዊ ስሜት አለው ይላል። ዛሬ በተለያየ የዓለማችን ክፍል የሚታየው “የእኛ ወይም የእነርሱ”ን የሚመስል ከፋፋይ ብሔርተኝነት ለምናባዊ ኮስሞፖሊታኒዝም የሚሰጥ ጽንፈኛ ምላሽ ነው ይላል ጁዲስ። ምናባዊ ኮስሞፖሊታኒዝምን የሚያቀነቅኑ ሰዎች በዓለም ላይ ክፍት ሀገራዊ ድንበር፣ ነጻ ንግድ፣ የተንሰራፋ የውጭ አቅርቦት ድጋፍ እና የብሔርተኝነት ስሜትን እንደ ጭፍን ጥላቻ መፈረጅ ያመጣው ጣጣ ነው ሲልም አክሎ ይገልጻል። ስለዚህ አዲስ ዓለም አቀፋዊ ሥርዓት መገንባት የሚቻለው የብሔርተኝነትን ገንቢ የሆነ ገጽታ በማስወገድ ሳይሆን ጠንካራ ጎኑን በማመን እና ለጋራ በጎ ዓላማ ለመጠቀም በመስማማት እንደሆነም ያስቀምጣል።

ዓለም አቀፋዊነትን በፊትም ቢሆን በጥርጣሬ ይመለከቱ የነበሩ ሰዎች ይህንን እንደጥሩ አጋጣሚ በመጠቀም ብዙ ጥርጣሬ ዘሩበት። ዓለም-አቀፋዊነት ጥያቄ ምልክት ውስጥ ገባ። የእኛን እንደፈለጉ ከዛቁ በኋላ እኛ ላይ በር ለመዝጋት ያመጡት ዘዴ ነው የሚሉም አልጠፉም። ብቻ የቀረልን የሚመስለው ብቸኛው አማራጭ ብሔርተኝነት ነው። ከዓለም አቀፋዊያን ጋር ወደ ብሔርተኝነት ተመለስን ማለትም አይደል?

የሆነው ሆኖ በዚህ መንፈስ የምርጫ ቅስቀሳቸውን የጀመሩት ዶናልድ ትራምፕ “አሜሪካን መልሶ ታላቅ ማድረግ” በሚል መፈክራቸው እየገነኑ ሄዱ። መላ ዓለምን ግር ያሰኙ ንግግሮችን አደረጉ። በሜክሲኮና አሜሪካ መካከልም ትልቅ የግንብ አጥር እንደሚገነቡ ተናገሩ። የበርሊን ግንብ ተመልሶ ሊሰራ ነው የሚል ስጋት ያጫረ ንግግር ነበር። በተለይ በወቅቱ ከእስልምና ኃይማኖት ጋር የተገባበት ፍጥጫ አስደንጋጭ ነበር። የትራምፕ አካሄድ በሌሎች ብሔርተኞች እንቅስቃሴ ላይ ራሱ ጥላ ያጠላም ነበር ማለት ይቻላል።

ጥር 2017 እኔም እዛው እያለሁ ዶናልድ ትራምፕ 45ኛው የአሜሪካ ፕሬዚዳንት ሆነው ቃለ መሃላ ፈፀሙ። በዓለም ላይ በሆነ መንገድ ራስዋን የሳለችው አሜሪካም ስታፍር አየናት። ዴሞክራቷ አሜሪካ ሂላሪ ክሊንተንን የመጀመሪያዋ ሴት ፕሬዚዳንት አድርጋ ለመምረጥ አፈረች። የዕድል ሀገር ነኝ ያለችው ሀገር አንዲት ጠንካራ ሴት ዜጋዋን የሚገባትን የፕሬዚዳንትነት ዕድል ነፈገቻት። መምረጥን ሳይሆን አለመምረጥን (De-elect) አሳየችን። ብሔርተኝነትን ብቻ ሳይሆን ዘረ-ኝነትን፣ ፆተ-ኝነትንና ብሔር-ጠልነትን በአንድ ላይ አሳየችን - አሜሪካ። ዘመኑም በግልጽ የብሔርተኝነት መሆኑን አወጀች። እኔም በኋላ አሜሪካንን ለቅቄ ለተሻለ የብሔርተኝነት ፍትግያ ምልከታ ወደ ኪኩዩዎች ሀገር ናይሮቢ ኬኒያ አመራሁ።

የኪኩዩዎች ሀገር፡ ኬኒያ እና የምርጫ ውዝግቦቿ

ከላይ እንዳነሳሁት ጥር 2017 አሜሪካን ለቅቄ በዓለም አቀፍ የእንስሳት ጥናት ተቋም የፖስት ዶክተራል ሳይንቲስት ሆኜ ተቀጠርኩ። በቀዝቃዛዋ ናይሮቢ በናይቫሻ ጎዳና ነበር ኑሮዬ። ናይሮቢ የሥራዬ ማዕከላዊ ማረፊያ ነበረች። ከዚያ በዘለለ ሥራው መንቀሳቀስ የበዛበት ስለነበረ ግማሽ የሚሆነውን የሥራ ጊዜዬን አውሮፕላን ላይ ነበር ያሳለፍኩት።

በወቅቱ ኬኒያ ሀገራዊ ምርጫ የምታካሂድበት ጊዜ ነበር። በ2008 ሀገራዊ ምርጫ ጭፍጨፋን ያስተናገደችው ኬኒያ የፍርሃት ድባብ ውስጥ ነበረች። ብዙ ኬኒያዊያን ሀገሪቷን ለቀን እንድንሄድ ይመክራሉ። ፓን አፍሪካኒስት ነኝ ብዬ ስለነበር መሄድ ከበደኝ። በኋላ በተቋሙ በተቀመጠው ጠንካራ አቅጣጫ ወደ አሜሪካ ሄድኩ። አሜሪካን ሀገር ሆኜ ግን የኬኒያን ጉዳይ ከመከታተል አልቦዘንኩም። ዲያና ከተባለች ዳኒሽ ጓደኛዬ ጋር መረጃ እየተቀባበልን ቲውተር ላይ እናዞራለን። ከዕለታት አንድ ቀን ግማሽ ሚሊዮን ተከታይ ያለው አኖኒመስ ኬኒያ (Anonymous Kenya) የተሰኘ የቲውተር ተጠቃሚ አንተና ዲያና የውጭ ሀገራትን ተልዕኮ አስፈፃሚ (ፎሪን ኤጀንት) ናችሁ ተብሎ እየተፈለጋችሁ ስለሆነ ከኬኒያ ውጡ አለኝ። አሜሪካን ሀገር እንደሆንኩ ከነገርኩት ከሁለት ቀን በኋላ የቲውተሩ ገፁ ተዘጋ።

የመጀመሪያው ዙር ምርጫ እንደተጠናቀቀ ወደ ናይሮቢ ተመለስን። ምርጫው በመጭበርበሩም የኬኒያ ከፍተኛው ፍርድ ቤት እንዲደገም አዘዘ። በርግጥ የማጭበርበሩ ወንጀል የምርጫ ቦርድን በር መክፈቻ ዐሻራ ጣቱ ላይ የያዘን ኃላፊ ገድለው እጁን ቆርጠው እስከመውሰድ የደረሰ ነበር። በሁለተኛው ዙር የኬኒያ ምርጫ ናይሮቢ ለመቆየት ወሰንኩ። ዓይኔን ገልጬ የኬኒያን ማኅበረ-ፖለቲካ ሥርዓት ለማየት ዕድል አገኘሁ። ኬኒያ በዓለማችን በጣም የተከፋፈለ ሕዝብ ካላቸው ሀገራት አንዷ ናት። ኬኒያ ወደ አርባ ሰባት የሚደርሱ የተለያዩ ጎሳዎች አላት። ኬኒያ ውስጥ ካሉ ጎሳዎች ሁሉ ሶማሊ ብቻ የብሔር መስፈርት ያሟላል ይላሉ ሳኒ ኢብራሂም የተባሉ የሰሜን ኬኒያ የሕዝብ ተወካይ። ብቻ ኬኒያ በጎሳዎቿ መካከል ያለውን መከፋፈል እንደ ትልቅ ስጋት ታያለች። በተለይ በኪኩዩና በሉኦ መካከል የነበረው ልዩነት የጎላ ነው። አሁን ግን ኡሁሩና ኦዲንጋ ሩቶ ላይ ግንባር ስለፈጠሩ እየተቀዛቀዘ ይመስላል።

በምርጫ ጊዜ ጫፍ የረገጡ የብሔርተኝነት እንቅስቃሴዎችን አይቻለሁ። የፖለቲካ አስተሳሰብና የፖሊሲ ልዩነቶች ብቻ ሳይሆን የሀብት ፉክክርም ይንፀባረቃል በኬኒያ ፖለቲካ። ከዚህ አንጻር ብዙ ሀብት ያካበቱቱ ኪኩዩዎች ሀብታቸውን ከአውሮፕላን ወደ ተሰበሰበው መራጭ ሕዝብ ሲበትኑም አይተናል። ነገሩ ትንሽ ግራ የሚያጋባም ሆኖ አግኝቼዋለሁ።

የሆነው ሆኖ ምርጫው ተደገመ። የተቃዋሚው ጎራ ሳይሳተፍ ቀረና ኡሁሩ ኬኒያታ በድጋሚ ማሸነፉን አወጀ። በምርጫ ቅስቀሳ ወቅት "ስንድ ዮ" በማለት የሚታወቀው የኬኒያ የዴሞክራሲ አባት ባባ ወይም በሙሉ ስሙ ራይላ ኦዲንጋ ለስልጣን ሳይበቃ ቀረ። ኬኒያ የኪኩዩዎች ሀገር ናት። ኪኩዩዎች ከጽዳት እሰከ መምራት ኬኒያን እንደተቆጣጠሩ ይታወቃል። ሁሉም ሀገር የራሱ ኪኩዩ አለው ትላለች ሚካኤላ ሮንግ። የኢትዮጵያ ኪኩዩ ኤርትራውያን እንደነበሩም ትናገራለች ሮንግ። ናይሮቢም በኪኩዩዎች ገጽታ የተገነባች ከተማ ናት። የዓለማችን የኒዮ ሊበራሊዝም ምርጧ ከተማ። የኦዲንጋ ብሔር የሆኑት ሉኦዎች በጣም የተማሩና ጠንካሮች ናቸው። ጣሊያን ከኢትዮጵያ በማባረር ሂደትም የተሳተፉት ሉኦዎች እንደነበሩ ሮንግ "It's My turn to Eat" በተሰኘ መጽሃፏ አስነብባናለች።

የኬኒያ ዕጣ ፈንታም ልክ እንደ ሩዋንዳ ያሳስበኛል። ነገሩ የተወሳሰበ ነው። ኪኩዩዎች ሰከን ብለው ነገሮችን ካላሰከኑ ሌሎች ሁሉ በተበዳይነት መንፈስ ስለሚሄዱ ማርከሻው ቀላል አይሆንም። ብዙ የአፍሪካ ሀገራት በዘር ብሔርተኝነት ከቅኝ ግዛት ነጻ ይውጡ እንጂ ትናንሽ የውስጥ ልዩነቶችን መፍታት ከባድ ፈተና ሆኖ የሕዝብ ጥቅም ማስከበር ሳይቻል ቀርቷል።

አብዛኛዎቹ የኬንያ ፖለቲከኞች ከቤተመንግስት ወይም ከቤተመንግስት አካባቢ የመጡ ስለሆኑ የተራውን የኬንያውያንን እውነተኛ ሕይወት አይረዱም ተብለው ይተቻሉ። በ2022 የተመረጡት ዊልያም ሳሞኢ ሩቶ ግን ይሄን ታሪክና አባባል የቀየሩ መሪ ይመስላሉ። ምክንያቱ ደግሞ ዊልያም ሩቶ በኤልዶር በባዶ እግሩ የተማረና መንገድ ዳር ዶሮ ይነግድ የነበረ የብዙ ደሃ ኬኒያውያንን ኑሮ የሚረዳ ስለሆነ ነው። በምርጫው ዋና ተቀናቃኙ የነበሩቱ የኬንያ የፖለቲካ ሥርወ-መንግስት ልጆች ማለትም የፕሬዚዳንቱ የጆሞ ኬንያታ ልጅ ኡሁሩ እና የጠቅላይ ሚኒስቴሩ የኦዲንጋ ልጅ ራይላ የሚንቁት ዊልያም ሩቶ በመጨረሻ የፕሬዚዳንትነቱን ቦታ አግኝቷል። ከቅርብ ጊዜ ወዲህ በሚያደርጋቸው አነቃቂ ንግግሮቹ ደግሞ የብዙ አፍሪካ መሪዎችን ቀልብ እየገዛ የመጣው ሩቶ በውስጥ ጉዳይ ላይ ግን ብዙ ፈተናዎችን እያስተናገደ እንደሚገኝ ይታወቃል። ኡሁሩና ኦዲንጋ ሩቶ ላይ ግንባር መፍጠራቸው የቀረ አይመስልም። የሩቶ መንግስትም የኬኒያን ትልቁን ሀብት የያዘችውን የኡሁሩን እናት እና ልጆቹ ላይ እያነጣጠረ እንደሆነ ይነገራል። መጨረሻውን አብረን እናያለን።

ማሌዥያ፡ የማላያ ብሔርተኝነት

ኬኒያ እያለሁ በመሃል ወደ ውቧ ፔናንግ ከተማ አመራሁ። ፔናንግ በማሌዥያ ሰሜናዊ ምዕራብ የምትገኝ ውብ የደሴት ከተማ ናት። በእንግሊዞች የተገነባችው ፔናንግ የዓለም የዓሳ ድርጅት ዋና መስሪያ ቤት መቀመጫ ናት። ማሌዥያ በአጠቃላይ በጣም ጥሩ ሀገር ናት። በማሌዎች የብሔርተኝነት እንቅስቃሴ ለረጅም ጊዜ ትታወቃለች - ማሌዥያ። የማላይ ብሔርተኝነት የጸረ ቅኝ ግዛት

ትግል ላይ ያተኮረ ብሔርተኝነት ነው። ዓላማውም የማላይነት ዕድገት እና ጥበቃ ነበር። ከዚህ አንጻር የእስልምና ኃይማኖት፣ ማላይኛ ቋንቋና የማላይ ገዥ ንጉሣውያንን ከወራሪ አውሮፓዊያን እና ከአሥራ ዘጠነኛው ክፍለ ዘመን አጋማሽ ጀምሮ ወደ ማላያ ከሚመጡ የውጭ ስደተኞች መጠበቅ ነበር።

እ.ኤ.አ. በ1957 ማላያ የተባለች ሀገር ከእንግሊዝ ቅኝ ግዛት ነጻ ወጣች። በ1963 ደግሞ ከሲንጋፖር፣ ከቦርኔኦ እና ከሰራዊክ ጋር በመቀላቀል የማሌዥያ ፌደሬሽንን መሰረቱ። ማሌዥያ ከማላያ በጣም የሰፋ ሀገር ቢሆንም ከማሌ ብሔርተኝነት ግን ነጻ ማድረግ አልተቻለም። ማን የሀገሩ ባለቤት እንደሆነም ለማሌዎቹ ከምንም በላይ ግለጽ ሆኖ የዘለቀ ጉዳይ ነው። እስከ ዛሬ ብሔርተኝነት በማሌዥያ ከማሌ ጋር ብቻ የተገናኘ ጉዳይ ነው።

እ.ኤ.አ. በ2018 ማሌዥያ የ93 ዓመቱን ማሃትር ቢን ሞሃመድን ለሁለተኛ ጊዜ ጠቅላይ ሚንስትር አድርጋ መረጠች። በዚሁ ሰሞን ነበር ኢትዮጵያም ዐቢይ አሕመድን (ዶ/ር) በጣም ወጣቱ የአፍሪካ መሪ አድርጋ የሾመችው። ኢትዮጵያ አሁን በሥራ ላይ ያለውን የትምህርት ፖሊሲ የወሰደችው ከማሌዥያ መሆኑን ባወቅኩ ጊዜም ስለምን ኢትዮጵያ ከማሌዥያ የትምህርት ፖሊስ ወሰደች፣ ምን የሚያመሳስለን ነገር አለ በማለት ስለማሌዥያ ማጥናት ጀመርኩ። የአንድ ሀገር ፖሊሲ ለሀገሩ ነባራዊ ሁኔታ መልስ የሚሰጥ መሆን አለበት ይላሉ የፖሊሲ ሊቃውንት። የሆነው ሆኖ በጥናቱ ብዙም አልገፉሁበትም።

አምሾች፡ የጸረ-ቴክኖሎጂ ብሔርተኝነት

አሜሪካን ሀገር ፔን ስቴት ውስጥ አንድ አስገራሚ ማኅበረሰብ አለ - የአምሽ ማኅበረሰብ። በቀላል የኑሮ ዘይቤ የሚያምኑና የሚተዳደሩ የአምሽ ማኅበረሰብ አባላት መብራትና ማንኛውንም ቴክኖሎጂ ከመጠቀም የተቆጠቡ ናቸው። የሰው ልጅ በዕለት ተዕለት ኑሮው ሰውነቱን ከአፈር ጋር ማገናኘት አለበት ብለው ስለሚያምኑም ጫማ አያደርጉም። መሰረታቸው ከጀርመን እንደሆነ የሚነገርላቸው አምሾች ከከተሜውና ቴክኖሎጂ ተጠቃሚ ከሆነው የፔንሴልቪንያ ሕዝብ ራሳቸውን አጥረውና አቅበው ቁጭ ያሉ ናቸው።

አስፋፈራቸው ጎሎሌን የሚመስለውን አምሾች ተመላልሼ ጎብኝቻቸዋለሁ። በመጀመሪያው ጉብኝታችን የማኅበረሰቡ መሪ ለምን በባዶ እግር እንደሚሄዱ ደጋግሞ ሊያስረዳን ሲሞክር እኔ ባዶ እግሬን ሄጄ እንዳደግኩ ነገርኩት። ከዚያ በጣም ደንግጦ እንዴት አለኝ። እኔም ተወልጄ ያደግኩት ኢትዮጵያ እንደሆነና ብዙ የኢትዮጵያ ሕዝብ ጫማ እንደማያደርግ ነገርኩት። ከዚያም ጠጋ ብሎ አቀፈኝና እግዚአብሔር ይወዳችኋል አለኝ። መብራትስ አላችሁ? አለኝ። እኔም ብዙ ሕዝብ መብራት እንደሌለውና አሁን ግን ለማዳረስ ጥረቶች እየተደረጉ እንደሆነ ነገርኩት። ደስታም ሀዘንም በአንድ ጊዜ ፊቱ ላይ ሲንጸባረቁ ይታየኝ ነበር። ደስታው በማጣትም ቢሆን የእነሱ እምነት ተከታይ የሚመስል ማኅበረሰብ መኖሩ ይመስለኛል። የሀዘኑ ምንጭ ደግሞ እየተደረገ ያለው ለውጥ የወለደው ስጋት ይመስለኛል። ከዚያ ጊዜ ጀምሮ የአምሽ ማኅበረሰብ ልክ እንደነርሱ ተመለከቱኝ። ልጆቻቸው ተደብቀው ስልክ ለማየት ይመጣሉ። ፎቶም እንዳነሳቸው ይጠይቁኝ ነበር። በባዶ እግሩ ሮጦ የኦሎምፒክ ወርቅ ሜዳሊያ ያሸነፈው የአበበ ቢቂላ ሀገር ልጅ መሆኔን ሳላጫወታቸው በመቅረቴ ግን ይቆጨኛል። እኔም ወደ ፔን ስቴት በሄድኩ ቁጥር ሳልጠይቃቸው ተመልሼ አላውቅም። ዘመዶቼ ሆኑ። ሰው ጫማ ባለማድረግ ይቧደናል ብላችሁ አስባችሁ ታውቃላችሁ? ግን ደግሞ ሆኗል። የሰው ልጅ ለመቧደን ትንሽ ምክንያት ይበቃዋል። እኔ ከሌሎች ጓደኞቼ ሁሉ በተሻለ ወደ አምሾች የቀረብኩት በልጅነቴ ጫማ አላደረግኩም ስላልኩ ብቻ ነበር።

የካታሎኒያ ብሔርተኝነት

የባህሪ ኢኮኖሚክስ ተማሪ በነበርኩ ጊዜ ኤክስፐሪሜንታል ኢኮኖሚክስ የሚባል ኮርስ ለመውሰድ ወደ ባርሴሎናል ግራጁየት እስኩል ኦፍ ኢኮኖሚክስ አመራሁ። እኩለ ሌሊት ባርሴሎና ገብቼ ወደ ተያዘልኝ ሆቴል አመራሁ። የሆቴሉ እንግዳ ተቀባይ እንዳጋጣሚ ሆኖ ግብፃዊ ነበርና ፓስፖርቴን እንዳየ ኢትዮጵያ አለኝ። አዎ አልኩት። ያንን ውሃ ተውት አለን። ነገሩ እንደ ፓቭሎቭ

ኤክስፐርመንት ይመስለኛል። ለግብጾች ኢትዮጵያዊ ሲባል የሚመጣላቸው አንድ ነገር ብቻ ነው - የዓባይ ውሃ።

ባርሴሎና በጣም ውብ የሆነች የካታሎኒያ ዋና ከተማ ናት። በመጠኑም ቢሆን የአፍሪካ ሽታ ያላት ሜዲትራንያን አጠገብ ያለች ውብ ሀገር፣ ውብ ባህል፣ ሞቅ ያለ ማኅበራዊ ሕይወት ያላት ከ17 የእስፔን ግዛቶች በሰሜን ምሥራቅ የምትገኝ ግዛት ናት ካታሎኒያ። ዜጎቿ እኛ ካታሎኒያዊነት የሚሰማን፣ ካታላን የምንናገር፣ ውብና የተለየ ባህል ያለን፣ በጣም ጠንካራ ኢኮኖሚ ያለን ነጻ ሀገር መሆን የምንችልና የምንፈልግ ካታሎኒያን ነን ይላሉ ድምፃቸውን ከፍ አድርገው። “We are a territory with a strong national personality. We need our independence” ይላሉ ሁሉም ካታሎኒያዊያን። አውሮፓ ውስጥ በብሔርተኝነት እንቅስቃሴዋ የምትታወቅ፣ ብዙ ጊዜ ለሪፈረንደም መንገድ ላይ በመውጣት ብዙ ችግር የገጠማቸው ናቸው ካታሎኒያዊያኑ። ከአውሮፓ ኅብረት የሱፐርናሽናል አስተሳሰብ ጋር ባለመሄዱ የሚዳፈነው የካታሎኒያ ብሔርተኝነት እንቅስቃሴ የሚገባውን ትኩረት መነፈጉን መናገር አይከብድም።

አውሮፓ ከሄድኩ ጊዜ ጀምሮ ለመጀመሪያ ጊዜ ቁጭ ብዬ ስለፖለቲካ ያወራሁት በባርሴሎና ነበር። በካታሎኒያና በኦሮሞ ፖለቲካ መካከል ያለው መመሳሰል ገረመኝ። የስፔን የፖለቲካ አወቃቀርም ከአሁኑ የኢትዮጵያ ፌደራሊዝም ጋር በጣም ይመሳሰላል። ስፔን አንድ ግን ደግሞ ስልጣን የተከፋፈለባት (Unified decentralized) ሀገር ናት። እንደ ካታሎኒያ ያሉ ነጻ ክልሎች በሕገ-ሀገሩ ድንጋጌና በክልሉ በነጻነት በተዘጋጁ ሕጎች መሠረት ራሳቸውን ያስተዳድራሉ። የሀገሪቷ ሕገ-ሀገርም (Constitution) የክልሎችን ነጻነት፣ የራሳቸው ሕገ-ክልል እንዲኖራቸው፣ በራሳቸው ቋንቋ እንዲማሩና እንዲሰሩም ይደነግጋል። በርካታ ሰው ታዲያ ካታሎኒያ ለምን ነጻ ሀገር መሆን ፈለገች ብሎ ይጠይቃል። ነገሩ ወዲህ ነው።

እ.ኤ.አ ከ1939 እስከ 1975 ስፔን በአምባገነኑ ፍራንሲስኮ ፍራንኮ ትመራ ነበር። ፍራንኮ በሀገሪቷ የነበረውን ነጻነት ሁሉ ጨፍልቆ አንድ ወጥ የስፔን

ማንነት ለመገንባት ሞክሮ ነበር። ይሁንና ለካታሎኒያኖቹ ይህ ተግባሩ አስከፊ ሙከራ ነበር። የካታላንን ባህል ለማጥፋት የተደረገ ሙከራ አድርገውም ያዩታል። እስከ ዛሬም ይከፋሉ። በ1975 ፍራንኮ ሲሞት ስፔን እንደገና ወደ ዴሞክራሲ ተሸጋገረች፤ ክልሎችም ነጻነታቸውን አገኙ። ካታሎኒያ እንደ ነጻ ክልል ተቋቋመች። ካታሎንም የክልሉ ቋንቋ ሆኖ ሥራ ላይ ዋለ። ታዲያ የስፔን ዴሞክራሲ እየጠነከረ ሲሄድ የካታሎኒያ ብሔርተኝነትም አብሮ እየጠነከረ መሄዱ አልቀረም።

"We are Catalan, we feel Catalan, we speak Catalan and it's another culture" ማለታቸውን ቀጠሉ።

አዲስ የኢኮኖሚ ሞዴል፣ የካታሎኒያ ነጻ ሀገርና የካታላን ቋንቋ ሙሉ በሙሉ ሥራ ላይ እንዲውል ጠየቁ። ይሁንና ለአራት ዓመታት ከቆየ የፍርድ ቤት ክርክር በኋላ ተቀባይነት አጣ። እ.ኤ.አ. በ2006 አንድ ሚሊዮን ሰው ወደ መንገድ ወጣ። ቆሰለ፣ ሞተ። ጥያቄው የኢኮኖሚ ጥያቄም ጭምር ነበር። ካታሎኒያ በጣም የበለጸገች ክልል ናት። የሀገሪቷ ስድስት በመቶ ክፍል ብቻ የሆነችው ካታሎኒያ ሃያ በመቶ ለስፔን ኢኮኖሚ ታበረክታለች። ሃያ አንድ በመቶ የስፔን የግብር ገቢ የሚሰበሰበው ከካታሎኒያ ነው።

የቶማስ ሳንካራ ነገር፡ ፈረንሳይና ምዕራብ አፍሪካ

በቅኝ ግዛት ዕይታ አፍሪካ በግልጽ ሁለት ቦታ የተከፈለች አህጉር ናት። በብዛት የፈረንሳይ ቅኝ ግዛት የሆነው የምዕራብ አፍሪካ እና በብዛት የእንግሊዝ ቅኝ ግዛት የሆነው የምሥራቅ አፍሪካ። በሁለቱ መካከል ያለው ልዩነት እጅግ የጎላ ነው። ልዩነቱን በደንብ ለተመለከተ ከሁለት ዝንጀሮዎች አንድ ቆንጆ ዝንጀሮ እንደመምረጥ ነው። በአንፃራዊ ዕይታ እንግሊዞች የተሻሉ ቅኝ ገዥ ስለመሆናቸው በግልጽ መናገር የሚቻል ይመስለኛል። የፈረንሳይ አብዮት የመጀመሪያው ግልጽ የብሔርተኝነት እንቅስቃሴ ማሳያ እንደነበር የታሪክ መረጃዎች ይጠቁማሉ። ዛሬም ቢሆን እነማሪን ሌ ፔን ፈረንሳይን ከአውሮፓ ኅብረት ለመገንጠልና ዓለም-አቀፋዊ አጀንዳ ለማስቀረት ይታገላሉ።

አይቮሪኮስት በሌላ ስሟ ኪዲቫር ገና ወደ ኤርፖርት ስትገባ እውቁ የእግር ኳስ ኮከብ ዲድየር ድሮግባ እጁን ዘርግቶ ይቀበልሃል። ኢሚግሬሽን አልፈህ ከገባህ በኋላ ግን አይቮሪዎቹ ብዙም አያዋሩህም። ስለ አይቮሪኮስት ብዙ ማወቅ ፈልጌ ነበር። ግን በቋንቋ ችግር ምክንያት ብዙም መግባባት አልቻልኩም። ሁሉንም ሰው ሄሎ ስል በተደጋጋሚ #NoEnglish የሚል ምላሽ አገኝ ነበር። በርግጥ “ኖ ኢንግሊሽ” የፈረንሳይ ፖለቲካም ሊሆን ይችላል። እ.ኤ.አ. ከ1904 እስከ 1960 የፈረንሳይ ቅኝ ግዛት ስር የነበረችው አይቮሪኮስት የፖለቲካ ዋና ከተማዋ ያሞሳክሮ ሲሆን ትልቁ የኢኮኖሚ ዋና ከተማዋ ደግሞ አቢጃን ነው። ሰባ ዘጠኝ የተለያዩ ሀገር በቀል ቋንቋዎች የሚነገሩባት አይቮሪኮስት ዛሬም የፈረንሳይኛን ቋንቋ እንደ ኦፊሴላዊ የሥራ ቋንቋ ትጠቀማለች።

ከሰላሳ ዓመት በላይ አይቮሪን በፕሬዚዳንትነት የመሩት ሁፉዌት ቦይኒ እ.ኤ.አ. በ1993 ከዚህ ዓለም በሞት እንደተለዩ አይቮሪ ብዙ ውጣ ውረድ ውስጥ አለፈች። በሀገሪቷ ውስጥ በተከሰተ አለመረጋጋት በ1999 ወታደሩ ስልጣኑን ተቆጣጠረ። በ2000 በተደረገ ምርጫ ስልጣን ወደ ሲቪሉ ተመለሰ። በ2002 ተሞክሮ በከሸፈው መፈንቅለ መንግስት አማፂው ቡድን የሀገሪቷን ሰሜናዊ ክፍል፣ መንግስት ደግሞ የሀገሪቷን ደቡባዊ ክፍል ያዙ። መሃል ላይ ደግሞ ሰላም አስከባሪ ኃይል ሰፈረ። ጉዳዩ እስከ 2010 ድረስ መፍትሄ ሳያገኝ ዘለቀ። በ2010 በድጋሚ በተደረገው ምርጫ አላሳኔ አውታራ ያሸነፈ ቢሆንም ባግቦ ግን ስልጣኑን ለመልቀቅ ፍቃደኛ አልሆነም ነበር። የሀገሪቱ ወታደራዊ እና ከፍተኛ የመንግስት ባለስልጣናት ድጋፍ የነበረው ሎራንት ባግቦ ለተጨማሪ የፕሬዚዳንትነት ጊዜ ቃለ መሃላ ሲፈጽም፣ የአማፂው ቡድን መሪና የውጭ ድጋፍ የነበረው አላሳኔ አውታራም ራሱን የሀገሪቷ ፕሬዚዳንት አድርጎ ቃለ መሃላ ፈፀመና ነገሩ ተካረረ። አይቮሪ ለሌላ የርስ በርስ ጦርነት ተዘጋጀች። በኋላ ባግቦ በጉልበት ተገረሰሰና ታሰረ። አውታራ የሀገሪቷ ፕሬዚዳንት ሆኖ እስከ ዛሬም አለ። አይቮሪንም በብዙ መልኩ የቀየረ መሪ ነው።

ሌላኛዋ የፈረንሳይ ቅኝ ግዛት የሆነችው የምዕራብ አፍሪካ ሀገር ቡርኪና ፋሶ ናት። እ.ኤ.አ በ1896 በምዕራብ የፈረንሣይ ቅኝ ግዛት ስር የገባቸው ቡርኪና

በ1960 በፕሬዝዳንት ሞሪስ ያሜን ሙሉ ነጻነት አገኘች። ከነጻነት በኋላ በነበሩት አሥርት ዓመታት ሀገሪቱ አለመረጋጋት፣ ድርቅ፣ ረሃብ እና ሙስና ተጋርጦባት እንደነበረ ይነገራል። ቡርኪና በ1966፣ በ1980፣ በ1982፣ በ1987፣ በ1989፣ በ2015 እና በ2022 መፈንቅለ መንግስቶች ተካሂደውባታል።

ቡርኪና ፋሶም ስሄድ በተመሳሳይ ሁኔታ የቋንቋ እክል ገጠመኝ። በኔ የመግባባት እና የማወቅ ፍላጎት ልክ የሄደ ነገር አለ ለማለት አይቻልም። ግን አንድ ነገር በጭንቅላቴ ይዤ ነበር ቡርኪና የገባሁት። አፍሪካዊው ቼኩቬራ የሚባለው የቶማስ ሳንካራ ሀገር መሆኗን። ቶማስ ኢሲዶሬ ኖኤል ሳንካራ ቡርኪና ፋሶን ለአራት ዓመታት የመራ አብዮተኛና የፓን አፍሪካኒዝም አቀንቃኝ ነበር።

እ.ኤ.አ. በ1982 በወታደራዊ መፈንቅለ መንግስት ወደ ስልጣን የመጣው ቶማስ ሳንካራ ሀገሪቷን ለአራት ዓመታት በፕሬዝዳንትነት መርቷል። በዚህ ጊዜም ለገበሬዎች መሬት በማከፋፈል፣ የባቡርና የመንገድ ግንባታ በማስፋፋት፣ የሴት ልጅ ግርዛትና የግዳጅ ጋብቻን እንዲሁም ከአንድ በላይ ማግባትን በመከልከል ለውጥ አምጥቷል። በነበረኝ ቆይታ ስለቶማስ ሳንካራ ከዚህ በላይ ለማወቅ ጥረቶችን አደርግ ነበር። በዚህም የቋንቋ ችግር እንዳለ ሆኖ ስለሳንካራ ግን ብዙ ተምሬያለሁ። የሳንካራ ሞት የአፍሪካ ስብራት እንደነበረም ተረድቻለሁ። በወቅቱ ሳንካራን ማን ገደለው የሚለው ጥያቄ መልስ ያልነበረው ጥያቄ ነበር። ቡርኪና ፋሶ የአብዮተኛው ሰው የቶማስ ሳንካራ ሀገር በመሆኗ ብቻ እዚያ በነበርኩባቸው ጊዜያት ሁሉ ኩራት ይሰማኝ ነበር። የአፍሪካን ታሪክም በደንብ ለማጥናት ጥሩ መሠረት አግኝቼበታለሁ።

ይሁን እንጂ በመፈንቅለ መንግስት የተፈተነችው ሀገሩ ዛሬም ድረስ ተመሳሳይ አዙሪት ውስጥ መሆኗ ያሳዝናል። ቡርኪና ፋሶ ከ2010 ጀምሮ ደግሞ በሳሄል እስላማዊ ሽብርተኝነት በከፍተኛ ሁኔታ ተጎድታለች። ከአገሪቱ 21 ሚሊዮን ነዋሪዎች ውስጥ ከአንድ ሚሊዮን በላይ የሚሆኑት ተፈናቃዮች ናቸው። በ2022 ጥር ወር የቡርኪና ፋሶ ጦር በመፈንቅለ መንግስት ፕሬዚዳንት ሮክ ማርክ ካቦሬን ከስልጣን አስወግዶ ስልጣን ከያዘ በኋላ በወሩ መጨረሻ ሕገ-

ሀገሩን በመመለስ ፖል-ሄንሪ ዳሚባንን ጊዜያዊ ፕሬዚዳንት አድርጎ ሾመ። ይሁን እንጂ ዳሚባን ራሱ በመስከረም ወር መጨረሻ እንደገና በመፈንቅለ መንግስት ሊገለበጥ ችሏል።

የሩዋንዳ ፍጅት መነሻ፣ ብሔርተኝነት ወይስ ቅኝ ግዛት?

ከሆሎኮስት በኋላ ብሔርተኝነት ከሚፈረጅባቸው ነገሮች አንዱ የሩዋንዳ ፍጅት ይመስለኛል። በፈረንጆቹ አቆጣጠር በ2002 የአዲስ አበባ ዩኒቨርሲቲ የሶስኦሎጅ ተማሪ እያለሁ በወቅቱ በኢትዮጵያ የሩዋንዳ አምባሳደር የነበሩ ሰው ወደ ዩኒቨርስቲው በመምጣት በሶስኦሎጂና ሶሻል አንትሮፖሎጂ ትምህርት ክፍል በተዘጋጀ የፓናል ውይይት ላይ ስለ ሩዋንዳ ጭፍጨፋ ንግግር ያደርጋሉ። ሩዋንዳዊያን ፈረንሳይኛ ተናጋሪ ናቸው። ሩዋንዳ እ.ኤ.አ. ከ1884 የአፍሪካ ቅርምት እስከ 1916 ድረስ በጀርመን ከዚያም ከ1916 እስከ 1962 ደግሞ በቤልጂየም ቅኝ እንደተገዛች ታሪክ ያወሳል። የሆነው ሆኖ አምባሳደሩ ጥሩ የምሥራቅ አፍሪካ እንግሊዘኛ ይናገሩ ነበር። እንግሊዝኛው ለእኛ ከባድ ቢሆንም ታሪኩ ዓለምን ያስደነገጠ ነበርና እንደምንም ተጣጥረን ለመስማት ሞከርን። በጣም እያላባቸው በእጅ ማሃረባቸው ላባቸውን እየጠረጉ ያወሩ እንደነበርም አስታውሳለሁ።

ከስምንት ዓመት በኋላ እ.ኤ.አ. በ2010 የአምቦ ዩኒቨርሲቲ መምህር እያለሁ ከምሥራቅና ደቡብ አፍሪካ የማኅበራዊ ሳይንስ ምርምር ድርጅት (OSSREA) ባገኘሁት የስልጠና ዕድል የመጀመሪያውን የዓለም አቀፍ ጉዞዬን ወደ ሩዋንዳ አደረኩ። በበረራዉ ወቅት ስለሀገሩ በጭንቅላቴ እያሰናሰልኩ ከሶስት ሰዓት ከምናምን ደቂቃ በረራ በኋላ ኪጋሊ አረፍን። ኪጋሊ ስንደርስና ሊቀበለን የመጣውን ሩዋንዳዊ ፕሮፌሰር ሳይ መጀመሪያ የመጣልኝ አምባሳደሩና ላቡ ነበር። ወድያው አውቶቡስ ተሳፍረን በቀጥታ ቡታሬ ወደ ምትባል ከተማ አመራን። ቡታሬ የዕውቀት ከተማ ትመስለኛለች። በወቅቱ ብቸኛው የሩዋንዳ ፐብሊክ ዩኒቨርሲቲ (National University of Rwanda)ና ሌሎችም የምርምር ተቋማት ያሉባት ከተማ ናት። ይህች ከተማ ናት እንግዲህ እኔን

ከአፍሪካ ወንድም እህቶቼ ጋር ያስተዋወቀችኝ። አፍሪካንም እንደ አህጉር የተዋወቅኳት በትንሿ ቡታሬ ከተማ ነበር ማለት እችላለሁ። ነብሱን ይማርና ከሶስኦሎጂስቱ ጉልጉሌቶ ስዝባ (ጉጉ) ጋር የመጀመሪያውን ጥልቅ የፓን አፍሪካኒዝም ውይይት በቡታሬ አደረኩ። አፍሪካ ላይ በተፈጸመው ግፍ በጣም ያዘንኩትን ያህል በሀገሬ የጸረ-ቅኝ ግዛት ተጋድሎም እጅግ ኮራሁ። የጎሎሌን ያህል አፍሪካን እንዳወቅኳት ተሰማኝ። እኔ አፍሪካዊ መሆኔን በትክክል የተረዳሁት በቡታሬ ይመስለኛል።

ስልጠናውን ለተወሰነ ጊዜ ከተከታተልኩ በኋላ በሩዋንዳ የተከሰተውን ጭፍጨፋ በተመለከተ ለጉብኝት ወደ ተለያዩ የሩዋንዳ አካባቢዎች ተንቀሳቀስን። ኪጋሊ በሚገኘውና እልቂቱን በሚዘክረው የመታሰቢያ ሙዚየም ያየሁትን እስከ ዛሬም ድረስ ለማመን ይከብደኛል። በሩዋንዳ የሰው ልጆች ከእንስሳ የባሰ አውሬ ሊሆኑ እንደሚችሉ የሚያሳይ ድርጊት ተፈጽሟል። ለዘመናት በቅኝ ገዥዎች የተዘራው ቂምና በቀል በሩዋንዳ የአንድ አባት ልጆችን የዓለም ታሪክ ሊረሳው በማይችል መልኩ አጫርሷል።

ኪኒያሩዋንዳ በሩዋንዳ፣ በቡሩንዲ፣ በኮንጎና በዩጋንዳ የሚኖሩ ሦስት ልጆች እንዳሉት አፈ-ታሪክ ይናገራል። እነዚህም ሁቱ፣ ቱትሲና ቱዋ ይባላሉ። በሩዋንዳ ሁቱ ሰማንያ አራት በመቶ የሀገሪቷን የሕዝብ ቁጥር የሚሸፍንና በግብርና የሚተዳደር ሕዝብ ነው። ቱትሲ ደግሞ አሥራ አምስት በመቶ የሀገሪቱን የሕዝብ ቁጥር የሚሸፍንና አርብቶ አደር ነው። ቱዋ አንድ በመቶ ብቻ የሚሆንና በአደንና ፍራፍሬ ለቀማ የሚተዳደር እንደሆነ ታሪካቸው ይናገራል።

በእነዚህ ልዩነቶችና በተለይ ደግሞ በአርሶአደርና አርብቶአደር መካከል በመሬትና ውሃ አጠቃቀም ዙሪያ በሚነሱ ግጭቶች ቱትሲና ሁቱዎች ለዘመናት ይጋጩ ነበር። እ.ኤ.አ. በ1959 በነበረው ግጭት ወደ ሃያ ሺህ ሰው መሞቱ ይነገራል። በ1994ትም በነዚሁ ወንድማማች ሁቱና ቱትሲ መካከል በተቀሰቀሰ የርስ በርስ ግጭት አንድ ሚሊዮን ገደማ ቱትሲዎችና ለዘብተኛ ሁቱዎች የሞቱበት ዘግናኝ ጭፍጨፋ ተካሂዷል። ይሄ ጭፍጨፋ "ዘotel Rwanda" እና "Sometimes in Spring" በተሰኙ ፊልሞች እንዲሁም በበርካታ ጽሑፎች ለዓለም ሕዝብ ይፋ ሆኗል። ስለግጭቱ አሁንም በርካታ መላምቶች የሚሠጡ ሲሆን መንስዔው ብሔርተኝነት ነው የሚሉም አሉ። ቱትሲዎች ከኢትዮጵያ ስለመጡ እንደተገደሉ ዛሬም ድረስ በሠፊው ይነገራል። በጭፍጨፋው ወቅትም አስከሬናቸውን ወንዝ ውስጥ ወርውረው ወደመጣችሁበት ወደ ኢትዮጵያ ሂዱ እንዳሏቸውም ይነገራል። እኔም በብሔርተኝነት ስሜት ይሄን ጉዳይ ለማጥናት ወደ ናሽናል ዩኒቨርሲቲ ኦፍ ሩዋንዳ ተመላልሻለሁ። የተረዳሁት ነገር ግን ሌላ ነበር።

ከ1916 ጀምሮ ቤልጅየሞች በሁቱና በቱትሲ መካከል ያለውን ልዩነት በመጠቀም ሁለቱ በጠላትነት እንዲተያዩ የሚያደርግ ሴራ ጎነጎኑ። የአፍንጫቸውን ስፋት ለክተው መታወቂያቸው ላይ በመጻፍ ልዩነታቸውን አሰፉ። ቱትሲዎች የተሻሉ ናቸው በማለት የትምህርት ዕድል እንዲያገኙና ስልጣን እንዲይዙ አደረጉ። ከዚያም አልፈው ሁቱዎች የጉልበት ሥራ ሲሰሩ ቱትሲዎች ከኋላ እየተከተሉ እንዲገርፏቸው በማድረግ አቋሰሏቸው፤ በዚህ መልክ ለመገዳደል በሚያመች ደረጃ ለያይዋቸው። ከዚያም የጊዜ ቦንብ ላይ አስቀምጠዋቸው ሄዱ። ሩዋንዳ በ1962 ነጻ ስትወጣ ብዙ ቁጥር ያለው ሁቱ ስልጣን ያዘ። ቱትሲዎች ለችግሮች ሁሉ ተጠያቂ ሆኑ። ለስደትም ተዳረጉ። ብዙዎች ወደ ኮንጎና ወደ ዩጋንዳ ተሰደዱ። በርካታ ቱትሲዎች እዚያው አድገውና ተምረው ለሀገራቸው ነጻነት ታገሉ። የፖል ካጋሜ ፖርቲ የሩዋንዳ አርበኞች ግንባር (Rwandan Patriotic Front-RPF) ዩጋንዳ ውስጥ እንደተቋቋመ ይነገራል። ይሄው የሩዋንዳ አርበኞች ግንባር የአሁኑን የዩጋንዳ ፕሬዚዳንት ዩዌሪ ሙሴቪኒን ወደ ስልጣን እንዳመጣም ይነገራል።

ነገሩ በዚህ መንገድ እየሰፋ ሄደ። የመጨረሻው የሁቱ ፕሬዚዳንት የጁቬናል ሃብሪያማና መንግስት እየተዳከመ ሄደ። ዩጋንዳ የቱትሲዎችን ትግል ትደግፍ እንደነበረ ይታወቃል። RPF የሀገሪቱን ሰሜናዊ ክፍል እያስጨነቀ መጣ። በዚህ ወቅት ሀብሪያማና ከቡሩንዲ ፕሬዚዳንት ጋር ለአሩሻ የሰላም ስምምነት ታንዛኒያ ደርሰው ሲመለሱ ኪጋሊ ኤርፖርት አጠገብ የሚገኘው ቤቱ ላይ

አውሮፕላኑ ተመቶ ሁለቱም ሞቱ። አውሮፕላኑን ማን መታው? ለሚለው ጥያቄ እስከዛሬም ድረስ ግልጽ መልስ የለም። ፈረንሳይ ፖል ካጋሜ ነው ስትል ካጋሜ ደግሞ ሁቱዎች ናቸው ይላል። ሌላ መረጃ ደግሞ ፈረንሳይ ናት ይላል። የሆነዉ ሆኖ ጭፍጨፋው የተቀነባበረ ስለመሆኑ በግልጽ መናገር ይቻላል። ብቻ ይሄ ክስተት የኪኒያሩዋንዳ ልጆች በተቀመጠላቸው የጊዜ ገደብ በጅምላ እንዲገዳደሉ መሠረት ጣለ።

ፈረንሳይ ቢላዋ አቀበለች። የዓለም-አቀፋዊነት ቁንጮ ነኝ ባይ የተባበሩት መንግስታት (UN) ቆሞ እየተመለከተ ሩዋንዳዊያን ተገዳደሉ። በግድያው ሂደት የጎረቤት ሀገራት ሚና በተለይ የዩጋንዳ ሚና ባይነገርም ቀላል አልነበረም። የሚዲያ ተቋማት ሚና ግን ከምንም በላይ ነበር። በተለይም የጥላቻ ሬዲዮ የሚባለው RTLM ልዩ ሚና ነበረው። የመንግስት የፍትህ ተቋማት ወገኑ፣ የኃይማኖት ተቋማት የግድያ ቦታ ሆኑ። ከማስታረቅ ይልቅ ለማገዳደል የተሰለፈው ብዙ ነበር። ድርጊቱ ሩዋንዳን እስከ ዛሬም ድንጋጤ ውስጥ የጣለ ክስተት ነው። ሩዋንዳ ዛሬም ድንጋጤ ውስጥ ናት። አንድ ሚሊዮን የሚጠጉ የቱትሲ ጎሳ አባላትና ለዘብተኛ ሁቱዎች ኢንተርሃምዌይ በሚባሉ 30ሺህ የሚጠጉ የሁቱ ፓራ ሚልሻ አባላት ተገደሉ። ወንዞች በቱትሲና ለዘብተኛ ሁቱዎች አስከሬን ተሞሉ። የሩዋንዳ ሰማይ የሰውን አስከሬን ተመግበው በጠገቡ አሞራዎች ተሞላ። ሩዋንዳ ለመቶ ቀናት የግድያ ምድር ሆነች።

በኋላም የሩዋንዳ አርበኞች ግንባር ሀገሪቷን ተቆጣጠረ። ሰላሳ ሺህ የሚጠጉ ኢንተርሃምዌይ የተባሉ የግድያ ማሽኖች ወደ ኮንጎ ተሰደዱ። ባጠቃላይ ስምንት መቶ ሺህ የሚጠጉ ወደ ኮንጎ የተሰደዱ ሁቱዎች በፖል ካጋሜ መንግስት እንደተገደሉ ይነገራል። ሁለት ሚሊዮን ገደማ የኪኒያሩዋንዳ ልጆች በዚህ መንገድ አለቁ ማለት ነው። ድርጊቱ ሩዋንዳንም የዓለም-አቀፍ ማኅበረሰቡንም ድንጋጤ ውስጥ ጥሎ አለፈ። ለዘመናት በፈረንሳይና በቤልጅየም የተዘራው የቂምና የበቀል እርሾ በሩዋንዳ የአንድ አባት ልጆችን የዓለም ታሪክ ሊረሳው በማይችል መልኩ አባልቷል።

ብሔር-ተኝነት

ዛሬ ሩዋንዳ ውስጥ ሁቱና ቱትሲ ማለት ወንጀል ነው። ስሜታቸውን እንኳ በነጻነት አያወሩም። ውስጣቸው ግን ቂምና በቀልን አርግዟል። የዓለምን ትኩረት የሳበው የፖል ካጋሜ ፖለቲካ ቂምና በቀሉን አዳፈነው እንጂ አላከመውም። በዚያ ላይ ፖል ካጋሜ የቱትሲ ብሔርተኛ ነው፤ የቱትሲዎችን የበላይነት በሩዋንዳ ብቻ ሳይሆን በዩጋንዳ፤ በቡሩንዲና በኮንጎ ለማረጋገጥ የሚሰራ ነዉ ተብሎ ይወቀሳል። ሩዋንዳ ዛሬም የእልቂት ቦምብ ላይ ያለች ሀገር ትመስለኛለች። ብዙ ትምህርት ሊወሰድበት የሚገባ አሰቃቂው የሰው ልጅ ጭካኔ የታየባት ሩዋንዳ ዛሬም ነጻ ናት ማለት አይቻልም። ሌላ እልቂት ይጠብቃታል የሚሉ ብዙ ናቸው።

ክፍል ሶስት

ብሔርተኝነትና ኢትዮጵያ

የኢትዮጵያ ነገር፣ እንደ ነብር ዥጉርጉር
ከመሬት ለአራሹ፣ እስከ ርስት ለወራሹ
ከዴሞክራሲ ወሬ፣ እስከ ብሔር ለሀገሬ
ተጠየቀ በገበሬው፣ ተዘመረ በተማሪው
ከባህርማዶ ተመላሹ፣ እስከ መለዮ ለባሹ
ተሳትፎ በአብዮት፣ ለዘውዱ ውድቀት
ደርግ ስልጣን ያዘ፣ ሀገር ቁልቁል ተጓዘ
ጣልቃ ገቦች መጡ፤ እነመንጌም ወጡ
በሕዝብ ልጅ ዘመን፤ በብሔርተኝነት ሚዛን
ከአብዮት በዴሞክራሲ እስከ መደመር ሌጋሲ!

ኢትዮጵያ የብሔር ብሔረሰቦች ሀገር ብቻ ሳትሆን የብሔርተኞችም ሀገር ናት። በተለያየ አረዳድና አገላለጽም ቢሆን ኢትዮጵያውያን ከግለሰብ በላይ ለሆነ ቡድን ታማኝነት በማሳየት የሚስተካከላቸው ያለ አይመስለኝም። ኢትዮጵያ ውስጥ ስሜት ትልቅ ቦታ አለው። ከሚነገረዉ ነገር በላይ የሚነገርበት ስሜት የሰዎችን ቀልብ ይገዛል። በስሜት እንደግፋለን፤ በስሜት እንቃወማለን። ይህ እንዳለ ሆኖ በኢትዮጵያ ብሔርተኞች መካከልም ሰፋፊ የብሔርና የብሔርተኝነት አረዳድ ልዩነቶች አሉ። የብሔር አባልነትና በብሔርተኝነት ራስን መግለጽ ላይም እንዲሁ በርካታ ልዩነቶች አሉ። በእኔ እምነት የልዩነቶቹ ዋነኛ ምንጭ ደግሞ የኢትዮጵያና የኢትዮጵያዊ ማንነት አረዳድ ነው። ኢትዮጵያና ኢትዮጵያዊነት በሁለት ተጻራሪ መንገድ ይገለጻል።

በአንድ በኩል ኢትዮጵያ እንደ ኅብረ-ብሔራዊ (Multinational State) ሀገር ትታያለች። "ኢትዮጵያዊነት" ደግሞ የብሔር ማንነት አልባ 'የዜግነት ማንነት' ነው። በዚህ አውድ የሚቀነቀን የኢትዮጵያ ብሔርተኝነት ደግሞ የሲቪክ ብሔርተኝነት (civic nationalism) ነው። ኢትዮጵያ ውስጥ ያሉ ብሔሮች ደግሞ የራሳቸው የሆነ ብሔራዊ ማንነት ያላቸው ሆኖ በብሔራዊ ማንነት የሚቀነቀን ብሔርተኝነት ማኅበረሰባዊ ብሔርተኝነት (Communal Nationalism) ይሆናል ማለት ነው።

ከዚህ በተቃራኒ የቆመው ቡድን ደግሞ ኢትዮጵያን እንደ ብሔራዊ ሀገር የማየት ዝንባሌ አለው። የኢትዮጵያን ሀገረ-መንግስት ደግሞ እንደ ብሔረ-መንግስት (Nation State) ይመለከታሉ። በዚህ አረዳድ ኢትዮጵያ ውስጥ የሚቀነቀን ብሔርተኝነት የኢትዮጵያ ብሔርተኝነት ብቻ ነው። ሌሎች በሀገሪቱ ውስጥ የሚንጸባረቁ ብሔርተኝነቶች ንዑስ ብሔርተኝነት (subnationalism) ናቸው ይላሉ። "ኢትዮጵያዊነት" የብሔር ማንነት ነው የሚል እምነትም ያራምዳሉ።

በእነዚህ ሁለት ዕይታዎችና ብሔርተኝነቶች መካከል የሚደረጉ ፉክክሮች ኢትዮጵያ ውስጥ ለሚጋጩ ትርክቶች መሰረት ጥለዋል የሚሉ እንዳሉ ሁሉ

ዕይታዎቹና ብሔርተኝነቶቹ ራሳቸው የሚጋጩ ትርክቶች ውጤት ናቸው የሚሉም አሉ። ኢትዮጵያን እንደ ኅብረ-ብሔራዊ ሀገር የሚረዳው ቡድን ልዩነትን መሰረት ያደረገ ትርክት ሲያራምድ፣ ኢትዮጵያን እንደ ብሔረ-መንግስት የሚረዳው ቡድን ደግሞ አንድነትን መሰረት ያደረገ ትርክት ያራምዳል። በእነዚህ አረዳዶች መካከል በተፈጠሩ መካረሮች ደግሞ በሂደት ሁለቱም ነጠላ እውነትና ትርክት ወደ ማቀንቀን እንደሄዱ ይታወቃል። በዚህ መንገድ ዋልታ ረገጥ የሆኑ "ፍጽማዊ አንድነት አቀንቃኝ" እና "ፍጹማዊ ልዩነት አቀንቃኝ" ቡድን የኢትዮጵያ ፖለቲካ ውስጥ ሊፈጠር እንደቻለና እስከ ዛሬም ትልቁ የሀገሪቷ የፖለቲካ ራስ ምታት ሆኖ እንደሚገኝ ማንሳት ይቻላል።

ኢትዮጵያዊነትን እንደ ብሔር፤ ኢትዮጵያን እንደ ብሔረ-መንግስት የማየቱ ነገር ልክ እንደሌሎች ሀገራት ኢትዮጵያ ውስጥ ያሉ የባህልና የቋንቋ ልዩነቶችን በመጨፍለቅ አንድ ወጥ ብሔርና ብሔርተኝነት ለመገንባት የተደረገው ሙከራ ውጤት ነው የሚሉም አሉ። ይሄንኑ በሚያንጸባርቅ መንገድ የኢትዮጵያ ዋነኛው ችግር የብሔረ-መንግስት ግንባታ ጅማሮ አለመጠናቀቁና እንደ ሕዝብ ወደ ብሔር አለመምጣታችን ነው በማለት የሚቆጩ ዛሬም ድረስ አሉ። ይሄን እምነት የሚያራምደው ቡድን ከጊዜ ወደ ጊዜ በቁጥርም ሆነ በሀሳብ ጥንካሬ እየቀነሰ ቢመጣም ዛሬም ድረስ ሌላ ጫፍ ለመሆን ያላሰለሰ ትግል የሚያደርግ ቡድን መሆኑ ግን አይካድም።

ሌላኛው የልዩነት ምንጭ ራስን በብሔርተኝነት ከመግለጽ ጋር የተገናኘ ነው። ከዚህ ጋር በተያያዘ በፍቃዱ ኃይሉ የሚከተለውን ብሎ ነበር፤ "ኢትዮጵያ ውስጥ ያለው የብሔርተኝነት ልዩነት ሰዎች በግልጽ ብሔርተኝነታቸውን የመግለጽ (overtly nationalist) ወይስ የመሸሸግ (covertly nationalist) ብቻ ነው። "ብሔርተኛ ነኝ" በሚሉ እና "ብሔርተኛ አይደለሁም" በሚሉት ሰዎች መካከል ያለው ልዩነት ብሔርተኝነትን የማመን እና የመሸሸግ ችሎታ ልዩነት ብቻ ነው። ኢትዮጵያ ውስጥ ደረጃው ይለያይ ይሆናል እንጂ ሙሉ ለሙሉ ብሔርተኝነት የወጣለት ሰው የማግኘት ዕድላችን ጠባብ ነው።"

ከዚሁ ጋር በተያያዘ የኢትዮጵያ ብሔርተኞች ልዩነት ብሔርተኛ የመሆን ያለመሆን ልዩነት ሳይሆን የብሔርተኝነት ምርጫ ልዩነት ነው የሚሉም አሉ። ኢትዮጵያ ውስጥ ተወልዶ ብሔር የለኝም የሚል ሰው ትርጉሙ "አንድ ብሔር ብቻ የለኝም" እንደማለት ነው ይላሉ። አንድ ሰው ከአንድ ወጥ ብሔር ከመጡ ቤተሰብ አልተወለደም ማለት ግን ብሔር የለውም ማለት አይደለም። ከአንድ በላይ ከሆነ ብሔር ጋር ራስን መግለጽ ይችላል ማለት ነውም ይላሉ። ይሄ በኢትዮጵያ ለተለያዩ የፖለቲካ ኃይሎችም የሚሰራ ይመስለኛል። ለምሳሌ "ኅብረ-ብሔራዊ እንጂ የብሔር ፓርቲ አይደለንም" ማለት የተለመደና ትክክል የሚመስል አገላለጽ ሆኗል። ኅብረ-ብሔራዊ ማለት ግን "የአንድ ብሔር" ብቻ ያልሆነ ማለት እንጂ "የብሔር" ያልሆነ ማለት አይደለም።

በተጨማሪ ኢትዮጵያ ውስጥ ብሔርተኝነትን የሚሸሹ ብሔርተኞች እውነተኛ ብሔርተኝነታቸውን በሌላ ብሔርተኝነት ለመሸፈን እንደሚሞክሩም በብዙ የፖለቲካ ሀሳብ ሰጭዎች የሚነሳ ሀሳብ ነው። በአጠቃላይ በብሔራዊም ሆነ በኅብረ-ብሔራዊ ብያኔ እንዲሁም ብሔርተኝነታቸውን በይፋ በሚገልጹም ሆነ በሚሸሹ ዘንድ ኢትዮጵያ የብሔርተኞች ሀገር መሆኗ ግልጽ ነው። ኢትዮጵያ ውስጥ ብሔርተኝነትን የመምረጥና ለተለያየ ዓላማ የመጠቀሙ ጉዳይ እንዳለ ሆኖ ብሔርተኛ ያልሆነን ሰው በተለይ ፖለቲከኛ የማግኘት ዕድል ግን ጠባብ ነው የሚለው ሀሳብ የሚያስማማን ይመስለኛል።

ኢትዮጵያ የብሔር፤ የቋንቋና የባህል ስጋጃ ናት። ወደ ሰማንያ የሚጠጉ የብሔርን ሳይንሳዊ መስፈርት የሚያሟሉ ሕዝቦች እንደሚኖሩባትም ጥናቶች ያመላክታሉ። ይሄ የብሔር ቁጥር አወዛጋቢ ስለመሆኑም ይነሳል። አንዳንድ ቦታ ጎሳን እንደ ብሔር መቁጠር ሌላ ቦታ ደግሞ አንድን ብሔር በተለያየ ስም የመመዝገብ ነገር እንዳለ ጥቆማዎች አሉ። ይህ እንዳለ ሆኖ በኢትዮጵያ ማኅበረ-ፖለቲካ ትርክት ውስጥ ዛሬም ድረስ የብሔር መስፈርት በፖለቲካ ኮሚቴ የሚወሰን ይመስላል። እንደ ዋነኛ መስፈርት የሚቀርበው ደግሞ የቡድን አባላት ቁጥር ይመስላል። የአባላት ቁጥሩ ብዙ ከሆኑ ብሔር የአባላት

ቁጥሩ አነስ ካለ ደግሞ ብሔረሰብ አድርጎ የማየቱ አዝማሚያ በሠፊው ይስተዋላል። ከዚያ አለፍ ሲል ደግሞ ኢትዮጵያ ውስጥ ብሔረ-ሰብ እንጂ ብሔር የለም የሚሉም አሉ። “ብሔረ-ሰብ” ማለት የብሔር አባል የሆነ ሰው ወይም የብሔር-ሰው ማለት ነው። ስለዚህ ብሔር ሳይኖር ብሔረ-ሰብ አይኖርም ማለት ነው።

በዚህ የመጽሐፉ ክፍል ኢትዮጵያን በብሔርተኝነት መነጽር እንቃኛለን። በዚህ ሂደት ደግሞ ከኢትዮጵያ ታሪክ ጋር የተያያዙ ብዙ ጉዳዮችን ማንሳታችን የግድ ይሆናል። እንደሚታወቀው በኢትዮጵያ ታሪክ ላይ የጋራ ግንዛቤና መግባባት የለም። ይህ ማለት ደግሞ በዚህ ክፍል ውስጥ በሚነሱ ጉዳዮች ላይ ሁሉም ሰው ይስማማል የሚል እሳቤ የለም ማለት ነው። ክፍሉ የታሪክና የትርክት መዛባቶችን የሚያነሳ ቢሆንም ዓላማው ግን የታሪክ መረጃ ማቅረብ ወይም መተንተን አይደለም። በታሪክ ላይ ያለው የአረዳድ ክፍተት በታሪክ ምሁራን ስምምነት መፈታት ያለበት ጉዳይ ሆኖ የዚህ ክፍል ዋነኛ ዓላማ ኢትዮጵያ ውስጥ በሰፊው የሚንፀባረቁ ንግርቶችን፤ አፈ-ታሪኮችን፤ ታሪክና ትርክቶችን በደፈናው በማንሳት በብሔርተኝነት መነጽር መቃኘት ነው።

ክፍሉ አምስት ምዕራፎች ያሉት ሲሆን በመጀመሪያው ምዕራፍ ኢትዮጵያ ላይ ያሉ ምልከታዎችን እንዳስሳለን። ሀገሪቷ የብዝሃ ምልከታ ባለቤት እንደሆነች ለማሳየት እንሞክራለን። ከመልክዓ ምድራዊ አቀማመጥ ጀምሮ ታሪካዊ፣ ፖለቲካዊ፣ ማህበረሰባዊና ባህላዊ፣ ኃይማኖታዊ ምልከታዎችን እንዲሁም የዘር፤ የብሔር፤ የዜግነትና የብሔረሰባዊ ማንነቶች ላይ ያሉ ምልከታዎችን አንስተን እንቃኛለን።

በክፍሉ ሁለተኛ ምዕራፍ ደግሞ የኢትዮጵያ ሀገረ-መንግስት ግንባታ ሂደትን በብሔርተኝነት አውድ እንቃኛለን። ከዝነኛዋ የሳባዋ ንግስት ጀምረን የኢትዮጵያ ሀገረ-መንግስት ግንባታ ያለፈበትን ሂደት እና በዚህ ሂደት ውስጥ የተለያዩ መሪዎች የነበራቸውን የብሔርተኝነት ምልከታዎችን እና አገላለጾችን እንመለከታለን። የሦስት ሺህ ዓመት የኢትዮጵያ ነገሥታት ታሪክን በብሔርተኝነት መነጽር እንዳስሳለን።

በክፍሉ ሦስተኛ ምዕራፍ ደግሞ በኢትዮጵያ የሀገረ-መንግስት ግንባታ ሂደት የተነሱ መሰረታዊ የሕዝብ ጥያቄዎችን እና ጥያቄዎቹ የፈጠሩትን የብሔርተኝነት ንቅናቄዎችን እንዳስሳለን። በኢትዮጵያ ከሚንጸባረቁ ብሔርተኝነቶችም ጎልተው የሚታወቁትን የኢትዮጵያ፣ የኤርትሪያ፣ የትግራይ፣ የዓፋር፣ የአማራ፣ የኦሮሞ፣ የሶማሊ፤ የሲዳማ እና የሌሎች ብሔር ብሔረሰቦችን ብሔርተኝነት እንደማሳያ እናነሳለን።

በክፍሉ አራተኛ ምዕራፍ ደግሞ በኢትዮጵያ የታዩ የፖለቲካ ለውጦች፤ የተገኙ ውጤቶችንና የባከኑ መልካም አጋጣሚዎችን በብሔርተኝነት ቅኝት እንመረምራለን። ከዚህም ጋር ተያይዞ የሚነሱ የለውጥ ጽንሰ ሀሳብ አተረጓጎም እና የታዩ መሻሻሎችን እናያለን።

በስተመጨረሻም ኢትዮጵያዊነትን ከምዕራባውያን የጣልቃ ገብነት ሙከራ አንጻር እንቃኛለን። የኢትዮጵያዊነት ስነልቦናና ብሔርተኝነት በዋናነት በጸረ-ጣልቃ ገብነት ላይ የተገነባ እንደሆነ እንመለከታለን። በተቃራኒው የምዕራባውያን ስነልቦናና ብሔርተኝነት ደግሞ በጣልቃ ገብነት ላይ የተገነባ እንደሆነ እናነሳለን። በዚህ መንገድ የኢትዮጵያዊነትና የምዕራባዊነት ስነልቦናና ብሔርተኝነት አንዱ የሌላኛው ተቃርኖ (antithesis) መሆናቸውን ዘርዘር አድርገን እንመለከታለን።

ምዕራፍ 8

ብሔርተኝነትና የኢትዮጵያ ምልከታ

ከቅዱሳን መጽሐፍት ጀምሮ ስለኢትዮጵያ የተነገሩ በጣም በርካታ አባባሎች ቢኖሩም "ኢትዮጵያና ፀሐይ ለተመልካቹ ይቀርባል" የሚል አባባል አለመካተቱ ያስቆጫል። ኢትዮጵያ ብዙ የሚጋጩ፣ ለትርጉም የተጋለጡና አስቸጋሪ የሆኑ ምልከታዎችና ትርክቶች ሰለባ ነች። ከቅዱሳን መጽሓፍት ጀምሮ ስለኢትዮጵያ ተጻፉ የተባሉ ነገሮች ሁሉ ለትርጉም የተጋለጡና በኢትዮጵውያኖች መካከል ጥርጣሬ የሚዘሩ ሆነው ቆይተዋል። ለምሳሌ "በውኑ ኢትዮጵያዊ መልኩን ወይስ ነብር ዥንጉርጉርነትን ይለውጥ ዘንድ ይችላልን?" የሚል ጥያቄ ቅዱስ መጽሐፍ ውስጥ ይገኛል (ኤርምያስ 13፥23)። ይሄ ጥያቄ መቼም መልስ ከመሆን ሌሎች በርካታ ጥያቄዎችን የሚያስነሳ ስለመሆኑ ጥርጥር የለውም። ኢትዮጵያ ራሷ እንደነብር ንጉርጉር ናት፣ የብዝሃነት መገለጫ ናት፤ ኢትዮጵያ ላይ ያለው ምልከታና ትርክትም እንዲሁ ዥንጉርጉር ነው ቢባል ኖሮ የተሻለ የሚያስማማን ይመስለኛል።

በርግጥ ሁሉም ሀገር የራሱ የሆነ በረከትና እርግማን አለው ይባላል። ለአንዳንድ ሀገራት ብዝሃነት በረከቱ ሲሆን ለሌሎች ደግሞ እርግማኑ ይሆናል። አንዳንድ ሀገራት በረከትና እርግማናቸውን ለይተው በማወቅ በረከቱን ለማስፋት እርግማኑን ለመቀነስ ሲታትሩ አንዳንዶች ደግሞ እርግማናቸውን እንደበረከት፣ በረከታቸውን እንደ እርግማን ገለባብጠው

በማየት ሲዳከሩ ይኖራሉ። ከዚህ አንጻር ስንታይ እኛ ኢትዮጵያውያን በሥነ-ምግባር መንታዊነት (Ethical Dualism) እርግማን ላይ ሞኖፖሊ ያለን ይመስለኛል። እርግማኖችን ሙሉ በሙሉ ሌሎች ላይ በመለጠፍ ራሳችንን ከስህተት የጸዳን አድርገን የማየት ልማድ አለን። ከአንድ ክፍለ ዘመን በላይ አብሮን የዘለቁ ችግሮቻችንን ተረድተን የጋራ መፍትሄ ከመፈለግ በዘመኑ ችግሩ ራሱ ገፍቶ ለሚያመጣው መሪ ጠቅልሎ የመስጠቱ አባዜ እንደቀጠለ ነው። በዚህ አካሄድ ለመስማማት ወደ መሃል መንገድ የመምጣት ልማድ ጠፍቶ፤ ጫፍ የረገጥን፣ ሙሉ በሙሉ ከማሸነፍ በታች የማንቀበል ችኮ፣ ሙሉ በሙሉ ካላሸነፍን ደግሞ ሙሉ በሙሉ መሸነፍን የምንመርጥ የዜሮ ድምር ሕዝቦች ሆነን የቀረነው በዚህ መልክ ነው። የነጠላ እውነትና ትርክት መነሻም ይሄው ይመስለኛል።

ከዚህ የተነሳ ሀገራችን በሁለት ጫፍ የረገጡ ምናባዊ አስተሳሰቦች (ideal types) የተወጠረች ሀገር ሆና ትገኛለች። በአንዱ ጫፍ ያለ ቡድን እዚህ ሀገር ያለ ሁሉም ነገር ፍፁም ስለሆነ ባለበት መቆየት አለበት በማለት የአሁናዊ ሁኔታ ጠበቃ ይሆናል። በተቃራኒው ደግሞ እዚህ ሀገር ውስጥ ያለ ሁሉም ነገር ሥር ነቀል በሆነ መልኩ እንዲለወጥ የሚፈልግ ቡድን ሆኖ ቆሟል። እነዚህ ሁለቱ አመለካከቶች እንደ ፔንዱለም ወዲህ ወድያ የሚወዘውዟት ሀገር ናት። ነገር ግን የአሁናዊ ሁኔታ ጠባቂዎች እንደሚሉትም ነገሮች ፍፁም አይደሉም፣ የሥር-ነቀል ለውጥ አቀንቃኞች እንደሚሉትም ከባድ ለውጦች ተደርገው የሚጠበቀው መፍትሄ አልመጣም። ከ55 ዓመታት በፊት ኢብሳ ጉተማ የተባለ የአዲስ አበባ ዩኒቨርሲቲ ተማሪና የመብት ተሟጋች "ኢትዮጵያዊው ማንነው?" በሚል ግጥም የጠየቀው ጥያቄ ዛሬም ድረስ መልስ አላገኘም።

"

ያገር ፍቅር መንፈስ ያደረበት ሁሉ

ማንነቱን ሳያውቅ በመንቀዋለሉ

ማነኝ ብሏችኋል መልሱን ቶሎ በሉ፣

እናንተ ወጣቶች ኢትዮጵያዊ ማን ነው?

ብሎ በጠንካራ ሙግት ይጀምራል- ኦቦ ኢብሳ።

በዚህ ግጥም ኦቦ ኢብሳ የማንነቱንም ሆነ የቃላቱን ይዘት አበክሮ ይጠይቃል። እርሱ እንዲህ ቢጠይቅም እስከዛሬም በቂ መልስ ከማጣት አልፎ ኢትዮጵያና ኢትዮጵያዊነት አወዛጋቢ ርዕስ ሆኖ ቀጥሏል። በአንድ ወገን ሀገሪቷ ውስጥ ለሚታዩ ችግሮች ሁሉ ኢትዮጵያና ኢትዮጵያዊነትን ተጠያቂ ሲያደርጉ በሌላ ወገን ደግሞ የሁሉ ነገር መፍትሄ በኢትዮጵያና ኢትዮጵያዊነት ጥላ ስር መሰባሰብ ብቻ ነው ብለው ያምናሉ።

በአጠቃላይ ኢትዮጵያ የውስብስብና ተለዋዋጭ ትርክት ባለቤት ናት። ይሄ ተለዋዋጭና ውስብስብ የኢትዮጵያ ትርክት በአንድ በኩል ኢትዮጵያ ውስጥ የሚንፀባረቁ የብሔርተኝነት አመለካከቶችን የፈጠረ ነው ይባላል። በሌላ በኩል ደግሞ ኢትዮጵያና ኢትዮጵያዊነት ራሱ በሀገሪቷ ውስጥ በሚንጸባረቁ የብሔርተኝነት አመለካከቶች የተገራ ነው ይባላል። ኢትዮጵያ በተለያየ ጊዜ የተለያየ መልክዓ ምድራዊ አቀማመጥ ይዛለች። ከዚህ ተለዋዋጭ መልክዓ ምድራዊ አቀማመጥ ጋር የሚሄድ የተለያዩ የታሪክና የትርክት፣ የፖለቲካና የማኅበረሰብ ዕይታ፣ እንዲሁም የተለያየ ባህል፤ ቋንቋ፤ እምነትና ማንነት ያላቸው ብሔሮች የሚኖሩባት ሀገር ናት። ተለዋዋጩ የኢትዮጵያ ገጽታ የረጅም ታሪክ ሂደት ውጤት ሊሆን እንደሚችል መገመት ከባድ ባይሆንም ዛሬ ከልክ በላይ የተወሳሰበው ምልከታ ለዜጎች አለመስማማት መሠረት ሆኖ ስናይ ግን አዘኔታን ማጫሩ አይቀርም።

ኢትዮጵያ፡ የመልክዓ-ምድራዊ ወሰን ምልከታ

ኢትዮጵያ በታሪክ በጊዜና በፖለቲካ አመለካከት የሚለዋወጥ መልክዓ-ምድራዊ አቀማመጥ እንዳላት ታሪኳ ያሳያል። አንዳንዴ እንደ ፀሃፊውና እንደ ተራኪው የተለያየ ቅርጽ ትይዛለች ቢባልም የተጋነነ አይሆንም። አንዳንዶች የኃይማኖት ድርሳናትን ዋቢ በማድረግ የኢትዮጵያን መልክዓ ምድራዊ አቀማመጥ እስከ ኢራቅ ድረስ ይሄዳል ይላሉ። ከዚሁ ጋር ተያይዞ የህንድ የጥንት ስምም "ምስራቅ ኢትዮጵያ" እንደነበር ይነገራል። ሌሎች ደግሞ የቃሉን ጥሬ ትርጉም ከግሪክ በመተርጎም "የተቃጠለ ፊት ማለት ነው" በማለት ግብጽን ጨምሮ የሰሃራ በረሃ ሀገራትን በሙሉ የሚያጠቃልል እንደሆነ ያስቀምጣሉ። በዚህ አረዳድ ኢትዮጵያ የጥቁር ሰው ልጅ መኖሪያ እንደሆነችም ይገለጻል። ኢትዮጵያ ማለት የኩሽ ምድር ማለት ነው የሚሉም አሉ። በሌላ በኩል ደግሞ ኢትዮጵያ የሚለው ስም የዛሬዎቹን ሁለቱን ሱዳኖችና ኢትዮጵያን ብቻ የሚያጠቃልል እንደሆነ አድርገው የሚያነሱ የታሪክ ተመራማሪዎች አሉ። ከዚያም አልፎ ኢትዮጵያ የሚለው ስም የዛሬዋን ኢትዮጵያ ብቻ የሚወክል እና በ1930ዎቹ ሥራ ላይ የዋለ መሆኑ ይነገራል። ራሳቸውን ለመጀመሪያ ጊዜ ኢትዮጵያውያን ብለው የጠሩት አክሱማውያን እንደሆኑ የአፈ-ታሪክ መረጃዎች ያሳያሉ። ከዚሁ ጋር በተገናኘ ኢትዮጵያ "አቢሲኒያ" ተብሎ ይጠራ የነበረውን የሰሜኑን የሀገሪቷን ክፍል ብቻ የሚወክል ስም እንደሆነ የሚያነሱም በርካቶች ናቸው።

በብሔርተኝነት ቅኝት ስንመለከተው ይሄ የተለያየ መልክዓ ምድራዊ ዕይታ ለተለያዩ ውዝግቦች ምንጭ ሆኖ እናገኘዋለን። ስለኢትዮጵያ ሲወራ የጋራ ግንዛቤና አረዳድ እንዳይፈጠር ከሚያደርጉ በርካታ ነገሮች አንዱ ይሄው ተለዋዋጭ የሆነ የመልክዓ ምድራዊ አቀማመጥ እና አገላለጽ ነው። ከዚያም አልፎ ለአግላይ ብሔርተኝነት መነሻ ሆኖ እያገለገለ ይገኛል። አንዱ ቡድን ሌላውን ለማግለልና (othering) ራሱ የተሻለ የባለቤትነት ስሜት ለመያዝ ሲጠቀምበት በግልጽ ይታያል። ለምሳሌ በሳባዋ ንግሥት ስር የነበረው የኢትዮጵያ ግዛት በምሥራቅ እስከ ማዳካጋስካር፣ እስከ ፋርስ ባህር፣ በምዕራብ ደግሞ እስከ ግብጽ ጠረፍ እስከ ኑቢያ፣ በደቡብ እስከ ኒያንዛ የቪክቶሪያ ሐይቅ እንደሚደርስ ይነገራል። እናንተ ከማዳጋስካር ወይም

ከኬኒያ የመጣችሁ ናችሁ የሚሉ ድምፆች ደግሞ ሌሎችን ለማግለል ዛሬም ስራ ላይ ናቸው።

ይሄ በታሪክ ምሁራን መካከልም ሳይቀር ከፍተኛ ውዝግብ የሚያስነሳ አርዕስት እንደሆነም ይታወቃል። ይሄ አረዳድ በዘመናዊ ኢትዮጵያ ላይ ጥላ ማጥላቱ አሳዛኙ እውነታችን ነው። ትላንት ከግብጽ በታችም ሆነ ሰሜኑ የሀገራችን ክፍል ብቻ፤ ዛሬ ዓለም ላይ የምትታወቅ ኢትዮጵያ ድንበሯ የዓለም አቀፍ ዕውቅና ያለው ነው። ተስማምተን በጋራ ራዕይና ዓላማ ወደፊት ለመሄድ ያመቸን ዘንድ ዛሬ በእኛ እጅ ላይ ባለችዋ ኢትዮጵያ ላይ ትኩረት አድርገን መወያየት ጠቃሚ ይሆናል የሚል እምነት አለኝ። የኢትዮጵያውያን የመጀመሪያው የወል እውነት "ኢትዮጵያ" የምትባል የጋራ ሀገር በመሆኗ በዚያ ላይ የጋራ አረዳድ መፍጠር ያስፈልጋል እላለሁ።

ኢትዮጵያ፡ የታሪክና የትርክት ምልከታ

የኢትዮጵያ ታሪክ ምልከታም ከመልክዓ ምድራዊ አቀማመጥ ጋር በሚሄድ መልኩ እጅግ ተለዋዋጭና የንትርክ ምንጭ ሆኖ የኖረ ጉዳይ ነው። የታሪክ ባለሙያዎች ሳይቀሩ ስለኢትዮጵያ ሲወራ በጣም ስለተለያየ ጊዜና ታሪክ ማውራት የተለመደ ነው። አንዳንዶች ስለሚሊዮን ዓመታት ታሪክ ሲጽፉና ሲያወጉ ሌሎች ደግሞ ስለ መቶና አስር ሺህ ዓመታት ታሪክ ይጽፋሉ። በጣም የተለመደውና በኢትዮጵያ የብዙ ክርክርና ንትርክ ምንጭ የሆነው የሦስት ሺ ዓመት ታሪክ ንግርት ነው። ኢትዮጵያ የሦስት ሺህ ዓመት ታሪክ ባለቤት ናት የሚለው ትርክት የጎላ ነው። ይሄም የሳባዋ ንግሥት ንጉሥ ሰለሞንን ከጎበኘችበት ጊዜ ጀምሮ የሚቆጠር የሰለሞናዊ ሥርወ-መንግስት ዕድሜ የሚያመላክት እንደሆነ ይታመናል። ይሁንና የዚህ ትርክት ተቃዋሚ ቁጥርም ቀላል የሚባል አይደለም።

ለተለያየ ቡድን የተለያየን ጊዜ የጥንካሬና የበደል ታሪክ መነሻና መድረሻ አድርጎ የማየት ሁኔታም አለ። ይሄ የጥንካሬ ወይም የበደል ታሪክ መነሻም ልክ እንደ መልከዓ ምድራዊ ወሰን አወዛጋቢና አከራካሪ ነው። ከሦስት ሺህ ዓመት የንጉሠ ነገሥት ብሔርተኝነት ዕድሜ ቀጥሎ እንደ ሌላኛው ጉልህ

የታሪክ ገጽታ የሚሰጠው ዩኩኖ አምላክ የተባለ ንጉሥ የነገሰበት ዘመን ነው። ይሄ ዘመን የሰለሞናዊው ሥርወ-መንግስት የተመሰረተበት ዘመን ነው ብለዉ የሚያምኑ አሉ። ዘመነ መሳፍንትም በኢትዮጵያ ታሪክ ውስጥ ጉልህ ቦታ ያለው የታሪክ ገጽታ ነው። ዐፄ ቴዎድሮስ ዘመነ መሳፍንትን ለመቀየር ያደረጉት ትግልም እንዲሁ ታሪክ ጉልህ ቦታ ይሰጠዋል። ዘመናዊ ኢትዮጵያ የተመሰረተችበት ጊዜ በኢትዮጵያ ታሪክ ትልቅ ቦታ ይዟል። የንጉሣዊ ስርዓቱ የተገረሰሰበት ዘመንም እንዲሁ ጥሩ ቦታ ይሰጠዋል። ኢሕአዴግ ስልጣን የያዘበት ጊዜም በአንዳንዶች እንደጥሩ በሌሎች ደግሞ እንደመጥፎ የታሪክ አጋጣሚ ይጠቀሳል። ከዚያ ቀጥሎ የ2010 ዓ/ም ለውጥ በኢትዮጵያ ታሪክ የማይረሳው ዐሻራ አስመዝግቧል።

ይሄ የታሪክ አረዳድ በብሔርተኝነት አመለካከት የተቃኘ መሆኑም ግልጽ ነው። የብዙ ዓመት ታሪክ የሚጠቅሱ ሰዎች ኢትዮጵያን የማትከፈል፤ የአንድ ብሔር መሠረት የነበራት ሀገር ለማስመሰል የሚሞክሩ ናቸው ማለት ይቻላል። የኢትዮጵያ ታሪክ ከማስፋፊያው ጦርነት በኋላ ብቻ ያለው ነው የሚለው ደግሞ በተቃራኒው ኢትዮጵያ የብሔሮች እስር ቤት ናት የሚለውን ትርክት የሚያጠናክር ሆኖ ይቀመጣል። ስለዚህ የትርክት ልዩነቱ የብሔርተኝነት ልዩነት ውጤት ሊሆን እንደሚችል ማስቀመጥ አሉታዊ ምላሽ የሚቀሰቅስ አይመስለኝም።

የኢትዮጵያን ብሔርተኝነት የሚያቀነቅኑ ጻሓፍትና ፖለቲከኞች እንደሚሉት ከሆነ ኢትዮጵያ ሰፊ ግዛት በነበራት ጊዜ እንዲሁም ተመልሳ በዐፄ ሚኒሊክ በአሁኑ ቅርጽዋ ከተገነባች በኋላ የተሻለች ሆነች ይላሉ። ብሔር ብሔረሰቦች ተበታትነው በነበሩ ጊዜ ለሀገርም ሆነ ለብሔር ብሔረሰቦች ጥሩ ጊዜ አልነበረም ብለውም ያምናሉ። አብሮነት የሁሉ ነገር መፍትሄ ነው የሚል እምነት አላቸው። ስለዚህ አንድነቱን ማጠናከርና ማስቀጠል እና ኢትዮጵያን የማትከፈል ማድረግ ላይ ትኩረት አድርጎ ከመስራትም አልፈው ይሄን የማይቀበሉትን ሁሉ በኃይልም ጭምር ወደ ማጥፋት የሚሄድ አካሄድ ይከተላሉ። ይሄ ቡድን የፍፁም አንድነት ትርክት አቀንቃኝ ቡድን ነው ማለት ነው።

በተቃራኒው ያለው ቡድን እንደሚለው ከሆነ ደግሞ በዐፄ ሚኒሊክ የኢትዮጵያ ግዛት ውስጥ ከመጠቃለላቸው በፊት የኢትዮጵያ ብሔር ብሔረሰቦች ነጻና ፍትሃዊ የሀብት አጠቃቀም፣ የባህልና ቋንቋ ዕድገት ነበራቸው። ኢትዮጵያ የነዚህ ነጻ ሕዝቦች እስር ቤት ሆነች፤ ፍትሃዊ የሀብት አጠቃቀም ጠፋ፤ የባህልና የቋንቋ ዕድገት ቀጨጨ፣ ስለሆነም ይህ ሁኔታ ተለውጦና ተስተካክሎ ብሔር ብሔረሰቦች ፍትሃዊ በሆነ መንገድ ሀብት ንብረታቸውን መጠቀም መቻል አለባቸው፣ ነጻ በሆነ መንገድ ባህልና ቋንቋቸውንም ማሳደግ መቻል አለባቸው እንዲሁም ያለማንም ጣልቃ ገብነት ራሳቸዉን በራሳቸው ማስተዳደር አለባቸው ከማለትም አልፈው ብሔር ብሔረሰቦች ምንም የሚጋሩት ነገር የለም የሚሉም አሉ። ከዚህ ቡድንም የፍፁም ልዩነት ትርክት የሚያቀነቅኑ አሉ።

በአጠቃላይ የኢትዮጵያ ትልቁ ራስ ምታት በሀገሪቷ ውስጥ የጋራ ታሪክ፣ የታሪክ አረዳድና ትርክት አለመገንባቱ ነው። የሚሊዮንም ሆነ የሦስት ሺህ ዓመት ታሪክ ላይ ውዝግቦች አሉ። በሚሊዮን እና በሺህ ዓመታት ታሪክ ላይ በሚደረገው ወዝግብና ንትርክ ምክንያት ደግሞ ዛሬ በእውን የምናቃት፣ የእኛ መኖሪያ ሀገር የሆነችውን ኢትዮጵያን ከራሷ አቅም በታች አድርገናታል የሚል እምነት አለኝ። ይሄ ጉዳይ የፈጠረውን ችግርና ያደረሰውን ኪሳራ ከግምት በማስገባት በምሁራን ስምምነት የሚጻፍ ሀገራዊ ታሪክ እንዲሁም ሀገራዊ ገዥ ትርክት መገንባት ለሀገር ግንባታ ሂደቱ እጅግ አስፈላጊ እርምጃ ይሆናል።

በታሪክ ላይ የሚደረጉ ውይይቶች በተደጋጋሚ ፍሬ አልባ ሆነዋል። ምክንያቱም ገና ሲጀመሩ "ከየት እንጀምር?" በሚል የምንጣላ አሳዛኝ ፍጡራን ሆነናልና። አሁንም በሀገራችን የተሻለ ስምምነት እንዲኖር፣ የተሻለ መግባባት እንዲፈጠር ያለፈውን በጋራ ግንዛቤና ስምምነት ዘግተን፣ የበለጸገች የጋራ ቤታችንን በጋራ ለመገንባት በዓለም ሕግና ካርታ ላይ በምትታወቀዋ ዘመናዊት ኢትዮጵያ ላይ ትኩረታችንን አድርገን ሁላችንም የምንጋራውን ገዥ ትርክት መገንባቱ አስፈላጊ እርምጃ ይሆናል።

ኢትዮጵያ፡ የፖለቲካ ምልከታ

በተለያየ ገጽታም ቢሆን ኢትዮጵያ ጥንታዊ የፖለቲካ ሥርዓት ካላቸው ሀገራት ተርታ ትሰለፋለች። ገዳ ሥርዓትን ጨምሮ የኢትዮጵያ ብሔር ብሔረሰቦች በጣም የዳበሩና የፖለቲካና የሕዝብ አስተዳደር ሥርዓት እንዳላቸው ይታወቃል። አሁን ባለው ሁኔታ ደግሞ ኢትዮጵያ የሁለት የፖለቲካ ዕይታዎች ሰለባ ናት ማለት ይቻላል። በአንድ በኩል የኢትዮጵያ ሀገረ-መንግስት በአፍሪካ ግንባር ቀደም በዓለም ደግሞ ቀደምት ከሚባሉ ጥቂት ሀገረ መንግስታት አንዱ ነው የሚል እምነት አለ። በሌላ በኩል ደግሞ የኢትዮጵያ የፖለቲካ መዋቅር ዛሬም ድረስ ግራ የተጋባ ሀገረ-መንግስት ነው ይባላል። ፖለቲካ የታሪክና መልክዓ ምድራዊ ግልጽነት ይፈልጋል። እነዚህ ሁለቱ ግልጽ ባልሆኑበት ሁኔታ ግልጽ የፖለቲካ ሥርዓት ይኖራል ብሎ መጠበቅ የዋህነት ነው። የታሪክና የትርክት ችግሮቻችን ፖለቲካችንን የቁም እስረኛ አድርጎታል።

በአንድ በኩል ኢትዮጵያ በቅኝ ግዛት ስር ያልወደቀች ብቸኛ አፍሪካዊ ሀገር መሆንዋ የማያሻማ እውነታ ነው። በሌላ በኩል ደግሞ ኢትዮጵያ ራሷ ቅኝ ገዥ ነበረች የሚሉ ድምጾችም ይሠማሉ። በተለይ የዘመናዊት ኢትዮጵያ ሀገረ-መንግስት አውሮፓዊያን አፍሪካን ለመቀራመት በወሰኑበት ጊዜ ከመገንባቱ ጋር ተያይዞ በቅኝ አገዛዝ ሞዴል የተገነባ መሆኑ ይነሳል። ኢትዮጵያ እንግዳ በሆነ መንገድ ራሷን ቅኝ የመግዛት ተነሳሽነት ያሳየች ሀገር ነች ይላሉ ሲሳይ መገርሳ የተባሉ የታሪክ ተመራማሪ “The Ambivalence of Ethiopian Modernity: A Self-colonial Leitmotif of History” በተሰኘ ጹሑፋቸው። በሌላ በኩል ደግሞ ቅኝ ገዥዎች በቀጥታ ጣልቃ እንዳይገቡ ደማቸውን ገብረው የተከላከሉ ኢትዮጵያውያን የእነሱን ሀሳብ ከነግሳንግሱ ተቀብለው ለመተግበር ያላሰለሰ ጥረት አድርገዋል። ከሰለሞናዊው ሥርወ-መንግስት እስከ አብዮታዊ ዴሞክራሲ ድረስ ያሉ ባዕድ የፖለቲካ አስተሳሰቦችም የዚሁ ማሳያ ናቸው። አንዳንዶች ኢትዮጵያ ኢምፓየር ነች ሲሉ ሌሎች ደግሞ ዘመናዊ ብሔረ-መንግስት ናት ይላሉ። አሁንም ሌሎች ኅብረ-ብሔራዊ

ሀገረ-መንግስት ናት ሲሉ የጎበዝ አለቆች ሀገር ናት የሚሉም አልጠፉም።

ከነበሩት ታሪካዊ ሙከራዎች አንጻር ስንቃኝ ግን እስከ ዐጼ ኃይለ ሥላሴ ድረስ ያሉ የኢትዮጵያ ነገሥታት ለመገንባት የሞከሩት ኢምፓየርን ነበር ማለት ይቻላል። ባይሳካም ቅሉ በግልጽ ከተለያዩ ሀገራት ፖሊሲ በመቅዳት የኢትዮጵያ ብሔር ብሔረሰቦችን አንድ ላይ በመጨፍለቅ አንድ ወጥ ብሔር ለመገንባት የመጀመሪያውን ሙከራ ያደረጉት ዐፄ ኃይለ ሥላሴ ናቸው። እንደዋቢ ከሚጠቀሱ ማስረጃዎችም የቋንቋ ፖሊሲው አንዱ ነው። ይሄ ፖሊሲ በሀገሪቷ ውስጥ ያለውን የቋንቋ ልዩነት በሂደት በማጥፋትና ሕዝቡን ወደ አንድ ቋንቋ ተናጋሪ በማምጣት አንድ ቋንቋ፣ አንድ ብሔር፣ አንድ ሀገር ለመገንባት ያለመ ነው ማለት ይቻላል።

የኢትዮጵያን ሀገረ-መንግስትና የፖለቲካ መዋቅር መረዳት በፍፁም ቀላል አይደለም። ለዚህ አንዱ ምክንያት ከላይ ካነሳነው የመልክዓ ምድር አቀማመጥና የታሪክ ምልከታ ጋር የሚዋኸቅ ስለሆነ ነው። ሌላኛው ደግሞ የፖለቲካ ተቋማት በበቂና ጠንካራ ሁኔታ አለመገንባቱና ያሉቱም ቢሆኑ የሕዝቡን ጥቅምና ፍላጎት መሠረት ባላደረጉ ጥቂት ግለሰቦች ቁጥጥር ስር መቆየታቸው ነው። ወደ በኋላ እስከዛሬ ኢትዮጵያ ውስጥ የተነሱ የሕዝብ ጥያቄዎች ዋና መሰረታቸው በቅጡ ያልተመራ ፖለቲካ መሆኑን እንመለከታለን።

አሁን በደረስንበት የፖለቲካ ዕድገት የሕዝቦችን መሰረታዊ ፍላጎትና ጥያቄን በውል የተረዳ፣ ያንን ጥያቄ ከስር መሰረቱ ለመመለስ የሚሰራ የኢትዮጵያን ሕዝብ የሚመስልና ለኢትዮጵያ ሕዝብ የሚሰራ የፖለቲካ ተቋምና ሥርዓት መዘርጋት ያስፈልጋል። ይሄ የፖለቲካ ተቋምና ሥርዓት የኢትዮጵያ ሕዝብ ቋንቋ፣ ባህል፣ ታሪክና ትውፊቶችን እኩል የሚያንፀባርቅ፣ በአንድ ላይ ደግሞ ትክክለኛው የኢትዮጵያዊነት መገለጫ መሆን አለበት። ይህ ኢትዮጵያን የሁሉም ኢትዮጵያውያን ሀገር፣ መኖሪያ፣ መገለጫና ሀብት ያደርጋታል። የፖለቲካውንም ሆነ የታሪክ ዕይታዎችን ያስተካክለዋል የሚል እምነት አለኝ።

ኢትዮጵያ፡ የማኅበረሰብና የባህል ምልከታ

ኢትዮጵያ ውስጥ ስለሚኖሩ ማኅበረሰቦችና ብሔሮችም እንደ ታሪክና ፖለቲካ ሁሉ የተለያዩ ምልከታዎች አሉ። በተለይ እየተለዋወጠ ከመጣው የመልክዓ ምድራዊ አቀማመጥ፣ ታሪክና ፖለቲካ ምልከታ ጋር የትኞቹ ማኅበረሰቦች የት ነበሩ? ከየትስ መጡ? ምን ዓይነት እንቅስቃሴ አድርገው ነበር? የሚሉ ጥያቄዎች የክርክር መነሻ ሆነው ቆይተዋል። እነዚሁ ጥያቄዎች ዛሬ ላይ በሕዝቦች መካከል የተዛባ አመለካከት ለመፍጠር ጥቅም ላይ ሲውሉም ይስተዋላል። የኢትዮጵያዊነት እርከንና ደረጃም በእነዚህ ጥያቄዎች ላይ በመመርኮዝ ሲደለደል ይታያል። በዩሱፍ ያሲን (2014) አገላለጽ ራሳቸውን የሌሎች ነጻሪ አድርገው የሚመለከቱ ቡድኖች ማን ከየት እንደመጣ መግለጽ ብቻ ሳይሆን ራሳቸው ከየት እንደመጡ በመደበቅም ከፍተኛ ሚና ይጫወታሉ።

ለምሳሌ ያህል ኢትዮጵያኖች በአንድ በኩል የእሥራኤል ዘር ግንድ ያላቸው ስለመሆናቸው የሚያትት ትርክት አለ። ሀበሻና ዓግአዚ በአንድ ወቅት ቀይ ባሕርን ተሻግረው ከየመን ወደ ኢትዮጵያ የፈለሱ ናቸው የሚል መረጃም አለ። ይሁን እንጂ በኢትዮጵያ ታሪክ ከእሥራኤል ጋር ያለውን ትስስር በጥብቅ ስንተርክ ከአረቡ ዓለም ጋር ያለን ትስስር ግን ብዙም አይነሳም። በውጭ ጉዳይ ፖሊሲያችን፤ በኃይማኖትም ሆነ በጉርብትና ከተቀራረብነው የአረቡ ዓለም ይልቅ ወደ እሥራኤል ስናማትር እንታያለን። ሀገራችን ኢትዮጵያ ከአይሁድ በብዙ እጥፍ የሚበልጡ የሙስሊም ማኅበረሰብ የሚኖርባት ሀገር ሆና ሳለ እንደምን የውጭ ጉዳይ ፖሊሲያችን በዚህ ሁኔታ ወደ እሥራኤል ያደላ ሆነ የሚለው ጥያቄ መልሱ የሚመዘዘው ከአፈ-ታሪክ ሆኖ ሰንብቷል። ራሳችንን በነገሥታቱ ዘር ሀረግ ከእሥራኤል ጋር ለመግለጽ በሞከርነው ልክ ከአረቡ ዓለም ጋር ያለንን ትስስር ለመደበቅ መሞከራችን ሊታወቅ ይገባል። በሌላ በኩል ደግሞ የአፍሪካ ቀደምት ሕዝቦች ስለመሆናችን በጽኑ ይታመናል። ኢትዮጵያ የሴሜቲክ፣ የኩሽቲክ፣ የኦሞቲክ እና የናይሎ ሳሃራን ሕዝቦች መገኛና መኖርያ ሀገር መሆኗን የሚያሳዩ ማስረጃዎች አሉ።

ብርሃኑ ሌንጂሶ

ከዚሁ ርዕስ ጋር በተገናኘ ኅላ ብሎ ከሚነሱ ጉዳዮች አንዱ ኢትዮጵያ ቀደምት የሰው ልጅ መገኛ መሆኗ ነው። እስከ አሁን የተገኘው የስነ-አጽም ጥናት ውጤት እንደሚያሳየው ከሆነ ኢትዮጵያ በዕድሜ ጥንታዊው የሰው ልጅ አጽም የተገኘባት ሀገር ናት። የሰው ልጅ ሁሉ መነሻ ልትሆን እንደምትችልም ይነገራል። በዚህም ምክንያት “የሰው ልጅ መገኛ ምድር” (land of origin) የሚል ስያሜ አግኝታለች። ይሄ ኢትዮጵያ ብቻ የታደለችው ታሪክ ነው። ይሁን እንጂ እስከ አሁን ድረስ በሚገባው ልክ አለተጠቀምንበትም። አሁን ይሄን ሁሉ ወደ ፀጋ ቀይሮ የሚጠቀምበት የነቃ ትውልድ ያስፈልጋል። የነቃ ትውልድ ብቻ ሳይሆን አካታች መሪም ያሻታል። ልናተርፍ የምንችለውን አርቆ የሚያስብ፣ የጋራ ውጤት ላይ ትኩረቱን የሚጥል፣ ያለፈ ሳይሆን የሚመጣው የሚያሳስበው ትውልድ እና መሪ ያስፈልጋታል። የመደመር ትውልድ እና የዚህ ትውልድ መሪ ይሄን የሚያሳካ መሆን እንዳለበት ይሰማኛል።

ኢትዮጵያ ብቸኛ ቅኝ ያልተገዛች የአፍሪካ ሀገር በመሆን ነባር ባህሎቿን ይዛ የዘለቀች ከዚያም የተነሳ በርካታ በሌሎች ሀገራት የማይታዩ የባህል ገጽታ ያላት ሀገር ሆና ትገኛለች። በቅኝ ግዛት ስር ያልወደቀችው ኢትዮጵያ በብዙ መልኩ ከሌሎች የአፍሪካ ሀገራት የተለየ ባህልና ልማዶች እንዳላት ይታወቃል። እነዚህ የተለዩ የኢትዮጵያ ልማዶችም ለዘመናት በተከናወኑ ተግባራት ውስጥ ሥር የሰደዱ እና በበርካታ የዕለት ተዕለት አኗኗር ዘይቤዎች ወስጥ የሚገለጹ ሆነዋል። በርግጥ ሁሉንም የኢትዮጵያ ብሔር ብሔረሰብ እኩል የሚገልጽ ባህል መጥቀስ ከባድ ቢሆንም የተለየ የቡና አቀራረብ፤ የልብስ ዲዛይንና አለባበስ፤ የምግብ አሰራርና የሰላምታ አቀራረብ በብዛት እንደ ኢትዮጵያ ባህል ይቀርባሉ። በአጠቃላይ ሲታይ ኢትዮጵያውያን የሚታወቁት በእንግዳ ተቀባይነት፣ በተቆርቋሪነት፣ ተባባሪነት እና ነገሮችን ባለመጋፈጥ ነው ይላሉ የኢትዮጵያውያንን ባህሪ የሚያጠኑ ባለሙያዎች።

ኢትዮጵያ፡ የኃይማኖት ምልከታ

ኢትዮጵያ ብዙ ምዕራባውያን ለኃይማኖት ከመጋለጣቸው በፊት የክርስትና ኃይማኖትን ተቀብላ ከክርስትና ጋር ታሪካዊ ትስስር የፈጠረች ሀገር እንደሆነች ይነገርላታል። የኢትዮጵያውያን ኩራት ከሀገሪቱ የነጻነት ትሩፋት እና ከክርስትና ጋር ካላት ትስስር ይመነጫል የሚሉም በርካታ ናቸው። በዚያው ልክ የእስልምና ኃይማኖትንም በመቀበል ግንባር ቀደም ሀገር ናት። የኢትዮጵያውያን ሥነ ምግባርም ለዘመናት ከነበራቸው ነጻነትና ኃይማኖታዊ ልምምዳቸው የተገኘ እንደሆነ ይታመናል።

የጁዲዮ ክርስትያን እምነትና ባሕል ባለቤት የሆነችው ኢትዮጵያ በዚያው ልክ ደግሞ እስልምናንም የተቀበለች ጥንታዊ ሀገር ናት። ይህ አስገራሚ ታሪኳ፤ ድንቅ ሥልጣኔዋ፣ ባሕልና ኃይማኖታዊ የሆነው የሕዝቦቿ አኗኗር ልዩ ያደርጋታል። ጥንታዊ የግሪክ ባለ ቅኔዎች፣ ገጣሚዎችና የታሪክ ጸሐፊዎች ስለኢትዮጵያና ሕዝቧ ሲገልጽ "እንከን የሌለባቸው ዘሮች"፤ ስለመልክዓ ምድር አቀማመጧ ደግሞ፣ "ከግብጽ በስተደቡብና የቀይ ባሕር አካባቢን ይዞ እስከ ሕንድ ወቅያኖስ የሚጠጋ ግዛት ነው" ይላሉ። ስለሕዝቧም ሲናገሩ "የረጅም ዕድሜ ባለፀጎችና እውነተኛ የሆኑ ሕዝቦች ናቸው" ይላሉ።

በቀዳማዊ ሚኒሊክ እንደተመሰረተ የሚነገርለት የአክሱም ሥርወ-መንግሥት የክርስትና ማዕከል እንደነበርም ይነገራል። አክሱም የአቢሲኒያ ዋና መዲና፣ የሥልጣኔ መገኛና የክርስትና እንዲሁም የእስልምና እምነት መወለጃ እንደሆነች ዛሬም ድረስ የሚታዩ ምልክቶች ይናገራሉ። አክሱም እንደ ጥንቱ ሁሉ ዛሬም የጥበብና የኃይማኖት ነጸብራቅ ናት።

ኃይማኖት በዘመናዊው ኢትዮጵያ ግንባታ ላይ የነበረውን ሚና ስንመለከት ደግሞ ዘመናዊ የኢትዮጵያ ግዛት በሁለት ተቋማት ትብብር የተገነባ መሆኑን ማንሳት ይቻላል። የተደረገው የግዛት ማስፋፋት ሙከራም ሁለት ተቋማትን ለመገንባት ያለመ እንደሆነ ይነገራል። እነዚህም የሀገረ-መንግስት ግንባታና የሀገረ ስብከት ግንባታ ሂደቶች ናቸው። በዚህ ረገድ የኢትዮጵያ ኦርቶዶክስ

ተዋህዶ ቤተክርስቲያን ልክ እንደ መካከለኛው መንግስት ግዛቷን አስፋፍታ መሬት በመያዝና ሲሶ በማስፈር ትተዳደር እንደነበር ይታወቃል። ከዚህ አንጻር ሁለቱ አንድ ዓይነት ሕግ ከመጠቀም ጀምሮ የአንድ ሳንቲም ሁለት ገጽታ ሆነው በመግዛትና በመገዘት የኖሩ ተቋማት ናቸው ማለት ይቻላል።

የፍትሀ-ነገስትና የክብረ-ነገስት ጥንታዊ ህጎችን ብንወስድ መሰረታቸው ኃይማኖት ሆኖ በመንግስትም ጥቅም ላይ ውሏል። ከዚያም አልፈው የኢትዮጵያን ሕግ እስከ ዛሬም ድረስ በእጅጉ የተጫኑ መሆናቸው ይታወቃል። የኮፐቲክ ግብፃዊው ክርስቲያን ጸሐፊ አብዱልፋዳህል ኢል ኢብን አል አሳል የተጠናቀረ ቲኦክራሲያዊ የሕግ ኮድ እንደሆነ የሚነገረው ፍተሃ-ነገስት የመጀመሪያው ክፍል ስለ ቤተክርስቲያን ጉዳዮች የሚያወሳ ሆኖ ሁለተኛው ክፍል ደግሞ ስለምዕመናን የሚያወራ ነው። የቤተሰብ፣ የእዳና የብሔራዊ አስተዳደር የመሳሰሉ ሕግጋትንም ይደነግጋል። እነዚህ የሕግ ሰነዶች በኢትዮጵያ ላይ ከፍተኛ ተጽዕኖ እንደነበራቸው መጥቀስ ይቻላል። ለዘመናት የትምህርት ምንጭም ሆኖ የቆየና አሁንም በሕግ ጉዳዮች ላይ ማጣቀሻ የሆነው ፍትሀ ነገስት በ1960ዎቹ መንግሥት የኢትዮጵያን ሲቪል ሕግ ሲያፀድቅ ለኮዲፊኬሽን ኮሚሽን መነሻ መሆኑ ይወሳል።

ኢትዮጵያ፡ የብሔረ-መንግስትና የኅብረ-ብሔራዊ ሀገረ-መንግስት ምልከታ

በሀገራችን ኢትዮጵያ በተለይ በፖለቲካ ልሂቃን መካከል መግባባት እንዳይፈጠር ካደረጉ ጉዳዮች አንዱ በፖለቲካ ትርክት ውስጥ ለጽንሰ-ሀሳቦች የምንሰጠው ትኩረት ይመስለኛል። አሁን አሁን ደግሞ ሰዎች በጽንሰ ሀሳቦች ዙሪያ መነጋገር ጀምረዋል። ለምሳሌ ሕገ መንግስቱ ውስጥ የተጠቀሱ "ብሔር፣ ብሔረሰብ እና ሕዝብ" በሚሉ ጽንሰ ሀሳቦች ዙሪያ ክርክሮች አሉ። ይሄ በራሱ ጥሩ ነገር ነው። ነገር ግን አሁንም ቢሆን ጽንሰ ሀሳቦችን ለነጣላ የፖለቲካ ፍጆታ አጣሞ መተርጎም የተለመደ ሆኗል። ለአብነትም ብሔር (Nation) የሚለውን ጽንሰ ሀሳብ ብዙውን ጊዜ "ሀገር" ብለው የመተርጎም

ነገር የተለመደ ነው። "ብሔር" በግዕዝ ቋንቋ ሀገር ማለት ነው የሚሉ አሉ። በርግጥ የብሔርና የሀገር ጽንሰ ሀሳቦች መወራረስ በሀገራችን ብቻ ሳይሆን በብዙ የማኅበረሰብ ጥናቶችም የተለመደ ነው። የነዚህ ጽንሰ ሀሳቦች መነሻም ሆነ የመወራረሳቸው ምንጭ ደግሞ የብሔረ-መንግስት አስተሳሰብ ነው። በብሔረ-መንግስት ማዕቀፍ ብሔርና ሀገር እንዲሁም የብሔረሰብነትና የዜግነት ማንነትም ተደራራቢ ስለሚሆኑ አቀያይሮ መጠቀም የተለመደ ነው።

እንደ ኢትዮጵያ ባሉ ባለብዙ ብሔሮች ሀገር ውስጥ ግን ብሔር እና ሀገር የተለያዩ ነገሮችን የሚያመላክቱ ጽንሰ ሀሳቦች ናቸው። ብሔር በጋራ ማኅበራዊ ማንነት የተሳሰረ ማኅበረሰብን የሚያመላክት ሲሆን ሀገር ደግሞ በሕግ ዕውቅና ላይ የተመሰረተ የመንግስት አስተዳደር ወይም ሀገረ-መንግስቱን የሚያመላክት ጽንሰ ሀሳብ ነው። የኢትዮጵያ ሀገረ-መንግስት በርካታ ብሔር ብሔረሰቦችን ያቀፈ ኅብረ-ብሔራዊ ሀገረ-መንግስት እንጂ የአንድ ብሔር ሀገር የሆነ ብሔረ-መንግስት ወይም ብሔራዊ ሀገረ-መንግስት አይደለም። ይሄ እንዳለ ሆኖ ግን ጽንሰ ሀሳቦች በስምምነትና በጋራ ግንዛቤ በሌላ ፍቺ መጠቀም ይቻላል።

ኢትዮጵያ፡ የዜግነትና የብሔረሰብነት ምልከታ

ኢትዮጵያ የብሔርተኞች ሀገር መሆኗን ከላይ ተመልክተናል። ይህ ማለት ኢትዮጵያውያን የእኔ ብለው ራሳቸውን በኩራት የሚገልጹበት፣ የሚንከባከቡት፣ የሚጠብቁት ባህል፣ ቋንቋና ታሪክ አላቸው እንደ ማለት ነው። ልዩነቱ ያለው በቡድኑ ዓይነት እና ሰዎች በግልጽ ከቡድናቸው ጋር ራሳቸውን ይገልፃሉ ወይስ አይገልፁም በሚለው ላይ ነው። የብሔርተኝነት ምርጫው የእኛ ብሔርተኝነት ከእናንተ ብሔርተኝነት ይሰፋል ወይም የተሻለ አቃፊ ነው የሚለው ላይ ሊሆን ይችላል። በፍቃዱ ኃይሉ እንዳለው ልዩነቱ ብሔርተኝነትን የመሸሽግ እና ያለመሸሸግ ጉዳይ ነው። በኢትዮጵያ ‹ብዙሃኑ ብሔርተኛ ናቸው› ይላል በፍቃዱ። በአጠቃላይ ኢትዮጵያዊ ብሔርተኛ መሆኑ የማያጠራጥር ሆኖ ልዩነቱ ያለው የብሔርተኝነት ምርጫ፣ አገላለጽ፤ አቀራረብና ዓይነት ላይ ይሆናል።

ኢትዮጵያ ውስጥ የዕይታ ውጤት የሆኑ ሁለት ዓይነት ብሔርተኝነቶች እንዳሉ ማንሳት ይቻላል። የዚህም መነሻ 'ኢትዮጵያ ብሔር ናት ወይስ የብሔር ብሔረሰብ ሀገር ናት?' የሚለው ጥያቄ ነው። ኢትዮጵያን እንደ አንድ ብሔር የሚቆጥሩ የኢትዮጵያ ማንነት የብሔረሰብ ማንነት አድርገው ሲመለከቱ ኢትዮጵያ የብሔር ብሔረሰብ ሀገር መሆኗን በጽኑ የሚያምኑቱ ደግሞ ኢትዮጵያዊነት የዜግነት ማንነት መሆኑን ያምናሉ።

የኢትዮጵያ ዜግነት በቅጡ ያላደገና በሕዝብ ስምምነትና የሀገር ግንባታ ሂደት ገና የሚገነባ እንደሆነ ብዙዎች ይስማማሉ። በአሁኑ ወቅት የኢትዮጵያ ትልቁ የራስ ምታት በዜግነትና በብሔረሰብነት መካከል የሚደረግ ውድድር ነው። የኢትዮጵያ ብሔርተኝነት በውስጡ ያሉትን ብሔርና ብሔርተኝነትን እንደተቀናቃኝ የመመልከት አዝማሚያ አለው። ለኢትዮጵያ አደጋ እንደሆኑ አድርጎም የመመልከት ነገር አለ። በተመሳሳይ መልኩ የኢትዮጵያ ብሔሮች ደግሞ የኢትዮጵያን ብሔርተኝነት ጨፍላቂና ጨቋኝ አድርገው ያያሉ። አንዱ የሌላኛው ተቀናቃኝ ሆኖ መሳሉ ደግሞ ለመካረሮች መሠረት ጥሏል። የአንዱ መጠንከር የሌላኛው መዳከም ተደርጎ ይወሰዳል። ሁለቱ ተደራራቢና ተወራራሽ ማንነት መሆናቸው ቀርቶ የሚፎካከሩና የሚቃረኑ ሆነው የተሳሉበት ሁኔታ አለ።

ብሔረሰብ ማለት አንድ ባህል፣ ታሪክ፣ ቋንቋ ያለው ማኅበረሰብ አካል መሆንን ያመላክታል። በሌላ አነጋገር ብሔረ-ሰብ የብሔር ሰው መሆን እንደማለት ነው። ብዙውን ጊዜ ዜግነትና ብሔረሰብነት እንደ አንድ ይታያሉ። በብሔረ-መንግስት ማዕቀፍ አንድ ብሔር አንድ ሀገር ስለሚኖረው በብሔርሰብነትና በዜግነት መካከል ልዩነት አይኖርም። ባለብዙ ብሔር ሀገራት ውስጥ ግን ብሔረሰብነት እና ዜግነት ልዩነት ይኖራቸዋል። ዜግነት ሰዎች የአንድ ሀገር አባል በመሆን የሚይዙት ሕጋዊ ማንነት ነው። ዜጋ ማለት አንዲት ሀገር የምታስቀምጠውን ሕጋዊ ሁኔታዎች አሟልቶ አባል መሆን ማለት ነው። ለምሳሌ ኢትዮጵያ ውስጥ አንድ ሰው በብሔረሰብ ኦሮሞ ሆኖ በዜግነት ደግሞ ኢትዮጵያዊ ይሆናል ማለት ነው።

ሀገራት ለዜጎቻቸው የተለዩ መብቶች የሚሰጡበት ሁኔታ አለ። በተለይ ዲሞክራስያዊ ሥርዓት የሚከተሉ ሀገራት ለዜጎቻቸው ሰብዓዊ እና ዴሞክራሲያዊ መብቶችን በሕገ መንግስታቸው ውስጥ በማካተት የዜጎችን መብት ያስጠብቃሉ። ዜጎች መብት እንዳላቸው ሁሉ ዜጋ በመሆናቸው የሚጠበቁባቸው ግዴታዎችም ይኖራሉ። ሀገራችን ኢትዮጵያም ዴሞክራሲያዊ ሕገ መንግስት ያላት ሀገር እንደመሆኗ በሕገ መንግስቷ ውስጥ ስለዜግነት በግልጽ አስቀምጣለች።

በአጠቃላይ ብሔረሰብነት (nationality) አንድ ሰው የሆነ ብሔር አባል ሆኖ በመወለዱና ማደጉ የሚያገኘው ባህላዊ ማንነት ሲሆን ዜግነት (citizenship) ደግሞ አንድ ሰው በአንድ ሀገር ሕግ የተቀመጡ አስፈላጊ የሕግ መስፈርቶችን አሟልቶ በመገኘቱ የሚጎናጸፈው ሕጋዊ ማንነት ነው። ዜግነት በሕጋዊ መንገድ የሚሰጥና በሕጋዊ መንገድ ሊነጠቅ የሚችል ማንነት ሲሆን ብሔረሰብነት ግን በቀላሉ የማይነጠቅ ማኅበራዊ ማንነት ነው። የተለያየ የብሔረሰብ ማንነት ያላቸው ሰዎች የዜግነት ማንነት ሊጋሩ እንደሚችሉ ሁሉ ተመሳሳይ የብሔረሰብ ማንነት ያላቸው ሰዎች ደግሞ የተለያየ የዜግነት ማንነት ሊኖራቸው ይችላል። ለምሳሌ ኢትዮጵያዊ ኦሮሞና ኢትዮጵያዊ አማራ በብሔረሰብ ማንነታቸው የሚለያዩ ቢሆንም በዜግነት ማንነታቸው ይገናኛሉ። በተቃራኒው ኢትዮጵያዊ ኦሮሞ፤ አሜሪካዊ ኦሮሞና ኬኒያዊ ኦሮሞ የተለያየ የዜግነት ማንነት ሲኖራቸው የብሔረሰብ ማንነት ግን ይጋራሉ። በአጠቃላይ የሁሉም የኢትዮጵያ ሕዝብ የጋራ ማንነት "የኢትዮጵያዊ ዜግነት" ነው። ስለዚህ ይሄን ማንነት በጋራ በማሳደግ ላይ ትኩረት አድርጎ መስራት ያስፈልጋል።

ኢትዮጵያ፡ የዘረኝነትና የብሔርተኝነት ምልከታ

ኢትዮጵያ ውስጥ የሚጋጩ አስተሳሰቦች በተለያየ ቡድንና በግለሰቦች መካከል ብቻ ሳይሆን በግለሰብ ቃላት አጠቃቀምና አገላለጽም ጭምር የተለመደ ነው። ዘርም ሆነ ብሔር የሰው ልጆችን ከፋፍሎ ለመረዳት የምንጠቀምባቸው

ጽንሰ ሀሳቦች ናቸው። ዘር ተፈጥሯዊ በሚመስልና የሰዎችን አካላዊ ባህሪያትን በመጠቀም ሰዎችን በቡድን የመከፈያ ዘዴ ነው። በዚህ አካሄድ የሰው ልጅ በሦስት ዋና ዋና ቦታ ይከፈላል። እነዚህም ነጭ የሰው ዘር (ካውኮስያን)፤ ቢጫ የሰው ዘር (ሞንግሎይድ) እና ጥቁር የሰው ዘር (ኔግሮይድ) ተብለው ይታወቃሉ። በዚህ አከፋፈል ሁሉም ጥቁር የሰው ዘር የአንድ ዘር አባል እንደሆኑ ይታመናል። በአንጻሩ ብሔር በተለያየ መንገድ የሚፈጠሩ ባህላዊ፣ ታሪካዊና የቋንቋ ልዩነቶችን መሠረት በማድረግ የሰው ልጆችን የመከፈል ሁኔታን ያመላክታል። ከዘር ጋር ሲነጻፀር በዓለም ላይ በርከት ያለ ብሔር እንዳለ መጥቀስ ይቻላል።

በመሠረታዊ አገላለጽ ዘር አካላዊ ባህሪያትን ይገልፃል፣ ብሔር ደግሞ የባህል መለያን ያመለክታል። ዘር እንደ ውርስ ሊወሰድ ይችላል፣ ብሔርም እንደ ውርስ ሊወሰድ የሚችልበት አግባቦች ቢኖሩም በዋናነት ግን በማኅበራዊ ሂደት የምንማረው ነገር ነው። በሌላ አገላለጽ ዘር ከወላጆች የወረስነውን አካላዊ ባህሪያትን የሚገልጽ ባዮሎጂካል ማንነት ሲሆን ብሔር ደግሞ ከባህልና ከቤተሰብ የምንማረው ባህላዊ ማንነት ነው። ኢትዮጵያ ውስጥ የብሔር ልዩነትን የዘር ልዩነት አድርጎ የማቅረብ አዝማሚያ የተለመደ ነው። ሀገሪቷ ውስጥ የሚታዩ ትንንሽ የባህልና የቋንቋ ልዩነቶችን ለማፈን ተብሎ ሀገሪቷ ውስጥ የሌለ የዘር ልዩነት እንዳለ አድርጎ መግለጽና ጥያቄ የሚያነሱትን ዘረኛ አድርጎ መሳሉ ጉዳቱ የከፋ ይሆናል።

በአጠቃላይ ኢትዮጵያ ውስጥ የሚንፀባረቁ መጠነኛ የብሔርተኝነት እንቅስቃሴዎችን የዘረኝነት እንቅስቃሴ አድርጎ ማቅረብ ችግሩን በመደበቅ መፍትሄ እንዳያገኝ ከማድረግ አይተናነስም። ሀገራችን ኢትዮጵያ በጣም ብዙ ውስብስብ ችግሮች አሉባት። በዚህ ላይ ተጨማሪ ግራ አጋቢ የቃላት አጠቃቀሞችን መጨመር በእሳት ላይ ነዳጅ እንደማርከፍከፍ ስለሚቆጠር ጥንቃቄ ማድረግን ይጠይቃል። ግልጽ መሆን ያለበት እውነታ ኢትዮጵያ ውስጥ የብሔር ልዩነት እንጂ የዘር ልዩነት የለም። በሌላ አገላለጽ ብሔርተኛ እንጂ ዘረኛ የለም። አንድን ሰው ወይም ቡድን በብሔር ማንነታቸው

የሚጠሉና የሚያገሉ ብሔር-ጠል ሰዎች ሊኖሩ ይችላሉ። እነሱን ግን ዘረኛ የሚለው ስያሜ አይገልፃቸውም። ብሔር-ጠሎች ናቸው።

በዚህ ጉዳይ ላይ በተለይም በዚህ ምዕራፍ መጨረሻ ላይ ከተነሱ ሶስቱ አርዕስቶች ጋር በተገናኘ ከሦስት ዓመት በፊት ይመስለኛል አንድ የውይይት መድረክ ተዘጋጅቶ ነበር። በዚህ የውይይት መድረክ ላይ በርካታ ጉዳዮች ተነስተው የሞቀ ክርክር ተደርጓል። በኢትዮጵያ "ብሔር" አለ ወይስ የለም ከሚለው ጀምሮ፤ የብሔር መገለጫ ምንድነው፤ በሕገ መንግስቱ የተሰጠው አተረጓጎም ትክክል ነው ወይ፤ በብሔር እና በብሔረሰብስ መካከል ልዩነት አለ ወይ፤ የኢትዮጵያ ብሔርተኝነትስ አለ ወይ የሚሉ ጉዳዮች ተነስተዋል። "ግራ የገባው የኢትዮጵያ ብሔርተኝነት" በሚል ርዕስ የተዘጋጀው ይህ ውይይት በጣም ሞቅ ያለና ሰዎች በነጻነት ስሜታቸው የገለጹበት የውይይት መድረክ ነበር ማለት ይቻላል።

በዚህ መድረክ ላይ አንድ ተወያይ የሚከተለውን ብለው ነበር፤

......"አባቴ እኔን ሲያስተምረኝ አሉ (የቤተሰብ ሀረጋቸውን ቆጥረዉ) "Ilma koo ati Oromoodha" "ልጄ አንተ ኦሮሞ ነህ እያለ ነው"። በኦሮሞነትህ ቁም እያለኝ ነው ያሳደገኝ አሉ። የብሔር ምንጭ እግዚአብሔር ነው አሉ። የእኔ መፈጠር የመላምት ጉዳይ አይደለም። ፈጣሪ አስቦ ሌላ እንስሳ ሳይሆን ሰው ሆኜ እንድፈጠር፤ አፍሪካዊና ኢትዮጵያዊ ሰው ሆኜ እንድፈጠር፤ የኦሮሞ ማኅበረሰብ አካል ሆኜ የተወለድኩት በምክንያት ነው ብለው ተከራከሩ። ቀጥለው "ስለዚህ ብሔር ምንድነው ተብለው ለተጠየቁት ጥያቄም" ብሔር የሚባል ማንነት አለ፤ መገለጫውም አንደኛ ቋንቋ ነው፤ ሌላኛው ባህል ሲሆን ጭፈራውም መገለጫ ነው አሉ። የጃምቦ ጆቴን 'ጎባ ኮርማ' ስሰማ ፕሮቴስታንት ብሆንም ዘልዬ እጨፍራለሁ አሉ። 'አንዴ እንደ ምንጃር፤ አንዴ እንደ ጎጃም እስክስታ ምችና ውሰጂ ማተቤን ካንገቴ ፍቺና የሚለውንም ስሰማ ይነቀንቀኛል፤ ይፈነቅለኛል አሉ።

ሌላኛዋ ከዚህ በተቃራኒ የቆመች የምትመስል ተወያይና አስተያየት ሰጭ ደግሞ "የኢትዮጵያ ሕገ መንግስት የማይገልፀው ማንነት ነው ያለኝ" በማለት

ቀጠለች። ያ ማንነት ምንድነው በተባለች ጊዜም "እኔ ኢትዮጵያዊ ነኝ" አለች። "የኢትዮጵያ ብሔርተኝነት አለ ብለሽ ታምኛለሽ?" ተብላ ለተጠየቀችው ጥያቄ የኢትዮጵያ ዜግነት እንጂ የኢትዮጵያ ብሔርተኝነት የለም ብላ መለሰች። ሁለቱም ከኦሮሞ አባትና ከአማራ እናት የተወለዱ መሆናቸውን በአደባባይ የመሰከሩ ቢሆንም ባቀረቡት ሀሳብ ግን የሚቃረኑ ይመስላሉ። ሌሎች በርካታ አስተያየት ሰጭዎችም ተመሳሳይ አስተያየት አንጸባርቀዋል።

ውይይቱ መጀመሩና ሰዎችም በነጻነት ስሜታቸውን መግለጻቸው ጥሩ ሆኖ አወዛጋቢ በሆኑና ጽንሰ ሀሳባዊ ግንዛቤን በሚፈልጉ ጉዳዮች ላይ የጋራ የሆነ የጽንሰ ሀሳብ ትርጉም ሳይያዝ መድረክ መካሄዱ የተፈለገውን ውጤት እንዳያመጣ አድርጎታል የሚል እምነት አለኝ። በጽንሰ ሀሳብ ዙሪያ የሚደረጉ ውይይቶችን በጋራ ጽንሰ ሀሰባዊ ግንዛቤ መጀመር ጥቅሙ የጎላ ነው። ይህ ሳይሆን ቀርቶ በዚህ የውይይት መድረክ ላይ በብሔርና በብሔረሰብ መካከል ልዩነት የለም ተብሎ ሲደመደም ማየት ያሳቅቃል። ከላይ ለማንሳት እንደተሞከረው ብሔር በጋራ ታማኝነት የተሳሰረ ሕዝብ ነው ብለናል። ብሔረሰብ ደግሞ የብሔር አባል የሆነ 'ግለሰብ' ነው። ብሔረሰብነት አንድን ግለሰብ ከብሔር ጋር የሚያስተሳስር ማኅበራዊ ማንነት ሲሆን ዜግነት ደግሞ አንድን ግለሰብ ከሀገረ-መንግስት ጋር የሚያስተሳስር ሕጋዊ ማንነት ነው። በርግጥ የብሔር ስም የብሔረሰብ መጠሪያም የሚሆንበት አጋጣሚዎች አሉ። ለምሳሌ አንድ ሰው ጉራጌ ነው ማለት የጉራጌ ብሔር አባል ነው እንደማለት ነው። ኢትዮጵያዊነትን የዜግነት ማንነት አድርጎ መቀበሉ ላይ ከሞላ ጎደል ስምምነት ቢኖርም የኢትዮጵያ ብሔርተኝነት ግን ሊኖር አይችልም ብሎ መከራከር መሠረታዊ የጽንሰ ሀሳቡን ትርጉም ለሚረዳ ሰው ለጆሮ ከባድ ነው። በዜግነት ላይ የሚመሠረት ብሔርተኝነት እንደ አንድ የብሔርተኝነት ዓይነት ይነሳልና። በአጠቃላይ የጽንሰ ሀሳብ ግንዛቤ በሚሹ መድረኮች ላይ ድፍረት ብቻ ይዞ መቅረብ ነገሮችን ከማወሳሰብ የዘለለ ፋይዳ እንደማይኖረዉ መገንዘብ ተገቢ ነው።

ምዕራፍ 9

ብሔርተኝነትና የኢትዮጵያ ሀገረ-መንግስት ግንባታ

"

ታላላቅ መሪዎች የሕይወት ታሪካቸውን በድርጊቶቻቸው፣ በቃላቶቻቸው እና በኪነ-ጥበቦቻቸው ይጽፋሉ።

—

ጆን ራስኪን

በኢትዮጵያ የሀገረ-መንግስት ግንባታ ሙከራ ውስጥ ጉልህ ሚና የነበራቸው የኢትዮጵያ ገዥዎች እንደ ሌሎች የዓለማችን የሀገረ-መንግስት ግንባታ መሃንዲሶች ሁሉ ልዩነቶችን ከተቻለ ጨፍልቀው ካልተቻለ ደግሞ አጥበው አንድ ወጥ ማንነት ያለው ሀገር ለመገንባት ሙከራዎችን አድርገዋል ተብለው ይከሰሳሉ።

የኢትዮጵያ ሀገረ-መንግስት ግንባታ ሂደት አምስት ዋና ዋና ዓላማዎችን ለማሳካት ያለመ ነበር ይላል ዩሱፍ ያሲን። እነዚህም ሀገር ማቅናት፤ የተወሰደን መሬት ማስመለስ፤ ኃይማኖትን ማስፋፋት፤ ሀገርን አንድ ማድረግና ራስን ከወራሪ መከላከል ናቸው። እነዚህን ዓላማዎች ለማሳካት ደግሞ እስከ ዐፄ ኃይለ ሥላሴ ያሉ የኢትዮጵያ ገዥዎች ኢምፓየር በመገንባት፤ መሬትን

በመጠቅለልና ሕዝቡን ገባርና ጭሰኛ በማድረግ ለመግዛት ሞክረዋል ይላል። የዐፄ ኃይለ ሥላሴ መንግስት የብሔር ብሔረሰቦችን ማንነትን በማቅለጥ (melting pot) አንድ ወጥ ብሔርና ብሔረ-መንግስት የመገንባት ዕቅድ እንደነበረው የቋንቋ ፖሊሲያቸው አመለካች ነው።

"

ከቴዎድሮስ አንስቶ ተፈሪ ድረስ

ዘመኑ ያበቃል ዘውድና ንጉሥ

ንጉሥ አለ ብለህ አትወሳወስ

በምርጫ ካልሆነ የለም የሚነግሥ

ግን ሰውን አየሁት ብዙ ሲያለቅስ።

ከሼህ ሁሴን ጅብሪል ትንቢታዊ ግጥሞች የተወሰደ።

በሀገረ-መንግስት ግንባታው ሂደት ብዙ ገዥዎች የጸረ-ልዩነት እንቅስቃሴዎችን ቢያራምዱም ኢትዮጵያ ደግሞ በብዙ መልኩ ከሌሎች የአፍሪካ ሀገራት የተለየች ሀገር ሆና እንድትታይም አብዝተው ሰርተዋል። ኢትዮጵያውያን ለውስጣዊ የማንነት ልዩነት ቦታ የማንሰጥ፤ የልዩነት አገላለጾችን የምንቃወምና የምናፍን ሆነን በዓለም አቀፍ ደረጃ ደግሞ በልዩነታችን ለመታወቅ የምንፈልግ ግብዞች ነን ማለት ይቻላል።

በርግጥ ሀገሪቷ በጣም ጥንታዊ የሚባል የመንግስት መዋቅር ያላት፣ ወራሪና ቅኝ ገዥዎችን መኪታ በመመለስ የተመሰከረላት፣ ከዚያም አልፋ በጥንታዊ የሰው ልጅ መገኛነት የምትጠቀስ መሆኗ ግልጽ ልዩነቷን ያሳያል። በርካታ የራሳቸው የሆኑ ልዩ ልዩ ጥበብና መገለጫዎችን በመያዝ ከሚታወቁ ሀገራት ተርታም ትሰለፋለች - ኢትዮጵያ። የአፍሪካ ቀንድ ላይ ቁጭ ብላ ከመካከለኛው ምሥራቅ የኃይማኖት ጥበብ፣ ቅርስና ታሪክ ጋር ቁርኝት ለመፍጠር የሞከረች፣ በአፍሪካ የነጻነት ተምሳሌት ከመሆንም አልፋ የጥቁር ሕዝቦች ሁሉ የነጻነት ፋና ወጊ ሀገር ለመሆንም የበቃች ብቸኛ ሀገር ናት - ኢትዮጵያ።

እንደ ታላቋ ብሪታኒያ ፀሐይ የማይጠልቅባት ኢምፓየር ባትባልም ኢትዮጵያ በጣም ሰፊ የመሬት ገጽታ እንደነበራት የአፈ-ታሪክና የኃይማኖት መዛግብት ያመላክታሉ። የኢትዮጵያ ሀገረ-መንግስት ግንባታ ሂደት ደግሞ በብዙ መልኩ በብሔርተኝነት ጥላ ስር የተከናወነ ነው ማለት ይቻላል። የብሔርተኝነት ገጽታውም ከተለያየ ማዕዘን የሚመጣ ነው። በአንድ በኩል ከእሥራኤል ጋር ያለውን የዘር፣ ሥርወ-መንግስታዊ፣ ታሪካዊና ኃይማኖታዊ ትስስርን መሠረት ያደረገና የሦስት ሺህ ዓመት ዕድሜ ያለው እንደሆነ ይታመናል። በዚህ ምልከታ ሦስት ሺህ ዓመታት የኢትዮጵያ ነገሥታት ብሔርተኝነት ዕድሜ ነው ማለት ይቻላል። እዚሁ ጋር ደግሞ ከእሥራኤሉ ንጉስ ሰለሞን ጋር ግንኙነት የፈጠረችው የሳባዋ ንግስት ከአረቦቹ ጋር የደም ትስስር ሊኖራት እንደሚችል የሚያመላክቱ መረጃዎች አሉ። በአመለካከት ደግሞ አይሁዳዊውን ንጉሱ የጎበኘችውን የሳባ ንግስትን ከፍ አድርጎ የመመልከት አዝማሚያ የአይሁድ ዘር እንዳለት የሚነገርውን ዮዲት ጉዲትን ደግሞ ዝቅ አድርጎ የማቅረብ ነገር በሰፊው ይንጸባረቃል። ይሄ ጉዳይ የምልከታው መነሻው ኃይማኖት ወይስ ብሔር የሚል ጥያቄ እንድናነሳ ያስገድደናል።

በሌላ በኩል ደግሞ በተለይ ከአፍሪካና የጥቁር ሕዝቦች የጸረ-ቅኝ ግዛትና ዘረኝነት እንቅስቃሴ ጋር በተገናኘ የኢትዮጵያ ምልከታ የአፍሪካዊነት የዘር ሀረግን መሠረት ያደርጋል። የኢትዮጵያ ታሪክ ጠንካራው የአረብ መሰረቱን የረሳ ወይም ለመደበቅ የሞከረ ነው ተብሎም ይተቻል። እነዚህንና ሌሎች ተጓዳኝ ነጥቦችን ለመረዳት የኢትዮጵያን ታሪክ በአጭሩ መዳሰስ በቂ የሚሆን ይመስለኛል። ይሄ ደግሞ የራሱ ችግር ይኖረዋል። በክፍሉ መግቢያ ለማንሳት እንደሞከርኩት በኢትዮጵያ ታሪክ ላይ መግባባት የለም። እነዚህን ከታሪክ ጋር የተገናኙ ክፍተቶችን የመሙላትና የማስተካከል ስራ በዋናነት ለታሪክ ምሁራን መተው ያለበት ስራ ነው። ከዚህ አንጻር የመጽሐፉ ዓላማ ታሪካዊ መረጃ መተንተን አይደለም። ትርክትና ብሔርተኝነት የአንድ ሳንቲም ሁለት ገጽታዎች ናቸው። ስለዚህ የብሔርተኝነት ቅኝቱን ለመዳሰስ ይረዳን ዘንድ በተለያዩ የኢትዮጵያ ገዥዎች ወይም በዘመናቸው የተነገሩ ንግርቶችንና ትርክቶችን እናነሳለን። ይሄን ከባለታሪኳ የሳባዋ ንግስት እስከ ብልጽግና

ድረስ አጠር አድርገን እንቃኛለን። በታሪክ ላይ የሚኖረው የአረዳድ ክፍተት እንዳለ ሆኖ ማለት ነው።

ከሳባዋ ንግሥት ንግሥና ጀምሮ (10B.C - 1840ዎቹ)

"

አይሁዶችም ሆኑ አረቦች፣ የሳባዋ ንግሥት በሰው መልክ ሊገለጥ የሚችል ከመላዕክት ያነሰ አስተዋይ መንፈስ ወይም የዲጂን አካል ናት ብለው ያምናሉ።

—

ካርል ዊገንስ

የሳባዋ ንግሥት ንግሥና በኢትዮጵያ ታሪክ ብዙ የሚነገርለት ቢሆንም ታሪኩ አፈ-ታሪክ ነው፣ የፈጠራ ጽሑፍ ነው በማለት የማይቀበሉ በርካታ የታሪክ ባለሙያዎች እንዳሉም ይታወቃል። የሳባ ንግሥት ታሪክ የፈጠራ ጽሑፍ ነው ወይስ አይደለም የሚለው ክርክር እንዳለ ሆኖ አፈ-ታሪኮች በጥንታዊም ሆነ በዘመናዊ የሰው ልጅ ታሪክና ባህል ውስጥ ያለው ዐሻራ ግን ቀላል አይደለም። በርግጥ የሆነ ዓላማ ለማስፈፀም ብቻ የሚነገሩ ሲሆኑ የራሳቸው ችግር ሊኖራቸው እንደሚችል ሁሉ አፈ-ታሪኮች የሰው ልጅ ልምምዶችን በማንፀባረቅ ረገድ ትልቅ ሚና አላቸው። በሌላ በኩል ደግሞ የሰው ልጅ ታሪክና አስተሳሰቦች ሁሉ በእውነት ላይ ብቻ የተመሰረቱ እንዳልሆኑ ልብ ማለትም ያስፈልጋል። ከዚህ አንጻር አፈ-ታሪክም ሆነ ታሪክ ከእውነትነቱ ባሻገር ማስተላለፍ የፈለገው መልዕክት ላይ ትኩረት ማድረጉ የተሻለ ይሆናል። በዚህ መጽሐፍ ደግሞ ከታሪኩ ይዘት በዘለለ በታሪክና ትርክቶች ውስጥ ያለው የብሔርተኝነት ገፅታ ላይ ትኩረት አድርገን እንቃኛለን።

አፈ-ታሪክ ለሰው ልጅ የሰጠው ትርጉምና የመለሰው ጥያቄ በቀላሉ የሚታለፍ አይደለም። ዛሬም ድረስ አፈ-ታሪክ ብቻ የሚመልሳቸው ጥያቄዎች በርካቶች

ናቸው። ስለዚህ አፈ-ታሪክን እውነትም ባይሆን ሙሉ በሙሉ ከጥቅም ውጭ ማድረግ አይቻልም። በዚህ አውድ እውነት ነው ወይስ አይደለም ከሚለው ክርክር ባሻገር በሳባ ንግሥት ንግሥና ለማስተላለፍ የተፈለገው መልዕክት ምንድነው የሚለውን መዳሰሱ ተገቢ ይሆናል። በዋናነት በዚህ አፈ-ታሪክ ውስጥ የብሔርተኝነት ሚና ምን ይመስላል የሚለዉን ለመቃኘት እንሞክራለን።

በብዙ ጸሐፍት ዘንድ የሳባዋ ንግሥት (Queen of Sheba) በመባል የምትታወቀው ንግሥት በግል ስሟ ሳይሆን "የሳባውያን ንግሥት" በሚል መጠሪያ ትታወቃለች። የግል መጠሪያ ስሟም በተለያዩ መጽሐፍት ውስጥ በተለያየ መንገድ እንደተገለፀ ይነሳል። የሳባዋ ንግሥት ከምትታወቅባቸው ጉዳዮች ግንባር ቀደሙ ደግሞ የእሥራኤል ንጉሥ የሰሎሞንን የአመራር ጥበብ ለማየት እሥራኤል ድረስ በመሄዷ ነው። የሳባዋ ንግሥት ነገሰች የሚባለዉ ከክርስቶስ ልደት በፊት በ10ኛው ክፍለ ዘመን ሲሆን ቦታውም በዳዓማት ሥርወ-መንግስት ስር በነበረችው "ሳባ" ከተማ ነው። ይህ ቦታ አሁን የየመን አካል እንደሆነም መረጃዎች ያሳያሉ። በዚያ ዘመን የኢትዮጵያ ስፋቱ በምሥራቅ እስከ ማዳካጋስካርና እስከ ፋርስ ባህር፣ በምዕራብ ደግሞ እስከ ግብጽ ጠረፍ እና ኑቢያ፣ በደቡብም እስከ ኒያንዛ የቪክቶሪያ ሐይቅ ይደርስ እንደነበረ ይነገራል። ይሄ አገላለጽ ከላይ ካነሳነው የመልከዓ ምድራዊ ምልከታ ጋር በእጅጉ የሚዛመድ መሆኑን ልብ ይሏል።

የሳባዋ ንግሥት በኢትዮጵያ በነገሰችበት ዘመን በእየሩሳሌም ደግሞ የዳዊት ልጅ ንጉሥ ሰለሞን ነግሶ እንደነበር አፋዊ ታሪኮች ያስረዳሉ። በዚሁ ጊዜ ታምሪን የተባለ የኢትዮጵያ ነጋዴ ለንጉስ ሰለሞን የሚሆኑ የተለያዩ ዕቃዎችን ከኢትዮጵያ ወስዶ ያስረክብ እንደነበር፤ ከእሥራኤል ወደ ኢትዮጵያ ሲመለስ ደግሞ የሰለሞንን የቤተ መንግስት ስነ-ሥርዓትና ጥበቡን ለሳባዋ ንግሥት ይነግራት እንደነበር ይነገራል። በታምሪን አማካኝነት የተጀመረው የሁለቱ ነገሥታት ግንኙነት እየቀጠለ ሄዶ ሁለቱ ነገስታቶች በሀገራቸው የማይገኙ ዕቃዎችን በስጦታ መልክ መላላክ እንደጀመሩና በማስቀጠልም የሳባዋ

ንግሥት የንጉስ ሰለሞንን ጥበብ፣ የአስተዳደር ሥርዓት፤ ሕግና አደረጃጀት ለማየት ወደ እየሩሳሌም እንደሄደች ይነገራል።

ከዕለታት አንድ ቀን ንጉሡ ለክብሯ የሚመጥን ግብዣ አዘጋጅቶ እንደጠራት እና ቤተ መንግስቱንና ቤተ-መቅደሱን እንዳስጎበኛት፤ በኋላም የቤተ-መንግስቱን አሰራር፤ የመሳፍንቱንና የመኳንንቱን አገባብና አቀማመጥ ለማየት ይቻላት ዘንድ በራሱ ዙፋን አቅራቢያ ልዩ ማረፊያም እንዳዘጋጀላት ይነገራል። በኋላም ባየችው ነገር አድናቆቷን እንደገለፀችለትና ወደ ተዘጋጀላት ማረፍያ ለመመለስ እንደጠየቀች፤ ንጉሥ ሰለሞን "መሸቷልና እዚሁ እደሪ" እንዳላት፤ በዚህ አጋጣሚም እንደተገናኙና እንደ ጸነሰች አፈ-ታሪኩ ያትታል። እንደጸነሰች ባወቀችም ጊዜ "ልጅህ መሆኑን የምትረዳበት ምልክት ስጠኝ" ብላው ከእንቁ የተሰራ የጣቱን ቀለበት ተቀብላ ወደ ሀገሯ ኢትዮጵያ እንደተመለሰች፤ በየዓመቱ የሚከበር የኢትዮጵያ የዘመን መለወጫ በዓልም ለዚህ ማስታወሻ በሚሆን መልኩ "እንቁ-ለጣጣሽ" ተብሎ እንደ ተሰየመም ይነገራል።

ንግሥቲቱ ወደ ሀገሯ ተመልሳ ወንድ ልጅ እንደ ወለደች እና ስሙንም በጥንት የሳባ ቋንቋ እብነመሌክ እንዳለችው ይነገራል። እብነመሌክ ማለትም በአረብኛ "የንጉስ ልጅ" ወይም "የብልህ ልጅ" ማለት ነው። ይህ ስም በሂደት (በአጠራር ግድፈት ነው የሚሉም አሉ) ሚኒሊክ እንደተባለም አንዳንድ ጸሐፍት ይጠቅሳሉ። እብነመሌክ አድጎ "አባቴ ማነው?" ብሎ ጠይቆ አባቱ ሰለሞንን ለመጎብኘት ወደ እየሩሳሌም እንደሄደ እና በእየሩሳሌም የኦሪት ሕግና የመንግስት አስተዳደር እንደተማረ፤ ወደ እናቱ ሀገር ወደ ኢትዮጵያ ሲመለስም ንጉስ ሰለሞን የመንግስት ልብስ አልብሶ እንደመለሰው፣ የዳዊትን ልጅ ወንድሙን ጨምሮ ብልሆችንና አዋቂዎችን መርጦ ከሃያ ሁለት ታላላቅ ሹማምንቶች ጋር የኢትዮጵያ ንጉሠ ነገሥት ይሆን ዘንድ ልብሰ መንግስቱን አሰፍቶ፣ ቅብዓ ሜሮንን በሊቀ ካህናት አስቀብቶ፣ ከክርስቶስ ልደት በፊት በ982 ወደ ኢትዮጵያ እንደሸኘው በሠፊው ይነገራል።

የሳባዋ ንግሥትም ልጇ ሚኒሊክ ከእየሩሳሌም ሲመለስ በታላቅ ክብርና ሰልፍ አቀባበል እንዳደረገችለት፣ በልዑል እግዚአብሔር ጣቶች ተቀርፆ ለሙሴ

የተሰጠውን ጽላትም ወደ ኢትዮጵያ ይዘው እንደመጡ ይነገራል። በወቅቱ የሳባ ንግሥት የነበረችው እናቱም ልጇ እብነመሌክን ተቀብላ በሕይወት እያለች በኢትዮጵያ እንዳነገሰችው በአፈ-ታሪክ ይነገራል። ከዚያ ጊዜ ጀምሮ የሰለሞን ዘር ሀረግ ያላቸው መሪዎች እየተቀባበሉ ኢትዮጵያን ለረጅም ጊዜ እንደመሩም ተጽፏል።

የዳዓማት ሥርወ-መንግሥት በጊዜ ሂደት እየተዳከመ ሄዶ ወደ ተለያዩ የአካባቢና የከተማ ግዛትም ተከፋፈለ። ከዚህ ውስጥ በአንደኛው ክፍለ ዘመን የአክሱም መንግሥት ከዳዓማት ተተኪ መንግስታት አንዱ ሆኖ በሰሜን ኢትዮጵያ ተመሰረተ። በወቅቱ ከነበሩት አራቱ ታላላቅ ኃያላን የዓለማችን መንግስታት ማለትም ከሮም፣ ከፋርስ እና ከቻይና መካከል አንዱ እንደሆነ የሚነገርለት የአክሱም መንግሥት አጀማመሩ እንደ ፍጻሜውም ሚስጢራዊ ነው ይባላል። የቀይ ባህርን ንግድ በመቆጣጠር ለአንድ ሺህ ዓመታት ከፍተኛ የስልጣኔና የጥበብ ደረጃ ላይ የደረሱት አክሱማውያን እ.ኤ.አ በ960 የቅማንት ዘር ሀረግ እንዳላት በሚነገርላት ዮዲት ጉዲት ከፍተኛ ውድመት ደረሰባቸው።

አይሁዳዊቷ ልዕልት ከሰለሞናዊው ሥርወ-መንግስት ጋር ኃይማኖት ለማስፋፋት ወደ ኢትዮጵያ የመጡ እሥራኤላዊያን ዘር እንደሆነች ይነገራል። ዮዲት የአክሱማውያን ንጉሣዊ ቤተሰብ አባላትን በሙሉ በማስወገድ የራሷን ንግሥተ ነገሥት አቋቁማ ለአርባ ዓመታት እንደ ነገሠችና ንግሥናውንም ለዘሮቿ እንዳስተላለፈች መረጃዎች ይጠቁማሉ። በጭካኔዋ የምትታወቀዋ ዮዲት አክሱማዊያን ስሟን ከሰሙ ወይ ይፈረጥጣሉ ወይ ይንበረከካሉ ይባልላት እንደነበርም አፈ-ታሪክ ያወሳል።

ከዮዲት ውድቀት በኋላ ማራ ተክለኃይማኖት የተባለ ሌላኛው የአገው ሰው የአክሱም ነገሥታት ዘር የሆነች ሴት በማግባት የዛጉዌ ሥርወ-መንግሥት አቋቁሞ ስልጣኑን ተቆጣጠረ። አዲሱ የዛጉዌ ሥርወ መንግሥትም ዋና ከተማውን በሮሃ-ላሊበላ አደረገ። በግምት ከ900 እስከ 1270 የኢትዮጵያን ሰሜናዊ ክፍል የገዛው የዛጉዌ ሥርወ-መንግስት ከድንጋይ የተፈለፈሉ አቢያተ ክርስቲያናትን በመሥራት ዛሬም ድረስ በኢትዮጵያ ታሪክ ይታወሳል። እነዚህ የድንጋይ ፍልፍል ግንቦችና ከተማይቱም ለሥርወ-መንግስቱ ዝነኛ ንጉሥ

ብርሃኑ ሌንጂሶ

ገብረመስቀል ላሊበላ ክብር ተብሎ ‘ላሊበላ’ ተብሎ ተሰይሟል። የዛጉዌ ሥርወ-መንግሥት ከአክሱማውያን በተሻለ ሰላማዊ መንግሥት እንደነበረና መረጋጋት እና ቴክኒካል ዕድገት ያሳየ መሆኑም ይነገራል። በዘመኑም ቤተ-ክርስቲያን እና ቤት-መንግሥት በጣም የተሳሰሩ ከመሆኑም የተነሳ ከአክሱማውያን በበለጠ ቲኦክራሲያዊ ማኅበረሰብ መሆን ችለዋል።

ከክርስቶስ ልደት በኋላ በ1270 ዩኩኖ አምላክ የተባለ ገዥ የዛጉዌን ነገሥታት የመጨረሻውን ገዥ አስወግዶ ሴት ልጁን በማግባት ስልጣን እንደያዘና የሰሎሞናዊ ሥርወ-መንግሥትን መልሶ እንዳቋቋመ የታሪክ መረጃዎች ይጠቁማሉ። ስለዩኩኖ አምላክ ማንነት ደግሞ የተለያዩ ጸሐፊዎች የተለያየ ነገር ብሏል። አንዳንድ ጸሐፊዎች ዩኩኖ አምላክ ዮዲት ጉዲት የአክሱማውያንን ዘር ለማጥፋት በተነሳች ጊዜ በብልህ ሰዎች በድብቅ ወደ ሸዋ የተወሰዱ የአክሱማውያን ነገሥታት ዘር እንደሆነ ይነገራል። ተክለጻድቅ መኩሪያ ደግሞ “የኢትዮጵያ ታሪክ፣ ከዩኩኖ አምላክ እስከ ልብነ ድንግል” በተባለ መጽሐፉ ዩኩኖ አምላክ ከአዛዥ ጫላ ገረድ የተወለደ ልጅ እንደሆነ ጽፏል። ዩኩኖ አምላክ ከዮዲት ጥቃት የተደበቀ የአክሱማውያን ዘር ነው የሚለው አፈ-ታሪክ በ14ኛው ክፍለ ዘመን የሰለሞናዊ ሥርወ-መንግስትን ሕጋዊ ለማድረግ የተፈጠረ ነው የሚል ትችትም አለ።

በጊዜ ሂደት የሰለሞናዊው ሥርወ-መንግሥት እንደገና እየተዳከመ ሄዶ ኢትዮጵያ ‘ነገሥት አልባ’ ሀገር ወደ መሆን የደረሰችበት ጊዜም ነበር። ይሄ ዘመን በኢትዮጵያ ታሪክ ውስጥ “ዘመነ መሳፍንት” ተብሎ ይታወቃል። የመሳፍንቶች አገዛዝ የበረታበት እና የኢትዮጵያ ማዕከላዊ አገዛዝ የተዳከመበት ዘመን እንደማለት ነው። በሌላ መልኩ ይህ ዘመን የየጁ ኦሮሞዎች የሰሜን ኢትዮጵያን ግዛት የተቆጣጠሩበት ዘመን እንደሆነ ታሪክ ያስቀምጣል። በዘመነ መሳፍንት ጊዜ ስልጣን ከሰለሞን ሥርወ-መንግስት ወደ የጁ ሥርወ-መንግሥት ወይም የእሥራኤል ዘር ሀረግን ለንግሥና ከመጠቀም ኢትዮጵያዊነት ወደ ስልጣን ምንጭነት የመጠባት ዘመን ነው የሚሉም አሉ። የየጁ ሥርወ-መንግስት ከ18ኛው ክፍለ ዘመን መጨረሻ እስከ 19ኛው ክፍለ ዘመን አጋማሽ ድረስ ተጠናክሮ ኢትዮጵያን በእንደራሴነት መርቷል።

ብሔር-ተኝነት

ከ1780ዎቹ እስከ 1850ዎቹ የጁዎች እንደራሴዎቹ የፈለጉትን ከስልጣን የማንሳትና የመሾም ስልጣን የነበራቸው ቢሆንም ከኢትዮጵያ ታሪክ የተገፋና ዕውቅና የተነፈገው ዘመን መሆኑ ግን ግልጽ ነው።

በክብረ ነገሥትና ሌሎችም ጥንታዊ የኢትዮጵያ ጹሑፎች እንደተገለፀው “የሰለሞን ሥረወ-መንግስት” ለኢትዮጵያ ንጉሠ ነገሥታዊ ብሔርተኝነት መሠረት የጣለ ነው። የንጉሥ ሰሎሞን እና የሳባዋ ንግሥት ግንኙነትም በበርካታ ትውፊቶች የተሳለበት መንገድ የኢትዮጵያ ሕዝብ በእግዚአብሔር የተመረጠ እንደሆነ እና የቃል ኪዳኑ ታቦትም ከኢየሩሳሌም ወደ አክሱም እንዴት እንደተሸጋገረ ያስቀምጣል። ይሄ አፈ-ታሪክ እውነትም ሆነ አንዳንዶች እንደሚሉት የፈጠራ ጽሑፍ ለማስተላለፍ የተፈለገው መልዕክት ግን ትልቅነትን፤ የተሻለ ሀገር፣ የተሻለ ሕዝብ እና የተሻለ የመንግስትነት ታሪክን ነው። ይሄ ደግሞ የብሔርተኝነት አንዱ መገለጫ ነው።

ይሄ አፈ-ታሪክ ለሃያኛው ክፍለ ዘመን የኢትዮጵያ የፖለቲካ ውቅርም ትልቅ መሠረት የጣለ እንደሆነ በግልጽ ይነገራል። የኢትዮጵያ ምሁራን እና የፖለቲካ ልሂቃን በዚህ መሠረት መንግስታዊ ብሔርተኝነትን እንደገና ለማዋቀር ብርቱ ጥረት እንዳደረጉ መረጃዎች ያመለክታሉ። ዘመናዊ ኢትዮጵያን በሰለሞናዊ ርዕዮተ-ዓለም ላይ ለመገንባት ሙከራዎች ተደርገዋል። በሳባዋ ንግሥት ስር የነበረው ሠፊው ግዛት ዛሬም ድረስ በኢትዮጵያ ልሂቃንና ፖለቲከኞች ይናፈቃል። ሰፊ ግዛት መጥቀስና መመኘት የተሻለ ብሔርተኞች የሚያደርጋቸው መስሎ የሚታያቸዉ ጥቂት አይደሉም። ይሁን እንጂ ዘመናዊው የኢትዮጵያ ድንበር በሳባዋ ንግሥት ግዛት እምብርት በጣም እየራቁ የሄዱ መሆናቸው ግልጽ ነው።

በአጠቃላይ አንድ ከእየሩሳሌም የደም ትስስር ያለው ልጅ መወለዱ በርካታ የእየሩሳሌም ጥበቦችን ወደ ኢትዮጵያ ያመጣ መሆኑንም እንገነዘባለን። ይሄው ህፃን ልጅ ለኢትዮጵያ ንጉሠ ነገሥታት ብሔርተኝነት መሠረት እንደጣለም ልብ ይሏል። ኢትዮጵያም በጊዜ ሂደት የተለያየ ቅርጽ እየያዘች ሂዳ ከ16ኛው ክፍለ ዘመን ጀምሮ ደግሞ ማዕከላዊ መንግስቱ ፈርሶ አካባቢያዊና ብሔራዊ ቅርጽ የያዙ አገዛዞች እየተበራከቱ እንደ መጡ፣ ይሄ ደግሞ በዓለም አቀፍ

ደረጃም ከነበረው የኤምፖየሮች መፍረክረክ ጋር የሚገናኝ መሆኑን ማንሳት ይቻላል። እስከ 16ኛው ክፍለ ዘመን በዋናነት የሰሜኑን የኢትዮጵያ ስልጣኔና ንግሥና ይዘው የነበሩት የትግሬና የአገው ብሔሮች እንደሆኑም ከዚህ ታሪክ መረዳት ይቻላል። ከዚህ በኋላ ኢትዮጵያን አንድ አድርገዉ ለመግዛት ጠንካራ ሙከራ ያደረጉት የቋራው ሰው ዐፄ ቴዎድሮስ እንደሆኑም የታሪክ መረጃዎች ያሳያሉ።

የዐፄ ቴዎድሮስ ሙከራዎች (1847 - 1860)

"

የእነሱን ጫወታ አውቃለሁ። መጀመሪያ በነጋዴዎችና በሚሲዮናውያን፤ ቀጥለው በአምባሳደሮች፤ ከዚያም በመድፍ ይመጣሉ። በቀጥታ ወደ መድፍ መሄድ ይሻላል።

ዳግማዊ ዐፄ ቴዎድሮስ

በትውልድ ስማቸው ካሳ ኃይሉ፤ በንግሥና ስማቸው ደግም ዐፄ ቴዎድሮስ ተብለው የሚታወቁት የ19ኛው ክፍለ ዘመን ተጽኖ ፈጣሪ ወታደርና ፖለቲከኛ "ነገሥት አልባ" የሆነችውን ኢትዮጵያን እንደገና አንድ አድርጎ ለመግዛት ብርቱ ፍላጎት ያሳዩ መሪ እንደነበሩ ይነገርላቸዋል። ዐፄ ቴዎድሮስ የተወለዱት በተለምዶ ዘመነ መሳፍንት በሚባለው ዘመን ውስጥ እንደሆነና በወቅቱ አባታቸው ደጃዝማች ኃይሉ ወልደ ጊዮርጊስ የቋራ ገዢ እንደነበሩ የታሪክ ማስታወሻዎች ያሳያሉ። የቄስ ትምህርት ከቀሰሙ በኋላ መጀመሪያ የአጎታቸውን ጦር በኋላ ደግሞ የጎጃም መሪ ጦርን ተቀላቅሎ ባሳዩት ከፍተኛ ችሎታ በወይዘሮ መነን ሊበን አነሳሽነት የልጇን ልጅ ተዋበች አሊን አግብተው በደጃዝማችነት ማዕረግ የቋራ አስተዳዳሪ ሆነው ተሾሙ።

ከሹመቱ በኋላ ወደ ስልጣን ያመጣቸውን የዘመነ መሳፍንት ሥርዓትን በመቃወም በሰሜን ባላባቶች ላይ የጦርነት ዘመቻ የከፈቱት ዐፄ ቴዎድሮስ በዘመቻው በርካታ ባላባቶችን በማሸነፍ በአንድ ዓመት ጊዜ ውስጥ የራስና

የንጉሥ ማዕረግ መቀዳጀት ችለው እንደነበር ይነገራል። ቀጥሎ ባደረጓቸው ዘመቻዎችም ብዙ ባላባቶችን በማሸነፍ ዳግማዊ ዐፄ ቴዎድሮስ በመባል በ1855 የኢትዮጵያ ንጉሠ ነገሥት ሆኑ። የዐፄው መቀባት ወደስልጣን ለመምጣታቸው ምክንያት ለሆኑት የዘመነ መሳፍንት ነገሥታት መቃብር፤ ለዘመናዊ የኢትዮጵያ ታሪክ ደግሞ መነሻ የጣለ መሆኑን የሚገልጹ ጸሐፍት እንዳሉ ሁሉ ለዐፄው መወገድ ራሱ የዘመነ መሳፍንት መሪዎችና የኃይማኖት ተቋማት ትልቅ ሚና እንደነበራቸው የሚገልጹም አሉ።

ዘመነ መሳፍንት የየጁ ኦሮሞዎች በሰለሞን ሥርወ-መንግስት ስር የቆየውን ስልጣን የተቆጣጠሩበት ዘመን ነው። በዚህ ጊዜ የጎንደር ነገሥታት ኃይል እጅግ የተዳከመ እንደነበርና የየጁ እንደራሴዎቹ ስልጣን ደግሞ የጨመረበት ጊዜ እንደነበር ይነገራል። ዐፄ ቴዎድሮስ ወደ ወሎና ወደ ሸዋ ዘመቻዎችን በማድረግ የየጁ ኦሮሞዎችን ለመቆጣጠር ያደረጉት ሙከራ ግን የተሳካ አልነበረም። ይልቁንም በግብረመልስ የየጁ ኦሮሞዎች ከእንግሊዞች ጋር በመሆን በወሰዱት ጥቃት ዐፄው ሕይወታቸውን እንዳጡ ጠቋሚ መረጃዎች አሉ።

ይህ በእንዲህ እንዳለ ዐፄ ቴዎድሮስ በዘመነ ንግሥናቸው ነባር ስርዓቶችን በመለወጥ አገሪቷን ለማሻሻል ብርቱ ጥረት እንዳደረጉም ይታወቃል። ጥቂቶቹን ለመጥቀስ ያህል ባርነትን የሚያግድ አዋጅ፣ የመጀመሪያው መንገድ ግንባታ፣ የሥርዓተ ንዋይና የፖለቲካ ሥርዓቱን በማዕከላዊ መንገድ ማዋቀር፣ በባላባት የተከፋፈለ ሥርዓት በማስቀረት ሀገራዊ ውትድርናን ማስተዋወቅ ይጠቀሳሉ። ሆኖም ለውጡ የዘመነ መሳፍንት ባላባቶችን ያስደሰተ አልነበረም። በመሆኑም ብዙዎቹ ባላባቶች በለውጡ ምክንያት የተለያዩ አመጾችን ወደ ማነሳሳት እንደሄዱ ይነገራል። በተለይ የኢትዮጵያ ኦርቶዶክስ ተዋሕዶ ቤተ-ክርስቲያን ርስት የነበረውን መሬት ለገበሬዎች ማከፋፈላቸው ከኃይማኖቱ መሪዎች ጋር በቀጥታ እንዲላተሙ አድርጓል።

ይህን ተከተሎ በየቦታው አመጽ ይነሳ ጀመረ። በዚሁ ወቅት አውሮፓውያን ሚሲዮኖች ከእንግሊዝ መንግሥት ጋር በተነሳው አለመግባባት ምክንያት ታሰሩ። በኋላ የእንግሊዝ መንግሥት በሮበርት ናፒየር የሚመራ ግዙፍ

ኃይል አሰናድቶ አውሮፓውያን እስረኞችን ለማስፈታት ወደ ኢትዮጵያ ላከ። ይሄ ከባድ ጦር በሀገር ውስጥ በአመጽ በተዳከመው የዐፄው ጦር ላይ ጥቃት ሰነዘረ፣ ዐፄ ቴዎድሮስም በዚሁ ውጊያ ላይ ሕይወታቸው እንዳለፈ ይታወቃል።

ለዐፄው መንግስት መዳከምም ሆነ መሞት ባላባቶች፣ የኃይማኖት ተቋማትና የብሔር ቁርሾዎች ትልቅ ቦታ እንደነበራቸው ይነገራሉ። ዐፄውም ቢሆኑ በተለያየ ጊዜ ለተለያዩ መንግስታት በጻፉት ደብዳቤ ውስጥ "የአባቴን ዙፋን"፣ "የእናቴን ሀገር" የሚሉ አገላለፆችን ከመጠቀም አልፈው "ጋሎችና ቱርኮች የአባቴን ሀገር ሊቀሙኝ ነው" በማለት ለእንግሊዟ ንግስት ቪክቶርያ ደብዳቤ መጻፋቸው ይታወቃል። በእንግሊዞች በተከፈተው ጦርነት ውስጥም የተሳተፉ የየጁ ባላባቶችና የኃይማኖት መሪዎች በዚሁ የዐፄው ብሔርተኝነት እጅግ የተከፉ እንደነበሩ የሚያነሱ ጸሐፊዎችም አሉ። የተለያዩ ዘፈኖችም ይሄንኑ በሚያመላክት መልክ ተዘፍነዋል፣

"

መቅደላ አፋፍ ላይ ጩኸት በረከተ
የሴቱን አናውቅም ወንድ አንድ ሰው ሞተ

የተባለውም በዚሁ አውድ እንደሆነ ይነገራል።

የዐፄ ቴዎድሮስ ብሔር፣ ዓላማና አሟሟት እስከ ዛሬም በኢትዮጵያ ታሪክ ውስጥ አወዛጋቢ ሆኖ ይገኛል። የየጁ የወይዘሮ መነን ሊበን ልጅ ልጅ ተዋበች አሊን በማግባት ወደ ስልጣን የመጡት ዐፄ ቴዎድሮስ በየጁ ሥርወ-መንግስት ላይ ጥገኛ እንደነበሩ በግልጽ ይነገራል። ሆኖም ግን ዐፄው አምርረው የተዋጉትም ይሄንኑ ሥርወ-መንግስት ነበር። በኋላ ግን በየጁ ሥርወ መንግስትና በኃይማኖት ተቋማት ላይ ከወሰዱት እርምጃ ጋር ተያይዞ በተቀሰቀሰ አመጽ፤ ከዐፄ ዮሐንስ ጋር ባለው የስልጣን ሽኩቻ እንዲሁም ከውጭ ከእንግሊዞች በተሰነዘረ ጥቃት ሕይወታቸው ሊያልፍ ችሏል።

የርዕሰ ብሔሩ ዮሐንስ ትግል (1863 - 1881)

"

ኢትዮጵያ እናትህ ናት፤ ውደዳት። ኢትዮጵያ ሀገርህ ናት፤ ጠብቃት። ኢትዮጵያ ሁሉ ነገርህ ናት፤ ሙትላት።

ዐፄ ዮሐንስ ፬ኛ

የተንቤኑ ባላባት የራስ ስኹል ሚካኤል የልጅ ልጅ የሆኑቱ ደጃዝማች በዝብዝ ካሳ ዐፄ ቴዎድሮስን ተክተው ለአጭር ጊዜ የነገሡትን ዐፄ ተክለ ጊዮርጊስን ዓድዋ ላይ ድል ካደረጉ በኋላ አክሱም ላይ ሥርዓተ ንግሥናቸውን ፈጽመው ዐፄ ዮሐንስ 4ኛ ንጉሠ ነገሥት ዘኢትዮጵያ ሆነው ነገሡ።

ዐፄ ዮሐንስ ሮበርት ናፒዬር በዐፄ ቴወድሮስ ላይ በወሰዱት ጥቃት ድጋፍ የሰጡ ቢሆንም ከእንግሊዝ ያገኙት ድጋፍ ግን በቂ አልነበረም ይባላል። በኋላም ቀንደኛ ተቀናቃኛቸው የነበሩትን ዐፄ ሚኒሊክን ለማስገበር ከእንግሊዝ ንግስት ጋር በመፃፃፍ ንግስናቸውን ለማጠናከር ሙከራ አድርገዋል። ይሁንና ከእንግሊዝ ንግስት ያገኙት መልስ አጥጋቢ ስላልነበረ ከዐፄ ሚኒሊክ ጋር የነበራቸውን ከፍተኛ የስልጣን ሽሚያን ለመከላከል ደብረ ብርሃን ድረስ በመሄድና ድርድር በማድረግ የነበራቸውን ባላንጣነት አስወግደው ሚኒሊክ ንጉስ እንዲባልና ዐፄ ዮሐንስ ርዕሰ ብሔር እንዲባሉ ተስማሙ። በዚህ መንገድ "ርዕሰ ብሔር" የሚለው መጠሪያ ለመጀመሪያ ጊዜ ጥቅም ላይ የዋለው በዐፄ ዮሐንስ 4ኛ ንግሥና ላይ ነበር ማለት ይቻላል። ከዚህም ዐፄ ዮሐንስ ብሔረ-መንግስት የመገንባት ዕቅድ እንዳላቸው መረዳት ቢቻልም ይህን ብሔረ-መንግስት ለመገንባት ያሰቡት በየትኛው ብሔር ማንነት ላይ ነው ለሚለው ጥያቄ ግልጽ መልስ ማግኘት ቀላል አይሆንም። ዐፄው ከሚኒሊክ ጋር ስምምነት ላይ የደረሱ ቢሆንም ኩቻዎች የዘለቁ ስለመሆናቸው ግን መረጃዎች ያመላክታሉ። ሽኩቻው የስልጣን ብቻ እንዳልነበረና የብሔርና

የኃይማኖትም ጭምር እንደነበረ ይነገራል። የዚሁ ተቀጥላ የሆኑና ዛሬም ድረስ የዘለቁ ተያያዥ የብሔር ኩቻዎች እንዳሉም ይታወቃል።

ከካቶሊኮችና ከግብጾች ብርቱ ፈተና የገጠማቸው ዐፄ ዮሐንስ ለሮበርት ናፕዬር የዋሉትን ውለታ ከግንዛቤ በማስገባት ከእንግሊዟ ንግስት እርዳታ ቢጠይቁም መልስ ሳያገኙ ቀሩ። እንግሊዞች ዐፄውን የስልጣን ጥማት ያለው ደካማ መሪ አድርገው ይመለከቱ እንደነበርም መረጃዎች ይጠቁማሉ። በዚህ መሃል በእስማኤል የሚመራው የግብጽ መንግስት ኢትዮጵያን ለመውረር መምጣቱን ሲሰሙ የኢትዮጵያ ሕዝብ ሆይ ልብ አድርገህ ተመልከት ኢትዮጵያ የተባለችው፤

አንደኛ እናትህ ናት
ሁለተኛ ዘውድህ ናት
ሦስተኛ ሚስትህ ናት
አራተኛ ልጅህ ናት
አምስተኛ መቀበሪያህ ናት!

እንግዲህ የእናት ፍቅር፤ የዘውድ ክብር፤ የሚስት ደግነት፤ የልጅ ደስታ፤ የመቃብር ከባድነት እንደዚህ መሆኑን አውቀህ ተነሳ ብለው አዋጅ እንዳስነገሩና ብዙዎች እንደተሰለፉ ይነገራል። በዚህ መንገድ ወደ 70ሺ ጦር ሰብስበው የግብጽን ወራሪ ጦር ጉንደት ላይ ገጥመው ብትንትኑን አወጡት። በዚህ ተስፋ ያልቆረጠው የግብጽ ወራሪ በ1868 በድጋሚ ኢትዮጵያን ወረረ። ይሁንና በድጋሚ ጉራ ላይ የኢትዮጵያ ሰራዊት ድል አደረገ።

በግብጽ መዳከም ምክንያት ግብጽ ታስተዳድራቸው የነበሩ ሀገራት ከግብጽ ነጻ መውጣት ጀመሩ። በዚህ አግባብ ነበር ደርቡሾች እየጠነከሩ የመጡት። ደርቡሾች የነብዩ መሀመድ የዘር ሀረግ እንዳላቸው የሚነገርላቸውና በሱዳን ጠንካራ የፖለቲካ ጫና ከሚያሳድር ጎሳ ነው። በዚህ ጥንካሬያቸው የግብጽ ጠባቂ ከሆነችው ከእንግሊዝ ቀደም ብለው ነጻነታቸውን እንዳገኙ ይነገራል። ከዚያ በኋላ በተለያየ ጊዜያት የተለያዩ የሱዳንና የኢትዮጵያ ግዛት ላይ ወረራ ይፈጽሙ እንደነበርም ታሪክ ያስታውሳል። ለማሳያም ያህል ጉቴ ድሊኢ ላይም ከጐበና ጋር ተዋግተዋል፤ ተሸንፈዋልም።

እ.ኤ.አ. በ1887 ደርቡሾች ሱዳን ውስጥ የሚገኘው የእንግሊዝ የወታደር ካምፕ ላይ ያልተጠበቀ ጥቃት ሰነዘሩ። በዚህ ጊዜ እንግሊዞች ጥቃት የተሰነዘረባቸውን ወታደሮቻቸውን በኢትዮጵያ በኩል ለማሸሽ ከዐፄ ዮሐንስ ጋር የዓድዋ ስምምነትን ተፈራረሙ። በዚህ ስምምነት መሠረትም የእንግሊዝ ወታደር በምጽዋ በኩል እንዲወጡ ተደረገ። ይሄ ጉዳይ ደግሞ ደርቡሾቹን በጣም አበሳጫቸው፤ እንደ ክህደትም ቆጠሩት። በኢትዮጵያና በንጉሱ ላይ ከፍተኛ ጥላቻም አደረባቸው። እንደበቀልም ኢትዮጵያ ላይ ቅጽበታዊ የወረራ ሙከራ አደረጉ። ይሁን እንጂ ይሄንን ወረራ የጎጃሙ ንጉስ ተክለኃይማኖት በቀላሉ መመከት ቻሉ።

በሽንፈታቸው በጣም የተበሳጩ ደርቡሾች እ.ኤ.አ. በ1889 ከሰማኒያ ሺህ ወታደር በላይ አሰልፈው የጎንደር ከተማን ለመያዝ ሙከራ አደረጉ። በዚህ ጊዜ ዐፄ ዮሐንስ ጦሩን እየመሩ ለመግጠም ወደ መተማ ሄደው በጥይት ተመተው ሞቱ። የሱዳን ተዋጊዎችም የንጉሱን አንገት ቆርጠው ወደ ሱዳን ይዘውት በመሄድ ለግብጽ ማስፈራሪያነት እንደተጠቀሙበት ይነገራል። የጦር አውደ ርዕይ ላይ ሰቅለው እንዳሳዩም ይነገራል። ይህ የሆነው ዐፄ ዮሐንስ የኦርቶዶክስ እምነት ተከታይ በመሆናቸው እና በደሴና በቦሩ ሜዳ አካባቢዎች ሙስሊሞችን በኃይል ወደ ክርስትና በመቀየራቸው እንደሆነ የሚያወሱም አሉ። መሐዲስቶች ከዐፄ ዮሐንስ ጋር ጦርነት የገጠሙት ሙስሊሞችን ለመርዳት እንደሆነም የሚያነሱ ዛሬም ድረስ አሉ። በርካታ የመሐዲስት ወታደሮችም ከወሎ ወደ ሱዳን የተሰደዱ ኢትዮጵያዊያን ናቸው ይባላል። ለእነዚህ ማጠናከርያ የሚሆኑ ነጥቦች በሼህ ጅብሪል ሁሴን ትንቢታዊ ግጥሞች ውስጥ በብዛት ተጠቅሰው ይገኛሉ።

የአህያ ልጅ በቅሎ በብር ተሸልማ
ዮሐንስን ይዛ ወረደች መተማ
ከጌታዋ ራስ ጋር በቁም ልትቀማ
ስንቱን ሰው ፈረጀው ደጉ ሀገር መተማ
ስንቱን አርዶት ነበር እስላም እንዳይለማ።

በአጠቃላይ ግን ለዐፄው ሞት ከውጭ ወራሪ ኃይል ጥቃት በበለጠ የውስጥ የብሔርና የኃይማኖት የተቀናጀ ጥንስስና ሹኩቻ አስተዋጽኦ ነበረው የሚሉ ሰዎች ቁጥር ጥቂት አይደለም። ኤርትራን ለጣሊያን አሳልፎ ከመስጠት ጀምሮ የኢትዮጵያ ምዕራባዊ ግዛት ወደ ሱዳን መጠቃለል በዐፄ ሚኒሊክ እና በዐፄ ዮሐንስ መካከል የነበሩ የስልጣን ሽኩቻዎች ውጤት እንደሆነም ይነሳል።

የዐፄ ሚኒሊክ ዘመን (1881 - 1905)

"

በእግዚአብሔር ቸርነት ነግሻለሁ። ሀገራችንን የሚያፈርሱ ጠላቶች እግዚአብሔር ድንበር አድርጎ የሰጠንን ባህር አልፈው መጥተዋል። በእግዚአብሔር እርዳታ አስወግዳቸዋለሁ።

ዳግማዊ ዐፄ ሚኒሊክ

በተወለደ በአሥራ አንድ ዓመት ዕድሜ የአካባቢው ገዥ ይሆናል በሚል ስጋት በዐፄ ቴዎድሮስ ወደ ጎንደር የተወሰደው ሚኒሊክ የሸዋው ንጉሥ የሳህለስላሴ የልጅ ልጅ ነበር። እስር ቤት ሆኖ ከወሎ ባላባቶች ጋር ውስጥ ውስጡን ሲጻጻፍ ቆይቶ እ.ኤ.አ. በ1857 ከመቅደላ አምልጦ የአባቱ ወዳጅ ወደ ሆነችው ወይዘሮ ወርቂቱ አሊ አመራ። የየጁ ጠንካራ ሴት ወይዘሮ ወርቂቱም በቴዎድሮስ እጅ ወድቆ የነበረውን ልጅዋን አመዴ አሊን ማስፈቻ ይሆነኛል በሚል ሚኒሊክን በእስር እንደያዘች ይነገራል። በኋላ ግን ዐፄ ቴዎድሮስ ልጅዋን ገደል በመክተት የገደሉ መሆኑን ከሰማች በኋላ ወይዘሮ ወርቂቱ "የሸዋ ሰው ሆይ አውራህ መጥቷልና ደስ ይበልህ፣ ተቀበል" ብላ አዋጅ አስነግራ ሚኒሊክን ሸዋ ድንበር ድረስ ሸኘችው። ሸዋን እንዲገዛ በዐፄ ቴዎድሮስ የተወከለውና "ንጉሥ ነኝ" እያለ ይገዛ የነበረው አቶ በዛብህ የሚኒሊክን ወደ ሸዋ መግፋት ሲሰማ ለመዋጋት ጋዲሎ አካባቢ ጠበቀው።

ሆኖም ከአቶ በዛብህ ጋር ተሠልፈው የነበሩት የሸዋ መኳንንት “በጌታችን ልጅ ላይ አንተኩስም” በማለታቸው በዛብህ ተሸነፈ። ሚኒሊክም ከአባቱ ዙፋን ለመቀመጥም በቃ። በወቅቱ የሚኒሊክ ዋነኛ ዓላማ የነበረው የአያቱን ቀዬና ዙፋን ማስጠበቅ ነበር። በኋላ ግን ከአካባቢው ጠንካራ መሪዎች ጋር በመቀናጀት ግዛት ወደ ማስፋፋት ሄደ። ይሄ የግዛት ማስፋፋት ሀሳብ ደግሞ ከሌሎች ግዛት አስፋፊዎችም ራስን በርቀት ለመጠበቅና የራስን ቀዬና ዙፋን ለማስጠበቅም ጭምር እንደሚሆን ይገመታል። የንጉሥ ሳህለስላሴን ዙፋን ለማስጠበቅ ደግሞ ሚኒሊክ ከአብቹ ፈረሰኞች ኃይለኛው ሰው ከጐበና ዳጬ ጋር መቀናጀት የግድ ነበረበት።

ከዚያ በፊትም በተመሳሳይ መንገድ አቶ በዛብህ የጐበናን ድጋፍ ጠይቆ የነበረና ጐበና በርከት ያለ የጠገራ ገንዘብ ከተቀበለው በኋላ ባለመስማማታቸው እንደሸፈተ ልጅ ህሩይ ይገልፃል። በፈረሶቻቸው የሚታወቁት አብቹዎች በርግጥም ለግዛት ማስፋፋት ተመራጭ እንደሚሆኑ ይታወቃል። በተጨማሪም በገላንና በአብቹ መካከል በተደረገው የሰባት ዓመት ጦርነት ሳህለስላሴ ለአብቹዎች እገዛ ያደርግ እንደነበር ይታወቃል። የአባ ሙዳ ልጅ የሆነው ጐበና በአካባቢው ኦሮሞዎች ዘንድ ትልቅ ተቀባይነት የነበረው ሰው ነበር። በዚህ ተቀባይነቱ የግዛት ማስፋፋቱ ሂደት በፍጥነት እንዲሄድ ማድረግ እንደቻለ ይነገራል። ጐበና እስከዛሬም ድረስ በብዙ ኦሮሞዎች ዘንድ የሚወቀሰው በዚሁ ተግባሩ ነው። የነበረውን ተቀባይነት ተጠቅሞ ኦሮሞን ለሚኒሊክ አስገዛ በሚል። ሆኖም ግን ጐበና ከዚህ ዓለም በሞት እስኪለይ ድረስ አንድም ኦሮሞ ለሌላ ንጉስ ገብሮ እንደማያውቅና የሚያውቁት ብቸኛ ንጉስ ጐበና ብቻ እንደነበር ብርሃን ያቴ ጽፎታል። በርግጥ ዐፄ ሚኒሊክም የኢትዮጵያ ንጉሰ ነገስት የሆኑት ከጐበና ሞት በኋላ መሆኑን ታሪክ ልብ ይሏል። እስከ ዛሬም በማይታወቅ ምክንያት ጐበና የሞተው ዐፄ ዮሐንስ መተማ ላይ እንደሞቱ ነበር።

ጐበና ብዙ የኦሮሞ ባላባቶችን በማሳመንና ዘመናዊ ኢትዮጵያን በመገንባት ረገድ አይተኬ ሚና የነበረው ሰው ነው። ከኦሮሞ በተጨማሪ ሲዳማና

ጉራጌን የማዕከላዊ መንግስቱ አካል ማድረግ የቻለው ጐበና ዳጬ እምባቦ ላይ ከጎጃሙ መሪ ከንጉሥ ተክለኃይማኖት ጋር በተደረገ ጦርነትም ድል አድርጓል። ወለጋን የወረሩ መሃዲስቶችንም በጉቴ ዲለኢ ላይ ድል በማድረግ የተወሰደባቸውን እንስሳት እስከማስመለስ ድረስ ሄዷል። ጋምቤላንም ከእንግሊዞች መታደግ የቻለው ጐበና እንደነበር ይነገራል። ጐበና ላደረገው ተጋድሎ የተሰጠው ምላሽ ግን ክህደት ነው። እርሱ ብቻ ሳይሆን ዘር ማንዘሩና የአካባቢው ተወላጆች ሁሉ እስከ ዛሬም ድረስ የዚህ ክህደት ሰላባ ሆነው ይገኛሉ። የኢትዮጵያ ርግማንና ስብራት ምንጭ ሊሆኑ ከሚችሉ ነገሮች አንዱ የጐበናን ውለታ መርሳታችን ይመስለኛል። ለኢትዮጵያ የግዛት አንድነት እንሞታለን ለሚሉም ሆነ ለኦሮሚያ አንድነትና ነጻነት ለሚታገሉ ኢትዮጵያም ሆነ ኦሮሚያ የዛሬውን ቅርጽ እንዲይዙ የአንበሳውን ድርሻ የተጫወተውን ጐበና ዳጬን መካድ ከራስ ህሊና ጋር ከመጣላት አሳንሼ አላየውም። በተለይ በተለይ በወቅቱ የተደረጉ የድንበር ማስፋፋት ዘመቻዎች ከጠላት ራስን ከመከላከል ጋር የሚገናኝ ሆኖ የሚታይ ሲሆን ደግሞ ውለታው ድርብ ይሆናል።

ብቻ የትግራዩ ዐፄ ዮሐንስ በግብጾች፣ በደርቡሾች እና በጣሊያኖች ይፈተኑ በነበረ ጊዜ ዐፄ ሚኒሊክ በአንድ በኩል ከደርቡሾቹ በሌላ በኩል ከጣሊያኖቹ ጋር ይጻጻፉ እንደነበር መረጃዎች ያመለክታሉ። ዐፄ ዮሐንስን በተለያየ መንገድ ይፈታተኑ የነበሩ ጣሊያኖች ከዐፄው ሞት በኋላ ወደ ኢትዮጵያ ድንበር ዘልቀው ለመግባት ሙከራ አደረጉ። ወቅቱም አውሮፓዊያን አፍሪካን ለመቀራመት የተስማሙበት ወቅት ስለነበር ጣሊያን በምሥራቅ አፍሪካ ላይ አነጣጠረች። ዲፕሎማሲና የጦር አፈሙዝን አጣምራም መግፋት ጀመረች። በኋላ ዐፄ ሚኒሊክ ከጣልያኑ ንጉስ ጋር ለልጅ ልጅ የሚኖር ዕርቅ እና ሰላም ለማውረድ ተስማምተው ውል አደረጉ። የስምምነቱ አንቀጽ ሦስት ኤርትራን ለጣሊያን ይሰጣል። የአንቀጽ 17 የአማርኛውና የጣሊያንኛ ቅጅ ደግሞ የተለያየ ትርጉም ነበረው። የአማርኛው ቅጅ የኢትዮጵያ ንጉስ ነገስት ከውጭ ሀገር ነገሥታት ጋር የሚያደርገው ግንኙነት ፍቃዱ ከሆነ በጣልያን መንግስት በኩል ሊያደርግ ይቻለዋል የሚል ሲሆን የጣሊያንኛው ቅጅ ደግሞ

የኢትዮጵያ መንግስት ከውጭ ሀገር መንግስታት ጋር የሚያደርጋቸውን ግንኙነቶች በጣልያን መንግስት በኩል ሊያደርግ ይገባዋል የሚል የጣልያንን የበላይነት የሚያንጸባርቅ እንደነበረው ታወቀ። በዚህም ምክንያት ሚኒሊክ ዘውድ መጫናቸውን ለውጭ ሀገር ነገሥታት በቀጥታ ባስተላለፉ ጊዜ የጣልያን መንግስት ክርክር ስላነሳ ደብዳቤዎቹ ተመለሱ። በዚህም ምክንያት የተፈራረሙት ስምምነት ተቋረጠ። ጣሊያንም ወደ መሃል ሀገር መግፋቱን ቀጠለ።

ዐፄ ሚኒሊክ የውጭ ጣልቃ ገብነት ስጋት የነበራቸውን የአካባቢ ባላባቶችንና የብሔር መሪዎችን በማስተባበር ጣሊያንን ድል ማድረግ ቻሉ። እንግሊዞች ዐፄ ቴዎድሮስን ሊወጉ በመጡ ጊዜ ጥለው የሄዱትን መሳሪያ፣ ጣሊያኖች ራሳቸው ንጉሥ ሚኒሊክን በዐፄ ዮሐንስ ላይ ለማዝመት ዐፄ ሚኒሊክን ያስታጠቁትን እንዲሁም የራሽያና የቱርክ መንግስታት የሰጧቸዉን የመሳሪያ ድጋፎች በመጠቀም ጣሊያንን ድል አደረጉ። የጦር ፊታውራሪው ገበየሁ ጉርሙ ጦርነቱ ተጀምሮ በሁለት ሰዓት ውስጥ ተሰዋ። በዚህ ጊዜ ባልቻ ሳፎ ተተክቶ ጦሩን በማንቀሳቀስ በአራት ሰዓት ጊዜ ውስጥ አጠናቀቁት።

ገበየሁ ቢሞት፣ ተተካ ባልቻ
መድፍ አገላባጭ፣ ብቻ ለብቻ

የተባለላቸው ጀግኖች እስከዛሬም ድረስ በኢትዮጵያ ሕዝብ ልብ ውስጥ በክብር እየኖሩ ነው። ይህ እጅግ በጣም ጥሩ የብሔርና የሀገር ትርጉም መገለጫ ነው። ከመቶ ሃያ ስምንት ዓመት በፊት አባቶቻችን የተቀዳጁት ድል ዛሬ ለእኛ የሕይወት ትርጉም አካል ነው። ለጥቁር ሕዝቦችም ትልቅ ኩራት ሆኗል። የዓድዋ ድል በኢትዮጵያ ታሪክ ጎልተው እና ደምቀው ከሚታወቁና ከሚታወሱ ታሪኮች ውስጥ ቀዳማዊው ነው። ኢትዮጵያውያን በጋራ ከሚያስታውሷቸው ጥቂት ጉዳዮች ግንባር ቀደሙ ነው-ዓድዋ። የኢጣልያንን ወራሪና ቅኝ ገዥ ኃይል ቅስም የሰበረ እና የኢትዮጵያውያን ነጻነት ያስከበረም ነው። አፍሪካውያንን ሁሉ በቅኝ ለመግዛት እንደማይቻል አውሮፓውያንን ያስገነዘበ አድማስ የለሽ ድል ነው። ኢትዮጵያውያን ለክብራቸውና

ለነጻነታቸው ዋጋ ከፋዮች መሆናቸውን፣ ተባብረው ማሸነፍ እንደሚችሉ በጉልህ ቀለም የጻፉበትና የዘላለም ኩራት መሠረት የጣለ የታሪክ ክስተት ሆኖ አልፏል። ዐፄ ሚኒሊክ ጣሊያንን እንደ አሸነፉ ብዙም ሳይቆዩ ታመው ከዚህ ዓለም በሞት ተለዩ። የዐፄውን ዜና ዕረፍት በወቅቱ ለመደበቅ ቢሞከርም ወሬው ከአንዱ ወደሌላው እየተላለፈ ተዛመተ።

ከአልቃሾቹ አንዱም እንዲህ ብሎ እንደነበር ይነገራል፣

ፈረስ በቅሎ ስጠኝ ብዬ አለምንህም
አምና ነበር እንጂ ዘንድሮ የለህም

ዐፄ ሚኒሊክ በኢትዮጵያ ሀገረ-መንግስት ግንባታው ሂደት ለተፈጠሩ ችግሮች ሁሉ ተጠያቂ ተደርገው የሚታዩም አወዛጋቢ መሪ ናቸው። ከሞቱ በኋላ እንኳን ለሰባት ዓመታት አስክሬናቸው ተደብቆ የቆየ መሪ ከመሆናቸውም በላይ በዘመናቸው በሠሩትም ሥራ በሁለት የተቃረነ መንገድ ስማቸው ይነሳል። በአንድ በኩል የዘመናዊ ሀገረ-መንግስት ግንባታ መሃንዲስ ተደርገው ይታያሉ። "ዐፄ ሚኒሊክ ዛሬም ንጉሥ ናቸው" የሚሉ ድምፆች ዛሬም ድረስ ይሰማሉ። በእርሳቸው መሪነት የተገነባችዋን ኢትዮጵያን ጠብቀው ለማስቀጠል መስዋዕትነት እንደሚከፍሉም ይናገራሉ። በእርግጥ ዐፄ ሚኒሊክ ከዚያ በፊት በብሔርና በኃይማኖት ሽኩቻ በተደጋጋሚ ይከሽፍ የነበረውን የማዕከላዊ መንግስት ምስረታ ስራ ደም አፋሳሽ የነበረ ቢሆንም በተሻለ መርተዋል ማለት ይቻላል። እሱ ብቻም ሳይሆን ሀገሪቷ ላይ የውጭ ወረራ በተቃጣ ጊዜ የተለያዩ የብሔር፣ የጎሳና የአካባቢ መሪዎችን በማስተባበር መመከት ችለዋል። ስልጣኔን ወደ ኢትዮጵያ በማምጣት ትልቅ ድርሻ ነበራቸው። የመጀመሪያውን የስልክና የባቡር መስመር ከመዘርጋት ጀምሮ ሌሎችንም አግልግሎቶችን በማስተዋወቅ ድርሻቸው የጎላ ነው።

ሌላኛው ቡድን ደግሞ ዐፄው ስልጣናቸውን ለማደላደል ሲሉ የኢትዮጵያን ድንበርና የወደብ በር ለባዳ አሳልፈው የሰጡ ናቸው በማለት ይነቅፉቸዋል። ኢትዮጵያ ለመጀመሪያ ጊዜ ወደብ አልባ ሀገር የሆነችው በዐፄ ሚኒሊክ ምክንያት ነው ይላሉ። ዐፄ ዮሐንስ በጽኑ የተቃወሙትና የታገሉትን የኤርትራ

በጣሊያን እጅ መውደቅ ዐፄ ሚኒሊክ በውጫሌው ስምምነት አንቀጽ ሦስት ፀድቆ በአንቀጽ አሥራ ስድስት እንዲታሰር አደረጉ ይላሉ። ከዚያም አልፈው በምዕራቡ ኢትዮጵያ ክፍል እስከ ዛሬም የግጭት መንስዔ ሆኖ በሱዳንና በኢትዮጵያ መካከል የሚቀርበው የድንበር ጉዳይ እ.ኤ.አ. በ1902 በዐፄ ሚኒሊክ ለሱዳን ተላልፎ የተሰጠ መሬት እንደሆነም ይነገራል።

በውጫሌ ስምምነት ላይ በተነሳው አለመግባባት እ.ኤ.አ በ1896 ኢትዮጵያ ላይ ወረራ ፈጽመው የተሸነፉት ጣሊያኖች በ1931 በኤርትራና በሶማሌ ያላቸውን የምሥራቅ አፍሪካ ግዛት ለማገናኘት ሲሉ ዳግም ኢትዮጵያን ወረሩ። በ1950ዎቹ የዐፄ ኃይለ ሥላሴ ብርቱ የዲፕሎማሲ ትግል ወረራውን ማስቆም ብቻም ሳይሆን የተወሰደን የባህር በር ማስመለስ ችሎ ነበር። በዐፄ ሚኒሊክ በውጫሌ ስምምነት ለጣሊያን የተሰጠው የባህር በር በዐፄ ኃይለ ሥላሴ ዲፕሎማሲ ተመልሶ ለኢትዮጵያ ተሰጠ። ነገር ግን በስርዓቱ አምባገነንነት ለሰላሳ ዓመታት የዘለቀ ደም አፋሳሽ ጦርነት ተደርጎና አያሌ መስዋዕትነት ተከፍሎ ኤርትራ ነጻ ሀገር ሆነች። በመጨረሻም በኢሕአዴግ ውሳኔ የኢትዮጵያ ባህር በር ዳግመኛ ተዘጋ።

የሥዩመ እግዚአብሔሩ ዐፄ ኃይለ ሥላሴ ዘመን (1922 - 1966)

"

ዛሬ፣ በርጋታ፣ በልበ ሙሉነት እና በድፍረት ወደፊት የሚንመለከተው የአፍሪካን ነጻነት ብቻ ሳይሆን የአፍሪካን አንድነትም ነው። አፍሪካውያን የተለያዩ ባህሎች፣ ልዩ እሴቶች፣ ልዩ ባህሪያት አላቸው። ነገር ግን የዘር፣ የኃይማኖት እና የባህል ልዩነት ለሕዝቦች መሰባሰብ እንቅፋት አይሆኑም።

ዐፄ ኃይለ ሥላሴ በአፍሪካ አንድነት ምስረታ ላይ ካያደረጉት ንግግር

ቀዳማዊ ዐፄ ኃይለ ሥላሴ ለአርባ አራት ዓመታት የኢትዮጵያ ንጉሠ ነገሥት ሆነው የገዙ መሪ ነበሩ። በትውልድ ስማቸው ተፈሪ መኰንን በመባል የሚታወቁት የልዑል ራስ መኰንን ወልደሚካኤል ጉዲሳ ልጅ ሲሆኑ ሐረርጌ ውስጥ ኤጀርሳ ጎሮ የተባለች የገጠር ቀበሌ እንደተወለዱ ይነገራል። የሲዳሞና የሐረርጌ አውራጃዎች ሀገረ ገዥ ሆነው የሰሩና በጣም ብዙ ሺህ ተከታዮች የነበሯቸው ተፈሪ መኮንን ከልጅ ኢያሱ ጋር አንድ ስምምነት አድርገው እንደነበር ይወሳል። ይህ ስምምነት ተፈሪ ልጅ ኢያሱን ከእንደራሴነት እንዳያስወጣው፣ ልጅ ኢያሱ ደግሞ ተፈሪን ከሐረር ሀገረ ገዥነት እንዳይሽረው የሚል ነበር። በኋላ ግን ልጅ ኢያሱ ሃይማኖቱን እንደቀየረ ተደርጎ ስለተወራ ብዙ መኳንንትና ቀሳውስት ኢያሱ ላይ አመፁ። ከዚህ ጋር በተገናኘ ልጅ ኢያሱ ተፈሪን ከሐረርጌ ገዥነት ለመሻር በመሞከሩ ስምምነታቸው ፈረሶ ተፈሪም ጉልበቱን ተጠቅሞ ኢያሱን ከእንደራሴነት አስወጣው። ከዚህ በኋላ ነበር መኳንንቱ ዘውዲቱን ንግሥተ ነገሥት፣ ተፈሪን ደግሞ እንደራሴ አድርጎ የሾሟቸው።

ነገሩ እየተካረረ መጣና ጦርነቶች ተደረጉ። ልጅ ኢያሱ ከተገደለ በኋላም አክስቱ ንግሥት ዘውዲቱ አረፈች። ከዚህ በመቀጠል ተፈሪ መኮንን በጣም ብዙ የውጭ ልዑካን በተገኙበት ታላቅ ሥነ-ሥርዓት ተደርጐ ከባለቤታቸዉ ከእቴጌ መነን ጋር ዘውድ በመጫን ተፈሪ መኮንን 225ኛው የሰለሞን ሥርወ-መንግስት የኢትዮጵያ ንጉሰ ነገሥት ሆነው ተቀቡ። ሙሉ የንግሥና ስማቸውም 'ግርማዊ ቀዳማዊ ዐፄ ኃይለ ሥላሴ ንጉሠ ነገሥት ዘኢትዮጵያ፤ ሞዓ አንበሣ ዘእምነገደ ይሁዳ ሥዩመ እግዚአብሔር" ሆነ።

ለበዓለ ሲመቱ ጥሪ የተደረገላቸው የውጭ ሀገር ልዑካን ከየሀገራቸው ጋዜጠኞች ይዘው መጥተው ስለነበር የንግስና ስርዓቱ ዜና በዓለም ተሰራጨ። በተለይም የብሪታንያ ቅኝ ግዛት በነበረችዉ ጃማይካ ስለ ማዕረጋቸው ታይቶ "የተመለሰ መሢህ" በማለት መስበክ እንደተጀመረ ይነገራል። እስከ ዛሬም ድረስ ስለፊተኛው ስማቸው «ራስ ተፈሪ» ትዝታ ራሳቸውን «ራስታፋራይ» ብለው ይጠራሉ። ዐፄ ኃይለ ሥላሴም ዘውድ እንደጫኑ የሀገሪቱን የመጀመሪያ

ሕገ-መንግሥት እንዲዘጋጅ አዝዘው በዘውዱ አንደኛ ዓመት በዓል በአዲሱ ምክር ቤት ለሕዝብ ቀረበ። በዚህም ከፍጹም ዘውዳዊ አገዛዝ ወደ ሕገ መንግስታዊ የዘውድ አገዛዝ መጡ። ከዚህም በላይ ብዙ የቴክኖሎጂ ሥራዎችንና ማሻሻያዎችን ከውጭ ሀገር ወደ ኢትዮጵያ አስገቡ።

የፋሺስቱ የሞሶሊኒ ሠራዊት ኢትዮጵያን ለሁለተኛ ጊዜ ሲወርም ጃንሆይ ወራሪውን ለመቃወም ሕዝቡን ለማነሳሳት የክተት አዋጅ አስነገሩ። በአዋጁም መሠረት የዘመቻው ጊዜ እስኪያልቅ ድረስ የሚታገሉ ነጋዴዎች ከመንግስት ቀረጥ ነጻ እንዲሆኑ ተደረገ። በወቅቱ ስልጣናቸውን ይገዳደራሉ የሚባሉ የቤጌምድር ገዥ ራስ ካሳ ኃይሉና የሰላሌ ገዥ የነበሩት ልጆቹ አስፋወሰንና አበራ ኃይሉ ነበሩ ይባላል። በኋላ ወንድማማቾቹ አበራና አስፋወሰን በጣሊያን ጦርነት ላይ ተሰው።

ዐፄው በጦርነቱ ተሳትፈው ጣሊያን እየገፋ ሲመጣ ወደ እንግሊዝ ሀገር ተሰደዱ። ወደ ጀኔቭ የዓለም መንግሥታት ማኅበር አምርተዉም የዓለምን እርዳታ ጠየቁ። በዚህ ወቅት በኢትዮጵያውያን አርበኞች መስዋዕትነትና በእንግሊዝ ሠራዊት ድጋፍ ጣልያኖች ተሸንፈው እንደወጡ ዐፄ ኃይለ ሥላሴም ተመልሰው አዲስ አበባ ገቡ። ከዚህ በኋላ ተሻሽሎ የወጣ የኢትዮጵያ ሕገ-መንግሥት የሕዝቦችን መብቶችና ተሳታፊነት በመንግሥት አስፋፍቶ በሁለቱ ምክር ቤቶች እንዲመረጡ አደረገ። ንጉሱ የአፍሪካ አንድነት ድርጅት በአዲስ አበባ እንዲመሠረትም ከፍተኛ ሚናቸን ተወጡ። በካሪቢያንም ጉብኝት አድርገው ከጃማይካ ራስተፋራይ ጋር ተገናኙ።

ዐፄ ኃይለ ሥላሴ ጥበብን፣ ብልጠትንና ብርታትን የተላበሱ መሪ እንደነበሩ በዓለም በርካቶች ይመሰክሩላቸዋል። ኢትዮጵያን በዓለም መድረኮች ላይ በመወከልም በጣም ጥሩ የሚባል ዝናን ያተረፉ መሪ ነበሩ። ይሁን እንጂ በሀገር ውስጥ በጣም በርካታ ጥያቄና አመፆች ገጥመዋቸው ነበር። የሰለሞን ሥርወ-መንግስት የዘር ሀረግ የላቸውም ከሚለው አንስቶ፣ የመሬት ይዞታ ጥያቄ፣ የብሔሮች ውክልናና ሌሎችም በርካታ ጥያቄዎች መንግስታቸውን ተፈታትኗል። በተጨማሪም በሀገሪቷ ሰሜናዊ ክፍል በተለይ በወሎ

የተከሰተው ረሃብና ይሄንኑ መንግስታቸው ለመደበቅ ያደረገው ሙከራ ክፉኛ አቆሰላቸው። ዐፄው እነዚህን ጥያቄዎች ለመጋፈጥ የሴክተር ማሻሻያ በማዘጋጀት ጥያቄዎቹን ተቀብሎ መልስ ለመስጠት ሞከሯል።

በአርሶአደሩ የተጀመረው የመሬት ጥያቄ በተማሪዎች መፈክር ደመቀ። የብሔር ጥያቄ ተጨምሮበት አመፁ እየገፋና እየሰፋ ሄዶ ትምህርታቸውን በውጭው ሀገራት ቀስመው የተመለሱ የማርክሲዝም አቀንቃኞች ትግሉን ተቀላቀሉ፤ መለዮ ለባሹም ተከተለ። በዚህ ሂደት በማርክሲስት አብዮት ደርግ ሥልጣን በመያዙ ዐፄ ኃይለ ሥላሴ ታስረው እያሉ ከዚህ ዓለም በሞት ተለዩ። ህልፈታቸው ግን እስከ ዛሬም ድረስ አወዛጋቢ ሆኖ ቀጥሏል።

የመንግስቱ መንግስት (1967 - 1983)

"

እኔ ወታደር ነኝ፣ ያደረኩትን ሁሉ ያደረኩት ሀገሬ ከጎሰኝነት እና ከፊውዳሊዝም መዳን ስላለባት ነው። ካልተሳካልኝም ስለተከዳሁ ብቻ ነው። "የዘር ማጥፋት ዘመቻ" የሚባለው አብዮቱን ለመከላከል የተደረገ ጦርነት ከመሆን ያለፈ አልነበረም።

—

ኮሎኔል መንግስቱ ኃይለማሪያም

በ1937 ዓ/ም አዲስ አበባ አቅራቢያ በምትገኝ ፉሪ አካባቢ የተወለዱት ኮሎኔል መንግስቱ ኃይለማርያም ጠንካራና አስቸጋሪ ወታደር እንደነበሩ ይነገራል። አባታቸው ሃምሳ አለቃ ኃይለማርያም ወልዴም ወታደር እንደነበሩ መረጃዎች ያሳያሉ። በደርግ ወታደራዊ መፈንቅለ መንግስት ንጉሠ ነገሥት ቀዳማዊ ዐፄ ኃይለ ሥላሴን በመገልበጥ ወደ ስልጣን የመጡት ኮሎኔል መንግስቱ ከ1967 እስከ 1983 ዓ/ም ለ17 ዓመታት የኢትዮጵያ አብዮት መሪ ሆነው አገልግለዋል። በሀረር የ3ኛ ክፍለ ጦር የመሳሪያ ግምጃ ቤት ውስጥ ያገለግሉ የነበሩት ኮሎኔል መንግስቱ በወቅቱ የክፍለ ጦሩ አዛዥ የነበሩት ጀነራል

ኃይሌ ባይከዳኝ በባህሪያቸው ስለጠረጠሯቸው ከአጠገባቸው ዞር ለማድረግ ወደ ኦጋዴን አዛወሯቸው። እዚያም ጥቂት ጊዜ ካገለገሉ በኋላ ለትምህርት ወደ አሜሪካን ሀገር ተላኩ። ትምህርታቸውን ጨርሰው እንደተመለሱም እዚያው በ3ኛ ክፍለ ጦር የመሳሪያ ግምጃ ቤት ኃላፊ ሆነው ተሾሙ። ከዚያም የደረጃ ዕድገት ካገኙ በኋላ የዐፄ ኃይለ ሥላሴን ጨቋኝ አገዛዝ ለመገርሰስ የደርግ ኩዴታን በመኮንኖች ኅብረት መሰረቱ። መንግስቱ የፖለቲካ ብስለት ያላቸውና ተደማጭ ሰው እንደነበሩም ይነገራል።

መስከረም 2 ቀን 1967 ዓ/ም ደርግ ስልጣን እንደያዘ የመጀመሪያው የደርግ ሊቀመንበር ሆነው የተሾሙት ጀኔራል አማን ሚካኤል አምዶም ነበሩ። ጀኔራል አማን በምዕራቡ ዓለም የወታደራዊ ትምህርት የቀሰሙ ኮዳ ትራሱ በረሃ ልብሱ የሚባልላቸው ጠንካራ ወታደር እንደነበሩም ይነገራል። በወቅቱ የደርግ ጦር ጠቅላይ ኢታማዦር የነበሩት አማን አምዶም የመጨረሻ ንግግራቸውን በኤርትራው የሳባ እስታድየም ሲያደርጉ “አማን” ማለት ሰላም ማለት ነው። ‘እኔ የሰላም ምልክት ነኝ’ በማለት የጀብሃና የሻዕቢያን አማጺዎችን ለማግባባት ሞክረው ነበር። ጀኔራል አማን ከወታደር እና ከሲቪል የተውጣጣ ቡድን ጊዜያዊ የሽግግር መንግስቱን እንዲመራም ሀሳብ አቅርበው በመንግስቱ ኃይለማሪያምና ሌሎች የደርግ አባላት ውድቅ እንደተደረገ ይታወቃል። በዚህና በሌሎች የስልጣን ሹኩቻ በጀኔራሉና በኮሎኔል መንግስቱ መካከል መካረሮች ተፈጠረ። ይሄን ተከትሎ ለሁለት ወራት ደርግን በሊቀመንበርነት ከመሩ በኋላ በተወሰደባቸው እርምጃ ጀኔራል አማን አምዶም ተገደሉ።

በመቀጠል ደርግን ለሁለት ዓመታት በሊቀመንበርነት የመሩት ደግሞ ጄኔራል ተፈሪ በንቲ ሲሆኑ በተግባር ግን የስልጣኑ ባለቤት ምክትል ሊቀመንበሩ ኮሎኔል መንግስቱ ኃይለማሪያም ነበሩ። መንግስቱ ጄኔራል ተፈሪና ሌሎች ሰባት ተቀናቃኞችን ካስገደሉ በኋላ ስልጣኑን ሙሉ በሙሉ ተቆጣጠሩ። ኮሎኔሉ ወደ ስልጣን በመጡ ማግስት የሶማሊያው የዚያድ ባሬ መንግስት በሶቪየቶች ተደግፎ ኢትዮጵያን ወረረ። በወቅቱ ኮሎኔል መንግስቱ የአሜሪካ ፕሬዚዳንት የነበሩትን ጂሚ ካርተርን ፈጣን ወታደራዊ እርዳታ ቢጠይቁም

ጂሚ የዐፄ ኃይለ ሥላሴ የቅርብ ወዳጅ ስለነበሩ ጥያቄውን ሳይቀበሉ ቀሩ። መንግስቱ በስዊዝ ባንክ የተቀመጠውን የኢትዮጵያን ሀብት ለማስመለስ ባደረጉት ጥረት ገንዘቡ ተላልፎ እንዳይሰጥ በመከልከሉ በዚህም የአሜሪካ እጅ ስለነበረበት ነጮችን በ72 ሰዓት ኢትዮጵያን ለቀው እንዲወጡ አድርገዉ ስለነበር በዚህም ቂም ተይዞባቸዉ ነበር።

በዚህ ምክንያት አማራጭ ያጣው ደርግና መንግሥቱ ሀገሪቱ በከፍተኛ ስጋት ላይ በመውደቋ ወደ ሞስኮ መሳሪያ ልመና ልዑካን መላኩም ግድ ሆነበት። ሞስኮ ከሶማሊያ ጋር ያላትን ጥቅሟን በማወዳደር መንግስቱ መሳሪያ መውሰድ ከፈለገ በፊርማ ሶሻሊስት ካምፕ መግባቱን እንዲያረጋግጥ ጠየቀች። መንግሥቱም በይፋ የሚመሩት አብዮት የሌኒኒስት ማርክሲስት አብዮት መሆኑን በአዋጅ አሳወቁ። በርግጥ ኮሎኔሉ ለወታደራዊ ሳይንስ ትምህርት አሜሪካን ሀገር በተላኩበት ዘመን ትምህርታቸውን አጠናቀው ወደ ሀገር ሳይመለሱ ወደ ሞስኮ በማምራት የቼጉቬራንና የሶቪየቱን ማርክሲዝም በግላቸው ተምረው እንደነበሩ ይነገራል። መንግስቱ የደርግ ኩዴታን በአደራጅነት እንዲመሩ የመደቧቸው ስለሶቪየት ሶሻሊዝም እውቀት እንዳላቸው የሚያውቁ የቅርብ መኮንኖች እንደነበሩም ይጠቀሳል።

መንግስቱ በይፋ ስርዓቱ የማርክሲስት አብዮት አራማጅ መሆኑን ካወጁ በኋላ በሁለት ወር ጊዜ ውስጥ የብዙ ሚሊዮን ዶላር ታንክና የጦር መሣሪያ እርዳታ ከሶቭየት ኅብረት ማግኘት ቻሉ። በሞስኮ በኩልም የኩባን የጦር አማካሪዎች በማግኘታቸው የወራሪውን የሶማሊያ ኃይል በአስተማማኝ ሁኔታ መመከት ቻሉ። ከዚያን ጊዜ ጀምሮ አሜሪካ የጭንቅ ጊዜ ደራሽ ሆና ባለመገኘቷ በንጉሱ ስም በስዊዝ ባንክ የተቀመጠውን ገንዘብና ወርቅ ባንኩ ለኢትዮጵያ እንዲመልስ የቀረበውን ጥያቄ ውድቅ በማድረግ መንግስቱ ኃይለማርያም በስልጣን እስከቆዩበት ዘመን ሁሉ በዋና ጠላትነት ተፈረጀች።

በኋላ ሀገር ውስጥ ግንባር ቀደም ተቀናቃኝና ተቃዋሚ ኃይሎች መካከል የከተማ ውስጥ ውጊያና መገዳደል ተጀመረ። ኢህአፓና መኢሶን ቀን በቀን በመገዳደል ለብዙ ወጣቶችና አዋቂዎች እልቂት ምክንያት ሆኑ። በዚህ ሂደት

አብዮቱን ወደ መጠፋፋት ፖለቲካ እንደወሰዱት በጉልህ በታሪክ ተጽፏል። በማን ጥፋት ኢትዮጵያ ያንን ሁሉ ዋጋ ከፈለች በሚለው ላይ ዛሬም ድረስ ስምምነት የለም። “የኢትዮጵያ ፖለቲካ ቡዳ ማነው?” ለሚለው ጥያቄው መልሱ እንደመላሹ ይወሰናል ይላል የፖለቲካ ምሁሩ ፕሮፌሰር መረራ ጉዲና። ኢህአፓ ቡዳው መኢሶን ነው ሲል መኢሶን ደግሞ ቡዳው ኢህአፓ ነው ማለቱ ዛሬም ድረስ የቀጠለ ነው። የኢህአፓን ጥይት ለመከላከልም ይሁን በሌላ ምክንያት የመኢሶን ለአንድ ዓመት ከደርግ ጋር መሥራት ጉዳቱ የከፋ እንደነበረም ፕሮፌሰሩ ይመሰክራሉ።

በአጠቃላይ ግን በወታደራዊው አመራር ውስጥ የተከሰተው የስልጣን ዝቅጠት፣ ምግባረ ብልሹነት፣ የደህንነቱ ክፍል በሁለት ቢላዋ መብላት እና የውጭ ጣልቃ ገብነት ተደማምረው የደርግን ውድቀት እንዳፋጠኑት የፖለቲካ ተንታኞች ይናገራሉ። የመንግስቱን አስተዳደር ለውድቀት ያበቃው የኮሎኔሉ ጭካኔና አምባገነን አመራር ብቻ ነው የሚሉም አሉ። ከዚያ በተረፈ ደርግ የመሬት ለአራሹ ጥያቄን ከሞላ ጎደል መመለሱ፣ የግብርና ሜካናይዘሽን እና መስኖን ለማስፋፋት የሠራቸው ሥራዎች፣ ትምህርትን ከማስፋፋት አንጻር በመሰረተ ትምህርት ላይ የተሰራው ሥራ እንዲሁም የመንደር ማሰባሰብ ሙከራዎች ዛሬም ድረስ ደርግን የሚያስመሰግኑ ናቸው። ከዚህ በተቃራኒው ደግሞ የብሔር ጥያቄን በአዋጅ ማገዱ የደርግን ውድቀት ካፋጠኑ ነገሮች የመጀመሪያውን ደረጃ ይይዛል የሚሉ አሉ። አማን አምዶም “እኔ የሰላም ምልክት ነኝ” ብሎ በሰጥቶ መቀበል አግባብ ለመፍታት የሞከረውን የኤርትራ ጉዳይ ደርግ በወታደራዊ መንገድ ለመጋፈጥ መሞከሩ ከዚያም አልፎ የብሔር ጥያቄን በአዋጁ ማገዱ ነጻ አውጪ ድርጅቶች እንዲጠናከሩና ሌሎች አዳዲሶችም እንዲፈጠሩ በር የከፈተና የብሔርተኝነት እንቅስቃሴዎችን በይፋ የጋበዘ ነው። ደርግ ይሄንኑ ጥያቄ በተገቢው መንገድ ለመመለስ በሚመስል መልኩ በቋንቋዎች ጥናት ኢንስቲትዩት በማስጠናት ላይ እያለ ስርዓቱ ተገረሰሰ። ኢሕአዴግ ይሄንኑ ጥናት መሠረት በማድረግ አሁን ያለውን የብሔር ቀለም ያለው ፌዴራሊዝም ሥራ ላይ እንዳዋለም መረጃዎች ይጠቁማሉ።

በአምባገነንነት የሚወቀሱት ኮሎኔል መንግስቱ ስለ ሀገር ክብር እና ኩራት በነበራቸው አቋም ግን አንድም ሰው ጥያቄ አያነሳባቸውም። ሕዝባቸውን ከድንቁርና ለማላቀቅ፤ የምግብ ዋስትናን ለማረጋገጥ እንዲሁም በመንደር በማሰባሰብ የመሰረተ ልማት አቅርቦትን ለማዳረስ ሙከራዎችን አድርገዋል። ይሁንና የዐፄውን ሥርዓት በገረሰሱት ተመሳሳይ መንገድ ከፍተኛ የአሜሪካ ድጋፍ በነበረውና በመለስ ዜናዊ በሚመራው የኢሕአዴግ ሽምቅ ተዋጊ የብሔር ድርጅቶች ግንባር በ1983 ዓ/ም ደርግ ከስልጣን ተገረሰሰ። የዕድሜ ባለፀጋው ኮሎኔል መንግስቱ ኃይለማርያም ዛሬ የ86 ዓመት አዛውንት ሆነው በሰው ሀገር በስደት ላይ ይገኛሉ። በመንግስቱ ኃይለማሪያም አምላክ ብለው የሚምሉ አብዮተኛ አዛውንቶች ዛሬም ድረስ ኢትዮጵያ ውስጥ አሉ።

የአብዮታዊ ዴሞክራሲ አብዮት (1983 - 2010)

“

ከመጠን ያለፈ ብሔራዊ ስሜት ችግር አይደለም። ችግሩ

የብሔራዊ ስሜት እጥረት ነው።

—

የቀድሞው ጠቅላይ ሚኒስትር መለስ ዜናዊ

የኢትዮጵያ ሕዝቦች አብዮታዊ ዴሞክራሲያዊ ግንባር (ኢሕአዴግ) እንደ ጥምር ግንባር የተመሰረተው በ1981 ዓ/ም በትግራይ ክፍለ ሀገር ዓዲ ገዛእቲ በሚባል አካባቢ ነበረ። ወደ ስድስት ሚለዮን ገደማ አባላት እንደ ነበሩት የሚነገርለት ኢሕአዴግ ከግራ ዘመም ፖለቲካዊ መርህ በሚመነጨው አብዮታዊ ዴሞክራሲ የሚመራ የአራት ብሔራዊ ድርጅቶች ግንባር ነበር። ዋና መሥራቹ ሕዝባዊ ወያነ ሓርነት ትግራይ (ሕወሓት) ሲሆን ፖርቲው በ1967 ዓ/ም አዲሱን የደርግ መንግስት በመቃወም ወደ ትጥቅ ትግል የገባ የብሔር ድርጅት ነው። የቀድሞዎቹ ብሔረ አማራ ዴሞክራሲያዊ ንቅናቄ

(ብአዴን)፣ የኦሮሞ ሕዝብ ዴሞክራሲያዊ ድርጅት (ኦሕዴድ) እና የደቡብ ሕዝቦች ዴሞክራሲያዊ ንቅናቄ (ደሕዴን) የግንባሩ አባል ድርጅቶች ነበሩ።

ግንቦት 20 ቀን 1983 ዓ/ም አዲስ አበባን የተቆጣጠረው ኢሕአዴግ ለሽግግር መንግስት ምስረታ ጥሪ አቀረበ። በጠራው የሽግግር ጉባዔም የኦሮሞ ነጻነት ግንባር (ኦነግ)ን ጨምሮ ከሃያ በላይ የፖለቲካ ድርጅቶች እንደተሳተፉ መረጃዎች ያሳያሉ። ይሁንና ተገዳዳሪ የሚመስሉ ድርጅቶችን ከሽግግር መንግስቱ በማግለልና የኢሕአዴግ አጋር ፓርቲዎች የተባሉትን በመፍጠር ኢሕአዴግ ስልጣኑን ተቆጣጠረ። የሐረሪ ብሔራዊ ሊግ (ሐብሊ)፣ የአፋር ብሔራዊ ዴሞክራቲክ ፓርቲ (አብዴፓ)፣ የጋምቤላ ሕዝቦች ዴሞክራሲያዊ ንቅናቄ (ጋሕዴን)፣ የኢትዮጵያ ሶማሌ ሕዝብ ዴሞክራሲያዊ ፓርቲ (ኢሶህዴፓ) እና የቤኒሻንጉል ጉምዝ ሕዝብ ዴሞክራሲያዊ ፓርቲ (ቤጉሕዴፓ) አምስቱ የኢሕአዴግ አጋር ድርጅት በመባል ለሃያ ሰባት ዓመታት በቀጥታ ውሳኔ የማሳለፍ መብት ሳይኖራቸው ክልሎቻቸውን ከሞግዚቶቻቸው በሚያገኙት አቅጣጫ መርተዋል።

ውስጣዊ ችግሮቹን እና የምርጫ ውጤቶችን በኃይል በማስቀየር ለሁለት አስርት ዓመታት የዘለቀው ኢሕአዴግ ነሐሴ 2004 ዓ/ም የረዥም ጊዜ ሊቀመንበሩን አቶ መለስ ዜናዊን በሞት አጣ። አቶ መለስ ሕይወታቸው እስካለፈበት ጊዜ ድረስ አገሪቷን በፕሬዚዳንትነትና በጠቅላይ ሚኒስትርነት መርተዋል። ስልጣኑን ጠቅልለው በመያዛቸው የሚተቹት የአቶ መለስ ዜናዊ ድንገተኛ ሞት ኢሕአዴግ ላይ በተለይ ደግሞ ሕወሓት ላይ ከፍተኛ ድንጋጤን መፍጠሩ አልቀረም። በዚህ ሁኔታ በወቅቱ የምክትል ጠቅላይ ሚኒስትርነት ሥልጣንን ከውጭ ጉዳይ ሚኒስትርነት ጋር ደርበው የያዙት አቶ ኃይለማርያም ደሳለኝ የጠቅላይ ሚኒስትርነቱን ስልጣን ተቀበሉ። በመስከረም 2005 ዓ/ም በተካሄደው የኢሕአዴግ ምክር ቤት ምርጫም የገዢውን ፓርቲ ሊቀመንበርነት ተረከቡ። የአቶ ኃይለማርያም መመረጥ በሕወሓት ተፈርቶ የነበረውን የስልጣን ሽሚያ የቀረፈ ቢሆንም በትጥቅ ትግል ውስጥ በተሳተፉ የጦር ሰዎች ቁጥጥር ስር ያለው የሀገሪቱ ጦርና የደህንነት መስሪያ ቤቱ ላይ ሊኖራቸው የሚችለው ስልጣን ጥያቄ ውስጥ መግባቱ አልቀረም።

ከዚህ ስጋት በተጨማሪ ከ1997 ዓ/ም ምርጫ በኋላ ሕዝቡ ልቡ ሸፍቶ ነበርና ከቀድሞው ጠቅላይ ሚኒስትር ሞት ማግስት ጀምሮ የተቃውሞ ንቅናቄዎች ተጀመሩ። በእንቅርት ላይ ጆሮ ደግፍ እንዲሉ በ2007 ዓ/ም በተደረገው ሀገር አቀፍ ምርጫ ኢሕአዴግ እና አጋሮቹ እንደገና መቶ በመቶ ማሸነፋቸው ታወጀ። መስከረም 2008 ዓ/ም አቶ ኃይለማርያምም ከውርስ ስልጣን በመላቀቅ በምርጫ የጠቅላይ ሚኒስትርነት መንበሩን ይዘው ቀጠሉ።

ይሁን እንጂ በኦሮሚያ ክልል የተጀመረው ተቃውሞ (#OromoProtests) እንደ ሰደድ እሳት በፍጥነት ተቀጣጥሎ ወደ ሌሎች ክልሎችም በመዛመት ሀገሪቱን የማትወጣበት የፖለቲካ ቀውስ ውስጥ ከተታት። እርሳቸውም ሆኑ ገዢው ፓርቲ ተቃዋሚዎቹ ላነሷቸው ጥያቄዎች ምላሽ ናቸው ያሏቸውን ለመስጠት ቢውተረተሩም ደም አፋሳሹ ተቃውሞ ተጠናክሮ ቀጠለ። ተቃውሞው የአማራ እና የደቡብ ክልልን ሲያዳርስ መንግስት የአስቸኳይ ጊዜ አዋጅ አወጀ። ለአስር ወራት የቆየው የአስቸኳይ ጊዜ አዋጅ ሀገሪቱን ወደ ሰላምና መረጋጋት መልሷታል ተብሎ ቢነሳም በጉልበት ተዳፍኖ የነበረው ተቃውሞ መፈንዳቱ ግን አልቀረም። የጸጥታ ኃይሎች በሚወስዱት እርምጃ የሚሞቱትም ሰዎች ቁጥር ከቀን ወደ ቀን እያሻቀበ መጣ። የብዙ ሰዎችን ሕይወት በአንድ ጀምበር የቀጠፈው የ2009 ዓ/ም የኢሬቻው እልቂት (#IrreechaMassacre) መቼም የሚረሳ አይደለም። በ2010 ዓ/ም ታህሳስ ወር ለ17 ቀናት በስብሰባ ተጠምዶ የከረመው የኢሕአዴግ የሥራ አስፈጻሚ ኮሚቴ መፍትሄዎችን ይዞ ይመጣል ተብሎ ሲጠበቅ በስብሻለሁ መታደስ አለብኝ የሚል የተለመደ ሀሳብ ይዞ መጣ። ከወራት በኋላ በኢትዮጵያ የመሪዎች ታሪክ ታይቶ በማይታወቅ መንገድ ጠቅላይ ሚኒስትር ኃይለማርያም በድንገት የስልጣን መልቀቂያ ዴብዳቤ አስገቡ። ስልጣኔን በገዛ ፍቃዴ ለቅቄ የለውጡ አካል መሆን እፈልጋለሁ ያሉት ጠቅላይ ሚኒስትር ኃይለማርያም በዚህ ድርጊታቸው በኢትዮጵያ ፖለቲካ ሁሌም የሚታወሱ መሪ ይሆናሉ።

በአመጽ የታመሰችው ኦሮሚያ ለሚቀጥለው ስልጣን ታጨች። በዚህ መንገድ ዶ/ር ዐቢይ አሕመድ የኢሕአዴግ ሊቀመንበርና የኢትዮጵያ ጠቅላይ ሚኒስትር ሆነው ተመረጡ። ለዓመታት በአውራው ፓርቲ በሕወሓት እጅ

የነበረው ስልጣን ወደ ኦሕዴድ/ኦዴፓ መሄዱም ትልቅ ዜና ሆነ። በዚህ ሂደት በግንባሩ አባል ድርጅቶች መካከል የነበረው ክፍተት እየሰፋ መጣ። በኦሕዴድ እና በሕወሓት መካከል ያለው ልዩነት ከሚጠበቀው በላይ እየሰፋ ሄደ። ግንባሩ የሚታወቅበት ጠርናፊው ማዕከላዊ ዴሞክራሲም ቦታ አጣ፤ ጤናማ ተግባቦት ጠፋ። በሕወሓትና በኦዴፓ መካከል ፍጥጫ ተፈጠረ። ጉድኝቶች ተፈጠሩ፤ አሮማራም የፖለቲካ አጀንዳ ሆነ። ሕወሓት ራሱን እያገለለ ሄደ። ፓርቲው ከተመሰረተ ጊዜ ጀምሮ ሲመራበት የቆየውና የሀገሪቱ የልማታዊ መንግሥት ፖሊሲ ምንጭ እንደሆነ የሚነገርለት አብዮታዊ ዴሞክራሲ በፓርቲው አባል ድርጅቶች ጭምር ጥያቄ ውስጥ ገባ። በለውጡ ሂደት ከነበረው የመብት ጥሰትና የፍትሃዊ ተጠቃሚነት ጥያቄ ጋር ተያይዞ ጥያቄ ቢነሳበትም የኢኮኖሚ ሞዴሉ ኢትዮጵያ በኢኮኖሚው ዕድገት ጥሩ ስም እንዲኖራት ማድረግ ያስቻለም ነበር። ኢሕአዴግ በመሰረተ ልማት ዝርጋታ ላይ የሰራው ሥራም አበረታች ነበር።

የአራት ፓርቲዎች ግንባር የሆነው ኢሕአዴግ፤ በየሁለት ዓመቱ ከእያንዳንዱ አባል ፓርቲ ማዕከላዊ ኮሚቴው መካከል በሚመረጡ 36 የሥራ አስፈጻሚ አባላት ይመራ ነበር። በግንባሩ ውስጥ የመዋሃድ አጀንዳዎች ተደጋግመው የሚነሱ ቢሆንም ተግባራዊ ማድረግ ግን ቀላል ሆኖ አልተገኘም። የለውጡ አዲሱ ሊቀመንበር አብዮታዊ ዴሞክራሲን በ'መደመር' እንደሚቀይሩ አሳወቁ። መደመርም ለፓርቲዎቹ ውህደት መሠረት የሚጥል ሀሳብ እንደሆነ አስቀመጡ። በዚህ መንገድ ኢሕአዴግ ተዋህዶ 'ብልጽግና" እንዲመሠረት ሀሳብ ቀረበ። ይሁንና ሕወሓት ይሄ የማያስኬድ ነው ሲል ነቀፈ። በየዕለቱም በፓርቲውና በግንባሩ መካከል የታየው ልዩነት እየተካረረ ሄደ። አብዮታዊ ዴሞክራሲ የሚለው "ርዕዮት" ሁለት የማይታረቁ ሃሳቦችን ማለትም "ዴሞክራሲን" እና "አብዮትን" በግዳጅ ለማጣመር የሞከረ ነው ተብሎ በሠፊው ተተቸ። አብዮታዊ ዴሞክራሲ ጸረ ዴሞክራሲ ነውም ተባለ። ስለ ኢህአዴግ ብዙ ተፃፈ፣ ተወራ።

ከሕወሓት ውጪ ያሉ የግንባሩ አባልና አጋር ድርጅቶች ለመዋሃድ ተስማሙ። የኢትዮጵያ የምርጫ ሕግን ተከትለው ለመወሃድም የመተዳደርያ ደንባቸው በሚያዘው መሠረት በጉባኤ አረጋገጡ። በዚሁ መንገድ ኢሕአዴግ ግንባርና አጋርን አፍርሶ ወደ ውህድ ፓርቲነት መጣ፤ ሕወሓት ደግሞ አፈነገጠ። በተቀሩት የኢሕአዴግ አባልና አጋር ድርጅቶች የብልጽግና ፓርቲ በይፋ ተመሰረተ።

የብልጽግና ራዕይ (2010 - አሁን)

"

የአኗኗር ዘይቤአችን በጥልቅ ጋርዮሽ ላይ የተመሰረተ ነው፣ የሕይወት ሸክም እና ችሮታዎችን በመጋራት ከአንድ ማዕድ የምንመገብ ሰፊ ቤተሰብ ነን።

ጠቅላይ ሚኒስትር ዐቢይ አሕመድ (ዶ/ር)

በሕዝብ አመጽ የተዳከመው ኢሕአዴግ ከሕወሓት ውጭ ያሉ አባልና አጋር ድርጅቶቹን በማዋሃድና ብልጽግና ፖርቲን በመፍጠር የለውጥ ጉዞውን "ሀ" ብሎ ጀመረ። በርግጥ ኢሕአዴግ ከ2010 ዓ/ም ጀምሮ የፈረሰ ድርጅት ስለመሆኑ በርካታ ሰዎች ጽፈው ነበር። በነጻ ፍላጎት በተሰባሰቡ አባል ድርጅቶቹ መካከል አለመግባባት ሲፈጠርና ግንኙነታቸው ሲላላ በድርጅታዊ መዋቅር መነጽር ነገሩ አበቃ እንደማለት ነው። ከሕወሓት ውጭ አንድም ስለኢህዴአግ የሚገደው ድርጅት ሲጠፋ፣ ኢሕአዴግ ሲፋቅ ሕወሓት ነው የሚለውን የቆየ ፈሊጥ ከማጠናከርም አልፎ ህልውና የሌለው ድርጅት መሆኑን አረጋገጠ። ይህ አጋጣሚ የግንባሩ አባል ድርጅቶች የራሳቸውን ዕጣ ፈንታ ወደመወሰን እንዲሄዱም የማያሻማ መልዕክት አስተላለፈ።

ብልጽግና በዚህ አስገዳጅና ገፊ ምክንያት የተፈጠረ ፓርቲ ነበር ማለት ይቻላል። በዚህ መንገድ ወደ ህልውና የመጣው ብልጽግና ኢሕአዴግ

በሃያ ሰባት ዓመት ዕድሜው ያበላሻቸውን ነገሮች ከማስተካከል አንስቶ የተከፋፈለችውን ሀገር አንድነት ማጠናከርና በሕዝቦቿ መካከል ትብብርና ትስስር መገንባት ግንባር ቀደም የቤት ሥራው እንደሆነም አምኖ ተቀበለ። ይህን ለማከናወን ብልጽግና ጠንካራ ፓርቲ በመሆን ጠንካራ መንግስት፣ ጠንካራ ሀገረ-መንግስትና ጠንካራ ሀገር ለመገንባት ራዕይ የሰነቀ ፓርቲ መሆኑን በአደባባይ ገለፀ።

በሀሳብ ደረጃ “መደመር” የተሰኘው ሀገር በቀል የጠቅላይ ሚኒስትር ዐቢይ አሕመድ ሀሳብ ገዥ ሀሳብ ሆኖ ወጣ። ሀገሪቷ ከፍተኛ ውጥረት ውስጥ በነበረችበት ጊዜ በአንድ የኢሕአዴግ ስብሰባ ላይ “ያለን አማራጭ ‘መደመር’ ወይ መጠፋፋት ነው” ካሉበት ቀን ጀምሮ በተለያየ ቡድን በተለያየ መንገድ ይተረጎም የነበረው መደመር ከዓመት በኋላ በ2011 ዓ/ም በመጽሐፍ መልክ ለንባብ ቀረበ። መሐፉ የሀገሪቷን የፖለቲካ፣ የኢኮኖሚና የውጭ ጉዳይ ፖሊሲ የሚያመላክት ቢሆንም የውዝግብ አጀንዳ መሆኑ ግን አልቀረም። መጽሐፉና ጸሐፊው ብቻ ሳይሆን በመጽሐፉ የምረቃ ስነሥርዓት ላይ አስተያየት አቅራቢ የነበርን ጭምር ተወገዝን። መጽሐፉ ግን የሀገራችንን ነባራዊ ሁኔታ ከመዳሰስ አልፎ የመፍትሄ አቅጣጫ ለማስቀመጥ ብርቱ ሙከራ አድርጓል። ለሀገራዊ ችግሮች ሀገራዊ መፍትሄ አስፈላጊ መሆኑን ጠንካራ መከራከሪያ አቀረበ። ከዓመት በኋላ ደግሞ ሌላ “የመደመር መንገድ” የተሰኘው ሁለተኛ መጽሐፍ ተከተለ። እነዚህን ሁለት መጽሐፎች የመገምገም ዕድል እንደነበረው ሰው እኔ በግሌ በጣም ብዙ ተምሬበታለሁ። እነዚህ መጽሐፎች ለሰው ልጅ ከምንም ነገር በላይ ቁርጠኝነትና ዲሲፕሊን አስፈላጊ መርሆ መሆኑን ፍንትው አድርጎ አሳይቶኛል። ከዓመት በኋላ ሦስተኛው “የመደመር ትውልድ” የተባለው መጽሐፍ ተከተለ። በጸሐፊው ጭንቅላት ውስጥ የተሰነቁ እሳቤዎች፣ እሳቤው የተፈጠረበት መንገድና ወደፊትም መከተል ይገባናል ያሉት መንገድ እንዲሁም በዚህ እሳቤና መንገድ ሊፈጠር የሚችለው ትውልድ በሶስቱ መጽሐፍት ለአንባቢያን ደረሰ። ትውልድ የሚከተለው ሀሳብ፣ የሀሳብ ጥራትና የመንገዱ ትክክለኛነት የትውልዱን ማንነትና ስኬት በእጅጉ ይወስናል።

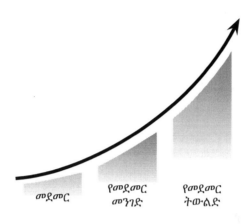

መደመር
የመደመር
መንገድ
የመደመር
ትውልድ

ይህን ግልጽ የሀሳብ ሰንሰለት ለተረዳ ሰው “መንገዳችን መደመር፣ መዳረሻችን ብልጽግና” የሚለው መፈክር ትልቅ መልዕክት ያዘለ ስለመሆኑ አያጠራጥርም። መደመር በደንብ የተቀመረ፣ ከእሳቤ እስከ መንገዱና ትውልድ ድረስ የዘለቀ የአስተሳሰብ ቀመር ነው። መደመር የራሳችንን ችግሮች በራሳችን ለይተን ሀገራዊ መፍትሄ እንስጣቸው የሚል መርህን ይከተላል። በአፍሪካ ደረጃም ቢሆን “ለአፍሪካ ችግሮች አፍሪካዊ መፍትሄ” የሚለው ከዚህ የራቀ አይደለም። ይሄ ጉዳይ ፓርቲውን በኢትዮጵያ ታሪክ ልዩ ያደርገዋል የሚሉም በርካቶች ናቸው።

በብልጽግና የተያዘው በራስ መተማመን ይበል የሚያሰኝ ነው። ብልጽግናን በኢትዮጵያ ምድር ለማረጋገጥ የሀሳብ ጥራት፣ የአባላት ቁጥር፣ ብቃት እና አቅም ያለው ፖርቲ መሆኑን በልበ ሙሉነት ይናገራሉ የፓርቲው ፕሬዚዳንት ዶ/ር ዐቢይ አሕመድ። በኢትዮጵያ ታሪክ ከዚህ በፊት ከነበሩ ፓርቲዎችና ድርጅቶች በአባላት ቁጥር በጣም የላቀ፣ በአደረጃጀትም፥ በሀሳብም የተለየ ፓርቲ መሆኑን ይገልፃሉ። በመላው ሀገሪቱ ከ12 ሚሊየን በላይ አባላት ያሉትና አብዛኛውን የኢትዮጵያ ብሔሮች ብሔረሰቦች በሚገባቸው ልክ ውክልና እንዲያገኙ ማድረግ የቻለ እንዲሁም እስከ አሁን ኢትዮጵያ ውስጥ ከተከሰቱ

የፖለቲካ ፖርቲዎች ሁሉ በተለየ ሁኔታ ኢትዮጵያን መስሎ ኢትዮጵያውያንን ለመወከል የተመሰረተ ፓርቲ ነው ይላሉ የፓርቲው ፕሬዚዳንት።

የኢትዮጵያን የፖለቲካ ታሪክ በተረዳ መንገድ በሀገሪቱ የተነሱ ጥያቄዎችን ተንትኖ በመረዳት፣ ተንጠልጥሎ የቀረውን የሀገር ግንባታ የቤት ሥራ ለመጨረስና ሀገሪቷን በጽኑ መሠረት ላይ ለማቆም እንደሚተጋም በይፋ ለሕዝቡ ቃል የገባ ፓርቲ ነው-ብልጽግና። ለሀገራዊ ምክክርና ለሀገር ግንባታ ትልቅ ትኩረት የሚሰጥ ፖርቲ እንደሆነም ይገለፃል። ኢትዮጵያን የሚያፀና ሀሳብ ከሀገራዊ ምክክር መድረኮች እንደሚወለድም ብልጽግና ያምናል። ስለሆነም በሀገር አቀፍ ደረጃ ነገሮችን በንግግርና በስምምነት ለማስኬድ ብርቱ ፍላጎት ያስቀምጣል። ይሄ ደግሞ ካለፈው ታሪካችን በትልቁ ያፈነገጠ አካሄድ መሆኑ ግልጽ ነው። በሌላ በኩል የግለሰብንም ሆነ የቡድን ጥያቄዎችን እንዲሁም የብሔረሰብነትና የዜግነት ማንነቶችን በእኩል ደረጃ ለማስከበር እንደሚሰራ በፓርቲው ፕሮግራም በግልጽ ተቀምጧል። ብልጽግና ከኢትዮጵያ ሀገረ-መንግስት ቅቡልነት ጋር ተያይዞ የሚነሱ ጥያቄዎችን በሀገራዊ ምክክር የመጨረሻ መፍትሄ በመስጠት በሀገሪቱ የጋራ ትርክት ለመገንባት እንደሚሰራም ይፋ አድርጓል። በዚህ ሂደት ራሱም በሕዝብ ዘንዳ ቅቡልነት ያለው የፖለቲካ ፓርቲ በመሆን ቅቡልነት ያለው ጠንካራ መንግስትና ሀገረ-መንግስት እውን የማድረግ ራዕይ ሰንቆ የሚሰራ ፓርቲ ነው።

በአጠቃላይ የኢትዮጵያ ሀገረ-መንግስት ግንባታ ሂደት የብሔርተኝነት ቅኝትን የተከተለ ስለመሆኑ ግልጽ ነው። በኢትዮጵያ የሶስት ሺህ ዓመት የነገሥታት ታሪክ ውስጥ በወፍ በረር እንደቃኘነው “በፈጣሪ የተመረጠ ብሔር” ከተባለው እስራኤል የመሪ ዘር ሀረግ ከመምዘዝ ጀምሮ በአክሱማውያንና በቅማንት/አገው መካከል የነበረዉ የስልጣን ትንቅንቅ፤ በአፄ ቴዎድሮስና በየጁ ኦሮሞዎች መካከል የነበረው ትግል፤ በአፄ ዮሐንስና በአፄ ሚኒሊክ መካከል የነበረው የስልጣን ሽኩቻ በኋላም ስርዓቶችን መቀየር የቻለው የብሔርና የመሬት ጥያቄ በዚሁ አውድ የሚታዩ ናቸው።

በአጠቃላይ የኢትዮጵያ ሀገረ መንግስት ግንባታ ሂደትን በሦስት ዋና ዋና ምዕራፎች ከፍሎ ማየት የሚቻል ይመስለኛል። እስከ መንግስቱ ኃይለማሪያም ድረስ ያሉ የሀገሪቷ መሪዎች ኢትዮጵያ ውስጥ ያለውን የብሔር ጥያቄ ጆሮ ዳባ ልበስ በማለት ሀገሪቷን አንድ ወጥ ብሔር በማስመሰል የብሔረ-መንግስት ግንባታ ሙከራ የተደረገበት ምዕራፍ አድርጎ ማየት የሚቻል ይመስላል። የኢሕአዴግን ዘመን ደግሞ ለቀደምት የብሔረ-መንግስት ግንባታ መከራና በዚያ ሂደት ለተፈጠሩ ቁርሾዎች ምላሽ የሚሠጥ በሚመስል መልኩ ሀገራዊ አንድነቱን ወደጎን በመተው ለብሔር ጥያቄዎች ሰፊ ትኩረት በመስጠት ሚዛን ለማስጠበቅ የተሞከረበት ምዕራፍ አድርጎ ማየት የሚቻል ይመስለኛል። በእነዚህ ሂደቶች መጀመሪያ በብሔር ጥያቄ የተፈተነችው ኢትዮጵያ አሁን ደግሞ በሀገራዊ አንድነት ጉዳይ ላይ ጥያቄዎች መጥተውባታል። በብልጽግና ዘመን ደግሞ እነዚህ ጥያቄዎች ለየብቻ ተነጣጥለው የሚመለሱ አለመሆናቸው ግልጽ የሆነበት ምዕራፍ ሆኗል። ከዚህም በመነሳት ብልጽግና ሁለቱም ማንነቶች ማለትም ሀገራዊ እና ብሔራዊ ማንነቶች ወይም ብሔርተኝነቶች አብረው መታየት እንዳለባቸው ያስቀምጣል። የብሔረሰብና የዜግነት ጥያቄዎች ተጣምረው አንድ ላይ መታየትና መመለስ እንዳለባቸውም ታሳቢ ያደርጋል። ሁለቱ ማንነቶችና ብሔርተኝነቶች ለኢትዮጵያ መጠናከር አስፈላጊ እንጂ ስጋት እንደማይሆኑ፤ ተመጋጋቢና ተደራራቢ እንጂ የሚጋጩና አንዱ ሌላኛውን የሚያገል (mutually exclusive) እንዳልሆኑ ይታመናል። ይህ ለፓርቲውም ሆነ ለሀገር ግንባታ ተስፋ ሰጪ ጅምር እንደሆነ ከወዲሁ ማስቀመጥ ይቻላል።

ምዕራፍ 10

ብሔርተኝነትና የኢትዮጵያ ሕዝብ ጥያቄዎች

የኢትዮጵያ ሀገረ-መንግስት ግንባታ የኢኮኖሚ ግዛት ማስፋፋት ዓላማን ያነገበና የኢኮኖሚክ ኮንቴይነር ሞዴልን የተከተለ እንደነበር ይነገራል። ሰፊ መሬትና ብዛት ያለው የሰው ጉልበት በመያዝ የማዕከላዊውን መንግስት ጉልበት ማፈርጠም ላይ ያነጣጠረ ነበርም ይላሉ የግዛት ማስፋፋቱን ሂደት የሚቃወሙ ጸሐፍት። በሌላ በኩል ግዛትን በማስፋፋት የሀገር አንድነትን ማጠናከርና ከሌሎች ኃይሎች ሊመጣ የሚችለውን ስጋት መቀነስ ይቻላል ተብሎ የተጀመረ ሊሆን እንደሚችልም ይገመታል።

ለዘመናዊ የኢትዮጵያ ሀገረ-መንግስት ግንባታ እንደ ምክንያት የሚቀርቡ አምስት ምክንያቶች እንዳሉ ዩሱፍ ያሲን ጠቅሷል። አንደኛ ሀገር ማቅናት ነው። በዚህ አተያይ ራሳቸውን የተሻሉ አድርገው የሚያዩ ሰዎች ወይም ስብስብ ሌሎች አልነቁም፣ አልቀኑም የሚሉትን በማንቃትና በማቅናት የተሻለ ሀገር የሚፈጥሩበት አካሄድ ነው። ሁለተኛው ምክንያት የተወሰደባቸውን መሬት ማስመለስ ሲሆን ይሄ ደግሞ ቀደም ብለን ካነሳናቸው የመልከዓ ምድራዊ አሰፋፈርና ታሪክ ጋር በተገናኘ ሠፊውን ግዛት የመመኘት ብሔርተኝነት ውጤት ነው። ሦስተኛው ምክንያት ክርስትናን ማስፋፋትና ወንጌል ለአሕዛብ ማዳረስ ነው። ይሄ ከመጀመሪያው ምክንያት ጋር የሚመሳሰል ሆኖ በኃይማኖት

ክንፍ የተደረገ እንቅስቃሴ ነው። በአራተኛ ደረጃ ደግሞ ልዩነቶችን ሁሉ በመጨፍለቅ ወጥ ማንነት ያለው አንድ ጠንካራ ሀገር ለመገንባት ያለመና ለብዙ የኢትዮጵያ ሕዝብ የፖለቲካ ጥያቄዎች መንስኤ ምክንያት ነው። በአምስተኛው ደረጃ የሀገር ዳር ድንበርን ከአካባቢ ባላባቶች፣ ከወራሪና ቅኝ ገዥዎች ለመጠበቅ የተወሰደ እርምጃ ተደርጎ ይታያል።

በዚህ መንገድ የተገነባው የኢትዮጵያ ሀገረ-መንግስት ከአፍሪካ ቀደምት ከሚባሉቱ ሀገረ-መንግስታት ተርታ ቢሰለፍም በበርካታ የሕዝብ ጥያቄ መፈተኑ ግን ሳይታለም የተፈታ ነው። በሀገረ-መንግስት ግንባታው ሂደት የሕዝቦች ባህል፣ ቋንቋ፣ ታሪክና ወግ ቦታ ከማጣትም አልፎ ብዙ ብሔር ብሔረሰቦች የመደፍጠጥ እና የመዋጥ አደጋ ተጋርጦባቸው እንደነበር ታሪክ ምስክር ነው። የሀገረ-መንግስት ግንባታው ሂደት በሰው ልጅ መብት አያያዝ ረገድም ሲታይ የመልካም አስተዳደር እጦትና የመብት ጥሰቶች በሠፊው የተስተዋለበት እንደነበር ይታወቃል። በኢትዮጵያ ከባሪያ ንግድ ጀምሮ የሰው ልጅን የተለያዩ የአካል ክፍል ሳይቀር በትንንሽ ቅጣት እስከመቁረጥ የሚሄዱ የመብት ጥሰቶች በመንግስት ዕውቅና የነበራቸው ስለመሆኑ አያጠያይቅም።

የተፈጠረውን ቁርሾ በመሻር በሕዝቦች መካከል ትስስር መፍጠር የሚገባው የሀገር ግንባታ ሂደት ደግሞ ከመንገድ መዘግየቱ ነገሩን የባሰ አወሳሰበው። በዚህ ሂደት የኢትዮጵያ ሕዝብ ለዘመናት ለድህነት፤ ለድንቁርናና ለኋላቀርነት እንዲሁም ለነጻነትና እኩልነት እጦት ተጋልጦ ቀረ። እነዚህ ችግሮች ከላይ በክፍል ሁለት ካነሳናቸው መሻት፤ ምክንያትና መንፈስ/ክብር ከተባሉ የሰው ልጅ ነብስ ጥሪ ጋር በቀጥታ የሚጣረሱም ናቸው። ደህንነቱ የተሟላ፣ ምክንያታዊ፤ ነጻና በእኩልነት የሚያምን ዜጋ መፍጠር ለአንድ ሀገር ሰላምና መረጋጋት ቁልፍ ነው። በአጠቃላይ የኢትዮጵያ ሀገረ-መንግስት ግንባታና ከዚያ በኋላ ወደ ስልጣን የመጡ ገዥዎች እንዲሁም የተገነቡ ስርዓቶች እስከ ዛሬም ድረስ አጥጋቢ መልስ ያላገኙ ሦስት ትላልቅ የሕዝብ ጥያቄዎችን ፈጥረዋል። እነዚህም የመሬት ጥያቄ፣ የብሔር ጥያቄ እና የመልካም አስተዳደርና የዴሞክራሲ ጥያቄ ተብለው ሊነሱ እንደሚችሉ ከሞላ ጎደል ስምምነት

አለ። እነዚህን ጥያቄዎች በመተንተንና በህዝቡ ዘንዳም መልሶ በማስረጽ ብሔርተኞች የነበራቸው ሚና ወሳኝ እንደነበር ጥርጥር የለውም። ከዚህ ቀጥለን እነዚህን ጥያቄዎች በታሪካዊ ዳራቸው ዘርዘር አድርገን እናያለን።

የመሬት ጥያቄ

መሬት ለሰው ልጅ ህልውና እጅግ አስፈላጊ ከሚባሉ የተፈጥሮ ሀብቶች አንዱ ነው። እንደ ኢትዮጵያ ባሉ ኢኮኖሚያቸው በግብርና ላይ ለተመሰረተ ሀገራት ደግሞ መሬት የሁሉ ነገር መሠረት ነው። የኢኮኖሚ፣ የፖለቲካ፣ የባህልና የኃይማኖት ተቋማት ምሰሶም ነው። የትውልድ ሰንሰለት በመሬት ላይ ይገለፃል። ቀዬ፤ አብዳር፤ መቃብርና የአምልኮ ቦታዎች ለሰው ልጅ ትልቅ ትርጉም ያላቸው የመሬት ስሞች ናቸው። በዚህም ምክንያት የመሬት ይዞታ ጥያቄ በዓለም አቀፍ ደረጃ በጣም ወሳኝ የፖለቲካል ኢኮኖሚ ጥያቄ ሆኖ ይገኛል። ለዚህ ወሳኝ ጥያቄ መልስ ለመስጠት ሲባልም ሀገራት የመሬት ይዞታ ፖሊሲ ያረቃሉ። የመሬት ይዞታ ፖሊሲዎችን የፖለቲካ ርዕዮት በመከተል በሁለት ዋና ዋና ቦታዎች ከፍሎ ማቅረብ ይቻላል። እነዚህም ገበያ መር የመሬት ፖሊሲ (Liberal Land Policy) እና የወል መሬት ፖሊሲ (State Owned Land Policy) ተብለው ይገለፃሉ።

ገበያ መር የመሬት ፖሊሲ መሬት እንደ ማንኛውም ቁስ በግለሰብ ቁጥጥር ስር ሆኖ መሸጥ መለወጥ ያለበት ሀብት ነው የሚል በሊበራሊስቶች የሚቀነቀን የፖሊሲ ዓይነት ነው። የወል መሬት ፖሊሲ ደግሞ መሬት ለገበያ መተው የሌለበት በቡድን አባላት በጥንቃቄና በጋራ መተዳደር ያለበት ትልቅ ሀብት ነው የሚል ሀሳብን ያዘለ በአብዛኛው በሶሻሊስቶችና በብሔራዊ መንግስታት ጥቅም ላይ የሚውል የፖሊሲ ዓይነት ነው። ምንም እንኳን ሁለቱን በመቀላቀል የተለያዩ የመሬት አያያዝ ፖሊሲዎችን ማግኘት የተለመደ ቢሆንም በዋናነት ግን የመሬት ፖሊሲ አንድ ሀገር በሚከተለው የፖለቲካ ርዕዮት ይወሰናል። ዓለም-አቀፋውያን ወደ ገበያ መሩ ሲያመዝኑ ብሔርተኞች ደግሞ በብዛት የወል መሬት ፖሊሲን ይመርጣሉ።

ብዙ የአፍሪካ ሀገራት ከቅኝ ገዥዎች የወረሱት የመሬት ፖሊሲ አላቸው። ይሄ የቅኝ ገዥዎች የመሬት ፖሊሲ ሀገራቱን እስከ ዛሬም ድረስ እያመሰ ይገኛል። ይህን በደቡብ አፍሪካ፣ በናሚቢያ፣ በዚምባቡዌና በሌሎችም የአፍሪካ ሀገራት ማየት ይቻላል። በነጮች ተይዞ የነበረው መሬት ለብዙ ግጭቶች መንስኤ ሆኖ ይገኛል። ሀገራችን ኢትዮጵያ እንደ ሌሎች የአፍሪካ ሀገራት የቅኝ ገዥዎች የመሬት ፖሊሲ ዐሻራ የሌላት ቢሆንም የመሬት ጥያቄ የሕዝብ ነባር ጥያቄ ከሆነባቸው ሀገራት አንዷ ነች። በዚህ ጉዳይ ላይ ኢትዮጵያ የውስጥ ቅኝ ግዛት ፖሊሲን ትከተላለች ብለው የሚከራከሩ ዛሬም ድረስ አሉ። ከውጭ የመጣ ቅኝ ገዥ ባይኖርም ኢትዮጵያ በደቡቡ የመሬት ይዞታ ላይ የተከተለችው መንገድ ከብዙ ቅኝ የተገዙ ሀገራት የተለየ አልነበረም ይላሉ።

መሬት ለኢትዮጵያ ሀገረ-መንግስት ግንባታ ሂደት መሠረት የጣለ ሀብት ነው። ሰፊ መሬት መያዝ የኢትዮጵያ ሀገረ-መንግስት ግንባታ ሂደት ዋነኛ አጀንዳ ከመሆንም አልፎ ለሌሎች የሕዝብ ጥያቄዎች መሠረት የጣለ መሆኑ ግልጽ ነው። ፍትሃዊ የመሬት አያያዝና አጠቃቀም አለመኖሩ ለኢትዮጵያ ትልቅ የራስ ምታት ነው። ሀገር ራሱ ከመሬት ጋር የተቆራኘ ጽንሰ ሀሳብ ከመሆኑ ጋር ተያይዞ ዛሬም ድረስ 'የአባቴን ሀገር' 'የአባቴን መሬት' የሚሉ አገላለጾች በኢትዮጵያ ገዥዎች ዘንድ የተለመዱ ከመሆንም አልፈው ዛሬ ላይ በሠፊው ከሚንፀባረቀው ብሔርተኝነት ጋር ተዳምሮ ለብዙ ችግሮች መሠረት እየጣለ ስለመሆኑ ማንሳት ይቻላል። ይህ ደግሞ ብሔርተኝነት ብቻውን ያመጣው ሳይሆን የመሬት ጥበት ችግር የወለደው ተደርጎ መወሰድ ያለበትም ይመስለኛል። ከዚህ አንጻር ብሔርተኝነት ለችግሩ መፍትሄ መፈለጊያ መሳሪያ ብቻ ይሆናል ማለት ነው።

በ19ኛው መቶ ክፍለ ዘመን መጨረሻ በግዛት ማስፋፋት የተጀመረው የኢትዮጵያ ሀገረ-መንግስት ግንባታ አንድም በወቅቱ በባላባቶች ተይዞ የነበረውን መሬት ወርሮ የመያዝ ድርጊት ሲሆን በሌላ በኩል ደግሞ ለባለባቶቹ ራሱ ተጨማሪ መሬት በመመረቅ ሳይዋጉ እንዲገብሩ የማድረግ ስልትን የተከተለ ነበር። መሬት የማስፋፊያው ቁልፍ መሳሪያ ነበር ማለት

ይቻላል። አንድ ባላባት ሳይዋጋ ከገበረ ባለው መሬት ላይ ሌላ መሬት እንደ ሚመረቅለት፣ አልገብርም ብሎ ተዋግቶ ከተሸነፈ ደግሞ መሬቱ ሙሉ በሙሉ ይወሰድበት እንደነበር ይነገራል። በዚህ አጣብቂኝ ውስጥ የተጀመረው የኢትዮጵያ ሀገረ-መንግስት ግንባታ አንዱን ቡድን ከሌላኛው ጋር የማጋጨት ስትራቴጂንም ተከትሏል። ከዚህ ጋር በተያያዘ ብላቴን ጌታ ህሩይ ወልደስላሴ የሚከተለውን ብሎ ነበር፡-

"....ዛሬ አዲስ አበባ ተብሎ የኢትዮጵያ ዋና ከተማ የሆነው ሀገር በዚያ ዘመን "ፊንፊኔ" ይባል ነበር። በቦታው ላይ የነበሩት የገላን እና የአቢቹ ኦሮሞዎች ችግር እንዳይፈጥሩባቸው በማሰብ ንጉስ ሳህለስላሴ አቢቹን ያቀፉ እና የወደዱ በመምሰልና ውስጥ ውስጡን ለእርሱ የሚረዱ በማስመሰል ሁለቱን እርስ በርስ ያዋጓቸው ጀመር። በዚህ ሰበብ ሁለቱ ጎሳዎች ሰባት ዓመት ሙሉ ሲዋጉ ነበር። ሳህሌስላሴ አብቹን በማገዙ ገላን ተሸነፈ። ከዚያም አብቹን ተጠቅመው ገላንን፣ አዳን፣ አበሪን፣ ጅሩን፣ ዋዩን እና በአጠቃላይ ሰላሌን አዳከመው ገባር አደረጉት። ይሄ በንጉሥ ሳህለስላሴ የተጀመረው የኦሮሞዎች እርስ በርስ መዋጋት የራሳቸውን ጉልበት አዳክሞ የነሱን ጉልበት አበረታ።" (ገጽ 220)

የግዛት ማስፋፋቱ ወረራ ከመጀመሩ በፊት ኢትዮጵያ ውስጥ የነበረው የመሬት ይዞታ የወል ይዞታ እንደነበር መረጃዎች ያሳያሉ። በ19ኛው ክፍለ ዘመን መጨረሻ የኢትዮጵያ ሀገረ-መንግስት ግንባታ ሲጠናቀቅና ቀላድ እየተለካ መሬት ማከፋፈል ሲጀመር የተለያዩ የመሬት ይዞታ ዓይነቶች እንደተዋወቁም ይነገራል። ከቀላድና የግል መሬት ጋር ተያይዞ ደግሞ ጭሰኝነትና ገባርነት እየተስፋፋ ሄደ። በዚህ ሂደትም በሀገሪቱ አምስት የመሬት ይዞታ ዓይነቶች መለየት ይቻላል። እነዚህም የወል መሬት፣ የግል መሬት፣ የመንግስት መሬት፣ የቤተክህነት መሬት እና የአርብቶአደር መሬት ናቸው።

የወል መሬት የሚባለው በአካባቢ፣ በመንደርና በቀበሌ በጋራ የሚያዝ መሬት ሲሆን በብዛት በጎጃም፣ በቤጌምድር፣ በከፊል ወሎ፣ ትግራይ፣ ኤርትራና ከፊል ሸዋ ውስጥ ይተገበር የነበረ የመሬት ይዞታ ዓይነት ነበር። በዚህ የመሬት

ይዞታ ስር መሬት መሸጥ መለወጥ የማይቻል ቢሆንም ዘር ቆጥሮ ርስት ማውረስ ግን ይቻል ነበር። "በሺህ ዓመት ግባ ከርስት ቤት" ይባልለታል። የግል መሬት ደግሞ ለመንግስት አገልጋዮችና ሹማምንቶች በተለያየ መንገድ የሚሰጥ ሲሆን በጊዜ ሂደት እየሰፋ የሄደ የመሬት ይዞታ ዓይነት ሆኖ ገባርነትን በማስፋፋት ትልቅ ድርሻ እንደነበረው ይነገራል። ከጣሊያን ወረራ በኋላ ዐፄ ኃይለ ሥላሴ ለደጋፊዎቻቸውና ለአርበኞቹ የሚያከፋፍሉት መሬት ከመጠን በላይ በመጨመሩ ለመሬት ለአራሹ ዋነኛ መንስዔ እንደሆነም ባለሙያዎች ይናገራሉ። የመንግስት መሬት ደግሞ በንጉሳውያን ቤተሰብ፣ በመኳንንት፣ በመሳፍንትና ዘመዶቻቸው የተያዘ መሬት ነበር። ይሄ አንድ ሦስተኛ የሀገሪቷን መሬት እንደሚሸፍን ይነገራል። የጭቃ ሹሞች በደቡቡ የሀገሪቷ ክፍል ሰፊ መሬት በመያዝ በቦታውም እንኳን ሳይገኙ (absentee landlords) ከጭሰኛ ሲሶ በመሰብሰብ ይተዳደሩ እንደነበር ይታወቃል።

ሌላኛው የቤተክህነት መሬት ነው። በወቅቱ በደቡብ ኢትዮጵያ ብቻ ወደ ሦስት ሚሊዮን ሄክታር የሚሆን መሬት በቤተክርስቲያን ቁጥጥር ስር እንደነበር ይነገራል። የኦርቶዶክስ ቤተክርስቲያን ልክ እንደ ግሉ ባለሀብትና የመንግስት ሹማምንት ከጭሰኛው አንድ ሦስተኛውን ሲሶ እያስፈረች ትወስድ እንደነበርም ይነገራል። አምስተኛውና የመጨረሻው ደግሞ የአርብቶአደር (ዘላን) መሬት የሚባለው ነበር። የአርብቶአደር መሬት በጠረፉ የሀገሪቷ አካባቢ የሚገኝና በብዛት ለእንስሳት ግጦሽ የሚውል፣ ወሰኑም በውል የማይታወቅ መሬት ነበር። በዚህም ምክንያት አርብቶአደሩ በመሬት ሳይሆን በእንስሳት ግብር እንዲከፍል እንደተደረገ በኋላም በ1955 ዓ/ም ሕገ መንግስቱ ሲሻሻል የመንግስት መሬት ተብሎ እንደተጠቃለለ መረጃዎች ያመለክታሉ።

በዚህ የመሬት ይዞታ ዕይታ በወቅቱ ኢትዮጵያ ውስጥ ሦስት የተለያዩ ሀገራት እንደነበሩ ይነሳል። እነዚህም የርስት ሀገር፣ የገባር ሀገር እና የዳር ሀገር ይባላሉ። በደቡቡ የሀገሪቱ ክፍል መሬት የግል፣ የመንግስትና የቤተክህነት መሬት ሆኖ እንደተከፋፈለና ለሌሎች በርካታ ጥያቄዎች መሠረት እንደጣለ የዘርፉ ባለሙያዎች ይናገራሉ። ባለይዞታ የነበረው የደቡብ አርሶአደርም አምጥተው

በአዲሱ ግዛታቸው ላይ ያሰፍሩ ስለነበረ የአካባቢውን የሕዝብ ስብጥርን (ዲሞግራፊ) የመቀየር ሙከራዎችም እንደነበሩ ያመለክታል። በዐፄ ኃይለ ሥላሴ መንግስት ውድቀት አካባቢ በአስር የደቡብ ክፍላተ ሀገራት የተሰራ ጥናት እንደሚያሳየው አርባ በመቶ የሚሆነው የደቡብ መሬት የተያዘው በአካባቢው ላይ በማይኖሩ ባለባቶች (absentee landlords) ነበር።

በዐፄ ኃይለ ሥላሴ ዘመን ግብርና የሀገሪቷን አምሳ ሁለት በመቶ ገቢ የሚያመጣ ዘርፍ በመሆኑ በግሉ ባለሀብት የተያዙ ሰፋፊ እርሻዎችን በባሌ፤ በአርሲና ሌሎችም የሀገሪቱ አካባቢዎች ለማስፋፋት ሙከራ ተደረገ። ይሄ እርምጃም የሀገሪቱን የመሬትና ሀብት ክፍፍልን በእጅጉ ያዛባል በማለት ተቃውሞ ገጠመው። በወቅቱ በሀገሪቷ ከሚታረሰው መሬት ስልሳ አምስት በመቶ በመንግስት የተያዘ ሲሆን ሰላሳ በመቶ ደግሞ በቤተክህነት የተያዘ ነበር። ይሄ ማለት የተቀረው ዘጠና በመቶ የሚሆነው ገበሬ አምስት በመቶ የመሬት ይዞታ ነበረው ማለት ነው። ይህ በደቡቡ የሀገሪቷ ክፍል የሚገኘውን ሠፊውን ለም መሬት የሚያጠቃልል የይዞታ ዓይነት እንደሆነም መረጃዎች ይጠቁማሉ።

ከጣልያን ወረራ በኋላ ዐፄ ኃይለ ሥላሴ ከእንግሊዝ ሀገር ተመልሰው አንደማመስገኛም ጭምር ለተወሰኑ የግል ባለሀብቶች መሬት አከፋፈሉ። ይሄ የዐፄው እርምጃ ተዳፍኖ የቆየውን የሕዝቡን የመሬት ጥያቄ በመቀስቀስ ለተለያዩ አመፆች በር ከፈተ። እ.ኤ.አ. በ1943 ዓ.ም በራያ ገበሬዎች (ቀዳማይ ወያኔ) በባሌ እና በጎጃም ገበሬዎች የተደረጉ እንቅስቃሴዎችም የዚሁ አካል እንደሆኑ ይነገራል። በ1953 በመንግስቱና በገርማሜ ንዋይ የተሞከረው መፈንቅለ መንግስትም የመሬት ጥያቄ የወለደው እንደሆነ ይነገራል። ጥያቄው መጀመሪያ ሲነሳ "መሬት ለነባር ባለይዞታዎች" (Land for the indigenous people) በሚመስል መፈክር የተጀመረ እንደሆነም መረጃዎች ይጠቁማሉ። ይህ ጥያቄ ለ1966ቱ ለውጥ ወሳኝ መሠረት የጣለ ጥያቄ መሆኑም አልፎ በመንግስቱ ኃይለማሪያም እና በጄኔራል ታደሰ ብሩ መካከል ለተፈጠረው አለመግባባት በኋላም የጄኔራል ታደሰ መሞት ምክንያት የሆነ ጥያቄ ነው።

ጥያቄው በመላው ሀገሪቱ ተቀባይነት ያገኘ ከመሆኑ ጋር ተያይዞ መፈክሩ በተማሪ ንቅናቄ አስተባባሪዎች ስምምነት ወደ "መሬት ለአራሹ" እንደ ተለወጠም የሚጠቁሙ መረጃዎች አሉ። ምክንያቱ ደግሞ በጭቃ ሹሞቹ አማካኝነት ከሌላ ቦታ መጥተው የሰፈሩና ለዓመታት መሬት ይዘው ሲያርሱ የነበሩ ገበሬዎች መሬቱን ጥለው እንዳይሄዱ ለማድረግ ነው ይባላል።

የመሬት ለአራሹ ጥያቄ በተማሪዎች ከፍተኛ ተቀባይነት በማግኘቱ ብቻ በርካታ አርሶአደሮችም ከቀዬያቸው እንደተፈናቀሉ መረጃዎች ያመላክታሉ። ለምሳሌ በራስ ካሳ ስር ከነበረው ሰላሌ ብቻ የሦስት ወረዳ ሕዝብ ተፈናቅሎ ወደ ባሌ፣ አርሲ፣ ጅማ፣ ሀረርጌና ሌሎች የኦሮሚያ አካባቢዎች እንደሄዱ ይታወቃል። የሀገሪቱ ዋነኛ መሬት ከሚባለው በተለይ በመካከለኛው የሀገሪቱ ክፍል የሚገኘውና ዛሬም ድረስ የውዝግብ ምንጭ የሆነው አዲስ አበባን ጨምሮ ያለዉ መሬት በዚህ ሁኔታ የተያዘ መሆኑ ይነገራል። ምንም እንኳ የ1966ቱ ለውጥ ይሄን ጥያቄ ለመመለስ ከፍተኛ ጥረት ያደረገ ቢሆንም ከከተማና ኢንቨስትመንት መስፋፋት ጋር ተያይዞ አሁንም የመሬት ጥያቄ አለ።

እስከ ዛሬም ድረስ የኢትዮጵያ ገበሬ ባለቤትነቱ ባልተረጋገጠለት መሬት ላይ በፀሎት ዝናብ ለምኖ፣ በዜማና በእንጉርጉሮ በሬውን አባብሎ የዕለት ጉርሱን ማምረቱን ቀጥሏል። ተፈጥሮ ፊቷን ስታዞርበት ከሚያጋጥመው ድርቅና ረሃብ በላይ፣ በፖሊሲ፣ በሥርዓትና በሕግ ሥም መሬቱን መነጠቁ ከሁሉ ነገር በላይ ሲያስከፋውና ሲያንገበግበው የኖረ ጉዳይ እንደሆነ ግልጽ ነው። በተለይ በከተማና ኢንቨስትመንት መስፋፋት ስም መሬቱ ርግማኑ የሆነበት የቱለማ ገበሬ አንጀት የሚበላ ታሪክ አሳልፏል። የቱለማ ገበሬ ዛሬም ድረስ "ጭሮ ከማደር የዶሮ መብት" የተሻለ መብት የለውም። የሚፈናቀልበትን ቀን በንቃት እየተጠባበቀ የሚኖር ሕዝብ ነው።

በተለያየ ዘመን የተነሳውን የገበሬዎች አመጽ የቀለም ትምህርት የቀሰሙ የገበሬ ልጆች ተቀላቅለው ‹መሬት ለአራሹ› ብለው ንቅናቄ ያካሄዱበት ዘመን በኢትዮጵያ ታሪክ ጉልህ ድርሻ ይዞ ይገኛል። መሬት በኢትዮጵያ ታሪክ ውስጥ

ትልቅ ስፍራ አለው። የመሬት ይዞታና ባለቤትነት ጉዳይ በተለይ ከአምስቱ ዓመት የፋሽስት ጣሊያን ጦርነት ማብቃት ጀምሮ አወዛጋቢ ጉዳይ ሆነ። ይሄም በዋናነት መንግሥት በስፋት ከያዘው መሬት እየቆረሰ ለአገልጋዮቹ በመስጠቱ የግል ይዞታ ስለተስፋፋ ነው። ይሄ ደግሞ ለጭሰኝነት መስፋፋት ምክንያት ሆነ።

በዚህ መንገድ ገበሬው በአንድ በኩል በመንግሥትና በወኪሎቹ ሲገፋ፣ በሌላ በኩል ደግሞ ለድርቅና አንበጣ መንጋ ለመሳሰሉ የተፈጥሮ ቅስፈቶች ተጋልጦ በቀላሉ ለረሀብ ተዳረገ። እንግዲህ ይሄንና ሌሎች የተለያዩ ኹነቶችን ተከትሎ ነው "የመሬት ለአራሹ" ጥያቄ የተቀጣጠለውና የፊውዳሉን ስርዓት የገረሰሰው። ደርግም ይህን ጥያቄ በታኅሳስ 1967 ዓ/ም በአዋጅ መፍትሄ ሰጠው። መሬትን ከግል እና መንግሥታዊ ካልሆነ ባለቤት ነጥቆ ወደ መንግሥትና ሕዝብ ንብረትነት አመጣው። ይህ ተግባር ብዙዎችን ያስደሰተ፣ በኢትዮጵያ የገበሬውንና የመሬት ታሪክ ወሳኝ ምዕራፍ የከፈተ ነበር። የአዋጁ ዓላማ ፍትህን ለገበሬው መስጠት ነበር። ሆኖም አዋጁ ሙሉ ለሙሉ የማውረስ መብትን ካለመፍቀዱ በተጓዳኝ ወደ ተግባር ዘግይቶ መግባቱ፣ የገበሬ ማኅበራት ተቋቁሞ ገበሬዎች በጋራ በሰፊ መሬት ላይ እንዲያርሱ ያደርግ የነበረው አሠራር ከሕዝብ ብዛት ጋር ሳይመጣጠን ቀርቶ ገበሬውን አለማስደሰቱ፣ ኪራይ መከልከሉ፣ በድምሩም ጉዳዩ ግብርና መር መሆኑ ቀርቶ ፖለቲካ መር መሆኑ፣ ገበሬውን ሌላ ለውጥ ፈላጊ እንዲሆን እንዳስገደደው ይነገራል።

ጠቅለል ተደርጎ ሲታይ አዋጁ ብዙ መሬት ካላቸው ግለሰቦች ላይ መንጠቁን እንጂ ለገበሬዎች መስጠቱ ላይ በሚገባ አልሠራም፣ ለገበሬውም የተረጋገጠ የመሬት ይዞታ ዋስትና አልሰጠም የሚል ሙግትም ይነሳበታል። የመሬት ለአራሹ አዋጅ ጊዜ ተወስዶበትና ዙሪያ ገባው ታይቶ አልተሠራም የሚሉም አሉ። ይልቁንም የተማሪዎች ንቅናቄ ግፊት ቀላል ስላልነበረ አዋጁ የወጣው በጥድፊያ ነው ይላሉ። የኢትዮጵያን ከሰማንያ በመቶ በላይ ሕዝብ እና ከሰላሳ አራት በመቶ በላይ ዓመታዊ አጠቃላይ ሀገራዊ ምርት የያዘው ግብርና ሣያ በመቶ በሚሆን የሚታረስ መሬት ላይ ብቻ መንጠልጠሉ ዛሬም አሳዛኝ ጉዳይ

ነው። ይህም የሆነው አነስተኛ የእርሻ ልማት ሥራ በኢትዮጵያ ማዕከላዊ እና ደቡብ ክፍል ላይ ብቻ የተገደበ በመሆኑ ነው። እነዚህም ቦታዎች ከፍተኛ የዝናብ መጠን እንደሚያገኙና ለእርሻ ምቹ እንዲሆኑ እንዳደረጋቸው ልብ ይሏል።

የእርሻ መሬት በኢትዮጵያ በየጊዜው እያነሰ መሄዱ አልቀረም። ኢትዮጵያ እስከ አሁን ሊታረስ ከሚችለው መሬቷ ሃያ በመቶውን ብቻ ትጠቀማለች። የቀረው በቆላማው አካባቢ አርብቶአደሩ የሚጠቀምበት መሬት ነው። የሕዝብ ቁጥር እየጨመረ ባለበት ሁኔታ በቆላማ አካባቢ ያለውን መሬት መጠቀም፣ ለም የሆኑ መሬቶች ለኢንዱስትሪ ማቋቋሚያዎችና ለከተሞች አገልግሎት አለማዋሉ ይመረጣል። መሬትን በግልጽ የመሬት አጠቃቀም ፖሊሲ ትርፋማ ሊሆን በሚችልበት መስከ ላይ መጠቀም ወሳኝ ይሆናል። የመሬት ጉዳይ በኢትዮጵያ አሁን ላይ የሕይወት ጉዳይ የሆነ ይመስላል። ወደ መቶ አስራ ሁለት ሚሊዮን ሄክታር ስፋት ያለው መሬት ላይ የምትገኘው ኢትዮጵያ፣ ከግማሽ በላይ መሬቷ ለእርሻ ተስማሚ ነው። በደጋማ አካባቢ ያለው መሬት ያለእረፍት የታረሰና አፈሩም እንዲያገግም እንክብካቤ ያልተደረገለት በመሆኑ በቂ ምርት ሊያስገኝ አይችልም። የመሬት ጉዳይ በጣም ውስብስብና በቀላሉ የማይፈታ ችግር በመሆኑ የምግብ ዋስትናን ለማረጋገጥ የግብርና ኢንቨስትመንትን ወደ ቆላማ አካባቢ እንዲወርድ ማድረጉ ጥሩ መፍትሄ ነው። ከዚያ በተጨማሪ በዓመት አንዴ ዝናብ እየለመኑ ከማረስ በተሻሻለ የመስኖ ዘዴ በዓመት ሁለትና ከዚያ በላይ ወደ ማምረት መሄዱ አዋጭ የፖሊሲ አቅጣጫ ነው። አርሶአደሩ በተወሰነ መልኩም ቢሆን መሬቱን እንዲይዝ እና እንዲንከባከብ ዋስትና መስጠት ግን ወሳኝ ነው። ኢትዮጵያ ግልጽ፣ ተለዋዋጭ፣ በሕግ የሚያግባባና አርሶአደሩን የሚደግፍ የመሬት ፖሊሲ ያስፈልጋታል። ከዚህ አንጻርም መሬት በፖለቲካዊ መንገድ መመራት አለበት፤ በፖለቲከኞች ግን መመራት የለበትም።

የመሬት ጥያቄ የንጉሣዊውን ሥርዓት ለውድቀት ያበቃና ደርግን ወደ ስልጣን ያመጣ ትልቅና ወሳኝ ጥያቄ ነው። የአዲስ አበባን ማስተር ፕላን መነሻ አድርጎ ተዳፍኖ የነበረውን የፖለቲካ እሳት በማስነሳት ኢሕአዴግን አስወግዶ

ብልጽግናን የፈጠረ ጥያቄም ነው የመሬት ጥያቄ። የመሬት ጥያቄ እስከዛሬም በኢትዮጵያ በቂ መልስ ያላገኘ መሠረታዊ ጥያቄ መሆኑ ግልጽ ነው። ደርግ የወታደር ስብስብ መሆኑ የማይደፈረውን የፊውዳል ሥርዓት በመገርሰስ መሬት ለአራሹ አዋጅን ለማወጅ እንዳስቻለው የደርጉ ም/ፕሬዝዳንት የነበሩት ኮሎኔል ፍሰሃ ደስታ ገልጸው ነበር። ሁለት ጊዜ ፈርተን ነበር ይላሉ ኮሎኔል ፍሰሃ፤ ንጉሱን ከስልጣን ስንጥልና መሬት ለአራሹን ስናውጅ። አዋጁ በጣም ጥሩ የነበረ ቢሆንም በቀጣይነት ግን ገበሬውን በሚጠቅም መልኩ አልተተገበረም። “ደርግ ለመሬት ፖሊስ አደረገ እንጂ ፖሊሲ አላደረገም” የሚሉ አሉ።

የብሔር ጥያቄ

ከመሬት ለአራሹ ጋር በተመሳሳይ ወቅት ተነስቶ የነበረው ሌላኛው ትልቁ የኢትዮጵያ ሕዝብ ጥያቄ የብሔር ጥያቄ ነው። ይህ ጥያቄ የብሔር ዕውቅና፤ የብሔረሰብ ውክልናና ፍትሃዊ የሀብት ተጠቃሚነትን የያዘና በተማሪዎች እንቅስቃሴ ውስጥ ጉልህ ሚና የነበረው ስሜት ቀስቃሽ ጥያቄ ነበር። በዋለልኝ መኮንን የብሔረሰብ ጥያቄ (The Question of Nationalities) የተጀመረው የብሔር ጥያቄ እስከዛሬም ድረስ የኢትዮጵያ ሌላ ራስ ምታት ሆኖ መቀጠሉ አይካድም። ምክንያቱ ደግሞ ጥያቄው ከባድ ሆኖ ወይም መልሱ አስቸጋሪ ሆኖ ሳይሆን ስለጥያቄው የተያዘው ግንዛቤ የተዛባ ከመሆኑ ጋር የተያያዘ ይመስለኛል። ይህ በዓለም-አቀፍ ደረጃም ከብሔርተኝነት ጋር ተያይዞ ከሚነሳው ውዝግብ ጋር ቀጥተኛ ግንኙነት አለው። በኢትዮጵያ ዛሬም ድረስ “የብሔር ጥያቄ” የብሔር ድርጅቶችን ጨምሮ የሚያስደነግጥ ጥያቄ ነው።

በኢትዮጵያ የብሔር ጥያቄ ዋነኛው መንስኤ የኢትዮጵያ ሀገረ-መንግስት ግንባታ የተከተለው መንገድ ነው። ሂደቱ በማንነትና በሀብት አጠቃቀም በርካታ ጫናዎችን የፈጠረና ቁስሎችን ትቶ ያለፈ ስለመሆኑ ታሪክ ምስክር ነው። እነዚህ ጫናዎችና ያስከተሏቸው ቁስሎች ደግሞ ዕውቅና አለማግኘታቸውና አለመታከማቸው በኢትዮጵያ ሀገር ግንባታ ሂደት ላይ ጥላ

አጥልቷል። ከዚያም ባለፈ ኢትዮጵያ ሁሉንም ብሔሮቿን እኩል ባለማቀፏና ባለመምሰሏ በሀገሪቱ የፖለቲካ፣ የኢኮኖሚና የማኅበራዊ መዋቅሮች ውስጥ ተመጣጣኝ የብሔረሰብ ውክልና ሳይረጋገጥ ቀርቷል። ይህ ደግሞ ሀገሪቱን ለሌሎች በርካታና ውስብስብ ችግሮች ዳርጓል።

በ1969 ዓ/ም በዋለልኝ መኮንን አጭር ጽሑፍ መደበኛ በሆነ መልኩ ለብዙኃኑ የቀረበው ጥያቄ ተበድያለሁ የሚለው ቡድን ጥያቄ ብቻም እንዳልሆነ ግልጽ አደረገች። የብሔር ጥያቄ ከዚያም በፊት በተማሪዎችና በሌሎችም የማኅበረሰብ ክፍሎች በተደበቀ መልኩ የሚቀነቀን ቢሆንም ለመጀመሪያ ጊዜ በአደባባይ በጥሩ አገላለጽ ማቅረቡ፤ ዋለልኝ ራሱ የጥያቄው ባለቤት ከሆነው የደቡቡ ክፍል አለመምጣቱ እና የሰነቀው እኩልነት የሰፈነበት የኅብረ-ብሔራዊ ሀገር ራዕይ ጥያቄውን አስደማሚ አድርጎት እንደነበር ይታመናል። ጽሑፉ የተማሪዎችን ብቻ ሳይሆን የኃይለሥላሴን መንግሥትና የሕዝቡንም ቀልብ መሳብ የቻለ እንደነበርም ይነገራል። ይህ የሆነበት ዋነኛ ምክንያትም ምናልባት የሀገሪቱን ማንነት ማለትም «ኢትዮጵያዊነት» በቀጥታም ሆነ በተዘዋዋሪ መንገድ «በብሔር ጥያቄ» ሥም ጥርጣሬና ጥያቄ ውስጥ በማስገባቱ ነው የሚሉ አሉ። ጥያቄው ከሰው ልጅ ተፈጥሮ ጋር የተገናኘ በመሆኑ ነው ማነቃነቅ የቻለው የሚሉም በርካቶች ናቸው። ለጥያቄው ዋለልኝ በድፍረት መልስ ለመስጠት መሞከሩም ራሱ በተማሪዎች ትግል ሂደት ውስጥ ልዩና ታሪካዊ ያደረገው። በዚህም ምክንያት የኃይለ ሥላሴን መንግሥትም ሆነ የኢትዮጵያን ሕዝቡ ቀልብ የገዛ ጥያቄ መሆን ችሏል።

አንዳንድ ጸሐፊዎች ደግሞ የብሔር ጥያቄ መሠረቱ የኢኮኖሚ ኢ-ፍትሃዊነት እንደነበር ይጠቅሳሉ። በወቅቱ የነበረው የፊውዳል ሥርዓትና የመሬት ስሪቱ የሰሜኑን ሕዝብ ለመሬት የቀረበ ሲያደርገው በደቡብ የጭሰኛ እና የባላባቱ ግንኙነት የሻከረ በመሆኑ የኢኮኖሚ ጫናው እንዳስከተለ ይነገራል። በኋላ ግን ችግሮች ሥር እየሰደዱ ሄደው የኢኮኖሚ ጥያቄዎች ወደ ፖለቲካ አጀንዳነት እየተቀየሩ መምጣታቸው ይገለጻል። ዋለልኝም ቢሆን የብሔር ጥያቄ ከኢኮኖሚና ከመደብ በተለየ መንገድ ማየት እንደማይቻል ያስቀምጣል።

ከዋለልኝ ጋር በትምህርት ቆይታ እንዲሁም በሥራ አጋጣሚ በቅርብ እንደሚተዋወቁ የሚያስታውሱት መምህር ገብረኪዳን ደስታ በዋለልኝ የወጣው ጥያቄ የኅብረተሰብ ጥያቄ ነው ይላሉ። ዋለልኝ የማኅበረሰብ ነጸብራቅ ነበር ይላሉ። በ“ኢትዮጵያዊ ማነው?” ግጥሙ የሚታወቀው ኢብሳ ጉተማ ከብሔረሰብ ጥያቄው ጀርባ ያለ ትልቁ ምስል መሆኑን የሚመሰክሩ ዛሬም ድረስ አሉ። የአቦ ኢብሳ ግጥም በዋናነት ዋለልኝ ኢትዮጵያዊነትን ጥያቄ ውስጥ እንዲያስገባ አድርጎታልም ይላሉ። ጥያቄው እስከዛሬም አለ። ግጭት እንዳይፈጠር በመስጋት ባይነሳ ይሻል ነበር የሚሉም አሉ። ዋለልኝ ኢትዮጵያ ውስጥ ዴሞክራሲያዊ ሥርዓትን ለመመሥረት ከሚታገሉ ኃይሎች ይልቅ የመገንጠል ሐሳብ ላላቸው የብሔር ነጻ አውጪ ኃይሎች ንድፈ ሐሳባዊ ድጋፍ የሚሰጥ ጽሑፍ አቅርቧል በማለት የሚወቅሱትም አሉ።

በወቅቱ የብሔር ማንነትን በቋንቋም ሆነ በሌላ መንገድ መግለጽ እንደ ጎሰኛና ጠባብ አስተሳሰብ ይታይ ስለነበረ የዋለልኝ ጽሑፍ እዚህ ዓይነቱ ነባር አስተሳሰብ ላይ የተጣለ ፈንጂ ነበር የሚሉም አሉ። የሆነው ሆኖ መሬት ለአራሹና የብሔር ጥያቄን ያነገበው የተማሪዎች አመጽ በርትቶ የዘውዳዊውን ሥርዓት በመገርሰስ ደርግን ወደ ሥልጣን አመጣ። ደርግም በተመሳሳይ ወቅትና ሁኔታ ለተነሳው የመሬት ለአራሹ ጥያቄ አንጻራዊ መልስ የሰጠ ቢሆንም የብሔር ጥያቄን ግን ጆሮ ዳባ ብሎ አለፈው። ከዚያም አልፎ በአዋጅ አገደው። ይህ የደርግ ተግባርም ለብዙ የብሔር ድርጅቶች መፈጠር መንስዔ እንደሆነ ብዙዎች ይስማማሉ። የጥያቄው መነሳት በአንድ በኩል ለግጭቶች መበራከት ሰበብ እንደሆነ የሚናገሩ አሉ። ሌሎች ደግሞ በግድ ታፍኖ ነው እንጂ ሕዝቡ የብሔር ጥያቄ ነበረው ይላሉ። ኢትዮጵያ ውስጥ የሚንፀባረቁ የብሔርተኝነት ዓይነቶችም በዚህ አረዳድ የተቃኙ ይመስላሉ።

በ1960ዎቹ መጨረሻ በንጉሡ ዙፋን የተተካው ወታደራዊ አስተዳደር ደርግ የማይደፈር የሚመስለውን የመሬት ለአራሹ ጥያቄን በደፈረበት መንገድ መዘጋት የሌለበትን የብሔር ጥያቄንም ደፍሮ ዘጋ። በዚህም ምክንያት ደርግን በመቃወም ይደረግ የነበረው የትግል አውድ መሠረቱ ብሔር ሆነ፤ ጥቂት

የማይባሉ የብሔር ነጻ አውጭ ግንባሮችም ተወለዱ። የብሔር ትግል በአዋጅ መታገዱ የብሔር ትግልን በይፋ ከፈተው። በንጉሡ ዘመን የተነሳው ጥያቄ ሲወርድ ሲዋረድ ወደ ደርግ ደርሶ ምላሽ ባለማግኘቱ ወደ ጫካ አመራ። ጫካ የነበረው ጀብሃ ወደ ሻዕቢያነት ተሸጋግሮ ደርግን ለመታገል ቆረጠ። ሕዝባዊ ወያኔ ሓርነት ትግራይ (ሕወሓት) ደደቢት በወረዱ ተማሪዎች ተመስርቶ ትግሉን ተቀላቀለ። የኦሮሞ ነጻነት ግንባር (ኦነግ) ተጨምሮበት ነገሩ ሁሉ ተካረረ። የኤርትራ፤ የትግራይ፤ የኦሮሞ፤ የሲዳማና የሌሎችም የኢትዮጵያ ብሔሮች ብሔርተኝነት ተባብሮ ደርግን ለመገርሰስ ትግል ተደረገ። በዚህ መንገድ ይፋዊ የብሔርተኝነት እንቅስቃሴ በኢትዮጵያ ተጀመረ ማለት ይቻላል። ከዚህ ቀጥሎ "የኢትዮጵያ ብሔርተኝነት" እና "የኢትዮጵያ ብሔሮች ብሔርተኝነት"ን ዘርዘር አድርገን እንመልከተው።

የኢትዮጵያ ብሔርተኝነት

ቅርጽና ይዘቱ ግልጽ ባይሆንም የኢትዮጵያ ብሔርተኝነት በሀገሪቱ ውስጥ ከሚቀነቀኑ ብሔርተኝነቶች አንዱ ነው። በቁጥርም ሆነ በሀሳብ ጥንካሬ እየቀነሱ ቢሆንም የኢትዮጵያን ብሔርተኝነት የሚያቀነቅኑ ኃይሎች የአስተሳሰብ ከፍታና ልዕልና አድርገው ይወስዱታሉ። በዚያው ልክ ደግሞ ይዘቱ፣ ቅርፁና አስተሳሰቡ ግልጽ አይደለም ተብሎ ይከሰሳል። ከዚህም ጋር በተገናኘ የኢትዮጵያ ብሔርተኝነት ቢያንስ በሦስት የተላያዩ መንገዶች ይገለጻል።

በመጀመሪያ ደረጃ የኢትዮጵያ ብሔርተኝነት ከተጨናገፈው የብሔረ-መንግስት ግንባታ ጋር አያይዞ የሚያቀርቡ አሉ። በዚህ አተያይ ከላይ እንዳነሳነው ኢትዮጵያ ብሔር (Nation) ስትሆን የኢትዮጵያ መንግስት ደግሞ ብሔረ-መንግስት (Nation State) ነው። ስለዚህ የኢትዮጵያ ብሔርተኝነት የብሔር ብሔርተኝነት ሆኖ ሌሎች ሀገሪቱ ውስጥ የሚንጸባረቁ ብሔርተኝነቶች ሁሉ ንዑስ ብሔርተኝነቶች (subnationalism) ይሆናሉ ማለት ነው። ከዚህ አንጻር የኢትዮጵያ ዋነኛው ችግር ተጀምሮ የተጨናገፈው የብሔረ-መንግሥት ግንባታ እና እንደ ሕዝብ ባህሎችንና ቋንቋዎችን ወደ

አንድ አቅልጦ ከብሔር ደረጃ አለመድረሳችን ነው ይላሉ። ይሄ የብሔሮችን ባህልና ቋንቋ ጨፍልቆ ወደ አንድ ብሔር የማምጣቱ እና ለብዝሃነት ዕውቅና የመንፈግ ሂደት የተጨናገፈው ደግሞ ሂደቱ ራሱ ጨፍላቂ፣ ጠቅላይና አግላይ ስለነበረ ነው በማለት የሚተቹ አሉ። ሂደቱ መሬትና ግዛት የሚጠቀልል፤ ሕዝቦችን ወደ ጭሰኝነትና ገባርነት የሚቀይር፤ የሕዝቦችን ባህልና ቋንቋ ደግሞ በማግለል (othering) ለመዋጥ የሚሄድ የማመሳሰል (assimilation) ሂደት ስለሆነ ነው ይላሉ። ይህ ሀገር ለማቅናትና ኃይማኖት ለማስፋፋት የተሞከረ ሂደት ላይመለስ ከሽፏል። ስለዚህ ከዚህ ሂደት ጋር ራሱን የሚያቆራኘው የኢትዮጵያ ብሔርተኝነት በሕዝቡ ዘንዳ የሚነቀፍ ሆኗል።

ሁለተኛውና በብዙዎች ዘንዳ እንደ ጤነኛው አገላለጽ የሚወሰደው የኢትዮጵያን ብሔርተኝነት ደግሞ ብሔር አልባ የሀገራዊ ወይም መንግስታዊ ብሔርተኝነት አገላለጽ ነው። ይሄ አገላለጽ ኢትዮጵያ አንድ ወጥ ብሔራዊ ማንነት የሌላት የብሔር ብሔረሰቦች ሀገር መሆኗን የሚቀበል ሆኖ ሀገሪቱ ውስጥ ሁለት ዋና ዋና ማንነቶች እንዳሉም ይስማማል። እነዚህንም የኢትዮጵያ ዜግነትና የብሔር ማንነት ወይም ብሔረሰብነት ናቸው። የኢትዮጵያ ብሔርተኝነት የዜግነት ማንነት ላይ የሚመሠረት የብሔር ማንነት አልባ ሀገራዊ ወይም መንግስታዊ ብሔርተኝነት ነው ብሎ ያምናል። የኅብረ-ብሔራዊ ብሔርተኝነት ቀለም ለመጀመሪያ ጊዜ በኢትዮጵያ ውስጥ የተሞከረው በሀይሌ ፊዳ በሚመራው መኢሶን እንደነበር የታሪክ መረጃዎች ይጠቁማሉ። ይሄ አመለካከት ከዚህም አለፍ ብሎ የኢትዮጵያ ብሔሮች በብሔራዊ ማንነታቸው ላይ የሚመሠረት ብሔርተኝነት ሊኖራቸው እንደሚችልም ታሳቢ ያደርጋል። በዚህ አረዳድ የብሔር ማንነት ላይ የሚመሰረቱ ብሔርተኝነቶች ለብሔር እኩልነትና ፍትሃዊ ውክልና የሚታገሉ ሆነው ይታያሉ።

ሦስተኛና አወዛጋቢው አገላለጽ ደግሞ የኢትዮጵያን ብሔርተኝነት ከአማራ ብሔርተኝነት ጋር የሚያስተሳስር ነው። ሁለቱም ለበላይነት የሚታገሉ ሆኖ የኢትዮጵያ ብሔርተኝነት ራሱን ጨዋና አስመሳይ አድርጎ ሲያቀርብ የአማራ ብሔርተኝነት ግን ደፋርና ባለመብት ሆኖ ይቀርባል ይላሉ።

ለምሳሌም የኢትዮጵያ ብሔርተኞች በኢትዮጵያዊነት መደራጀት ከፍ ያለ ደረጃ፣ ስብዕናና ልዕልና ነው ሲሉ የአማራ ብሔርተኞች ግን በግልጽ የአማራ ልዕልና ለኢትዮጵያ ህልውና በሚል መርህ ለበላይነት ይታገላሉ። የኢትዮጵያ ብሔርተኝነት ጨዋ መሳይ (pretentious) የአማራ ብሔርተኝነት ነው በማለት የሚከራከሩም በርካቶች ናቸው። መጀመሪያ ከብሔራዊ ማንነት ጋር ሳይሆን ከነገሥታት ጋር ራሱን ያቆራኘው የኢትዮጵያ ብሔርተኝነት በኋላ ወደ አማራ ብሔርተኝነት የነብስና የክብር አድን የቁልቁለት ጉዞ ለማድረግ እንደተገደደ የአማራ ብሔርተኞችም ጭምር ይገልፃሉ። በአማራና በኢትዮጵያ ብሔርተኝነት መካከል ያለው ልዩነት የቅርጽ ወይም የአደረጃጀት እንጂ የይዘት አይደለም በማለት ይተቻሉ።

ከዚህ በተቃራኒ የሀገረ-መንግስት ግንባታ ሂደቱ የተከተለው መንገድ ምላሽ ተደርገው የሚታዩ ብሔርተኝነቶች አሉ። የሀገረ-መንግስት ግንባታ ሂደቱ ሀብትን የመንጠቅና ሕዝቡን ወደ ጭሰኛና ገባር የመለወጥ እንዲሁም የብሔሮችን ማንነት (ባህል፤ ቋንቋ፤ ታሪክ) ለመጨፍለቅ የተደረገው ሙከራ ስለሆነ በብሔሮች ዘንዳ የተለየ ስሜት፤ አመለካከትና እንቅስቃሴ እንዲፈጠር አድርጓል። በዚህ አስተሳሰብ ላይ የቆመው የኢትዮጵያ ብሔሮች ብሔርተኝነት ደግሞ በሂደት የኢትዮጵያ ብሔርተኝነት ጭንብሉን እንዲያወልቅ አድርጓል የሚል ሀሳብ የሚሰነዝሩም አሉ። ከዚህ ቀጥለን እንደማሳያ ኢትዮጵያ ውስጥ የተሳካ እንቅስቃሴ ካደረጉ የብሔርተኝነት እንቅስቃሴዎች የተወሰኑትን በወፍ በረር እንዳስሳለን።

የኤርትራ ብሔርተኝነት

የኢትዮጵያና የኤርትራ ግንኙነት በውስጣዊና ውጫዊ ጫናዎች ምክንያት ከጊዜ ወደ ጊዜ እየተለዋወጠ የመጣ ቢሆንም ሁለቱ ሀገራት የረጅም ጊዜ የግንኙነት ታሪክ ያላቸው መሆኑ ይታወቃል። ኤርትራ የአክሱም ሥርወ-መንግሥት አካል መሆኗም በጉልህ ቀለም የተጻፈ ታሪክ ነው። በኋላ ግን የቀይ ባህር ጠረፍ ላይ ያለው ጫና እየጨመረ ሲመጣ ኤርትራ በተለያየ ኃይላት ስር መውደቋ አልቀረም። በተለያየ ጊዜ በኦቶማን ኢምፓየር፣ በግብፅ፣ በጣሊያን

እና በእንግሊዞች ቁጥጥር ስር ወድቃለች። የኤርትራ በነዚህ ሀገራት ቁጥጥር ስር መውደቅና መቆየት ደግሞ ከኢትዮጵያ ጋር ያላትን ግንኙነት እያወሳሰበ በሂደት ነጻ ሀገር እንድትሆንም በር ከፍቷል።

ጣሊያን ለአውሮፓ የአፍሪካ ቅርምት እየተዘጋጀች በነበረበት ወቅት ጁሴፔ ሳፔቶ ለተባለ ሰው ቀይ ባህር ዳርቻ ወደብ የመግዛት አደራ ሰጠች። ሳፔቶም እ.ኤ.አ በ1869 የአሰብ ወደብን ሩባቲኖ ለተባለ የጣሊያን የመርከብ ኩባንያ ከአካባቢው ሱልጣን ገዛ። ይሄ ኩባንያ ወደቡን ለመጫኛና ማውረጃነት ሲጠቀምበት ቆይቶ በ1882 ለጣሊያን መንግስት አስተላልፎ ሰጠ። ይሄን ተከትለው ጣሊያኖች ኤርትራን በቅኝ ግዛት ለመያዝ አመቻቹ። ይሁን እንጂ ዐፄ ዮሐንስ ጣሊያኖችን ለመከላከል ብርቱ ጥረት አድርገው እንደነበር ይነገራል። በዚህ ጊዜ ጣሊያኖች ከዐፄ ሚኒሊክ ጋር ደብዳቤዎችን በመጻጻፍ ስምምነቶችን ለማድረግ ይሞክሩ እንደነበርም መረጃዎች ይጠቁማሉ። በ1889 የዐፄ ዮሐንስን እልፈተ ሕይወት ጠብቀው ጣሊያኖች ወደ መሀል ኢትዮጵያ መግፋት ጀመሩ። በኋላ ዐፄ ሚኒሊክ በውጫሌ ስምምነት አንቀጽ ሦስት ኤርትራን ለጣሊያን አሳልፈው ሰጡ። በኋላ ጣሊያን ከምስራቅ አፍሪካ ተባራ ኤርትራ ነጻ ከወጣች በኋላ በ1952 የብዙሃኑን ኤርትራውያን ድጋፍ ባገኘው ውሳኔ በኮንፌዴሬሽን ከኢትዮጵያ ጋር ተቀላቀለች።

ይሁን እንጂ ይሄ ውሳኔ ወደ ተግባር ሲገባ ብዙ ኤርትራውያንን ግራ አጋብቶ እንደነበር ይነገራል። ጉዳዩ ልክ እንደ ውጫሌ ስምምነት የተለያየ ትርጉም ማስተናገዱ አልቀረም። ኤርትራውያን ነጻ ሀገር ሆነው ከኢትዮጵያ ጋር የተሳሰሩ መሰላቸው። በኢትዮጵያ መንግስት በኩል ደግሞ ኤርትራ እንደ ነጻ ሀገር ሳይሆን እንደ አንድ ራስ ገዝ ክፍለ ሀገር ተቆጠረች። በወቅቱ የኤርትራ መንግሥት ተብሎ የተሰየመው በውስጥ ጉዳዮች ላይ በነጻነት የመወሰን መብት ቢሰጠውም በውጪ ጉዳይ፣ በመከላከያ፣ በፋይናንስ፣ በወደቦችና በመገናኛ ዘርፎች የመወሰን ስልጣን አልነበረውም። በፌዴሬሽኑ ሕገ-መንግሥት እነዚህን ጉዳዮች የፌዴራል መንግስት ሆኖ እንዲሰራ ስልጣን ለተሰጠው የዐፄ ኃይለ ሥላሴ መንግስት ይሰጣል።

ስምምነቱ ኤርትራውያን እንደ ኢትዮጵያዊ ዜጋ እንደሚቆጠሩ ይደነግጋል። በዚህም የተነሳ አንዳንድ ኤርትራውያን ከፌዴሬሽኑ ምስረታ በኋላ "እንግሊዝና አሜሪካ ለኃይለ ሥላሴ መንግሥት ሸጡን" የሚል ተቃውሞ ማሰማት ጀምሩ። ፌዴሬሽኑ ለሦስት ዓመታት ያህል በነጻነት ከቆየ በኋላ የመጀመሪያው የኤርትራ ሥራ አስፈጻሚ ተድላ ባህሩ በ1955 ስልጣናቸውን ሲለቁ ኤርትራ የተቃውሞ መድረክ ሆነች። የዐፄ ኃይለ ሥላሴ የቅርብ ሰው የሆኑት አስፍሐ ወልደሚካኤል የኤርትራ ሥራ አስፈጻሚ ሆነው ሲመረጡ ደግሞ ተቃውሞው ወደ ከፍተኛ ደረጃ ተሸጋገረ። በ1956 የፖለቲካ ፓርቲዎችና ነጻ ፕሬስ ሲታገዱ ደግሞ አብዛኛው ኤርትራዊ የፌዴሬሽኑ መጥፊያ የተቃረበ መሆኑን መተንበይ ጀመረ። በ1958 የኤርትራ ሠራተኞች ኮንፌዴሬሽን የጠራው የሥራ ማቆም አድማ በኃይል ተበተነ፤ ሰዎችም ተገደሉ። በዚህም የተነሳ በርካታ ኤርትራውያን "ሓርነት" የሚል ድምጽ ማሰማት እንደጀመሩ መረጃዎች ያሳያሉ። በኋላ የፌዴሬሽኑ የሥራ ቋንቋዎች የሆኑት ትግርኛና ዓረብኛ ታግደው በአማርኛ ተተኩ። በ1959 የኤርትራ ሰንደቅ ዓላማ ታገደ። በ1962 ፌዴሬሽኑ ፈርሶ ኤርትራ የኢትዮጵያ ክፍለ ሀገር መሆኗ ታወጀ።

በዚህ ሂደት ኤርትራ የኢትዮጵያ ግዛት አካል ሆና በመጠቅለሏ ብዙ ኤርትራውያንን እንዳስቆጣ ይነገራል። ይሄንን ጉዳይ ለመግለጽ አብርሃም ቬጋስ የተባለ ጸሃፊ በእውነተኛ ታሪክ ላይ በተመሰረተው የድርሰት ሥራው የሚከተለውን ብሎ ነበር፡-

"እንግሊዞች ኤርትራን ሙሉ በሙሉ አሳልፈው ለኢትዮጵያ መስጠታቸው ሁለቱም ጎመን ይበላሉ በሚል ቀላል ሰበብ ፈረንሳይን ከእንግሊዝ ጋር እንደመቀላቀል ያህል ነበር ኤርትራውያንን ያስቆጣቸው።"

ይሄ ቁጣ ለኤርትራ ብሔርተኝነት ጽኑ መሠረት እንደሆነም ጸሃፊው ይናገራል። በግዛት ማጠቃለሉም ሂደት የዐፄ ኃይለ ሥላሴ መንግስት እና እንግሊዞች በኤርትራዉያን እንደ ዋና ጠላት እንደተቆጠሩ ይነገራል። በዚህ የተከፉ ኤርትራውያን በሀገሪቱ ውስጥ ብዙ ጊዜ የመነጠል ባህሪ ያሳዩ

እንደነበርና በዚህም የተነሳ በኢትዮጵያኖች ለመፈረጅ እንደበቁና ቀስ በቀስ የኤርትራዊነት ስሜት እያየለ እንዲሄድ እንዳደረገም ተጽፏል። ለዐፄ ኃይለ ሥላሴ ሥርዓት ያላቸው ጥላቻና ከኢትዮጵያኖች የሚመጣባቸው ፍረጃ ኤርትራውያንን ወደመረረ ትግል መራቸው። ለሰላሳ ዓመታት የኢትዮጵያ ሕዝብ ደም ሲያስገብር የነበረው ጦርነት የተለኮሰው ይህንን እርምጃ ተከትሎ ነበር። ያኔ የተፈጸመው ብዙዎችን አሳዝኗል፤ አስቆጭቷል። ኤርትራውያን በዚህ መንገድ የዐፄ ኃይለ ሥላሴ መንግስት ላይ አነጣጥረው በጀመሩት ትግል የደርግን መንግስት ገዝግዘው በመጣል የራሳቸውን ሉዓላዊ ሀገር ለመመስረት በቁ።

ጠቅለል ተደርጎ ሲታይ የኤርትራ ብሔርተኝነት በጉልበት የኢትዮጵያ ግዛት አካል መሆንን የመጥላት ብሔርተኝነት ነው። በባህሪው የልዩነት ወይም የመለየት አቀንቃኝ ብሔርተኝነት ከመሆኑ በፊትም "የኤርትራ ፌዴሬሽን መፍረስ የለበትም" የሚል ዓላማን በማንገብ የቢትወደድ አስፋሐ እና የዐጼ ኃይለ ሥላሴ መንግሥት ሹማምንት የፌዴሬሽኑን አሰራር በትክክል በሥራ ላይ እንዲያውሉ ይጠይቁ ነበር። ይሁንና ጥያቄው ተቀባይነት በማጣቱ "ኤርትራ ራሷን የቻለች ሉዓላዊት ሀገር" እንድትሆን ወደ መታገል ገቡ። የኤርትራን የነጻነት እንቅስቃሴ የመሩ ሦስት ድርጅቶች ናቸው። እነዚህም የፌዴሬሽኑን መፍረስ ለማስቆም የተቋቋመና ራሱን የኤርትራ ነጻነት ንቅናቄ (ሀርካ)፥ የኤርትራ ነጻነት ግንባር-ጀብሃና የኤርትራ ነጻነት ግንባር-የሕዝብ ግንባር ግብረ ኃይል (ሻዕቢያ) ናቸው።

መነሻው በዋናነት ፌዴሬሽኑ እንዳይፈርስ ከኢትዮጵያ መንግስት ጋር ለመደራደር እንደነበር የሚነገርለት ሀርካ ራሱን እየቀየረ ሄዶ ኤርትራን ነጻ ሀገር አደረጋት። የኢትዮጵያ መሪዎች ባሳዩት ግትርነትም ሀገራችን ዛሬ በእጅጉ የሚያስፈልጋትን የባህር በር ለማጣት ተገደደች። ዐፄ ሚኒሊክ በስምምነት ለጣሊያን አሳልፈው የሰጡትን ወደብ መለስ ዜናዊ በፊርማ ነጻነቷን ላወጀችው ኤርትራ ሰጡ። የኤርትራውያን እንቅስቃሴም ወደ ሌላ ያልታሰበ መንገድ ከመውሰድ አልፎ ለብዙ ሌሎች ብሔርተኝነቶች መሠረት

ጣለ፤ ብዙ የኢትዮጵያ ብሔር ብሔረሰቦች የብሔር ጥያቄ እንዲያነሱም መነሻ ሆነ። በኢትዮጵያና ኤርትራ መካከል ያለው ግንኙነት ዛሬም ጥንቃቄ የሚጠይቅ ትልቅ ሀገራዊ ጉዳይ ነው። የሁለቱ ሀገራት ዕጣ ፈንታ በእጅጉ የተሳሰረ ነው። በሰጥቶ መቀበል ሕግ ለጋራ ጥቅም አብሮ መሥራት የግድ ይላቸዋል። የኢትዮጵያ ሀገር ግንባታ ከኤርትራ በፀዳ መንገድ የሚጠናቀቅ ጉዳይ አይመስለኝም።

የትግራይ ብሔርተኝነት

የትግራይ ብሔርተኝነት በብዙ መልኩ ከኤርትራ ብሔርተኝነት ጋር የሚመሳሰል እንደሆነ ይጠቀሳል። አንዳንዶች የትግራይ ብሔርተኝነት የኤርትራ ብሔርተኝነት ተቀጽላ ነው እስከ ማለትም ይሄዳሉ። በርግጥ በቅኝ ግዛት ምክንያት ከሰፋው ልዩነት ውጭ በተጋሩና በኤርትራውያን መካከል የጎላ የባህልም ሆነ የቋንቋ ልዩነቶች አልነበሩም ይላሉ ጸሐፍት። የሁለቱም ብሔርተኝነቶች መነሻ "የዓግአዚ ብሔርተኝነት" ነው በማለት መምህር ገብረኪዳን ደስታም ይከራከራሉ። የዓግሃዚ ብሔር የዛሬውን ደጋማ ኤርትራ የሀማሴን አካባቢ ብሎም ትግራይን ጨምሮ የኢትዮጵያ የስልጣኔ ማዕከል የሚባለውን አካባቢ የሚያጠቃልል እንደሆነ መምህር ገብረኪዳን ይገልጻሉ።

ከሌሎች የኢትዮጵያ ክፍላተ ሀገራትና ክልሎች ጋር ሲነጻፀር የትግራይ ክልል ለረጅም ጊዜ አንድ ላይ የቆየ ግዛትና ማኅበረሰብ እንዳለው ይታወቃል። ከዚህም የተነሳ የቋንቋና የባህል አንድነቱ እንዲሁም የስነ-ልቦና ትስስሩ በጣም ጠንካራ ነው። በመሆኑም ምንም እንኳ ከሌሎች ብሔሮች ጋር ሲነጻፀር አነስተኛ የሕዝብ ቁጥር ቢኖራቸውም ራሳቸውን ጠንካራ የፖለቲካ ማኅበረሰብ አድርገው የማየትና የማቅረብ አዝማሚያ ይታይባቸዋል። የትግራይ ሕዝቦች በኢትዮጵያ ሀገረ-መንግስት ግንባታ ውስጥም ያላቸው ሚና ቀላል የሚባል አልነበረም። ከአክሱማውያን ስልጣኔ ጀምሮ በኋላም በዐፄ ዮሐንስ አማካኝነት ለኢትዮጵያ ሀገረ-መንግስት ግንባታ ትልቅ ድርሻ አበርክተዋል። በርግጥ እስከ 16ኛው ክፍለ ዘመን ድረስ የሰሜን ኢትዮጵያን ፖለቲካ የተቆጣጠሩት ትግሬዎችና አገዎች ነበሩ ማለት ይቻላል። ይህ ታሪካቸው ጠንካራ የብሔርተኝነት ስሜት

እንዲኖራቸው ዕድል የፈጠረላቸውም ይመስለኛል፡፡

ተጋሩ ከአክሱማውያን ጊዜ በኋላ ለረጅም ጊዜ አጥተውት የነበረውን ስልጣን በዐፄ ዮሐንስ ቢያገኙትም በዐፄ ሚኒሊክ ሴራ ከእጃችን ወጣ ብለው ስለሚያስቡ ሁሌም እንደሚያብከነክናቸው ይጠቀሳል፡፡ ከዚያ ውድቀት በኋላ የትግራይ ልሂቃን ወይ ኢትዮጵያን ሙሉ በሙሉ ተቆጣጥሮ ማስተዳደር ወይ ጥሎ መሄድ የሚል አቋም የያዙ ይመስላል፡፡ በዘመናዊው የኢትዮጵያ ሥነጽሑፍ ብዙም የማይጠቀሰው የትግራይ ብሔርተኝነት በዋናነት የትግራይን ሕዝብ ከኢትዮጵያ ሕዝብ ለመነገጠል እንቅስቃሴ አድርጓል ተብሎ ይከሰሳል፡፡

የትግራይ ብሔርተኝነት እንቅስቃሴ በዋናነት ከጣሊያን ወረራ በኋላ የኢትዮጵያን ኢምፓየር መልሶ የማቋቋም ጥረቶችን በመቃወም በራያ ገበሬዎች (ቀዳማይ ወያኔ) እንደተጀመረም ይነገራል፡፡ ይሄም የንጉሠ ነገሥቱ አገዛዝ የአማራ የበላይነት ለማረጋገጥ የሚሠራ ሥርዓት ነው ከሚል እምነት የመነጨ እንደሆነ ይታመናል፡፡ የንጉስ ነገስቱ አገዛዝ ከእንግሊዝ ኢምፖየር ባገኘው ድጋፍ አመጹን አኮላሸው፡፡ ይሁንና ይሄንኑ ሀሳብ የሚያቀነቅኑ ከትግራይ ክልል የተውጣጡ የአዲስ አበባ ዩኒቨርሲቲ ተማሪዎች ማኅበር መሰረቱ፡፡ በ1966ቱ ለውጥ ማግስት የማህበሩ አባላት የሽምቅ ውጊያ ለመጀመር ዳግማዊ ወያኔ የሚል ስም ይዘው ወደ ደደቢት በረሃ አመሩ፡፡ በኋላም ከኤርትራ ብሔርተኞች ጋር ተባብረው የደርግን ስርዓት በመጣል ወደ ስልጣን የመጡበት ሁኔታ በኢትዮጵያ ታሪክ ውስጥ ጉልህ ቦታ ያለው ነው፡፡ በዚህ መንገድ በሕወሓት የበላይነት ይመራ በነበረው የኢሕአዴግ ጥምር አገዛዝ ውስጥ ለሃያ ሰባት ዓመታት የኢትዮጵያን የፖለቲካ ስልጣን ተቆጣጥሮ የቆየ መሆኑ ይታወቃል፡፡

እ.ኤ.አ. በ1976 የሽብር ምርምር እና ትንተና ኮንሰርቲየም (TRAC) በወቅቱ የፈጸሟቸውን አስር ተጨባጭ ጭካኔ የተሞላባቸው ወንጀሎችን መሠረት በማድረግ ሕወሓትን በዓለም አቀፍ የሽብር ዳታ ቤዝ ውስጥ በአሸባሪነት መዝግቤያለሁ ብሎም ነበር፡፡ ሕወሓት ወደ ስልጣን የመጣው ከሻዕቢያ፣

ከግብጽና ከአሜሪካ ባገኘው ድጋፍ መሆኑም ይነገራል። ረሃብን ለፖለቲካ ዓላማ በመጠቀምና የእርዳታ እህል ሸጦ ለግዙፍ መሳሪያ ግዥ በማዋል እና በኋላም በርካታ የፖለቲካ ኃይሎችን በማደራጀት አዲስ አበባ ገብቶ ስልጣንን መቆጣጠር የቻለው ሕወሓት የትግራይን ብሔርተኝነት በማቀንቀን የሚስተካከለው የለም። 'የትግራይ ሕዝብ ማለት ሕወሓት፣ ሕወሓት ማለት የትግራይ ሕዝብ ማለት ነው' በማለትም በድፍረት የሚናገሩ ነበሩ። ከዚያም አልፎ "እንኳን ከናንተ ተፈጠርኩ፣ እንኳንም ከሌላ ብሔር ያልተወለድኩ፣ እንኳን ከትግራይ ሕዝብ ተወለድኩ" የሚሉ እርቃናቸውን የቆሙ የብሔርተኝነት አገላለፆችን መጠቀም የቻሉ የሀገር መሪዎች በኢትዮጵያ ታሪክ የመጡት እስከ አሁን ከትግራይ ብሔርተኝነት ብቻ ይመስለኛል።

በአጠቃላይ የትግራይ ብሔርተኝነት በባህሪው በከሸፈው የዐፄ ዮሐንስ የንጉሠ ነገሥትነት ጉዞና በተጨናገፈው የቀዳማዊ ወያኔ አመጽ የተቆጨ ብሔርተኝነት እንደሆነ ይነገራል። በዋናነት ከሕወሓት ትግል ጋር የተቆራኘው የትግራይ ብሔርተኝነት ከድርጅቱ ጋር የመዋዠቅ ባህሪም አሳይቷል። ወደ ስልጣን ለመምጣት አሥራ ስድስት ዓመታት የፈጀበት ሕወሓት ለሰላሳ ዓመታት ደግሞ የኢትዮጵያን ፖለቲካና ኢኮኖሚ በበላይነት ለመምራት ጭካኔን (የብረት ቡጢ ስልት) ተጠቅሟል። ሕወሓት በውጤታማ መሪው በመለስ ዜናዊ አማካይነት አምባገነንነትን በዓለም አቀፍ ደረጃ ተቀባይነት እንዲኖረው ለማድረግ የሞከረ ድርጅት ነው ተብሎም ይከሰሳል።

ሕወሓት ከጠንካራ መሪው ህልፈተ ሕይወት በኋላ ከፍተኛ መንገታገት ገጥሞት ሀገሪቱን ወደ ጦርነት መውሰድ ድረስ የሄደ ስህተት ውስጥም ገብቷል። ሌላኛው የትግራይ ብሔርተኝነት ባህሪ ተደርጎ ሊወሰድ የሚችል ነገር ቢኖር ጦርነት ነው። በቅርቡ በሕወሓትና በኢትዮጵያ መንግስት መካከል የተከሰተው ጦርነት ከመጀመሩ በፊት እንኳን "ጦርነት ባህላዊ ጨዋታችን ነው" የሚለው አባባል እንደዝማሬ ተደጋግሞ የሚነሳ ነበር። ይሄም ሕዝቡ ተደጋጋሚ ጦርነቶችን በመጋፈጡ የተፈጠረ ብሂል ሊሆን እንደሚችል ማንሳት ይቻላል። ዐፄ ዮሐንስ ተደጋጋሚ ጦርነቶችን አድርገው ከተሰው ጊዜ

ጀምሮ በዐፄ ሚኒሊክ ስር የዓድዋ ጦርነት፣ በዐፄ ኃይለ ሥላሴ ስር የጣሊያ ወረራን፣ በደርግ መንግስት ስር ከሕወሓትና ከሻዕቢያ ጋር፣ በኢሕአዴግ ስር ከኤርትራ ጋር አሁን ደግሞ በሕወሓትና በፌደራል መንግስት መካከል በተፈጠረው ጦርነት ስር ያለፈ ሕዝብ መሆኑ ይታወቃል። ትግራይ ጦርነት በተደጋጋሚ የተካሄደበት የሀገሪቱ ክልል ነው። ብሔርተኝነቱንም ግጭት ወዳጅ አድርጎታል የሚሉ አሉ።

ከኢትዮጵያ መንግስት ጋር ሦስት ጊዜ (1935፣ 1970-80ዎቹና 2013/14 ዓ/ም) ጦርነት የገጠመው የትግራይ ብሔርተኝነት የወደፊት ዕጣ ፈንታው ምን ይሆናል የሚሉ ጥያቄዎች ይነሱበታል። የቀይ ባህር ፖለቲካ ተጠቃሚ ናቸው የሚባሉቱ ህወሓቶች ከሌሎች የኢትዮጵያ ብሔር ብሔረሰቦች ጋር በሰላምና በእኩልነት መኖርን ይመርጡ ይሆን? የሚሉ ጥርጣሬ አዘል ጥያቄዎች ይነሳባቸዋል። ከዚያ ባለፈ ግን የትግራይ ብሔርተኝነት በምሥራቅ አፍሪካ ሁለት ዝሆኖች መካከል ሾልኮ በመውጣት ለስልጣን የበቃ የጎበዝ ብሔርተኞች ስብስብ መሆኑ የማይካድ ሃቅ ነው።

የዓፋር ብሔርተኝነት

ዓፋሮች በደናክል ስምጥ ሸለቆ ውስጥ ከሰፈሩ የኩሽ ነገዶች ቀደምት ሕዝብ እንደሆኑ ይታወቃል። “አላህ ዓፋርን ፈጥሮ እኛ ደግሞ ስም በመስጠት የዓፋር ጎሳዎችን ፈጠርን” የሚሉ ዓፋሮች ጎሳ መተዋወቂያ እንጂ መከፋፈያ እንዳልሆነ አጥብቀው ያምናሉ። ከቅኝ ገዢዎች መምጣት በኋላ ዓፋሮች መለያየት ዕጣ ፈንታቸው ሆኖ በሶስት ሀገራት ተከፍለው ቢኖሩም ለአንድነታቸው ግን ጠንካራ ቦታ አላቸው። ቅኝ ገዢዎች ለታሪካዊ ዳራ እና ለነዋሪዎች ፍላጎትና ሥነ ልቦና ዋጋ ሳይሰጡ ተመሳሳይ ባህልና ቋንቋ ያላቸውን ሕዝቦች በመለያየት ሀገራትን መፍጠራቸው በአፍሪካ የማይፋቅ ጠባሳ ጥሏል። ዓፋሮች የዚህ ታሪካዊ ጠባሳ ሰለባ ሆነው ያለፍላጎታቸው በሶስት ሀገራት ተከፋፍለው ቢኖሩም ክፍፍሉን አሜን ብለው የተቀበሉበት ጊዜ ግን የለም።

ከ1870ዎቹ ጀምሮ ከቱርኮች፤ ከግብጾች፤ ከፈረንሳዮች እና ከጣሊያኖች ጋር

ባደረጉት ተጋድሎ ድንበራቸውን ከውጪ ወራሪ ለመጠበቅ ብርቱ ሙከራ አድርገዋል። በሁለተኛ የጣሊያን ወረራ ጊዜም ለሀገራቸው ክብር ውድ ዋጋ ከፍለዋል። ጣሊያኖች ኤርትራን ይዘው ዳንካሊያን የኤርትራ አካል በማድረግ ዓፋሮችን ለመከፈል በሞከሩ ጊዜም ጊዳት መሀሞዳ የተባሉ የዓፋር ባላባት “ከያዝከኝ አንድ ላይ ከፈታኸኝም አንድ ላይ አድርገው እንጂ እኔ የዓፋርን መከፋፈል አልቀበልም” እንዳሉ በአፈታሪካቸው ይነገራል።

ዓፋሮች በብሔረሰባዊ አንድነታቸው (ዓፋሪዮ) በብርቱ ያምናሉ። ኢትዮጵያ ውስጥ በነበረው የአስተዳደር ስርዓት ዓፋሮች በተለያየ ግዛትና ክፍለ ሀገር ስር የነበሩ ቢሆንም ሲወርድ ሲዋረድ በመጣዉ “ዓፋር ማዳአ” በሚባል ባህላዊ ስርዓታቸው አማካኝነት ባህልና ማንነታቸውን ማስቀጠል ችለዋል። የመከፋፈል ስጋት ለመቅረፍ ሲባልም በአውሳ ሡልጣን አሊሚራህ የሚመራ ሸንጎ የዓፋር ሕዝብ በአንድ ጠቅላይ ግዛት ሥር እንዲዋቀር ለንጉሰ-ነገሥቱ ጥያቄ አቅርበው እንደነበር ይነገራል። ሆኖም ንጉሡ ነገሥቱ ለጥያቄው መልስ ሳይሰጡ ስለዘገዩ “የገዢዎች ዝምታ እምቢታ ነው” በማለት ወደ ሀገራቸው በተመለሱ ጊዜ ሡልጣን አሊሚራህ ሀንፍሬ ጥያቄውን አለመቀበል ለጊዜው ቀላል ቢመስልም ለወደፊት ግን ልጆቻችንንና ሀገራችንን በጣም የሚጎዳ ነው ብለው እንደነበር ይነሳል።

ከሁለተኛው የዓለም ጦርነት በኃላ ዓፋሮች ኤርትራ የኢትዮጵያ አካል እንድትሆንም ታግለዋል። ለምሳሌ ፊታውራሪ መሀሞዳ ያሲን የተባሉ መሪ በ1949 በኒውዮርክ የተባበሩት መንግስታት በኤርትራ ዕጣ ፈንታ ላይ ባዘጋጀው ኮንፈረንስ ላይ የቀይባህር ዓፋሮችን በመወከል ኤርትራ ከኢትዮጵያ ጋር በፌዴሬሽን እንድትዋቀር ድምጽ ሆነዋል። በኋላ የባላባቱን ስርዓት ለመገርሰስ በተደረገ እንቅስቃሴም ዓፋሮች ተሳትፎ ነበራቸው። በ1960ዎቹ አዲስ አበባ ዩኒቨርሲቲና በሌሎች የሁለተኛ ደረጃ ትምህርት ቤቶች የነበሩ ተማሪዎች የዓፋር ተማሪዎች ማኅበርን (Afar Students Association) መስርተው ተንቀሳቅሰዋል። በ1972 በግብፅ ሀገር የዓፋር ንቅናቄ (Afar Movement) በማቋቋም በረሃ ገብቶ መንግስት እስከ መውጋት የደረሱም ነበሩ። በካይሮ ከተማ የዓፋርኛ ቋንቋ ሬዲዮ ጣቢያ በመክፈት የዓፋር

አንድነትን የሚያጠናክሩ ዝግጅቶችን ማቅረብ እንደቻሉም ይታወቃል።

በአብዮቱ ጊዜ ደግሞ ደርግ ለብሔረሰቦች የሪጅናል ኦቶኖሚ እሰጣለሁ ባለ ጊዜ የዓፋር የፖለቲካ ድርጅቶች የዓፋር ሕዝብ በአንድ ክፍለ ሀገር ሥር ለመሰብሰብ ወደ አብዮቱ ካምፕ ቢቀላቀሉም የተገባው ቃል የውሃ ሽታ ሆኖ ቀረ። በዚህና በሌሎች ገፊ ምክንያቶች የዓፋር ፖለቲካ ድርጅቶችን ወደ ትጥቅ ትግል ተመለሱ። እንደ ዓፋር ብሔራዊ ነጻነት ግንባር ያሉ ድርጅቶች እስከ ደርግ መውደቅያ ድረስ ብረት አንስተው ሲታገሉ እንደነበረም ይታወቃል። ኢሕአዴግ ሥልጣን ይዞ ኢትዮጵያ ውስጥ ራስን በራስ የማስተዳደር መብት ተግባራዊ ሲደረግ ደግሞ የበርካታ ዓፋር ድርጅቶች ተስፋ ተመለሰ። ይሁን እንጂ በኤርትራ መገንጠል ምክንያት ዓፋሮች ከዋና ከተማቸው አሰብና ከቀይባህር መነጠላቸው ተስፋቸው ላይ ውሃ ቸለሰበት። ኢትዮጵያ ውስጥ የቀረው የዓፋር ህዝብ ግን ወደ አንድ ክልል በመምጣት የዓፋር ክልላዊ መስተዳድርን መሰረተ። ይህ መስተዳድር ዓፋሮችን ወደ አንድ በማምጣት አብረው እንዲሰሩና በዓፋር ህዝብ ዕጣፈንታ ላይ በቅርብ እንዲወያዩ ዕድል ሰጣቸው። በዚህ መንገድ በተናጠል ይቀነቀን የነበረው ዓፋሪዮም የጋራ አጀንዳ ወደ መሆን መጣ። ስለዓፋር አንድነት እና ብሔርተኝነት በማቀንቀን፤ በመጻፍና መድረኮችን በመፍጠር ህዝቡን ማነቃቃት ተቻለ።

በሽግግሩ ጊዜ ቻርተር ለማርቀቅ በተደረገው ሀገር አቀፍ ኮንፈረንስ ላይ የተሳተፉት የዓፋር ፖለቲካዊና መንፈሳዊ መሪ ሡልጣን አሊሚራህ ሀንፍሬ ስለ ኤርትራ መገንጠልና ስለቀይባህር እንዲህ ብለው ነበር፤

“እኔ ዕድሜ ልኬን ለኢትዮጵያና ለዓፋር ሕዝብ አንድነት ስታገል የኖርኩ ሰው ነኝ። ዛሬ ኤርትራ ከኢትዮጵያ ትገንጠል የሚል ሀሳብ ለውሳኔ ሲቀርብ ያመኛል። ኤርትራ ትገንጠል ብሎ እዚህ የተሰየመው ሸንጎ በአንድ ድምጽ ቢስማማ እንኳ እኔና ድርጅቴ አንስማማም። ምክንያቱም የኤርትራ መገንጠል ሀገራችንን ያለ ባህር በር ከማስቀረት አልፎ የዓፋር ሕዝብን አንድነት ስለሚያናጋ ነው። ዓፋሮች እንደ እጅ ጣቶች አንድ ላይ የሚያምሩ ህዝቦች ናቸውና መነጣጠላቸውን አልደግፍም።”

ይሁን እንጂ በተደረገው ህዝበ ውሳኔ ኤርትራ ተገንጥላ ሀገር ሆነች። የቀይባህር ዳርቻ ዓፋሮችም ያለፍላጎታቸው ከወንድሞቻቸው ተለዩ። ዓፋሮች ግን አሁንም አንድ እንደሆኑ በጽኑ ያምናሉ። ሰው ሰራሽ ድንበሮች የወረቀት ላይ ጌጦች ናቸው ይላሉ። ዓፋርነት ከዓፋሮች ጋር አብሮ የተፈጠረ እንጂ እንደ ጃኬት ሲበርድ የሚለበስ ሲሞቅ ደግሞ የሚወለቅ አይደለም ይላሉ የዓፋር ብሔርተኞች። የዓፋር ህዝብ በየአጋጣሚውና በየጊዜው በሚመጡ ችግሮች የማይበገር የተሳሰረ አንድነት ያለው ህዝብ ነዉ ይላሉ። የዓፋር ብሔርተኝነት ዋና ዓላማም ዴሞክራሲያዊ ኅብረ-ብሔራዊት ኢትዮጵያ ሥር ራሱን በራሱ እያስተዳደረ ከሌሎች ወንድም ህዝቦች ጋር አብሮ መኖር ነው። የኢትዮጵያ አንድነት ለዓፋር አንድነት ተገቢው ቦታ ነው ብለው ያምናሉ። በአፍሪካ ቀንድ ከሚገኘው የዓፋር ህዝብ አብዛኛው የሚገኘው በኢትዮጵያ ስለሆነ አሰባሳቢ የዓፋር ቤት ኢትዮጵያ ነች ይላሉ።

ዓፋሮች "ቀይባህርና አዋሽ ወንዝ የሁሉም ዓፋር የጋራ ሀብት ነው" የሚል ዘመን ተሻጋሪ አባባል አላቸው። ከቅርብ ጊዜ ወዲህም ኢትዮጵያ በሠላም ከጎረቤቶቿ ጋር በመነጋገር የወደብ ተጠቃሚ መሆን ትፈልጋለች የሚለው ሀሳብ ሲነሳም የቀይባህር ዳርቻ ዓፋሮች ሃሳቡን በደስታ እንደተቀበሉ ይታወቃል። ዓፋሮች "ኢትዮጵያ የማትጠቀምበት ቀይባህር በአፈር የተሸፈነ ወርቅ ነው" የሚል አባባልም አላቸው። አሁን "ዓፋሮች አንድነታቸውን በማጠናከር ዓፋርነትን ለመገንባት ከምንም ጊዜ በላይ አስቻይ ጊዜ ነው" ይላሉ ብሔርተኞቹ። የዓፋር ብሔርተኝነት ዓፋሮች ተበታትነው በሚኖሩባቸው ሀገራት ከስጋት በመነጨ ምክንያት እንዳይለመልም መሰናክሎች ቢበዙበትም በህዝቡ ልቦና ውስጥ ግን ዘለአለሙን ሲንቦገቦግ የሚኖር ራዕይ ነው ይላሉ። በተለያዩ ፖለቲካዊ ምክንያቶች በአንድ ባንዲራና አስተዳደር ስር መኖር እንኳዋ ለጊዜው ቢያዳግትም ዓፋሮች በሚኖሩበት ሀገራት ውስጥ መብታቸው ተከብሮ ያለ ስጋት መኖር እንዲችሉ ይመኛሉ። በአፍሪካ ቀንድ ያሉ ህዝቦች የሚጋሩት ነገር ስለሚበዛ ሠላማዊ የሆነ ቀጠናዊ ውህደት የቀጠናውን ህዝብ

ተጠቃሚ እንደሚያደርግም ያምናሉ። ይሳካ ይሆን?

የአማራ ብሔርተኝነት

የአማራ ብሔርተኝነት ኢትዮጵያ ውስጥ በዕድሜ ወጣቱ የብሔርተኝነት እንቅስቃሴ ነው። ባለፉት አምስት ዓመታት በግልጽ መንጸባረቅ የጀመረው የአማራ ብሔርተኝነት አዲስ ነው ወይስ ነባር የሚለው ጥያቄ ግን የጦፈ ክርክር ያስተናግዳል። በአጀማመሩም እንዲሁ በኃይማኖት ይሁን ወይስ በብሔር በሚለው ላይ ብዙ ክርክሮች እንደነበሩ ይነገራል። የአማራ ብሔርተኞችና የክልሉ አመራሮች እንደሚሉት ከሆነ ግን የአማራ ብሔርተኝነት በኢሕአዴግ አገዛዝ በአማራ ሕዝብ ላይ የደረሰ በደልና ጭቆና ምላሽ ነው። ይሄ አባባል የአማራ ብሔርተኝነት በቅርቡ የተጀመረ የብሔርተኝነት እንቅስቃሴ ስለመሆኑ አንድ ማሳያ ተደርጎ ሊወሰድ ይችላል። ከዚህ በተቃራኒ የሚከራከሩ ደግሞ የአማራ ብሔርተኝነት ከዚህ በፊት በአንድነት እና በኢትዮጵያዊነት ስም በህቡዕ የኖረና በኢትዮጵያ የቆየ የብሔርተኝነት እንቅስቃሴ እንደሆነ ያነሳሉ።

የቀድሞው የአማራ ክልል ፕሬዚዳንት አቶ ገዱ አንዳርጋቸው መጋቢት 2011 ዓ/ም ከወጣቶች ጋር በነበራቸው አንድ መድረክ ላይ "የአማራን ብሔርተኝነት አማራ አልፈጠረውም" ሲሉ ተናግረዋል። "የአማራን ብሔርተኝነት የፈጠረው ለ27 ዓመት የተሰበከው ዘረኝነትና በአማራ ሕዝብ ላይ የተጫነው ጭቆና ነው" ነበር ያሉት ርዕሰ መስተዳድሩ። የዘረኝነት ስብከቱ አማራን ያለስሙ ስም፣ ያለግብሩ ግብር፣ ያለ ሥራው ሥራ ሲያሰጠው ኖሯል ብለዋል። የአማራ ብሔርተኝነት በዚህ መንገድ የተፈጠረ ቢሆንም ለኢትዮጵያ ግን ፀጋ እንጂ አደጋ ሊሆን እንደማይችልም ተናግረው ነበር። ምክንያቱ ደግሞ ይላሉ አቶ ገዱ "አማራ በኢትዮጵያዊነቱ ብዙ መስዋዕትነትን የከፈለ ታላቅ ሕዝብ በመሆኑ፤ በፍትህና በእኩልነት የሚያምን ለሃቁና ለማተቡ ሟች ሕዝብ በመሆኑ ነው።" አማራነት ወንጀልና ሃፍረት ተደርጎ በተሰበከበት ባሳለፍናቸው ሃያ ሰባት ዓመት በተፈጠሩ አንዳንድ ያልተገቡ ሥራዎችና የፈጠራ ታሪኮች ካልተስተካከሉ ግን የአማራ ብሔርተኝነት ከኢትዮጵዊነት ጋር ላይስማማ ይችላል ብለው ነበር።

በርግጥ ከዚህ በተቃራኒ የሚከራከሩም አሉ። የአማራ ብሔርተኝነት ልክ እንደ ሌሎች የኢትዮጵያ ብሔሮች ብሔርተኝነት ቢያንስ ላለፉት 30 ዓመታት በኢትዮጵያ ሲቀነቀን የነበረ ስለመሆኑ ያነሳሉ። በ1980ዎቹ መጀመሪያ ህወሃት እና ኢህዴን ተስማምተው የተለያዩ የብሔር ድርጅቶችን ሲያቋቁሙ ለአማራ ክልል መሪነት ብሔረ አማራ ዴሞክራሲ ንቅናቄን (ብአዴን) ማደራጀታቸው እንደ አንድ ማሳያ ይነሳል። ከዚያም በተጨማሪ በፕሮፌሰር አስራት ወልደየስ ይመራ የነበረው የመላው አማራ አንድነት ድርጅት (መአአድ) የአማራ ብሔርተኝነት ውጤት መሆኑ ይነሳል። በኋላ የመላው አማራ አንድነት ድርጅት (መአአድ) ስሙን ወደ የመላው ኢትዮጵያ አንድነት ድርጅት (መኢአድ) ቀይሮ በኢንጂነር ሀይሉ ሻውል እየተመራ የቅንጅት አባል ድርጅት በመሆኑ በ1997 ምርጫ ከፍተኛ ድምጽ ማግኘት ችሏል።

የዕድሜው ክርክር እንዳለ ሆኖ የአማራ ብሔርተኝነት ኢትዮጵያ ውስጥ ከሚንፀባረቁ ሌሎች ብሔርተኝነቶች ልዩ የሚያደርገው ባህሪያት አሉት የሚል እምነት አለ። ኢትዮጵያ ውስጥ የሚንጸባረቁ ብሔርተኝነቶች ከሞላ ጎደል ትግላቸው ሥርዓት ላይ ያነጣጠረ ነው ማለት ይቻላል። የእንቅስቃሴዎቹ ዓላማም እነዚያን ስርዓቶች በማስወገድ ዴሞክራሲያዊ መንግስት ማቋቋም ወይም ነጻ ሀገር መመስረት ነው። ከዚህ አንጻር ኢትዮጵያ ውስጥ የተንፀባረቁ የብሔርተኝነት እንቅስቃሴዎች የጋራ ጠላቶቻቸው የሆኑ ስርዓቶች ላይ የጋራ ዓላማ በመንደፍ እርስ በራሳቸው የሚደጋገፉ ናቸው። ይህንንም በሻዕቢያ፣ በወያኔና በኦነግ መካከል አይተናል። ለእነዚህ ድርጅቶች ተፃራሪ ኃይልም የገዥ መደቡ ነው። የአማራ ብሔርተኝነት ግን በብዛት ስርዓት ላይ ሳይሆን ሌሎች ብሔርተኝነቶች ላይ፣ ነባራዊውን ሁኔታ መለወጥ ላይ ሳይሆን ለማስጠበቅና ለማስቀጠል የሚታገል ይመስላል። ሀገሪቱ ውስጥ የነበሩ ስርዓቶች ላይ የሚነሳው ነቀፋና ትችት ትክክል አይደለም የሚል ዓይነት አቋም ያለው ሆኖም እናገኘዋለን። በአማራ ክልል የቀድሞው ርዕሰ መስተዳድር የተነሳው የአማራ ብሔርተኝነት ዘፍጥረትም ከዚህ የራቀ ትርጉም የሚሰጠው ሆኖ አላገኘሁትም።

ኢትዮጵያ ውስጥ የተንፀባረቁ ብሔርተኝነቶች ሁሉ ማለት በሚቻል ደረጃ ለእኩልነት (isothymia) የሚታገሉ ሲሆን የአማራ ብሔርተኝነት ግን ለታሪካዊ ስርዓቶች በሚያሳየው ወገንተኝነትም ቢሆን ለበላይነት (megalo-thymia) የሚታገል የብሔርተኝነት እንቅስቃሴ ተደርጎ ይከሰሳል። በአጠቃላይ የአማራ ብሔርተኝነት የሌሎች ብሔርተኝነቶች ምላሽ የመምሰል ባህሪይ አለው። በዚህ ባህሪውና ይዘቱ ኢትዮጵያ ውስጥ ከተለመዱ የብሔርተኝነት እንቅስቃሴዎችና አቀራረቦች ለየት ያለ የብሔርተኝነት እንቅስቃሴ ነው ማለት ይቻላል።

ከቅርብ ጊዜ ወዲህ የተበዳይነት ስሜት ማንፀባረቅ እየተለመደ የመጣ ቢሆንም በመጀመሪያ አቀራረቡ ሀገሪቱን በመገንባት ሂደት ውስጥ ከፍተኛ ሚና አለን የሚለውን መከራከርያ ነጥብ በማንሳት ለበላይነት የመታገል አዝማሚያ ነበረው። የአማራ ብሔርተኞች በብዛት ማለት ይቻላል ራሳቸውንና ብሔራቸውን ከሌሎች ብሔሮችና ብሔርተኞች ጋር አወዳድሮ የማቅረብና ከሥርዓት ይልቅ ብሔር ወይም መሪዎችን የመተቸት እና የማንቋሸሽ ባህሪ የሚንጸባረቅበት እንደሆነም በሠፊው ይነሳል። ሌሎች ብሔሮችን አፀያፊ በሆኑ ቃላቶችና ስሞች ከመጥራት ጀምሮ የስልጣኔና ዘመናዊነት ምንጭ እኛ ነን የሚለውንም በሠፊው ያንፀባርቃሉ።

በርግጥ ኢትዮጵያ ውስጥ ማኅበረሰብን በተለያየ መንገድ መጥራት የተለመደ ሆኖ በአማካይ አንድ ማኅበረሰብ ሦስት መጠሪያ እንዳሉት ዩሱፍ ያሲን ይገልፃሉ። እነዚህ ስሞች ማኅበረሰቡ ሊጠራበት የሚፈልገው ስም፤ ማኅበረሰቡን የሚያንኳጥጡ አፀያፊ ስሞች እና አሉታዊም ሆነ አዎንታዊ ትርጉም የሌላቸው ስያሜዎች ናቸው ይላል ዩሱፍ ያሲን። ከዚህ ጋር በተያያዘ አንድን ማኅበረሰብ ሊጠራበት በማይፈልገው ስም መጥራት የአብሮ መኖር መሠረታዊ መርሆን እንደመጣስ ነው። አንኳጣጭና አስፀያፊ ስያሜዎች ማኅበረሰቦች በማንነታቸው እንዲሸማቀቁና እንዲጠሉ ከዚያም አልፈው ኢትዮጵያዊ የሚባል ስም ብቻ እንዲይዙ ለማድረግ አስገዳጅ ስትራቴጂ ነበር የሚሉም አሉ። እነዚህ አስፀያፊ ስያሜዎች አሉታዊ ምላሽ

ከሚቀሰቅሱበት ምክንያቶች አንዱ ደግሞ የባህል የባላይነት አለን በሚሉ ሰዎች መጫናቸው ነውም ይላሉ። ዛሬ ላይ የአማራ ብሔርተኞች እነዚያን መጠሪያዎች ደጋግመው መጠቀማቸው ነገሩን ታሪካዊ ዳራ በመስጠት ለከፋ የጎንዮሽ ግጭት በር እንዳይከፍት ስጋቶች አሉ። በሥርዓት ላይ የሚያነጣጥሩ የኢትዮጵያ ብሔርተኝነቶችን ባህሪና ባህል በመቀየር በብሔርተኞች መካከል የተወዳዳሪነት ስሜት እየፈጠረና ብሔርተኝነት ውስጥ ያለውን ጭራቅ መግቦ በማሳደግ አጥፊነቱን ሊያጎላው እንደሚችልም ይሰጋል።

የአማራ ብሔርተኝነት ከኢትዮጵያዊ ብሔርተኝነት ወደ አማራ ብሔርተኝነት ነብስ የማትረፍና ክብርን የማስመለስ የቁልቁለት ጉዞ ነድቶታል ይላሉ የብሔርተኝነቱ አቀንቃኞች። አማራ በሽግግር መንግስቱ አልተወከለም ከሚለው ቅሬታ ጀምሮ፣ አማራ ተፈናቅሏል፣ ታስሯል፣ ተገድሏል የሚሉ ቅሬታዎች ለአማራ ብሔርተኝነት ጽኑ መሠረት ጥለዋል። ባለፉት ሰላሳ ዓመታት አማራ በአንደበት ከመቁሰል በጥይት እስከ መገደል የደረሰ በደል ደርሶበታል የሚል ጠንካራ መከራከርያ ነጥብም ያቀርባሉ። ከመጀመሪያው አማራን ቀጥሎ ደግሞ የአማራ ገዥ መደብን ጠላቴ ነው ብሎ የፈረጀው ሕወሓት ስልጣን ሲይዝም ይህንኑ ባላንጣነቱን አሳይቷል ይላሉ። ይሄ ጉዳይ በርግጥ የሸዋ ኦሮሞውንም ያጠቃለለበት ሁኔታ እንዳለ አንድ ወዳጄ አጫውቶኝ ነበር። የሻዕቢያ፣ የህወሐትና የኦነግ መሪዎች በካርቱም ባደረጉት አንድ የጠላት ፍረጃ ስብሰባ ላይ የአማራው የገዥ መደብ፣ አማራና የሸዋ ኦሮሞ አንድ ላይ በጠላትነት የተፈረጁበት እንደነበር አጫውቶኛል።

ዕድሜው አጭርም ሆነ ረጅም የአማራ ብሔርተኝነት አሁን ባለው ፖለቲካ ውስጥ ጠንካራ ትግል ከሚያደርጉ የብሔርተኝነት እንቅስቃሴዎች አንዱ ነው። በተለያየ ስም ለዚሁ ዓላማ የሚሰሩ ድርጅቶች እንዳሉም ይታወቃል። የአማራን ሕዝብ ጥያቄ እናስመልሳለን በሚል ዓላማ በአንድ ጊዜ ከብዙ ኃይሎች ጋር በመጋጨትም የሚታወቀው የአማራ ብሔርተኝነት በአጭር ጊዜ ብዙ መንገድ መሄድ የቻለ እንቅስቃሴ ሆኗል። ኅብረ-ብሔራዊ ለሆነው የአማራ ክልል ሕዝብ ራሱን ለማቅረብ ያደረገው ጥረትም ቀላል የሚባል አይደለም።

የኦሮሞ ብሔርተኝነት

በኢትዮጵያ ረጅም ታሪክ ያለውና በመጠነ ሰፊ እንቅስቃሴ ከሚታወቁ ብሔርተኝነቶች አንዱ የኦሮሞ ብሔርተኝነት ነው። የኦሮሞ ሕዝብ በኢትዮጵያ በሀገር በቀል ጠንካራ ተቋማቱ ይታወቃል። የገዳ ሥርዓቱን ጨምሮ የሞጋሳና የጉድፈቻ ማኅበራዊ ስርዓቱ ከሌሎች ሕዝቦች ጋር በግለሰብም ሆነ በቡድን ትስስር የመፍጠር ባህል ያዳበረ ሕዝብ ነው። ይሁን እንጂ ከ19ኛው መቶ ክፍለ ዘመን መጨረሻ ጀምሮ በኢትዮጵያ በተደረገው የግዛት ማስፋፊያ ጦርነት በደረሰበት ጫና የኦሮሞ ሕዝብ ለዘመናት የገነባቸውን በርካታ የማኅበረ-ፖለቲካ ተቋማቱ እንደወደሙ ታሪክ ማስረጃ ነው። የማኅበራዊ፣ ፖለቲካዊና ኢኮኖሚያዊ ስርዓቱ ላይ ጫና የፈጠረውን ሥርዓት ለመታገል የኦሮሞ ብሔርተኝነት እንቅስቃሴ እንደተጀመረም ታሪክ ያስታውሳል። በሀገረ-መንግስት ግንባታ ሂደቱ ይጠናከር እንጂ የኦሮሞ ብሔርተኝነት ከኦሮሞ ብሔር መኖር ጋር የተቆራኘ ነው የሚሉም በርካቶች ናቸው።

በዋናነት የኦሮሞ ብሔርተኝነት በሀገረ-መንግስት ግንባታ ሂደት የኦሮሞ ማኅበረሰብና ተቋማቱ ላይ በደረሰው ጉዳት ላይ ግንዛቤ በመፍጠርና ማኅበረሰቡን በማንቃት መልሶ ለመገንባት ጥረት ያደረገ እንቅስቃሴ ነበር ማለት ይቻላል። በሀገረ-መንግስቱ ግንባታ ሂደት የኦሮሞ ማኅበረሰብ ላይ ከደረሱ መጠነ ሰፊ ጉዳቶች የመጀመሪያዎቹ የመሬት ነጠቃ፣ ባህላዊ ጫና፣ በሀገረ-መንግስቱ ውስጥ ተገቢ ውክልና አለማግኘት እና ፍትሐዊ የኢኮኖሚ ተጠቃሚ አለመሆኑ ነው። በእነዚህ ጉዳዮች ላይ ግንዛቤ ለመፍጠር ትውፊቱን ተጠቅሞ ከመግለጽ እስከ ሕይወት መስዋዕትነት የከፈሉ እልፍ ናቸው። የወሰኑ ዲዶ ግጥምና ዜማዎችን በዚህ ረገድ የሚቀድምም ሆነ የሚስተካከለው ያለ አይመስለኝም። የአፍራን ቀሎ የሙዚቃ ባንድና በሞቃዲሾ የተጀመረው የአፋን ኦሮሞ ሬዲዮም ትልቅ ትርጉም ያለው አበርክቶ ነበራቸው። በኋላም በባሌ አርሶአደሮችና በሜጫና ቱለማ መረዳጃ ማኅበር በኩል የተደረጉ እንቅስቃሴዎች ለኦሮሞ ብሔርተኝነት መጠናከር ትልቅ ትርጉም ነበራቸው።

በዚህ መንገድ የኦሮሞ ሕዝብ ላይ በደረሰው ጫናና ጭቆና ላይ ግንዛቤ ከተፈጠረ በኋላ የኦሮሞን ሕዝብ መልሶ ወደ ማደራጀት የሚወስድ መንገድ ተጀመረ። የኦሮሞ ሕዝብ የተወሰደበትን መሬት በተወሰነ መልኩም ቢሆን ለማስመለስ፤ የራሱን ባህል ለማሳደግና በራሱ ቋንቋ መማር እንዲችል፤ በራሱ ማንነት ራሱን እየገለጸ ከሌሎች ጋር ደግሞ በስምምነት እንዲኖር በሀገሪቷ ሕግ ዕውቅና አግኝቶ ራሱን ሆኖ እንዲኖር በሚል ዓላማ ወደ ትጥቅ ትግል ተገባ። ከዚያ በፊትም ቢሆን ከጣሊያን ወረራ በኋላ ኢምፓየሩ ተመልሶ ሲዋቀር የተቃወሙና የራሳቸውን ነጻ ሀገር ለመመስረት ትግል ያደረጉ የኦሮሞ ታጋዮች እንደነበሩ መረጃዎች ያሳያሉ።

የኦሮሞ ብሔርተኝነት የኦሮሞን ሕዝብ የራስን ዕድል በራስ የመወሰን መብት ለማረጋገጥ በሚል መርህ ወደ ትጥቅ ትግል የተገባው በ1970ዎቹ ነበር። ይሄ ሀሳብ በተበታተነ መንገድ በጄኔራል ታደሰ ብሩና በኋላም በኦሮሞ ነጻነት ግንባር (ኦነግ) በሠፊው ተቀንቅኗል። ደርግን ከስልጣን በማስወገዱ ሂደት የኦሮሞ ሕዝብ ዴሞክራሲያዊ ድርጅት (ኦሕዴድ) ሚናም ቀላል አልነበረም። እነዚህ ሁለቱ ድርጅቶች ባደረጉት ትግል ኦሮሚያ የተባለ የኦሮሞ ሕዝብ ራሱን በራሱ የሚያስተዳድርበት ክልልም በኢትዮጵያ ፌዴራላዊ ዴሞክራሳያዊ ሪፐብሊክ ሕገ መንግስት ስር ተመሰረተ። የክልሉን መፈጠር አሜን ብሎ የተቀበለው የኦሮሞ ሕዝብ በዚህ አደረጃጀት ስር ይመለሱልኛል ብሎ የጠበቃቸው ጥያቄዎች ሳይመለሱ ሁለት አስርት ዓመታት ተቆጠሩ። በተቃራኒው በልማትና በኢንቨስትመንት ስም መሬቱን መነጠቁን ቀጠለ። የአደረጃጀቱ መፈጠር ብቻ እንደ በቂ እርምጃ ተወስዶ ክልል ሰጠናችሁ፤ በራሳችሁ ቋንቋ እንድትማሩ አደረግናችሁ በማለት መብቱን መገፋቱ ቀጠለ። ይሄ ድርጊትም የኦሮሞን ወጣት ለጠነከረ ሌላ ንቅናቄ ጋበዘ።

በ2005 ዓ/ም የተጀመረው የኦሮሞ ወጣቶች ተቃውሞ #OromoProtests ወጣቱን ከጫፍ እስከ ጫፍ አነቃነቀ። የኦሮሞ ጥያቄዎችንም በግልጽ አስቀመጠ። ሙሉ በሙሉ ራስን በራስ ከማስተዳደር፣ አዲስ አበባ የኦሮሚያ እምብርትና የክልሉ ዋና ከተማ ከመሆኗ ጋር ተያይዞ የኦሮሞ ሕዝብ በከተማዋ

ላይ ያለውን ጥቅም እስከ ማስከበር እንዲሁም አፋን ኦሮሞን ተጨማሪ የሀገሪቱ የሥራ ቋንቋ ከማድረግ አንጻር ጥያቄዎችን ግልጽ በሆነ መንገድ አስቀመጠ። በዚህ ሂደት በጠብመንጃ አፈሙዝ ዝም ለማሰኘት የሞከረውንም ሥርዓት ከስልጣን መገርሰሱ አልቀረም።

የኦሮሞ ብሔርተኝነት በርካታ ደረጃዎችን ያለፈና የሰላ የብሔርተኝነት እንቅስቃሴ መሆኑ ግልጽ ነው። የኦሮሞ ብሔርተኝነት የኦሮሞ ብሔር ላይ የደረሰውን ታሪካዊ ችግር ተንትኖ የተረዳ፤ ተገቢውን ግንዛቤ የፈጠረ፤ ያደራጀና ያታገለ፤ በትግሉም መልሶ ማቋቋም የቻለ፤ አሁን ኦሮሚያ የሚባል ኦሮሞዎች ራሳቸውን በራሳቸው የሚያስተዳድሩበት ክልል እንዲኖር ማድረግ የቻለ፣ ደግሞ በዚህ አደረጃጀት ውስጥ እንዲሁም በሀገር ደረጃ ዴሞክራሲያዊ ሥርዓት እንዲዘረጋ ለማድረግ የሚጥር እንቅስቃሴ ነው ማለት ይቻላል። በዚህ መንገድ የኦሮሞ ብሔርተኝነት በኢትዮጵያ የሚነሱ ጥያቄዎች ማለትም የሀብት አጠቃቀም ጥያቄ (መሬት)፤ የብሔር እኩልነትና ውክልና ጥያቄና የዴሞክራሲ ጥያቄን ደረጃ በደረጃ ለመመለስ የተደረገ ትግል ሆኖ እናገኘዋለን።

የኦሮሞ ብሔርተኝነት ከኢትዮጵያዊነት ጋር የማይጣላ እንቅስቃሴ ነው የሚሉ ጸሐፍት እንዳሉ ሁሉ ዘመናዊ የኦሮሞ ብሔርተኝነት የኢትዮጵያ ብሔርተኝነት ባላንጣ (antithesis) ነው የሚሉም አልጠፉም። በርግጥ በእንቅስቃሴ ደረጃ የኦሮሞን ሕዝብ ከኢትዮጵያ በመነጠል የራሱ ሀገር እንዲኖረው የታገሉ ብሔርተኞች ቢኖሩም ኢትዮጵያን እንደ ሀገር ማስቀጠል ላይ ከፍተኛ አስተዋጽኦ ያደረጉ የኦሮሞ ብሔርተኞችም በርካቶች ናቸው።

ከላይ ካነሳናቸው ብሔርተኝነቶች ጋር ሲነጻጸር የኦሮሞ ብሔርተኝነት ጸረ አደረጃጀት ሆኖ ይታያል። የኢትዮጵያ ሀገረ-መንግስት የብሔሮችን ህልውና ለመጨፍለቅ በማለም የተጀመረ በመሆኑ የብሔር ብሔረሰቦችን መብት እኩል ማቀፍ በሚችል መንገድ ለሁላችንም የምትሆን ኢትዮጵያን እንገንባ የሚል ሆኖ እናገኘዋለን። በርግጥ ከዚህ ባፈነገጠ መንገድም ኢትዮጵያን መርገም ሥራቸው የሚያደርጉ የኦሮሞ ብሔርተኞች ነን ባዮች አልጠፉም።

አሁን ባለው ሁኔታ ደግሞ የኦሮሞ ብሔርተኝነት ትልቁ ጥያቄ በኅብረት ዴሞክራሲያዊ ኅብረ-ብሔራዊ ሀገር መገንባት ነው።

ከቅርብ ጊዜ ወዲህ ደግሞ ለኦሮሞና ለኦሮሙማ አዲስ ትርጓሜ በመስጠትና በመክሰስ ሕዝቡንና መስዋትነት የከፈለለትን ማንነቱን የውዝግብ ምንጭ ለማድረግ ጥረቶች ተደርጓል። ኦሮሙማን የፍረጃ ሰለባ ለማድረግ በርካታ ሙከራዎች ተደርጓል። "ከውጭ የመጣ ነው" በማለት በ"መከፈልና መነጠል" ስትራቴጂ ለዜኖፎቢያና ተያያዥ ጥቃቶች ለማዘጋጀት ተሞክሯል። "ኦሮሞ" የሚለዉ ቃል ማኅበረሰቡንም የማኅበረሰቡ አባል የሆነን ግለሰብን የሚያመላክት ነው። "እሱ ኦሮሞ ነው" ሲባል የኦሮሞ ማኅበረሰብ አባል ነው ማለት ነው። ኦሮሞነትን የሚገልጹ ማንነቶችና መገለጫዎች ደግሞ "ኦሮሙማ" ይባላሉ። ኦሮሙማ ጥሬ ትርጉሙ "ኦሮሞነት" ማለት ነው። ኦሮሞ ለማንነቱ ለኦሮሙማ የሚኖረውን ስሜትና አመለካከት እንዲሁም የራሱን ዕድል በራሱ ለመወሰን የሚያደርገው እንቅስቃሴ ደግሞ ሰቦኑማ ይባላል። የኦሮሞ ሕዝብ የሚኖርበት ሀገር ደግሞ ኦሮሚያ ይባላል። በኦሮሞ (ሕዝብ)፤ ኦሮሙማ (ማንነት)፤ ሳቦኑማ (ብሔርተኝነት) እና ኦሮሚያ (ሀገር) መካከል ያለዉ ትስስር ጥብቅና በእያንዳንዱ ኦሮሞ ዘንዳ ግልጽነት የተሞላው አረዳድ ላይ የቆመ ጉዳይ ነው።

የሶማሌ ብሔርተኝነት

የሶማሌ ሕዝብ በቋንቋ፤ በባህል፤ በታሪክና በኃይማኖት የተሳሰረ ሕዝብ እንደሆነ ይታመናል። እነዚህ ሶማሌ የመሆን (ሶማሊኒሞ) መገለጫዎች ናቸው ይላሉ የሶማሌ ብሔርተኞች። የሶማሌ ብሔርተኝነት ዋነኛ ዓላማም ሶማሊኒሞ የሚጋሩ ሕዝቦችን ትብብርና አንድነት ማጠናከር እንደሆነ ይናገራሉ። ይሄንን ዓላማ ለማሳካት በተለይም እኤአ ከ1930ዎቹ ጀምሮ እንቅስቃሴዎችን ሲያደርጉ እንደነበር ይታወቃል። የመጀመሪያው የሶማሌ ፖለቲካ ድርጅት በ1943 በጣሊያን ሶማሌላንድ የተቋቋመ ሲሆን በ1947 ስሙን ወደ "ሶማሌ ወጣቶች ሊግ" ቀይሮ ከሶማሊያ ነጻነት በኋላ በነበሩት የመጀመሪያዎቹ ዓመታት ከፍተኛ ተጽዕኖ ፈጣሪ የፖለቲካ ድርጅት መሆን ችሎ ነበር።

ከሁለተኛው የዓለም ጦርነት በኋላ ደግሞ ከተለያዩ ሀገራት ቅኝ ግዛት ነጻ የወጡ የሶማሌ አካባቢዎችና ጎሳዎችን በማሰባሰብ “ታላቋ ሶማሊያ” ለማቋቋም ከፍተኛ እንቅስቃሴ ተደርጓል። ይህ በምስራቅ አፍሪካ የሚገኙ ሶማሌዎችን አንድ ላይ ለማምጣት በሶማሌ ብሔርተኞች የተጀመረው እንቅስቃሴም (ፓን-ሶማሊዝም) በቀጠናው በርካታ ግጭቶችን የቀሰቀሰና ከፍተኛ ውድመት ያደረሰ እንደነበር ይታወሳል። በ1977 የቀዝቃዛ ጦረኞችን ያሳተፈውና በሲያድ ባሬ መንግስት እና በኢትዮጵያ መካከል የተደረገው ጦርነት የዚሁ የታላቋ ሶማሊያ ፕሮጀክት አካል ነበር። ከዚያ በፊት ከኬኒያ ተገንጥለው ሶማሊያን ለመቀላቀል “የሽፍታ ጦርነት” የሚባል ጥቃት ሲፈጽሙ እንደነበሩ የሚነገረው የሶማሊያ አማፂያንም ከሲያድ ባሬ ባገኙት ድጋፍ ኬኒያ ላይ በከፈቱት ጥቃት ውድመት እንዳደረሱ ይነገራል። የኦጋዴን ጦርነት በሽንፈት መጠናቀቅ በሰራዊቱ ላይ የሞራል ኪሳራ ከማድረስ አልፎ የሶማሌ ሕዝብ በሲያድ ባሬ ላይ እንዲነሳሳና የጎሳ ሽኩቻ እንዲበራከት አደረገ። ይሄው ክስተት የሶማሊያን እርስ በርስ ጦርነት ወልዶ ለሲያድ ባሬ መንግስት ውድቀት ምክንያት እንደሆነም ይታወቃል። የቀድሞው የኢትዮጵያ ጠቅላይ ሚኒስትር መለስ ዜናዊም ስለሶማሊያ የሚከተለውን ብለው ነበር፤

“በሶማሊያ ከመጠን ያለፈ “ብሔራዊ ስሜት” ችግር አይደለም። ችግሩ የብሔራዊ ስሜት እጥረት ነው። ችግሩ የጎሳን አመለካከት ከመጠን በላይ መሞላት ነው።”

በተፈጠረው መከፋፈልም እኤአ በ1981 በሀሰን አዳን ወዳዲ እና በሌሎች የኢሳቅ ጎሳ አባላት በለንደን የተመሰረተውና የኢትዮጵያ መንግስት ድጋፍ እንደነበረው የሚነገረው የሶማሌ ብሔራዊ ንቅናቄ የብሪታንያ ቅኝ ግዛት ስር የነበረችውን ሶማሊላንድ ለመገንጠል፣ የኦጋዴን ብሔራዊ ነጻ አውጭ ግንባር (ኦብነግ) የኦጋዴን ክልልን ከኢትዮጵያ ለመገንጠል፣ የተባበሩት የሶማሊያ ኮንግረስ ደግሞ ሞቃዲሾን ለመቆጣጠር እንደታገሉ ይነገራል። በዚሁ መንገድ የተባበሩት የሶማሊያ ኮንግረስ ጥር 1991 የባሬን መንግስት በመገልበጥ ሞቃድሾን ሲቆጣጠር፤ የሶማሌ ብሔራዊ ንቅናቄ ደግሞ ግንቦት 1991

ሶማሊላንድን ነጻ ማውጣቱን አወጀ። ምንም እንኳ የዓለም አቀፉ ማኅበረሰቡ ለሰላሳ ዓመታት እውቅና ቢነፍገውም ሶማሊላንድ ጥሩ የዴሞክራሲ ልምምድ ያላት መሆኗ ግን አይካድም።

በተመሳሳይ ከ1984 ጀምሮ የሶማሌ ክልልን ከኢትዮጵያ ለመገንጠል የተንቀሳቀሰው ኦብነግ ደግሞ ኦጋዴንን እንደ ብሔር የመመልከት አዝማሚያም ያለው ይመስላል። ኦብነግ ለሰላሳ ዓመታት አጀንዳውን ያራመደ ሲሆን ከ2018ቱ የኢትዮጵያ የፖለቲካ ለውጥ በኋላ የሶማሌ ክልል ህዝብ ራሱን በራሱ የማስተዳደር ሙሉ መብት በማግኘቱና በኢትዮጵያ ፖለቲካም ተሳትፎውን በማጠናከሩ ወደ ሰላማዊ ፖለቲካ ትግል ተመልሷል። በአሁኑ ወቅት የሶማሊ ክልል ሕዝብ የክልሉን እንዲሁም የሀገሩን ሰላምና ልማት ለማረጋገጥ ከፍተኛ አስተዋጽኦ እያበረከተ ይገኛል።

የሲዳማ ብሔርተኝነት

የሲዳማ ሕዝብ በጠንካራ የማኅበረ-ፖለቲካ ስርዓቱ የሚታወቅና እንደሌሎች የኢትዮጵያ ብሔር ብሔረሰቦች ራሱን በራሱ ለማስተዳደር ብርቱ ትግል ያደረገ ጥንታዊ ሕዝብ ነው። በ1880ዎቹ መጨረሻ አካባቢ ወደ ማዕከላዊ የአቢሲኒያ ግዛት እንደተጠቃለለ የሚነገረው የሲዳማ ሕዝብ በዚህ ታሪካዊ ሂደት በርካታ ባህላዊ የአስተዳደርና የአመራር ሥርዓቶቹ እንደፈረሱ ይነገራል። በዚህም ምክንያት የሲዳማ ብሔርተኝነት የተፈጠረና ከዚያ ጊዜ ጀምሮ የተለያዩ እንቅስቃሴዎችን ሲያደርግ እንደቆየ ታሪካቸው ያሳያል።

ይህ ታሪካዊ ሂደት የሲዳማን ሕዝብ ራሱን በራሱ ለማስተዳደር ከፍተኛ ፍላጎት እንዳሳደረበት በሰፊው ተጽፏል። ከዚህም የተነሳ የሌሎች የኢትዮጵያ ብሔሮች እንቅስቃሴን በመቀላቀል እስከ መታጋል ድረስ ሄደዋል። የሲዳማ ብሔርተኝነት መሪዎች የመጫና ቱለማ እንዲሁም የመላው ኢትዮጵያ ሶሻሊስት ንቅናቄ (መኢሶን) አባል በመሆን ከኦሮሞና ሌሎች የኢትዮጵያ ብሔር ብሔረሰቦች ጋር የትግል አጋርነት ፈጥረዋል። በአብዮቱ ወቅትም እንደማንኛው የኢትዮጵያ ብሔሮች ከመሬት ለአራሹ የተጠቀመው የሲዳማ

ሕዝብ ብዙም ሳይቆይ ወደ ማዕከላዊነት እና አምባገነናዊ አገዛዝ መመለሱ አስቆጨው። በዚህና ሌሎች ገፊ ምክንያቶች በ1970ዎቹ አጋማሽ ላይ የሲዳማ አርነት ንቅናቄን (ሲአን) በማቋቋም በደርግ ላይ የነቃ የተቃውሞ ትግል አድርጓል።

የሲዳማ አርነት ንቅናቄ ትግሉን የጀመረው የሲዳማን ራስ በራስ የማስተዳደር ጥያቄ በማንገብ እንደነበርም መረጃዎች ያመላክታሉ። ድርጅቱ እስከ 1980ዎቹ መጨረሻ ድረስ ከደርግ ሰራዊት ጋር ከፍተኛ የሆነ የሽምቅ ውጊያ አካሂዷል። በ1983 የኢትዮጵያ ሕዝቦች አብዮታዊ ዲሞክራሲያዊ ግንባር (ኢሕአዴግ) በኢትዮጵያ ያለውን የአስተዳደር መዋቅር ከስር መሰረቱ ለመቀየር ባሳየው ፍላጎት በተለይ በደቡብ ሕዝቦች ዘንድ ከፍተኛ ተቀባይነት አግኝቶ ነበር። በሽግግሩ ወቅት የደቡብ ክልል አምስት የተለያዩ ክልሎችን ያቀፈ ሲሆን ሲዳማ ጠንካራ ቡድን ነበር። በዚህ መንገድ መጀመሪያ አካባቢ የሲዳማ ሕዝብ ራሱን በራሱ የማስተዳደር ጥያቄ የተከበረ ቢሆንም በ1993 ዓ.ም በተወሰነው ውሳኔ ደግሞ ደቡብ ውስጥ ያሉ አምስት ክልሎች ወደ አንድ ክልል እንዲዋሀድ ተደረገ። በዚህ መንገድ ወደ አዲስ ክልላዊ መንግስት - የደቡብ ብሔር ብሔረሰቦችና ሕዝቦች ክልል ተዋሃዱ ማለት ነው።

በወቅቱ የሲዳማ ክልል ከተጀመረ ከጥቂት አመታት በኋላ መታገዱ፤ ቀደም ሲል ደግሞ የሲዳማ አርነት ንቅናቄ ከሽግግር መንግስቱ መገፋቱና በርካታ አመራሮቹ መታሰራቸው የሲዳማን ሕዝብ ተቃውሞ አጠናከረ። ይህን ተከትሎ ኢሕዴአግ የሲዳማ አክቲቪስቶች፤ አመራሮችና ሕዝብ ላይ እስራት እና እርምጃ መውሰድ ጀመረ። የሲዳማ ሕዝብ ተቃውሞም ቀጠለ። በ1994 የሲዳማ ዞን ርዕሰ መዲና የሆነችውን የሀዋሳ ከተማ ተጠሪነት ለፌዴራል መንግስት ይሆናል የሚል ሀሳብ ለመቃወም በተደረገ ሰልፍ ላይ የፌደራል ኃይሎች በወሰዱት እርምጃ በርካታ ያልታጠቁ ተቃዋሚዎች ተጨፈጨፉ። ይሄ የንጹሐን እልቂት “የሎቄ እልቂት” ተብሎ ይጠራል። የሰልፉ ዋና ዓላማም የሀዋሳ ከተማ የፌዴራል መንግስት መስተዳድር ስር መግባት የሲዳማ ሕዝብን ራስን በራስ የማስተዳደር ፍላጎት ያደናቅፋል ተብሎ ስለሚታመንም ነበር።

የሎቄ እልቂት የሲዳማ ራስን በራስ የማስተዳደር ጥያቄ እንደገና እንዲነሳ የክልሉ ተወካዮች ሕዝባዊ አቋም እንዲይዙ እና ሕዝባዊ የክልልነት ጥያቄን እንዲደግፉ አድርጓቸዋል። የሲዳማ ዞን ምክር ቤት በ1997 ባደረገው ስብሰባ የክልልነት ጥያቄውን በሙሉ ድምፅ አጽድቋል። የምክር ቤቱ ውሳኔ በሲዳማ የሀገር ሽማግሌዎችና ምሁራን ተቀባይነት ያገኘ ሲሆን በሕዝቡም ሰፊ ድጋፍ አግኝቷል። ሕገ መንግሥታዊ ሥርዓቱን በተከተለ መሠረት ጥያቄው ለደቡብ ክልል ምክር ቤት ቀርቦ፣ በጉዳዩ ላይ ሕዝበ ውሳኔ እንዲደረግ ተጠይቆ የክልሉ ምክር ቤትም ጥያቄውን ተቀብሎት ነበር።

ይሁን እንጂ ወቅቱ የአጨቃጫቂው የሀገራዊ ምርጫ ወቅት ስለነበረ የሲዳማ ሕዝበ ውሳኔና የክልልነት ጥያቄ በመንግስት ተከለከለ። በዚህ ሂደትም የሲዳማ አመራሮች ግማሹ ሲገሰጹ ሌሎች ደግሞ ወደ ከፍተኛ ሹመት እንደተወሰዱ ይታወቃል። በዚህ መንገድ እንዲዳፈን የተደረገው ጥያቄ ግን በፍጹም አልተሸነፈም ነበር። የሲዳማ ብሔርተኞች ለአስራ አምስት ዓመታት ጥያቄውን በውስጥም በውጭ ሲያቀጣጥሉ ቆይተው ከለውጡ በኋላ አዲስ ክልል በመመስረት ራስን በራስ የማስተዳደር ዴሞክራሲያዊ መብታቸውን ማረጋገጥ ችሏል።

የሌሎች ኢትዮጵያ ብሔሮች ብሔርተኝነት

የሰው ልጅ ስሜቱን ገለጸም አልገለጸም በውስጡ ብሔርተኛ ነው ይባላል። የማኅበራዊ ስነ-ልቦናው ከግለሰብ በላይ ለሆነ ቡድን ታማኝነትን የማሳየት ግዴታ የተጣለበት እንስሳ ነው። ከዚያ ባለፈ ደግሞ አንዳንድ ሀገራት ከሌሎች በተለየ ሁኔታ ብሔርተኛ መሆንን ያበረታታሉ። የኢትዮጵያ ሕገ-መንግስት ኢትዮጵያ የብሔር ብሔረበሶችና ሕዝቦች ሀገር እንደሆነች ይደነግጋል። እነዚህ ብሔሮች ደግሞ የራሳቸው የሆነ ቋንቋና ባህል አላቸው። ሁሉም የኢትዮጵያ ቋንቋዎች ብሔራዊ ቋንቋ እንደሆኑም ሕገ መንግስቱ ይገልፃል። የብሔሩ አባላት ደግሞ በብሔሩ ቋንቋና ባህል ራሳቸውን መግለጽ፣ ማሳደግና መንከባከብ መብትና ግዴታ አለባቸው። አንድ ሰው የብሔሩን ማንነቶች ሲያንጸባርቅ፣ መገለጫው ሲያደርግ እንዲሁም ሲንከባከብና ሲያሳድግ

ብሔርተኛ ይባላል። በሌላ አገላለጽ ብሔርተኞች ለብሔራዊ ማንነታቸው ዕውቅና የሚሰጡ፣ ራሳቸውን በብሔር ማንነት የሚገልጹና ያንን ማንነት ከማሳደግ አልፈው ከአደጋ ለመከላከል የሚተጉ ሰዎች ናቸው።

አሁን ባለው ነባራዊ ሁኔታ አብዛኛው የኢትዮጵያ ሕዝብ ራሱን በብሔር የሚገልጽ ነው ቢባል የተጋነነ አይመስለኝም። ኢትዮጵያ ውስጥ ብሔርተኝነት የብዙሃኑ መገለጫ ነው። ከዚህ እውነታ ጎን ለጎንም ከአንድ ብሔርም አልፈው ከሁለት ብሔር የተወለዱ ሰዎች የሁለቱን ብሔሮች ጥምረት በመፍጠር አዳዲስ ብሔርተኝነት ሲያቀነቅኑም ታይቷል። በአጠቃላይ በዓለም አቀፍ ደረጃ ብሔርን እና ብሔርተኝነትን ነጻ ሀገር ከመመስረትና የራስን ዕድል በራስ ከመወሰን ጋር ሲያገናኙት በኢትዮጵያ ደግሞ ብሔርተኝነት ከክልልነት የአስተዳደር ጥያቄ ጋር ተገናኝቶ እናገኘዋለን።

ከዚህ ጋር በተገናኘ በደቡብ ብሔር ብሔረሰቦችና ሕዝቦች ክልል ባለፉት አምስት ዓመታት በየደረጃው ራስን በራስ ለማስተዳደር በተደረጉ እንቅስቃሴዎች ክልሉ ወደ አራት ተከፍሏል። የክልልነት ጥያቄ እንዳለ ሆኖ በዞንና በወረዳ ደረጃም ተመሳሳይ ራስን በራስ የማስተዳደር ጥያቄዎች ይነሳሉ። በአጠቃላይ ከኢትዮጵያ ብሔር ብሔረሰቦች የሚነሱ የመብትና የዴሞክራሲ ጥያቄዎች ከጊዜ ወደ ጊዜ እየጨመረ የመጣና ወደፊትም እየጨመረ የሚሄድ መሆኑን ከወዲሁ መጠቆም ይቻላል። አሁን ካለው የዓለም ተጨባጭ ሁኔታ አንጻር ራስን በራስ የማስተዳደር ጥያቄ አንገብጋቢ ጥያቄ ሆኖ መቀጠሉ የማይቀር ነው። ይህ ደግሞ ከዲሞክራሲያዊ መብቶች መስፋፋት እና የሰው ልጅ ራሱን ያለገደብ የመግለጽ ፍላጎት ጋር የተያያዘ ይሆናል።

በአጠቃላይ ቀዳማዊ ዐፄ ኃይለሥላሴ ግልጽ መልስ ያልሰጡትና ደርግ በመሣሪያ ዝም ሊያሰኘው የሞከረው የብሔር ጥያቄ ኢሕአዴግ በፌዴራሊዝም አቅጣጫ ሊመልሰው ሙከራ አድርጓል። እንደ ኢትዮጵያ ላሉ ኅብረ-ብሔራዊ ሀገራት ፌዴራሊዝም ተመራጭ ሥርዓት እንደሚሆን እሙን ነው። ሕገ መንግሥቱም ቢሆን በ1987 ዓ/ም ሲጸድቅ በተወሰነ መልኩ እኩልነትን በማረጋገጥ ፍትሃዊ ሀገር ለመፍጠር ያለመ ስለመሆኑ አያጠያይቅም።

ክልሎች ራሳቸውን በራሳቸው እንዲያስተዳድሩ ከማድረግ አንጻርም ጥሩ መሠረት ጥሏል። ይሁን እንጂ ፌዴራሊዝም ብቻውን ጥያቄውን ሊመልስ አልቻለም። ይልቁንም አመለካከቶች ጽንፍ ይዘው ግጭትና አለመግባባቶች እየተበራከቱ ሄዱ። በመርህ በተቀመጠው መብት ብቻ ላይ በመመርኮዝ በሀገሪቷ የብሔርተኝነት እንቅስቃሴዎች ጨመሩ።

ከሰላሳ ዓመት የስልጣን ቆይታ በኋላ በኦሮሞ ወጣቶች አነሳሽነት የተጀመረው ሀገራዊ ንቅናቄ ሕወሓትን ከስልጣን አወረደው። የኤርትራን፣ የትግራይንና የኦሮሞን ብሔርተኝነት ተሳፍሮ ስልጣን የያዘው ሕወሓት በኦሮሞ፣ አማራ፣ ሲዳማና ሌሎችም የኢትዮጵያ ብሔሮች ብሔርተኝነት ትብብር ከስልጣን ተወገደ። ብልጽግና መሩ መንግስት ሀገራዊ አንድነትን በማጠናከር የብሔር እኩልነትን እና ፍትሃዊ ተጠቃሚነትን ማረጋገጥ ላይ ትኩረቱን ጥሏል። በመደመር፣ በአብሮነትና በመነጋገር ችግሮችን መፍታት እንደሚቻል ያምናል። ነገር ግን አሁንም በሀገሪቱ ለብሔር ጥያቄ መልስ ፍለጋው አላበቃም። ዋለልኝ መፍትሄ ያመጣል ብሎ ያሰበው 'አብዮታዊ የትጥቅ ትግል' አሁን ለኢትዮጵያ መፍትሄ ሊሆን አይችልም። ከሀገራዊ ምክክርና ውይይት ብዙ ይጠበቃል።

ከመሬት ጥያቄ ጋር በነበረው ጥምረት ንጉሠ ነገሥቱን ከስልጣን በመገርሰስ ደርግን ወደ ስልጣን ያመጣው የብሔር ጥያቄ ለብዙ የብሔር ነጻ አውጭዎች መደራጀት ምክንያት በመሆን በአዋጅ ያገደውን መንግስቱ ኃይለማሪያምን ከስልጣን አስወግዷል። በዚህ መሃል ወደ ስልጣን የመጣው ኢሕአዴግ ደግሞ የብሔር ጥያቄን ለስልጣን ማደላደያነት ተጠቅሞበታል። በዚህ ሂደት ደግሞ ተጨማሪ የዴሞክራሲ ጥያቄ ተፈጥሯል። ፍትሃዊ የሀብት አጠቃቀም ጥያቄ፤ የብሔር እኩልነት ጥያቄና የዴሞክራሲና መልካም አስተዳደር ጥያቄም ተደማምረው ኢሕአዴግን ከስልጣን አስወግደውታል።

በዚህ ሂደት በኢትዮጵያ ብሔርተኝነት እና ኢትዮጵያ ውስጥ ባሉ ብሔሮች ብሔርተኝነት መካከል ረጅምና እልህ አስጨራሽ ፉክክርና ትግል ሲካሄድ እንደነበረም ማንሳት ይቻላል። ይሄ ፉክክርና ትግል የተዛቡ ትርክቶችን በማስፋት በሀገሪቱ ላይ ከፍተኛ ውድመት ያደረሰና ለሀገር ግንባታው

ፕሮጀክት እንቅፋት እንደሆነው ሁሉ ሀገሪቷ ውስጥ ለታዩ የፖለቲካ ለውጦች መሠረት ጥሏል። በሁለቱ ብሔርተኝነቶች መካከል የነበረው ፉክክር ለረጅም ጊዜ የዘለቀ ነበር። አሁን ላይ ደግሞ ኢትዮጵያ ውስጥ በሚንጸባረቁ የማኅበረሰባዊ ብሔርተኝነቶች መካከል የጎንዮሽ ፉክክሮች መታየት ጀምረዋል። ከዚህ በተጨማሪ ብሔርተኝነት ወደ ገበያም እየመጣ መሆኑን የሚያሳዩ ምልክቶች አሉ። ለምሳሌ የባንኮችንና የተለያዩ ምርቶችን በብሔር ስም መሰየም በብሔርተኝነት ጥላ ስር አገልግሎቶቹን እና ምርቶቹን ለገበያ ለማቅረብ ነው። ከዚህም በተጨማሪ በአንድ ብሔር ውስጥ ባሉ የተለያዩ ብሔርተኞች መካከል የሚደረግ ፉክክር ለሀገሪቱ ትልቅ ፈተና እየሆነ ነው። በተለይም "እኔ የተሻልኩ ብሔርተኛ ነኝ" በሚሉ ሰዎች መካከል የሚነሳው አምባጓሮ ብሔርተኝነትን ትርጉም የሚያሳጣ፣ እንወክለሃለን የሚሉትን ሕዝብ የሚያዋርድና ሀገርን ዋጋ የሚያስከፍል እንደሆኑ በተደጋጋሚ አይተናል።

የእኔን መንገድ ካልተከተላችሁ መንገድ የለም ከማለትም አልፈው በሕይወት መኖር አትችሉም የሚሉ ጽንፈኞችም በሀገራችን ተፈጥረዋል። በነዚህ ጽንፈኞች በተወሰዱ እርምጃዎችም ሀገራችን ውድ ዋጋ ከፍላለች። የሰሜኑ ጦርነት፣ ተደጋጋሚ የአማራ ክልል ከፍተኛ አመራሮች ግድያ፣ በኦሮሚያና በአማራ ክልል የብዙ ሰዎችን ሕይወት የቀጠፈው የትጥቅ ትግል የዚሁ ማሳያ ናቸው። ይሄን አደገኛ አካሄድ ኢትዮጵያውያን ተባብረው ማስቆም የሀገር ግንባታ ሂደቱ የመጀመሪያ እርምጃ መሆን ይኖርበታል። በኢትዮጵያ ፍትሃዊና አሳማኝ የሕዝብ ጥያቄ አንግበው የተደረጉ የብሔርተኝነት እንቅስቃሴዎች ከሞላ ጎደል ዓላማቸውን ያሳኩ ነበሩ ማለት ይቻላል። ለምሳሌም የኤርትራ ብሔርተኝነት ነጻ ሀገር መስርቷል፤ የትግራይ ብሔርተኝነት ለሃያ ሰባት ዓመታት የኢትዮጵያን ፖለቲካ መቆጣጠር ችሏል፣ የኦሮሞ ብሔርተኝነት ብሔር ብሔረሰቦች በእኩልነት የምታስተናግድ ኢትዮጵያን የመገንባት ዕድል አግኝቷል፣ የሲዳማ ብሔርተኝነትም ነጻ የክልል መስተዳድር መስርቷል። ይሄ ሁሉ የሆነው በሥነ ምግባር የተመራ በመሆኑ ነው። ብሔርተኝነትን መግራትና ለጋራ በጎ ዓላማ መጠቀም እጅግ አስፈላጊ የሀገር ግንባታ እርምጃ ነው።

የዴሞክራሲ ጥያቄ

በኢትዮጵያ ሕገ መንግስት የዴሞክራሲ መብቶች ትልቅ ቦታ ከተሰጣቸው ጉዳዮች አንዱ ነው። ከአንቀጽ 29 እስከ አንቀጽ 40 ያሉ አንቀጾች የዴሞክራሲ መብቶችን የሚያጠቃልሉ ናቸው። አስተሳሰብና አመለካከት መያዝና መግለጽን፤ መሰብሰብ፤ አቤቱታ ማቅረብን፤ መደራጀትን፤ መንቀሳቀስን፤ ጋብቻ እና ቤተሰብ መመስረትን፤ የሴቶችና የህፃናት መብቶች፤ ፍትህ የማግኘት፤ የመምረጥ እና የመመረጥ መብቶችን፤ የብሔሮች ራስን በራስ የማስተዳደርና የራስን ዕድል በራስ መወሰን እስከ መገንጠል መብትን፤ በራስ ቋንቋ የመናገር፤ የመጻፍ እና የማሳደግ መብትን፣ ባህልን የመግለጽ፤ የማዳበር እና የማስተዋወቅ እንዲሁም ንብረት የማፍራት መብቶችን ያጠቃልላል።

ከላይ ካነሳናቸው ጥያቄዎች በተጨማሪ እነዚህ በሕገ መንግስቱ የተቀመጡ ጥያቄዎች የሕዝቡ ጥያቄ እየሆኑ መምጣታቸው በእንቅርት ላይ ጆሮ ደግፍ እንደሚባለው ነገሩን እያወሳሰበው መሄዱ አይቀሬ ሆኗል። የዴሞክራሲ ጥያቄ ከላይ ካነሳናቸው የመሬትና የብሔር ጥያቄዎች አንጻር ሲታይ ሀገር በቀል የማይመስል ጥያቄ ቢሆንም አሁን ባለንበት ዓለም የሰው ልጅ ሁሉ ጥያቄ እየሆነ ከመምጣቱ አንጻር ተገቢና አንገብጋቢ ጥያቄ መሆኑ የማይካድ ነው።

የዴሞክራሲ ጥያቄ በመሪዎች ለሕዝቡ የሚሰጥ ጥያቄ ነው በማለት ጥያቄውን ሕዝባዊ መሠረት የሌለው ለማስመሰል የሚሞክሩ አሉ። ነገር ግን የመንግስት ሥርዓት ለሕዝቦች ጥያቄ መልስ ከመስጠት አንጻር ሲታይ በጣም ተገቢና አንገብጋቢ ጥያቄ ነው። ሆኖም የዴሞክራሲ ጥያቄው ብዙ ጊዜ የሚቀርበው በምዕራባውያን አረዳድና ንድፈ ሀሳብ ብቻ ስለሆነ ከላይ ካነሳናቸው ሁለት ጥያቄዎች እኩል የኢትዮጵያ ሕዝብ ጥያቄ ተደርጎ መታየቱ ላይ ልዩነቶች ሊኖሩ ይችላሉ። ይሁንና ዴሞክራሲ የኢትዮጵያ ባህላዊ ጥያቄ ስላልሆነ እንደ ሁለተኛ ጥያቄ ይቅረብ የሚለው ዘመኑን የዋጀ አስተያየት አይሆንም። ዓለም አቀፋዊ የዴሞክራሲ ጥያቄ የሚባል ነገር አለመኖሩን መስማማት ያለብን ይመስለኛል። ዴሞክራሲ እንደ ብሔራዊ ፕሮጀክት መታየት ያለበትና እያንዳንዱ ሀገር ለባህሉና ለሕዝቡ አኗኗር በሚያመች መንገድ ቀርፆ ተግባራዊ ሊያደርገው

የሚገባ ነው። ነገር ግን የምዕራባውያን ኦርቶዶክሲ ዴሞክራሲ ግን ብዙም ውሃ የማይቋጥር ሙከራ እንደሚሆን በዘርፉ የተሰሩ ጥናቶች ያመላክታሉ።

የዴሞክራሲ ጥያቄ ሕዝቡን በእኩልነትና በታማኝነት የሚያገለግሉ ተቋማት የመገንባት ጥያቄ ነው። በዚህ አረዳድ ደግሞ ጥያቄው ከሌሎቹ ጥያቄዎች እኩል አንገብጋቢ ይሆናል። ምክንያቱ ደግሞ እነዚህ ተቋማት ሳይገነቡ ጥያቄዎቹን መመለስ ስለማይቻልና ከተሞከረም ሌሎች በርካታ ጥያቄዎችን ሊያስነሳ ስለሚችል እንደሆነ ይታመናል። የዴሞክራሲ ተቋማት እና ሕግጋት በሌሉበት ሁኔታ መንግስት እንደመንግስት ጠንክሮ ለሕዝቡ ጥያቄ ፍትሃዊ በሆነና በተቀላጠፈ መንገድ መልስ ለመስጠት አስቸጋሪ ይሆንበታል። ስለዚህ ዴሞክራሲ በቀጥታም ሆነ በተዘዋዋሪ የሕዝቡ ጥያቄ ተደርጎ ይወሰዳል ማለት ነው።

በኢትዮጵያ የዴሞክራሲ ጥያቄ ከ1983ቱ ለውጥ በኋላ በጣም እየጐላ እንደመጣ ይታወቃል። በወቅቱ ሥራ ላይ የዋለው የፌዴራል ሥርዓት ዴሞክራሲን የግድ ስለሚልና ሀገሪቱ በብሔር ውክልና ላይ የተመሰረተ የፌዴራሊዝም ሥርዓት ተግባራዊ ስላደረገች ዴሞክራሲ ወሳኝ ጉዳይ ይሆናል። ፌዴራሊዝም ያለዴሞክራሲ ጥይት የሌለው ጠብመንጃ ማለት ነው። ዓላማውን ከግብ ማድረስም አይቻለውም። በሌላ በኩል ደግሞ የፌዴራሊዝሙ አወቃቀር በልዩነት ላይ የቆመ ስለሆነ ፍትሃዊ ውክልናና ተጠቃሚነትን ማረጋገጥ የሚቻለው በዴሞክራሲያዊ መንገድ ብቻ ስለሆነ ነው። ዴሞክራሲን ለማስፈን ደግሞ የፖለቲካ ነጻነትን እና የሰብአዊ መብቶችን ማክበር የግድ ይሆናል። በዚህ ረገድ በኢሕአዴግ የተጀመሩ መልካም ጅምር ሥራዎች ቢኖሩም አተገባበሩ ግን ሌላ ችግር የፈጠረ ነበር።

ሕገ መንግስት መረቀቁና መብቶች መደንገጋቸው በጣም ጥሩ የሚባል ጅምር ነበር። ወደ አተገባበር ሲገባ ግን ችግር ከመፍታት ይልቅ ሌሎች ተጨማሪ ችግሮችን የፈጠሩበት ሁኔታ እየተበራከተ ሄዷል። የተለያዩ መሪዎች በተለያዩ መድረኮች ላይ የዴሞክራሲ ሥርዓት ግንባታ ላይ ነን እንዲሁም የዴሞክራሲ ሥርዓት ግንባታ የባህል ለውጥ ይጠይቃል ቢሉም ሀገሪቱ ወደ ዴሞክራሲ

ያደረገችው ጉዞ ውጤታማ ነበር ማለት አያስደፍርም። የዴሞክራሲ ጥያቄ ከሕዝቡ ዕድገትና ንቃተ ህሊና ጋር የሚሄድ ጥያቄ ነው። የሰው ልጅ ብዙ ባወቀ ቁጥር ብዙ ይጠይቃል፤ ይሄ የሰው ተፈጥሮ ነው። ስለዚህ የዴሞክራሲና የመልካም አስተዳደር ጥያቄ ከጊዜ ወደ ጊዜ እየጨመረ የሚሄድ ጥያቄ ነው ማለት ነው። በፍትሃዊ ተጠቃሚነት በመብቶች መከበር እና የዴሞክራሲ ተቋማት ግንባታ ላይ ጥያቄዎች እየጨመሩ ይሄዳሉ። ይሄ በማኅበረሰብ ዕድገት ውስጥ የሚታይ ጤናማ ሂደት ነው። ለዚህ መዘጋጀት የማኅበረሰብ ዕድገት ጤናማ መንገዱን ይዞ እንዲሄድ በማስቻል ሂደት ውስጥ ትልቅ ድርሻ ይኖረዋል።

እንደ ሀገራችን ተፎካካሪ ብሔርተኝነት የዕለተ ተዕለት የመንግስትንም ሆነ የግለሰቦችን ውሳኔን በሚጠመዝዙበት ሀገር ደግሞ ያለ ዴሞክራሲያዊ አሰራር አንድ እርምጃ መራመድ ከባድ ይሆናል። በእንደዚህ ዓይነት ሥነምህዳር ውስጥ ዴሞክራሲ የማሰብያና የመወሰኛ ሶፍትዌር ይሆናል ማለት ነው። ነገር ግን ቀላል ነገር ስላልሆነ በርካታ ከሀገራችንና ከህዝባችን የራቁ አስተሳሰቦችን መላበስን ይጠይቃል። ዴሞክራሲ በተቋማት ወይም በመሪዎች ብቻ የሚመጣ ነገር አይሆንም፤ የባህል እና የአስተሳሰብ ለውጥ ይፈልጋል። የሕዝብን ተሳትፎም ይጠይቃል። ተቋማትና መሪዎች ብቻ ዴሞክራሲያዊ አሰራርን ስለተከተሉ በአንድ ሀገር ውስጥ ዴሞክራሲያዊ አሰራር አይመጣም። ሕዝቡም የዴሞክራሲ ባህልን መላበስ ይኖርበታልና።

የኢትዮጵያ ሕዝብ መሰረታዊ ጥያቄዎች ሥርዓት በመለወጥ ያላቸው ሚና የጎላ ቢሆንም ጥያቄዎቹን ከስር መሰረታቸው ከመመለስ አንጻር ግን የተዋጣላቸው ነው ማለት አይቻልም። የመሬት ጥያቄ ከብሔር ጥያቄ ጋር ተዳምሮ የዘውድ ስርዓቱን ገረሰሰ። ይሄው ጥያቄ ደርግን ወደ ስልጣን አመጣ። ደርግ የመሬት ጥያቄን በተወሰነ መልኩ በመመለሱ እስከዛሬም ይወደሳል። የብሔር ጥያቄን ግን በአዋጅ አገደ። ይሄ የታገደው የብሔር ጥያቄ በርካታ የብሔር ነጻ አውጭዎችን ወለደ። የተፈጠሩ ነጻ አውጭ ግንባሮች ተባብረው ባካሄዱት የትጥቅ ትግል የደርግ መንግስትን ገረሰሱ። ደርግን የጣለው የብሔር ጥያቄ ኢሕአዴግን ወደ ስልጣን አመጣ። ኢሕአዴግ ደርግ የጣለውን

የብሔር ጥያቄ መሠረት አድርጎ የፌዴራሊዚም ሥርዓትን አዋቀረ። በሕገ-መንግስትም ስለዴሞክራሲና ስለሰብዓዊ መብቶች ደነገገ። በተግባር ግን ብዙ ኢ-ዴሞክራሲያዊ የሆኑ ነገሮችን ፈጸመ። በበቂ ሁኔታ ያልተመለሱ ጥያቄዎች ከኢህዴአግ ኢ-ዴሞክራሲያዊነት ጋር ተዳምረው ኢሕአዴግን ከስልጣን አስወገዱ። በምትኩ አዲሱ ብልጽግና ስልጣኑን ተረከበ። እነዚሁ ጥያቄዎች ብልጽግና መንበረ ስልጣኑን በደንብ ከመቆጣጠሩ ፍጥጥ ብለው መጡ።

በርካታ የኢትዮጵያ ሕዝብ ጥያቄዎች መሠረት ድህነት ነው። የነጻነትና እኩልነት እጦት ነው። የሰው ልጅ መሰረታዊ ፍላጎቶች አለመሟላትና መብቶች አለመከበር ነው። የዕውቀት አለመስፋፋትና ከዘመናዊው ዓለም ወደኃላ መቅረት የወለዳቸው ናቸው። እነዚህ ጥያቄዎች ከሰው ልጅ የነብስ ጥሪ ጋርም የሚጋጩ ናቸው። ከዚህ አንጻር ብልጽግናን ማረጋገጥ፤ ትምህርትን ማስፋፋት እና የዴምክራሲ ባህልና እሴቶችን ማሳደግ እነዚህን መሰረታዊ የሕዝብ ጥያቄዎችን ከመመለስ እንዲሁም የሀገሪቷን ሰላምና መረጋጋት ከማረጋገጥ አንጻር ትልቅ ድርሻ ይኖራቸዋል።

በአጠቃላይ ደርግ የመሬት ጥያቄ ለመመለስ ሙከራ አድርጓል። ኢህአዴግ ደግሞ የብሔርን ጥያቄ ለመመለስ በሚያስችል መንገድ መዋቅር ዘርግቶዋል። እነዚህ ሁለት ጥያቄዎች ሙሉ በሙሉ ተመልሰዋል ባይባልም እውቅና አግኝተው ሙከራዎች ተደርገዋል። አሁናዊ የብልጽግና መንግስት ሊመልሰው የሚገባው ጥያቄ ደግሞ ሁለቱን ያደሩ ጥያቄዎች ጨምሮ የዴሞክራሲ ጥያቄ ዋነኛው ይሆናል ማለት ነው። ይህም የሚጋጩ አስተሳሰቦችን ከማስታረቅ ጀምሮ ሀገሪቷን ከነጠላ አስተሳሰቦችና ብሔርተኝነቶች ወደ ኅብረ-ብሔራዊ አስተሳሰብና ብሔርተኝነት የማሸጋገር ስራን ይጨምራል። በኢትዮጵያ የዴሞክራሲ ጥያቄን ለመመለስ በህዝቦች መካከል የመግባባት ባህልን፤ በሀገር ደረጃ ደግሞ ጠንካራ የዴሞክራሲ ተቋማትንና ዴሞክራሳዊ አሰራርን መገንባት የግድ ይሆናል። የብልጽግና ዋነኛው የቤት ስራ የሚጋጩ አመለካከቶችን በማስታረቅ ሚዛናዊ ገዥ ትርክት እና በዜግነት ላይ የተመሰረተ ኅብረ-ብሔራዊ ብሔርተኝነትን መገንባት መሆን ይኖርበታል።

ምዕራፍ 11

ብሔርተኝነትና የኢትዮጵያ የፖለቲካ ለውጦች

“

ፖለቲከኛ በመምረጥ ብቻ ከነባራዊ ሁኔታ መላቀቅ አይቻልም። በተለይ በተለይ ነባራዊውን ሁኔታ ለማስቀጠል የተቋቋሙ የፖለቲካ ፓርቲ መሪዎችን በመምረጥ ለውጥ ማምጣት አይቻልም።

—

አለን ማስ

ኢትዮጵያ ረጅም የመንግስትና የፖለቲካ ሥርዓት ታሪክ ካላቸው ሀገራት ተርታ ትሰለፋለች። ምንም እንኳን መንግስት የሚለው ጽንሰ ሀሳብ ከጊዜ ወደ ጊዜ እየተለዋወጠ የመጣና በዓለማችን ብዙ ዓይነት የመንግስት ሥርዓት መኖሩ ነገሩን ውስብስብ ቢያደርገውም የኢትዮጵያ የመንግስት ታሪክ ግን ፈተናዎቹን ሁሉ የሚሻገር ነው። በዘመናዊና በዴሞክራሲያዊ መንግስት ሥርዓት ውስጥ መንግስት ሦስት ዋና ዋና ቅርንጫፎች እንዳሉት ይገለፃል። እነዚህም ሕግ አውጭ፣ ሕግ ተርጓሚና ሕግ አስፈፃሚ ናቸው። በዚህ አገላለጽ “መንግስት” ከሕግ ጋር የተቆራኘ ተቋም እንደሆነ መረዳት አያዳግትም። በዴሞክራሲያዊ ሥርዓት እነዚህ ሦስት የተለያዩ የሕግ ሥራዎች ለሦስት የተለያዩ አካላት የሚሰጡበትና አንዱ ሌላኛውን እንዲቆጣጠር የሚደረግበት

አሰራሮች ሲኖሩ በሌላ የመንግስት ስርዓት ደግሞ ሶስቱም ቅርንጫፎች በአንድ ሰው ወይም በጥቂት ቡድን እጅ የሚወድቁበት ሁኔታም እንዳለ ልብ ይሏል።

በተለያየ የመንግስት ሥርዓትም ቢሆን ኢትዮጵያ ረጅም የመንግስት ታሪክ እንዳላት የሚያሳዩ መረጃዎች አሉ። ከዚህ በተቃራኒ ሀገሪቱ የመንግስትና የፖለቲካ እንጂ የሕዝብ ታሪክ የላትም የሚሉም አሉ። ከባለታሪኳ የሳባዋ ንግስት ጀምሮ ብንመለከት የኢትዮጵያ ታሪክ የገዥዎች ወይም የመንግስታት ታሪክ ነው ሊባል ይችላል። የራሳቸውን ታሪክ ብቻ የጻፉ መንግስታት ደግሞ የኢትዮጵያን ታሪክ ተአማኒነት ማሳጣታቸው እሙን ነው።

ኢትዮጵያ ትላልቆቹን እምነቶች በመቀበል ግንባር ቀደም ሀገር እንደሆነችው ሁሉ የተለያዩ የመንግስትና የፖለቲካ ስርዓቶችም ቤተ ሙከራ ነበረች ማለት ይቻላል። ሀገሪቱ በተለያዩ ጊዜያት የማዕከላዊ መንግስት አልባ ከመሆን ጀምሮ እስከ ዴሞክራሲያዊ ሪፐብሊክ የዘለቀ ሙከራዎችን አድርጋለች። ኢትዮጵያ በርካታ የፖለቲካ ለውጦችን አስተናግዳለች። ከአንዱ የመንግስት ሥርዓት ወደ ሌላኛው የመንግስት ሥርዓት የተደረጉ የሽግግር ሙከራዎችም ደም አፋሳሽና ስር ነቀል እንደነበሩ ከታሪክ እንረዳለን። ከዚህም የተነሳ የሕዝቡ የለውጥ አረዳድ ከአብዮት ጋር የተቆራኘ ሆኖ የቀረበት ሁኔታ እንዳለ ማንሳት ይቻላል። እስከ አሁን በሀገሪቱ የተከሰቱ የፖለቲካ ለውጦችን በዝርዝር ከማየታችን በፊት በኢትዮጵያ የታዩ የስርዓት ዓይነቶችንና የለውጥ አረዳድን እንቃኛለን።

በኢትዮጵያ የታዩ የመንግስት ዓይነቶች

የመንግስት ስርዓቶችን በተለያየ መንገድ መክፈል ይቻላል። በአንድ በኩል የመንግስት የፖለቲካ ስልጣን በሚቆናጠጡ ሰዎች ቁጥር ላይ በመመርኮዝ የተለያዩ የመንግስት ዓይነቶችን መለየት ይቻላል። በሌላ በኩል ደግሞ እነዚህ ስልጣን የያዙ ሰዎች በሚከተሉት የፖለቲካ ርዕዮትና የኢኮኖሚ ስርዓት ላይ ቆመን የተለያዩ የመንግስት ስርዓቶችን መለየት ይቻላል። የሚቀነቀን የሙብት ዓይነትም የመንግስት ዓይነትን ሊገልጽ ይችላል። የመንግስትን

ስልጣን የሚይዙ ሰዎች የተለያየ የፖለቲካ አስተሳሰብ ይከተላሉ። አንዱ የግል መብት ላይ ትኩረት የሚያደርግ ሲሆን ሌላኛው ደግሞ የቡድን መብቶችን ያስቀድማል። ገሚሱ የሶሻሊዝም የኢኮኖሚ ስርዓት ሲከተል ገሚሱ ደግሞ የካፒታሊዝም ስርዓትን ይከተላሉ። አሃዳዊ አወቃቀርን የሚከተሉ እንዳሉ ሁሉ የፌዴራል ወይም የኮንፌደራል ሥርዓትን የሚከተሉ መንግስታትም ይኖራሉ።

የመንግስትን ስልጣን በሚቆጣጠሩ የሰዎች ቁጥር ስናይ ግን በዓለም አቀፍ ደረጃ የሚታወቁና በኢትዮጵያም የታዩ አራት የመንግስት ዓይነቶችን መለየት ይቻላል። እነዚህም ሥርዓት አልበኝነት ወይም አናርኪ፤ ንጉሳዊ አገዛዝ ወይም ሞናርኪ፤ የጥቂት ሰዎች መንግስት ወይም ኦሊጋርኪ፤ እና የሕግ የበላይነት የሰፈነበት የሕዝብ መንግስት ወይም ዴሞክራሲ ናቸው። እነዚህ የመንግስት ስርዓቶች በኢትዮጵያ ታሪክ ውስጥ የታዩ ስለሆኑ አጠር አድርገን እንቃኛለን።

ሥርዓት አልበኝነት ወይም አናርኪ

ሥርዓት አልበኝነት ወይም አናርኪ ሁለት ነገሮችን ያመላክታል። በአንድ በኩል የመንግሥት አለመኖርን የሚያመላክት ጽንሰ ሀሳብ ሲሆን በሌላ በኩል ደግሞ መንግስት ወይም ሀገር የተባለ አደረጃጀት ራሱ አላስፈላጊ መሆኑን የሚያምን የፖለቲካ ርዕዮተ-ዓለም ነው። ስለዚህ ሁሉም መንግስታትና ሀገራት እንዲፈርሱና በምትካቸው ሰዎች ያለምንም ገደብና አስገዳጅ ሁኔታ በራሳቸው ፈቃድ እየተሰባሰቡ የትብብር ማኅበረሰቦች እንዲመሰርቱ የሚታገል የፖለቲካ አስተሳሰብ ነው።

ይሁንና የሰው ልጅ የተደራጀ የአስተዳደር ስርዓት ሳይኖረው ዘላቂ ኅብረት መመስረት እንደሚቸገር መረጃዎች ያሳያሉ። በዚህም ምክንያት የገደብ የለሽ ነጻነት አቀንቃኝ አናርኪ ብዙም ተቀባይነት ሳያገኝ ቀርቷል። ይህን ስንል ግን አናርኪን እንደ ፖለቲካ አስተሳሰብ የሚጠቀሙ ሰዎች የሉም ማለት አይደለም። ኢትዮጵያ ውስጥ ወደ ስርዓት አልበኝነት (ንጉሥ አልባነት) የተጠጉ በርካታ ጊዜያት ቢኖሩም በተደራጀ መንገድ ስርዓት አልበኝነትን

የሚያራምዱ ኃይሎች አሉ ለማለት ግን አያስደፍርም። እንደ አጭር ጊዜ የፖለቲካ ታክቲክ ግን ሁሉም የኢትዮጵያ የፖለቲካ ኃይሎች ይጠቀሙበታል ማለት ይቻላል።

አንዳንድ ጸሐፊዎች በተለምዶ ዘመነ መሳፍንት የተባለውን ጊዜ ስርዓት አልበኝነት የነገሰበት ዘመን ነበር ሲሉ ይደመጣሉ። ይሁን እንጂ ዘመነ መሳፍንት የሚባለው ዘመን የኢትዮጵያ ማዕከላዊ መንግስት የተዳከመበትና የየጁ ኦሮሞዎች የእንደራሴነት ስልጣን የጠነከረበት ጊዜ እንጂ ኢትዮጵያ ሥርዓት አልበኛ የሆነችበት ጊዜ አለመሆኑን ከታሪክ መረጃዎች መረዳት ይቻላል። ከስርዓት አልበኝነት ይልቅ ማዕከላዊ "ንጉሥ አልበኝነት" የሚለው የሚገልፀው ይመስለኛል። ብዙዎች በኢትዮጵያ "እኔ ካልገዛሁ ስርዓት የለም" የሚለው እጅግ የተሳሳተ ግን ደግሞ የተለመደ አስተሳሰብ ውጤት ነው ይላሉ። የሰለሞናዊው ሥርወ-መንግስት መዳከም የስርዓት አለመኖር ተደርጎ መወሰዱንም ያመለክታል ይላሉ።

ዘመነ መሳፍንት በወቅቱ የነበረው የነጋሲ ዘር መጥፋት ወይም መዳከም እንጂ የመሪ መጥፋት ወይም የመሪ አስፈላጊነት ጥያቄ ውስጥ መግባት አልነበረም። የብሔር ገጽታ ያላቸው እርስ በእርስ ጦርነቶችም የበረከቱት የደከመውን ማዕከላዊ መንግስት እንደራሴ ለመሆንና ጫና በማሳደር ለመግዛት ሲባል ብቻ እንደነበር ይነገራል። ስለዚህ ዘመነ መሳፍንት "ለመግዛት የተፈጠሩ" የሚባሉቱ ሰዎች አቅም ያጡበት እንጂ የመንግስትና የሀገር አስፈላጊነት ጥያቄ ውስጥ የገባበት ጊዜ አልነበረም ሲሉ የሚከራከሩ አሉ።

ንጉሳዊ አገዛዝ ወይም ሞናርኪ

"ንጉሳዊ አገዛዝ" ወይም ሞናርኪ የሚለው ቃል የመጣው ከግሪክ ሲሆን ጥሬ ትርጉሙም "የአንድ ሰው መንግሥት" እንደማለት ነው። ከንቦች የተቀናጀ ትብብር እና ከንግሥቷ ሚና እንደተወሰደ የሚነገርለት ንግሥታዊ/ንጉሳዊ ሥርዓት ልክ ንቦች በንግስታቸው እንደሚመሩ ሁሉ የሰው ልጅም በንግስት/ንጉስ መመራት አለበት የሚል እምነት ላይ የቆመ ነው። እዚህ ጋር የሥርዓት-

ዖታ አድልዎ ተጨምሮ ንጉሥ የተጨመረ ይመስለኛል እንጂ የንቦች መሪ ንግሥቷ ብቻ ናት። የንጉሳዊ አገዛዝ በዘር የሚተላለፍ የአስተዳደር ሥርዓት ነው። በአርስቶትላዊያን ወግ መሠረት ንጉሣዊ አገዛዙ የመንግሥቱ የበላይ ኃይል በአንድ ሰው ፈቃድ ላይ የሚመሠረት የፖለቲካ ሥርዓት ነው። ሕጋዊነቱም ከመለኮታዊ ኃይል የሚመነጭ ነው ተብሎ ይታመናል። በዚህ የመለኮታዊ መብት አረዳድ የነገሥታቱ መሠረት ፈጣሪ ነው። ፈጣሪ ንጉስን በሥልጣን ላይ እንዲሆን መርጦታል በሚለው አስተሳሰብ ላይ የተመሠረተ ይሆናል። ምንም እንኳን በአሁኑ ጊዜ መንግስታት ከኃይማኖታዊ ስርዓቶች የተለዩ ቢሆኑም ንግሥናዎች ከአንድ የተወሰነ ኃይማኖት ጋር የተቆራኙ ናቸው ማለት ይቻላል።

ንጉሳዊ አገዛዝ በሁለት ይከፈላል፡ "ፍፁም ንጉሳዊ" እና "ሕገ-መንግስታዊ ንጉሳዊ" አገዛዝ ናቸው። በፍፁም ንጉሳዊ አገዛዝ ስልጣኑ በመለኮታዊ ጸጋ ለንጉሱ ብቻ የተሰጠ ሲሆን በሕገ-መንግስታዊ ንጉሳዊ አገዛዝ ደግሞ ከሕዝብ የሚመነጭ ስልጣን ነው። ይህ ማለት ንጉሡ በሕገ-መንግስት ውስጥ የተካተቱትን ሕጎች ወይም መብቶች ማክበር አለበት ማለት ነው። በሕገ-መንግስታዊ ንጉሳዊ አገዛዝ ንጉሱ የሀገር መሪ ነው፤ ስልጣኖቹም ፍጹም ያልሆኑ በሕገ-መንግስት የተገደቡ ናቸው።

ኢትዮጵያ የሰለሞን ሥርወ-መንግስት በሚባል እና የዘር ሀረጋቸውን ከእየሩሳሌም በሚመዙ ነገሥታት ለረጅም ጊዜ ተገዝታለች። እስከ ዐፄ ኃይለ ሥላሴ ያሉ ወደ 225 የሚሆኑ ነገሥታት የሰለሞን ሥርወ-መንግስት ተቀጥያ ሆነው በፍፁም ንጉሣዊ አገዛዝ ዘዴ ኢትዮጵያን ገዝተዋል። በአጠቃላይ ኢትዮጵያ ሁለቱንም የንጉሳዊ አገዛዝ ስርዓቶች አስተናግዳለች። እ.ኤ.አ በ1931 ዐፄ ኃይለ ሥላሴ የመጀመሪያውን የኢትዮጵያ ዘመናዊ ሕገ-መንግስት ለህዝባቸው እስከሰጡበት ጊዜ ድረስ ኢትዮጵያ የፍፁም ንጉሣዊ አገዛዝ ሥርዓት ተከታይ ነበረች ማለት ነው። ከ1931 እስከ 1975 ያለው የዐፄ ኃይለ ሥላሴ አገዛዝ ደግሞ ኢትዮጵያ በሕገ-መንግስታዊ ንጉሳዊ አገዛዝ ውስጥ ነበረች ማለት ይቻላል።

የጥቂት ሰዎች መንግስት ወይም ኦሊጋርኪ

አርስቶትል ኦሊጋርኪ የሚለውን ቃል የተጠቀመው “የጥቂቶች አገዛዝ” በሚል ትርጉም እንደነበር ይነገራል። ስለዚህ ኦሊጋርኪ የመንግሥት ስልጣን በጥቂት ሰዎች ስብስብ ወይም ኦሊጋርኪ ቁጥጥር ስር የሚሆንበት መንግሥታዊ ሥርዓት ነው። ጥንታዊ ኦሊጋርኪ የተፈጠረው ገዥ ልሂቃን ከገዥው ቡድን ብቻ ሲመለመሉ ነው። ማንኛውም የፖለቲካ ሥልጣን በቁጥር በጣም ጥቂት በሆኑ ሀብታም ሰዎች የተያዘበት የመንግሥት ሥርዓት ነው። በተለምዶ ኦሊጋርኪዎች በገንዘብና ሀብት ጫና የሚያሳድሩ ቢሆንም በማኅበራዊ መንገድ፣ በዝና፣ በትምህርትና ዕውቀት፣ በፖለቲካ፣ በኃይማኖት ወይም በወታደራዊ መንገድም ሊንፀባረቅ እንደሚችል ይነገራል።

በዓለም ላይ በጣም በርካታ የኦሊጋርኪ ዓይነቶች እንዳሉ ይታወቃል። ከእነዚህ ሁለቱ ግን በዋናነት የሚጠቀሱ ናቸው። የመጀመሪያው አርስቶክራሲ ሲባል የገዥው ቡድን አባላት ባላባቶች የሆኑበት ማለት ነው። ሁለተኛው ፕሉቶክራሲ ሲሆን ገንዘብ ያላቸው ሰዎች በገንዘባቸው በምርጫና በፖሊሲ ላይ ተጽዕኖ የሚያሳድሩበት በዚያው መንገድ የበለጠ ገንዘብ ለማግኘት የሚጠቀሙበት ሥርዓት ነው። ሩስያ፣ ቻይናና አሜሪካን ጨምሮ በርካታ ዘመናዊ ሀገራት የኦሊጋርኪ መገለጫዎች ናቸው ማለት ይቻላል።

የኢትዮጵያ ፖለቲካ ሁሌም የጥቂት ሰዎች መፈንጫ ነበር ማለት ነው። ከወታደራዊው ደርግ እስከ ሕወሓት መሩ ኢሕአዴግ ድረስ ብናይ በጥቂት ሰዎች የሚዘወር ነበር። ኢትዮጵያ ከኦሊጋርኮች ጸድታ አታውቅም ቢባል ማጋነን አይሆንም። የባላባት ሀገር ነበረች፤ አሁን ደግሞ ፕሉቶክራቶች እየበቀሉባት እንደሆነ መረጃዎች ያሳያሉ። ሚዲያና መሳሪያ እያስታጠቁ መንግስት ላይ ጫና ለማሳደር የሚሰሩ ፕሉቶክራቶች እየበቀሉባት እንደሆነ የአደባባይ ምስጢር ሆኗል። በኢትዮጵያ ታሪክ ከንጉሳዊው አገዛዝ ለመላቀቅ ከተደረገው ትግል ያላነሰ ትግል ከኦሊጋርክዎች ለመላቀቅ ማድረግ የግድ ይሆናል፣ ካለበለዚያ በኢትዮጵያ ህዝባዊ መንግስት የመመስረት ህልም እውን አይሆንም የሚል እምነት አለኝ።

የሕዝብ መንግስት ወይም ዴሞክራሲ

ዴሞክራሲያዊ መንግስት ህዝባዊ መንግስት ነው። ሠፊው ሕዝብ በቀጥታም ሆነ በተዘዋዋሪ ውሳኔ ሰጭ የሚሆንበት የመንግስት ሥርዓት ነው። በዘመናዊ ፖለቲካ ሊበራል ዴሞክራሲ የዓለማችን የመጨረሻው የፖለቲካ ርዕዮት ይሆናል ተብሎ ተተንብዮ እንደነበረ ይታወሳል። ዓለም ላይ ዛሬም ለዴሞክራሲ ያለው ግምት ጥሩ ቢሆንም የምዕራባውያን የዴሞክራሲ ሞዴል ለሁሉም ሀገራት ይሰራል የሚለው ግምት ግን እየተሸረሸረ ይገኛል። አንድ ዓይነት ዴሞክራሲ ብቻ ሳይሆን ብዙ ዓይነት ዴሞክራሲ ሊኖር እንደሚችልና ሀገራት ከራሳቸው ነባራዊ ሁኔታ ጋር እያዋሃዱ የሚያሳድጉት ዴሞክራሲ መሆን እንዳለበት ስምምነት ላይ እየተደረሰ ይመስላል። ዴሞክራሲ ዓለም አቀፋዊ ሳይሆን ብሔራዊ ፕሮጀክት እንደሆነም ስምምነት እየተፈጠረ ነው።

ኢትዮጵያ ከ1990ዎቹ መጀመሪያ አንስቶ የዴሞክራሲያዊ ሪፐብሊክን ገጽታ መላበሷ ይታወቃል። የሀገረ-መንግስቱ ስያሜም የኢትዮጵያ ፌዴራላዊ ዴሞክራሲያዊ ሪፐብሊክ ነው። የሕዝብን ተሳትፎ ግን በዚያ ደረጃ ለማሳደግ በጣም ረጅም ሥራ ይጠብቀናል። ሕዝቡ የራሱን መብትና ግዴታ ለይቶ በማወቅ የሰውን መብት አክብሮ የራሱን ለማስከበር መሥራት ይጠበቅበታል። ይሄን ለማሳካት የተማረና መካከለኛ ገቢ ያለው ሰፊ የማኅበረሰብ ክፍል ያስፈልጋል ተብሎ እንደ ቅድመ ሁኔታም ይቀመጣል። አሁን ባለው ሁኔታ ግን ኢትዮጵያ መካከለኛ መደብ የሌላት ሀገር ናት ማለት ይቻላል። ሰው እየተማረ ሲሄድ፤ ኢኮኖሚው እያደገና መካከለኛ ገቢ ያላቸው የማኅበረሰብ ክፍሎች እየተበራከቱ ሲመጡ የዴሞክራሲያዊ ሪፐብሊክ ህልምም እውን እየሆነ ይሄዳል።

የኢትዮጵያ የፖለቲካ ለውጦች

በኢትዮጵያ በተለያዩ ጊዜያት የተለያዩ የፖለቲካ ለውጦች ተደርገዋል። እነዚህ ለውጦች በሀገሪቱ የተስተዋሉ የማኅበራዊ፣ ኢኮኖሚያዊና ፖለቲካዊ ቀውሶች ውጤት እንደሆኑም ይታወቃል። የለውጦቹ ዋና ዓላማም በኢትዮጵያ የተሻለ

የፖለቲካ ሥርዓት በመገንባት የሕዝቡን ኑሮ ማሻሻል እንደሆነ ይታመናል። በእርግጥ ለውጦቹ በተወሰነ መልኩም ቢሆን በሕዝቡ ኢኮኖሚያዊና ማኅበራዊ ኑሮ ላይ መሻሻሎችን የፈጠሩባቸው አጋጣሚዎች ስለመኖራቸው አይካድም። ከጊዜ ወደ ጊዜ የለውጥ አረዳድን ጨምሮ እየተሻሻሉ የሄዱ ነገሮች ስለመኖራቸውም በርግጠኝነት መናገር ይቻላል። ከዚህ አንጻር የ1966ቱንም ሆነ የ1983ቱን ለውጥ ተከትሎ በኢትዮጵያ የታዩ መሻሻሎች መኖራቸው የማይካድ ሀቅ ነው። የሕዝቡን ጥያቄ ሙሉ በሙሉ የመለሰ ነው ባይባልም እንኳ ከነበረው የተሻለ የፖለቲካ ሥርዓት፣ ልማትና ኢኮኖሚያዊ መሻሻሎችን አስመዝግቧል ማለት ይቻላል። የህዝባችን የለውጥ አረዳድም ከጊዜ ወደ ጊዜ እየተሻሻለ የመጣበት ሁኔታ አለ።

ይህ በእንዲህ እንዳለ ኢትዮጵያና ለውጥ ግን የጠበቀ ወዳጅነት የላቸውም ማለት ይቻላል። ኢትዮጵያ በቀላሉ የማትለወጥ ሀገር ናት ቢባል የተጋነነ አይሆንም። የኢትዮጵያ ጥንታዊነትም በተወሰነ መልኩ የዚሁ ተቀጥላ ተደርጎ ሊወሰድ ይችላል። በኢትዮጵያ ለውጥ ሲኖርም የአመጽና የደም መፋሰስ ታሪክ ይበዛዋል። ትናንሽ የፖሊሲ ለውጥ የሚጠይቁ ሰላማዊ ሰልፎች እንኳን ርህራሄ በሌለው መንግስታዊ እርምጃዎች ይጨናገፋሉ። ኢትዮጵያውያን በሁለት የለውጥ አጣብቂኝ ውስጥ ይኖራሉ ይባላል። በአንድ በኩል የተሰጣቸውን ሙጥኝ ብሎ የማስቀጠል ሲሆን በሌላ በኩል ደግሞ ለውጥ ሲባል ያለውን ነቅለው በተቃራኒው መተካት ነው።

ይሄንን አንዳንዶች ከኢትዮጵያውያን አስተዳደግና ባህሪ ጋር ሲያገናኙት ሌሎች ደግሞ በሀገሪቱ ውስጥ የቆየ ጨቋኝ የፖለቲካ ሥርዓት የወለደው ነው ይላሉ። በፖሊስ ጉልበትና በጠብመንጃ አፈሙዝ ተጠብቃ የኖረች ሀገር ስለመሆኗ ማሳያ አድርገውም ያቀርባሉ። በአጠቃላይ በኢትዮጵያ ለውጥ ማለት ጉልበት በመጠቀም ነባሩን ነቅሎ ተቃራኒውን መትከል እንደማለት ነው። ይሄ የመንቀል ባህል ስር የሰደደ የፖለቲካ ባህል ሲሆን በተቃራኒው በስምምነት ጥሩውን መጠበቅ እና መጥፎውን ብቻ መቀየር ያልተለመደ ነው። ጭማሪ የፖሊሲ ለውጥ (Incremental Policy Change) በኢትዮጵያ

የፖሊሲ አወጣጥ ታሪክ ውስጥ ቦታ የለውም። አብዮትን አዲስ ፖሊሲ የማውጣት ፖሊሲ አድርጎ የማየት ባህል በኢትዮጵያ ታሪክ ረጅም ዕድሜ ያለው የፖለቲካ ባህል ነው። አሳዛኙ ጉዳይ ግን በሀገሪቱ የተደረጉ ለውጦች በሚጠበቀው ደረጃ ግባቸውን ያልመቱና ሀገሪቱን ለሌላ የተወሳሰበ ፈተናና መራር የለውጥ ፍላጎት የዳረጉ ብቻ ሆነው ማለፋቸው ነው።

ኢትዮጵያ አሁን ያለችበትን ቅርጽ ከያዘች ጊዜ ጀምሮ አንድ መሪ ወደ ስልጣን ለመምጣት በአመራር ላይ ያሉትን መሪዎች በጉልበት ማስወገዱ የግድ ነበር። በፊውዳሉ ዘመን የስልጣን ሽግግሩ በደም መስመር በሆነበት ዘመን እንኳን የመንግስት የስልጣን ሽግግር ከደም መፋሰስ እና ከብጥብጥ የጸዳ አልነበረም። በዘውዲቱ፣ ኢያሱ እና በተፈሪ መኮንን መካከል የተደረገው የስልጣን ሽግግር በርካታ ጦርነቶችን እና ብጥብጦችን አስተናግዷል። የሰገሌ ጦርነት፣ የወሎ ጦርነት እና በመጨረሻም የኢያሱ ግድያ በታሪክ የተመዘገበ ነው። በተመሳሳይ መልኩ የንጉሣዊው ሥርዓት ላይ በርካታ መፈንቅለ መንግስቶች ተካሂደውበታል። የንዋይ ልጆች እና የታደሰ ብሩ የመፈንቅለ መንግስት ሙከራዎች ለዚህ ጥሩ ምሳሌዎች ናቸው። ደርግ በ1966 ዓ/ም የንጉሱን ሥርዓት ያስወገደው በመፈንቅለ መንግስት ነበር። ከአብዮቱ ማግስትም ጄኔራል አማን አምዶምና ጄኔራል ተፈሪ በንቲን ጨምሮ በርካታ የፖለቲካ ልሂቃን መገደላቸው ሀገሪቱ በፖለቲካ ጨለማ ውስጥ እንድትወድቅ አድርጓታል። በደርግ እና በኢሕአዴግ ዘመን የመፈንቅለ መንግስት ሙከራዎች ተደጋጋሚነት የቀነሰ የመሰለው በዋነኛነት በወሰዱት ርህራሄ የለሽ እርምጃዎች ነበር። በአጠቃላይ ግን አብዮት አሁንም በኢትዮጵያ አዋጭ ሽግግር ተደርጎ ስለሚወሰድ ብዙዎች ሰላማዊ የስልጣን ሽግግርን እንደ ሽግግር ለመቀበል ይቸገራሉ።

ይሁን እንጂ አብዮታዊ አመጽ መሣሪያ እንጂ ግብ አይደለም። የፖለቲካ ለውጥ ግብ ጉልቻ መለዋወጥ ሳይሆን፣ ዘላቂ ፍትሕ፣ ነጻነት፣ እኩልነትና ሰላምን ማስፈን ነው። በኢትዮጵያ የአብዮት ታሪክ የሕዝብ ልፋትና መስዋዕትነት መክኖ የሚቀረው አንድ ወገን ድሉን ሁሉ ጠቅልሎ የሚወስድበት ሁኔታ

ስለሚፈጠር ይመስለኛል። አሸናፊው ዕብሪተኛና ተመጻዳቂ፣ ተሸናፊው ደግሞ ተዋራጅና ሙት ወይም እስረኛ ከዚያ ካለፈ ደግሞ አድፋጭ ስለሚሆን ነው ብዬ አምናለሁ። ከዚህ ታሪካችን የምንማረው ነገር ማናቸውም በሀገሪቱ ጉዳይ ያገባናል የሚሉ ወገኖችን ከማሳተፍ ያነሰ መፍትሔ ለዘለቄታው ፋይዳ-ቢስ መሆኑን ነው። ዘላቂና አስተማማኝ ድል የሚገኘው ሁሉንም ወገን አሸናፊ የሚያደርግና በድርድር ላይ የተመሠረተ መላ ከተገኘ ብቻ ነው።

ከታሪክ የምንማር ከሆነ ላለፉት ሀምሳ ዓመታት ፖለቲካችንን የሚዘውረው ልሂቅ፣ ለሀገሩ ነባራዊ ሁኔታ የሚመጥን ትዕግስት፣ አስተዋይነት፣ መቻቻልና ብልሃት ማሳየት የተሳነው ሆኗል። በዚህ ምክንያት ሰላም የደካሞች መሸሻ አልያም የጉልበተኞች ማስፈራሪያ ሆናለች። በርግጥ ኢትዮጵያዊ እርስ በርሱ እየተገዳደለ መፎከር ከፖለቲካ ባህሉ ያፈነገጠ አይደለም። ፖለቲካ በመርህ ላይ የተመሠረተ የሥልጣን ትግል ሳይሆን የጉልበታም መሳሪያ ሆኖ የቆየበት ሀገር ከመሆኑ አንጻር አሁን ያለንበት ቦታ ከነበርንበት ቦታ ጋር ሲነጻጸር ብዙ ልዩነት አለው። አሁንም አንዳች ተአምር ካልተፈጠረ በቀር የኢትዮጵያ ልሂቃን ዘመኑን የዋጀ ምርጫ የመምረጥ ዕድላቸው ጠባብ ይመስላል። 'እኔ ከሞትኩ ሰርዶ አይብቀል እንዳለችው አህያ' ዓይነት ምርጫ የማድረግ ልምዳቸው በቀላሉ የሚለቃቸው አይመስለኝም። ሁሉም የሀገር ተቆርቋሪ መስሎ የግል ጥቅም አሳዳጅ ከሆነ ሰነባብቷል።

ዛሬ ከገባንበት ቅርቃር የሚያወጣን በጊዜያዊ ሆይ ሆይታ ያልተበከለ፣ ሰላማዊና የሰከነ መላ ካልፈጠርን እንደ ሀገር ታላቅ ሀገራዊ ውድቀት ለመውደቅ መዘጋጀት ይኖርብናል። ይሄ ውድቀታችን ደግሞ ከመቼውም ጊዜ በበለጠ ዘልቆና ጠልቆ የሚሰማን ይሆናል። የእስካሁኑ መስዋዕትነታችን ቀላል ባይሆንም ከእንግዲህ የምንከፍለው ግን እጅግ ከፍተኛ ዋጋ ከመሆኑም በላይ ሀገራዊ መሠረታችንን ከነአካቴው ሊያናጋው ይችላል። ስለሆነም ቆም ብሎ ማሰብና ከራስ በላይ ለሆነ ነገር ታማኝነትን ማሳየት የግድ ይለናል።

ከሞናርኪ ወደ ኦሊጋርኪ፡ የ1966 የፖለቲካ ለውጥ

በየካቲት ወር 1966 ዓ.ም ኢትዮጵያ የመጀመሪያውን አብዮት አሳካች። ይሄ አብዮት ለዓመታት የተጠራቀመውን የኢትዮጵያን ሕዝብ ጥያቄ በተለይ የአርሶአደሩን የመሬት ጥያቄ ተማሪዎች ካነሱት የብሔር ጥያቄ ጋር ተዳምሮ፣ ከውጭ በተመለሱ የአብዮት አቀንቃኝ ምሁራን ድጋፍ አግኝቶ በመለዮ ለባሹ ከዳር የደረሰ አብዮት እንደነበር መረጃዎች ያመላክታሉ። አብዮቱ የንጉሣዊ አገዛዙ ራሱ በፈጠራቸው ችግሮች ላይ የቆመ አብዮት ነው ይባላል። ብዙ የኢትዮጵያን ሕዝብ ያሳተፈና በመላው ሕዝብ የመጣ ለውጥ ተደርጎም ይወሰዳል።

በወቅቱ ዓለም በካፒታሊስትና በሶሻሊስት የኢኮኖሚ ሥርዓት ጎራ ተከፍላ ትግሎች የሚካሄዱበት ጊዜ ነበር። በሌላ በኩል ደግሞ ቅኝ የተገዙ ሀገራት ከምዕራቡ ዓለም ቅኝ ግዛት ነጻ ለመውጣት ትግል የሚያደርጉበት፤ እንደ እኛ ያሉ ሀገራት ደግሞ የራሣቸውን ጨቋኝ ገዥዎች በማስወገድ ከእጅ አዙር ቅኝ-አገዛዝ ተላቀው ሕዝባዊ መንግስት ለማቋቋም የሚዳክሩበት ወቅት ነበር። በ1953 ዓ.ም በንዋይ ወንድማማቾች የተሞከረው መፈንቅለ መንግሥት ለዚህ ጥሩ ደውል ነበር። ከ1959 ዓ.ም አንስቶ በይፋ የባላባትን ሥርዓት ከስር መሰረቱ ለመንቀል እንቅስቃሴ ተጀመረ። ከዚያ በፊት በተማሪዎች ይጠየቅ ለነበረው ጥገናዊ ለውጥ የባላባቱ ሥርዓት በቂ የሆነ መልስ ባለመስጠቱ ህዝባዊና ስርነቀል ለውጥ ወደ መፈለግ ሄደ። ታዲያ በዚህ መንገድ የተሳካው አብዮት ከደርግ ጋር መጣበቁና መረሳቱ ትክክል አይደለም የሚሉ ጥቂት አይደሉም። የ1966 ዓ.ም አብዮት ከሚታወስባቸው ጉዳዮች ግንባር ቀደሙ የመሬት ለአራሹ ጥያቄን መመለሱ ነበር። ይሄ አብዮት መረሳቱ የኢትዮጵያን ሕዝብና የፖለቲካ ባህሉን በእጅጉ ጥያቄ ምልክት ውስጥ የሚያስገባ ነው የሚሉ ጸሐፍት በርካታ ናቸው።

የአንድ ለውጥ ፋይዳ የሚለካው ለውጡን በመሩት ሰዎች ጥሩነትና መጥፎነት ብቻ መሆን የለበትም ብሎም ይሞግታሉ። ከዚያ በዘለለ ለውጡ ከተያዘለት ዓላማና ከሚያመጣው ጥቅም አንጻርም መታየቱ የግድ ነው ይላሉ። ከዚህ

አንጻር የ1966ቱ አብዮት በኢትዮጵያውያን የትግል ታሪክ ውስጥ ሁነኛ ስፍራ ይዞ ሊዘከር የሚገባው ነው ማለት ይቻላል። ነገር ግን በሀገራችን የአብዮት መስፈሪያው የአመጻ ሂደቱ ብቻ ይመስላል። አንድ ትውልድ ሙሉ ዛሬም በአብዮተኝነቱ መኩራራቱን ባይተውም፤ የእምቢተኝነቱ አካል የሆነበትን ቁራጭ እንጂ ጠቅላላውን ምስል መመልከት የቻሉ አይመስልም።

አብዮት ከሚጸነስባቸው ማህበረሰባዊ ምክንያቶች አንዱና ወሳኙ ሥር የሰደደ ሕዝባዊ ቅሬታና ተስፋ መቁረጥ ነው ይባላል። የኢትዮጵያ ሕዝብ እምቢተኝነቱ እየከረረ፣ ከዳር ተመልካችነት ወደ ፖለቲካው ማዕከልነት የመጣው፣ በተጨባጭና ዘርፈ ብዙ ችግሮች ተገፍቶ እንደነበር ግልጽ ነው። በተለይ የአብዮቱ ሞተር የሆነው ወጣቱ ትውልድ፣ ትግሉ ከየትኛውም የኅብረተሰብ ክፍል የላቀ ትርጉም የሚሰጠው፣ ማንነቱን የሚያገኝበትና የነገ ዕጣ ፈንታውን የሚወስንበት የሞት ሽረት ትንቅንቅ አድርጎ ማየቱ አይቀሬ ነው።

ከምንም በላይ የአንድ ሕዝብ ጥንካሬ የሚለካው የተደበቁ ማኅበራዊ ልማዶች፣ ተቋማትና እሴቶች የፈራረሰውን ይፋዊ መዋቅርና ሥርዓት በመተካት አማራጭ በሚሆኑበት ሰዓት ነው ይባላል። በዚህ ረገድ የኢትዮጵያ ሕዝብ በተደጋጋሚ ገለልተኛ ተቋማት በሌሉበት ጊዜ መሃል ገብቶ ሚዛን የማስጠበቅ ሥራ ሰርቷል። ሀገራዊ ሰላም የሚያስከፍለውንም ዋጋ በሆደ ሰፊነት ከፍሏል። የመቻቻልንና የአንድነትን ተምሳሌት በሕይወቱ አሳይቷል። ትናንትም ዛሬም በቁርጥ ቀን ከታሪክ ቀኝ የሚሰለፍ አስገዳጅ ኃይል መሆኑን አረጋግጧል።

በአጠቃላይ ሕዝቡ የሚጠበቅበትን ሁሉ መስዋዕትነት ከፍሏል ማለት ቢቻልም ተስፋው ግን ከሽፈ። የመለዮ ለባሹ አካል የሥልጣን ጥማቱን አሸንፎ ሁሉን አካታች የፖለቲካ መሠረት ለመጣልና አዲስ የፖለቲካ ባህል ለመትከል አልሆነለትም። የሕዝብን ሉዓላዊነት የሚያረጋግጥ፣ ፍትሕና ርትዕ የሰፈነበት ሥርዓት ለመፍጠርም አልቻለም። ራሳቸውን በለውጥ ሐዋርያነት መልምለው፣ የሀገሪቱን የዘመናት ችግሮች በጠባብ ጫንቃቸው ተሸክመው

መንገታገቱን መረጡ። በመረጡት መንገድም በአሳዛኝ ሁኔታ ታሪካዊውን ፈተና ወደቁ።

በተጨማሪ ደርግ ወደ ስልጣን እንደመጣ ኢትዮጵያ በዝያድ ባሬ ተወረረች። የቀዝቃዛው ጦርነት መዝጊያ ነው የተባለው ጦርነት በኢትዮጵያ አሸናፊነት ሲጠናቀቅ ደግሞ በሰሜኑ የሀገሪቱ ክፍል የሻዕቢያና የወያኔ ውግያ ጠነከረ፤ ኢትዮጵያ በረሃብ ታመሰች። እነ ቦብ ጊልዶፍ "ገና ነው" (It's Christmas) የሚል የሙዚቃ ድግስ አዘጋጅተው ኢትዮጵያን የረሃብ ምሳሌ አድርገው በዓለም መዝገበ-ቃላት ላይ አስመዘገቡ። ምዕራባውያን በደርግና በመንግስቱ ላይ ያላቸው ጥላቻ እያየለ ሲሄድ አነግም ትግሉን አጧጡፎ ቀጠለ።

ደርግ አጣብቂኝ ውስጥ ወደቀ። በዚህ መንገድ ንጉሠ ነገሥቱን በመገርሰስ መንበረ ስልጣኑን የተቆናጠጠው ደርግ በተመሳሳይ መንገድ በወያኔ እና በብዙ የምዕራባውያን መንግስታት ሴራ ከስልጣን ተወገደ። ኮሎኔል መንግስቱ ኃይለማሪያም ለ17 ዓመት የአብዮቱ መሪ ሆነው ከቆዩ በኋላ "የሄርማን ኮኸን መፈንቅለ መንግስት" በሚባል ስልት መለስ ዜናዊ በሚመራው ኢሕአዴግ በ1983 ዓ.ም ከስልጣን ተወገዱ። የመሬት ለአራሹን ጥያቄን በተወሰነ መልኩም ቢሆን ለመመለስ የሞከረው ደርግ፤ ሰፋፊ የመስኖ እርሻን፤ ሕዝቡን በመንደር ማሰባሰብን፤ መሠረተ ትምህርትን እና መሰረተ ልማትን ለማስፋፋት ጥረት አድርጓል። በዚያው ልክ ደግሞ የመገዳደል ባህልን በሠፊው አስተዋውቆ ሀገሩን ልሂቅ አልባ በማድረግ የጨለማ ማቅ አልብሶ ያለፈ የታሪክ ክስተት ሆኖ አልፏል።

ከኦሊጋርኪ ወደ ኦሊጋርኪ፡ የ1983 የፖለቲካ ለውጥ

ከአሥራ ሰባት ዓመታት የርስ በርስ ጦርነት በኋላ ኢትዮጵያ ሁለተኛውን አብዮት አስተናገደች። በ1983 ዓ.ም በሕወሓት የሚመራው የአራት ብሔር ድርጅቶች ግንባር ኢሕአዴግ ደርግን በመገርሰስ ስልጣን ያዘ። ይሄ ለውጥ ኢትዮጵያ ውስጥ በሠፊው ከተስተዋሉ ጥያቄዎች መካከል በዋናነት የብሔር ጥያቄ ላይ ያነጣጠረ ነበር ማለት ይቻላል። በብሔር ድርጅቶች

ብሔር-ተኝነት

የተመራው ለውጥ የብሔሮችን ጥያቄ ከስር መሰረቱ ፈትቶ ኢትዮጵያ ውስጥ ዴሞክራሲያዊ ፌዴራሊዝም ለመዘርጋት ቆምጨጭ ያለ አቋም የነበረው እንደሆነም ይነገራል። በዚሁ አካሄድ ዴሞክራሲያዊ በሆነ መንገድ የኢትዮጵያ ጥያቄዎች ከስር መሰረቱ ለመመለስ ሲባልም የኢትዮጵያን ሕገ-መንገስት እንደ አዲስ በመጻፍ ጉዞውን ጀመረ። ሕገ መንግስቱም እንዲህ ብሎ ይጀምራል።

"እኛ የኢትዮጵያ ብሔሮች፣ ብሔረሰቦች፣ ሕዝቦች፡-

በሀገራችን ኢትዮጵያ ውስጥ ዘላቂ ሰላም፣ ዋስትና ያለው ዴሞክራሲ እንዲሰፍን፣ ኢኮኖሚያዊና ማኅበራዊ እድገታችን እንዲፋጠን፣ የራሳችንን ዕድል በራሳችን የመወሰን መብታችንን ተጠቅመን፣ በነጻ ፍላጐታችን፣ በሕግ የበላይነት እና በራሳችን ፈቃድ ላይ የተመሰረተ አንድ የፖለቲካ ማኅበረሰብ በጋራ ለመገንባት ቆርጠን በመነሳት፤

ይህን ዓላማ ከግብ ለማድረስ፣ የግለሰብና የብሔር/ብሔረሰብ መሰረታዊ መብቶች መከበራቸው፣ የጾታ እኩልነት መረጋገጡ፣ ባህሎችና ኃይማኖቶች ካለአንዳች ልዩነት እንዲራመዱ የማድረጉ አስፈላጊነት እምነታችን በመሆኑ፤

ኢትዮጵያ ሀገራችን የየራሳችን አኩሪ ባሕል ያለን፣ የየራሳችን መልክዓ ምድር አሰፋፈር የነበረንና ያለን፣ ብሔር ብሔረሰቦችና ሕዝቦች በተለያዩ መስኮችና የግንኙነት ደረጃዎች ተሳስረን አብረን የኖርንባትና የምንኖርባት ሀገር በመሆኗ፤ ያፈራነው የጋራ ጥቅምና አመለካከት አለን ብለን ስለምናምን፤

መጪው የጋራ ዕድላችን መመስረት ያለበት ከታሪካችን የወረስነውን የተዛባ ግንኙነት በማረምና የጋራ ጥቅማችንን በማሳደግ ላይ መሆኑን በመቀበል፤

ጥቅማችንን፣ መብታችንና ነጻነታችንን በጋራ እና በተደጋጋፊነት ለማሳደግ አንድ የኢኮኖሚ ማኅበረሰብ የመገንባቱን አስፈላጊነት በማመን፤

በትግላችንና በከፈልነው መስዋዕትነት የተገኘውን ዴሞክራሲና ሰላም ዘላቂነቱን ለማረጋገጥ፤

ይህ ሕገ መንግሥት ከዚህ በላይ ለገለጽናቸው ዓላማዎችና እምነቶች ማሰሪያ እንዲሆነን እንዲወክሉን መርጠን በላክናቸው ተወካዮቻችን አማካይነት በሕገ መንግሥት ጉባኤ ዛሬ ኅዳር 29 ቀን 1987 አጽድቀነዋል።”

በወቅቱ ሀገሪቱ የነበረችበትን ሁኔታ ለሚረዳ ሰው ይሄን እርምጃ አለማድነቅ አይቻልም። በዚህ መንገድ ሕገ መንግስቱን አርቅቀው ሀገሪቷን አንድ ላይ በማቆየታቸው ብቻ ተሳታፊዎቹን ልናመሰግናቸው ይገባል እላለሁ። በተለይ ደግሞ ዛሬ መተቸት እንጂ መሥራት የራቀን፣ ምንም ነገር ላይ የማንስማማ ፖስት ሞደርኒስቶች መሆናችንን የተረዳን እንደሆነ ሕገ መንግስቱ ከክፉ ነገር ሁሉ ተጠብቆ መቀመጥ ያለበት የቃል ኪዳን ሰነድ መሆኑ አያጠያይቅም። ይሄ ደግሞ የሆነው ለእኛ ሀገር ብቻ ሳይሆን የብዙ ሀገራት ልምድ እንደሆነ ማንሳት ይቻላል። ለምሳሌ አሜሪካ በ1790ዎቹ የተፃፈ ሕገ መንግስት የምትጠቀመው ስለወደደችው አይመስለኝም። መስማማት በዓለም አቀፍ ደረጃ ከባድ ነገር እየሆነ ስለመጣም ጭምር እንጂ። የሰው ልጅ ፍላጎት ከጊዜ ወደ ጊዜ እየጨመረ በመምጣቱ ተነጋግሮ መስማማት እየከበደ ሄዷል።

ይህ እንደተጠበቀ ሆኖ በጣም በርካታ ሰው አዲሱን የኢትዮጵያ ሕገ መንግስት የተጣላው ገና ከመግቢያው እንደሆነ ይነገራል። በርግጥ በሕገ መንግስቱ ላይ በጣም በርካታ አስተያየቶች ቢሰነዘሩም ሁለቱ ግን በጣም ጠንከር ያሉ እንደሆኑ ማንሳት ይቻላል። የመጀመሪያው ትችት ሕገ መንግስቱ ኢትዮጵያን ከዜሮ እንደሚጀምር አድርጎ የሳለ ነው የሚል ነው። “እኛ የኢትዮጵያ ብሔር፣ ብሔረሰቦች እና ህዝቦች” የሚለው በቂ አይደለም ይላሉ። ሁለተኛው ትችት ከጽንሰ ሀሳቦቹ አተረጓጎም ጋር የተገናኘ ይመስላል። ኢትዮጵያ ውስጥ ብሔር ማነው፣ ብሔረሰብ ማነው፣ ሕዝብስ ማነው የሚለው ጥያቄ እስከዛሬም ድረስ ይንፀባረቃል።

በሕገ መንግስቱ አንቀጽ 39 ንዑስ አንቀጽ 5 ብሔር፣ ብሔረሰብ ወይም ሕዝብ ማለት፡- “ሰፋ ያለ የጋራ ጠባይ የሚያንፀባርቅ፤ ባህል ወይም ተመሳሳይ ልምዶች ያላቸው፤ ሊግባቡበት የሚችሉ የጋራ ቋንቋ ያላቸው፤ የጋራ ወይም የተዛመደ ሕልውና አለን ብለው የሚያምኑ፤ የሥነ ልቦና አንድነት ያላቸውና

በአብዛኛው በተያያዘ መልክዓ ምድር የሚኖሩ ናቸው።" ይላል። ይሄም ከጆሴፍ እስታሊን "A nation is a historically constituted, stable community of people formed on the basis of a common language, territory, economic life and psychological make up manifested in a common culture" ከሚለው ጋር የሚቀራረብ አገላለጽ ነው። በርግጥ ሕገ መንግስቱ ውስጥ የተተረጎመው 'ብሔር' የሚለው ጽንሰ ሀሳብ ብቻ ይመስላል። "ሕዝብ" የሚለው ምናልባት የጋራ ፖለቲካ ፍላጎትና ከላይ የተዘረዘሩትን መስፈርቶች አሟልቶ ግን በብሔር ራሱን የማይገልጽ ስብስብ ካለ ለማቀፍ የተደረገ ጥረት ይመስለኛል። ብሔረሰብ የብሔር አባል የሆነን ግለሰብ የሚያመላክት ጽንሰ ሀሳብ ነው። ለምሳሌ ኦሮሞ ማኅበረሰቡንም የማኅበረሰቡ አባል የሆነ ግለሰብንም የሚያመላክት ነው። አንዳንድ ቦታ ግን እነዚህ ይለያያሉ። ለምሳሌ በትግሬ ብሔሩ ትግሬ ሲሆን የብሔሩ አባል የሆነ ሰዉ (ብሔረሰብ) ደግሞ ትግራዋይ ወይም ተጋሩ ነው። በአጠቃላይ የጽንሰ ሀሳቦቹ ጥሬ ትርጉም ላይ የሚነሳው ጥያቄ ያን ያህል አወዛጋቢ ሆኖ አላገኘሁትም። በርግጥ ከዚህ በላይ ማብራራት ይቻል እንደነበረ ግልጽ ነው።

እንደ እኔ ግን ዋናው ጥያቄ መሆን ያለበት በወቅቱ በኢትዮጵያ መገንባት የተፈለገው ምንድነው የሚለው ይመስለኛል። መገንባት የተፈለገው አንድ የኢኮኖሚና የፖለቲካ ማኅበረሰብ ነው። ብዝሃነትን ያከበረ፤ የማንነት ልዩነቶችን የተቀበለ አንድ የፖለቲካና የኢኮኖሚ ማኅበረሰብ መገንባት የሚያስችል የፖለቲካ ሥርዓት ደግሞ ፌዴራሊዝም ነው። በነገራችን ላይ ፌዴራሊዝም ከጽንሰ ሀሳቡ ጀምሮ ከሰው ልጅ ተፈጥሮ ጋር በእጅጉ የሚሄድ የመንግስት ሥርዓት ይመስለኛል። ፌዴራሊዝም የሚለው ቃል ምንጩ የላቲን ቋንቋ ሆኖ ጥሬ ትርጉሙ "ቃል-ኪዳን" እንደማለት ነው። ፌዴራሊዝም የትብብርና የአብሮነት ቃል ኪዳን ነው። ይሄንኑ በተከተለ መንገድ የኢትዮጵያ ሕገ መንግስት አጽዳቂዎች ለትብብርና ለአብሮነት ቃል ኪዳን ተፈራረሙ።

ፌዴራሊዝም ከአሃዳዊ መንግስት በተሻለ ነጻነትን የሚሰጥ፤ ማንነቶችን የሚያከብር፤ ብዝሃነትን የሚያቅፍ የፖለቲካ ሥርዓት ነው። ከኮንፌደሬሽን

የተሻለ የሀገርነት ስሜት እና አንድነት የሚፈጥር የመንግስት ሥርዓትም ነው። በሀገራችን በአሃዳዊ መንግስት እና በፌዴራል መንግስት መካከል ያለውን ልዩነትን ከመረዳት አንጻር ግን ክፍተት ያለ ይመስለኛል። አንዱ ቡድን አሃዳዊ መንግስትን ሁሉ መጥፎ፤ ፌዴራላዊ መንግስትን ደግሞ ጥሩ አድርጎ የማቅረብ ነገር በሠፊው ይንፀባረቃል። በተቃራኒው ሌላኛው ቡድን ደግሞ አሃዳዊ መንግስትን በጣም ጥሩ፤ ፌዴራላዊ መንግስትን ደግሞ መጥፎ አድርጎ የማቅረብ አዝማሚያ ያሳያሉ። እውነቱ ግን የሁለቱ የመንግስት ስርዓቶች ልዩነት ያለው የስልጣን ምንጭ ላይ ብቻ ነው። በአሃዳዊም ሆነ በፌዴራል ሥርዓት ውስጥ የተለያዩ የስልጣን እርከኖች ሊኖሩ ይችላሉ። ለምሳሌ በሁለቱም ስርዓቶች የማዕከላዊና የክልል መንግስት ሊኖር ይችላል። እንዲሁም በሁለቱም ስርዓቶች ሕገ መንግስት ሊኖር ይችላል። መሠረታዊ ልዩነቱ በአሃዳዊ መንግስት ሕገ መንግስቱ ስልጣን ሙሉ በሙሉ ለማዕከላዊ መንግስት ሲሰጥ በፌዴራላዊ መንግስት ግን ሕገ መንግስቱ ስልጣንን ማከፋፈሉ ነው።

በዚህ መንገድ በፌዴራላዊ ሥርዓት በአንድ ሀገር ውስጥ ሁለትና ከዚያ በላይ መንግስታት እንዲኖሩ ሕገ መንግስቱ ይፈቅዳል ማለት ነው። ራስን በራስ ማስተዳደርና በጋራ መተዳደርን በአንድ ላይ የሚይዝ የመንግስት ሥርዓት ነውና። በወቅቱ በብሔር ጥያቄ ለተወጠረችውና የብሔር ነጻ አውጭዎች እጅ ለወደቀችው ኢትዮጵያ ፌዴራሊዝም ብቸኛ መዳኛዋ እንደነበር መገመት አያዳግትም። ምን ዓይነት ፌዴራሊዝም ለሚለው በዋናነት ሁለት ዓይነት ፌዴራሊዝም እንዳለ የዘርፉ ባለሙያዎች ይናገራሉ። እነዚህም አንድ ላይ የማምጣትና አንድ ላይ የማቆየት ፌዴራሊዝም ተብለው ይከፈላሉ። በኢትዮጵያ የተተገበረው ፌዴራሊዝምም አንድ ላይ የማቆየት ፌዴራሊዝም እንደሆነ ማንሳት ይቻላል። በዚህ ሁኔታ የብሔር ነጻ አውጭ ድርጅቶች እጅ የወደቀችን ሀገር ከመበታተን ማትረፍ ችሏል ማለት ነው።

በዓለም ላይ ለመጀመሪያ ጊዜ ፌዴራሊዝምን የተገበረች ሀገር አሜሪካ እንደሆነች ይነገራል። የነበረው ኮንፌዴሬሽን በጣም የላላ ስለነበረና

የሕዝቡም ጥያቄ የተሻለ ኅብረት ፍለጋ ላይ ያተኮረ ስለነበረ የተሻለና ፍፁም ኅብረት እንፍጠር በሚል መርህ ከኮንፌዴሬሽን ወደ ፌዴሬሽን እንደመጡ ታሪካቸው ያስረዳል። ከዚህ በተቃራኒ ለረጅም ጊዜ በአሃዳዊ አገዛዝ ስር የነበረች ኢትዮጵያም ማንነቶችን ያከበረ፤ ብዛሃነትን የተረዳና ያቀፈ አንድ የኢኮኖሚ ማኅበረሰብ እንገንባ በሚል ወደ ፌዴራሊዝም መጣች። ከዚህ አንጻር ፌዴራሊዝም በወቅቱ የነበሩትን ቂምና ቁርሾዎች በማርገብ ረገድ ከፍተኛ አስተዋጽኦ የነበረው መሆኑ የሚካድ አይደለም።

በአጠቃላይ ፌዴራሊዝም ለሰው ልጅ ማንነት፤ ባህል፤ ብዝሃነት ትኩረት የሚሰጥ የመንግስት ሥርዓት ነው። ከኢትዮጵያ ነባራዊ ሁኔታ አንጻር ሲታይ ፌዴራሊዝም በርካታ ጥቅሞች አሉት። አንደኛ ሕዝቦች ራሳቸውን በራሳቸው የሚያስተዳድሩበትን መብት ይሰጣል። በአሃዳዊ ሥርዓት ስር እንደኖረ ሕዝብ ይሄ በራሱ ትልቅ ቁም ነገር ነው። ሁለተኛ በስምምነት የጋራ የሆነ ሀገር እንዲገነቡ ዕድል ይሰጣል፤ ሁሉም የራሱን ይዞ የጋራን በጋራ የመገንባት ዕድል ይፈጥራል። ይህም የባለቤትነት ስሜት ስለሚፈጥር ለሰላምና መረጋጋት ከፍተኛ አስተዋጽኦ ይኖረዋል። በሦስተኛ ደረጃ መንግስትና መንግስትነትን በማባዛት ልምምድ ይፈጥራል። ከታሪክ እንደምንረዳው እንዲሁም አሁን በዓለም ያለው የሕዝብ ቁጥር መጨመር እንደሚያሳየን ወደፊት አዳዲስ ሀገራት መፈጠራቸው አይቀሬ ነው። ስለዚህ በርካታ ቁጥር ያላቸው ሕዝቦች ራሳቸውን ማስተዳደር መለማመዳቸው ለነገዎቹ ሀገራት ጥሩ መደላድል የሚፈጥር ሥርዓት ይሆናል ማለት ነው።

ፌዴራሊዝም ለኢትዮጵያ አማራጭ የሌለው የመንግስት ሥርዓት ቢሆንም በኢሕአዴግ የተተገበረበት መንገድ እንከን የለሽ ነው ማለት አይደለም። ፌዴራሊዝም ያለ ዴሞክራሲ ዋጋ የለውም። ኢሕአዴግ ደግሞ ከአፈጣጠሩ ከዴሞክራሲ ጋር ለመጣላት ወስኖ የተነሳ ድርጅት ነው። በዚህ መንገድ ሥርዓቱ ከመነሻው የተቃውሞና የአብዮት ዒላማ ሆነ። ኢሕአዴግ ርዕዮታዊና ድርጅታዊ ተፈጥሮው ልዩነትን የሚሰብክ፣ የአንድ ቡድን ፍፁም የበላይነት የሰፈነበት በመሆኑ፣ ምን ጊዜም ላለመረጋጋት የተጋለጠ ነው ብለው

የሚከራከሩም አሉ። ይኸን ለማስጠበቅ የዘረጋው የጉልበት፣ የማዳከምና የመከፋፈል ፖለቲካውም ኢሕአዴግን አሽመድምዶ እንደጣለው ይናገራሉ።

በእኔ አረዳድ የኢሕአዴግ ትልቁ ውድቀት የኢትዮጵያን ሕዝብ ንቃተ ህሊና መናቁ ነው። ሕዝቡን በውሸት፣ በማስፈራራት፣ በማሰር፣ በማፈናቀልና በመግደል በዘላቂነት እገዛለሁ ብሎ ማሰቡ ትልቁ የውድቀት ምንጩ ነበር። ራሱን የኢትዮጵያ ሕዝባዊ አብዮታዊ ዴሞክራሲያዊ ግንባር ብሎ ከሰየመ በኋላ በሀገሪቱ ውስጥ በራሱ ዕውቅና ከተመሰረቱ ዘጠኝ ክልሎች አምስቱን ያገለለ ውሳኔ እየሰጠ ራሱን ህዝባዊ የሚል፤ አርባ በመቶ የሀገርቷን ሕዝብና ስድስት በመቶ የሚሆነውን የሀገርቷን ሕዝብ እኩል ውክልና እየሰጠ ዴሞክራሲያዊ ነኝ ብሎ የሚመጻደቅ ድርጅት ነው - ኢሕአዴግ።

በዚህ የኢትዮጵያን ሕዝብ በናቀ ቁመናው ኢሕአዴግ ከሕዝብ ጋር ያለው ግንኙነት ሊጠገን በማይችልበት ሁኔታ ተሰበረ። ልቡ የሸፈተውን ሕዝብ ለመመለስ በሚወሰደው ርህራሄ የለሽ እርምጃ ደግሞ ነገሩ ተወሳሰበ። በሀገራዊና ግብ አልባነቱ፣ ለከት ባጣ ዝርፊያው እና ቅጥፈቱ ሕዝብን መልሶ ወገን ማድረግ የማይወጣው ዳገት ሆነበት። በእነዚህም ምክንያቶች ሀገሪቱ በአመጽ ተናወጠች፤ ወጣቱ ኢሕአዴግን ለማስወገድ ደረቱን ለጥይት ሰጠ። ኢሕአዴግም ከይስሙላ ዴሞክራሲ ወደ እውነተኛ ባህሪው ወደ ብረት ሥልጣን ተሸጋገረ። ከኢትዮጵያ ሕዝብ ጋር የገባበት የደም መቃባት እርምጃ ጭላንጭል ተስፋውን አጨለመበትና ትግሉ ተፋፋመ። ከውጭ ከውስጥ መናበብ ተጀመረ። የጎንደር ሕዝብ ለኦሮሚያ ድጋፉን አሳየ። "በኦሮሚያ እየፈሰሰ ያለው የወንድሞቻችን ደም የእኛም ደም ነው" ተባለ። የቲም ለማ ሀሳብ ተቀባይነቱ እየጎላ መጣ። የአማራና የኦሮሞ ጥምረት ኢሕአዴግን ተስፋ አስቆረጠ። አንበረከከው። አሥራ ሰባት ቀናትን ከፈጀው ስብሰባው በኋላ 'በስብሻለሁ' ብሎ በአደባባይ አመነ። ጥልቅ ተሃድሶ ለማድረግ ቃል ገባ። ጠቅላይ ሚኒስትር ኃይለማርያም ደሳለኝ ስልጣናቸውን በገዛ ፈቃዳቸው ለቀቁ። ኢትዮጵያ የዓለም ቀዳሚ ዜናና መነጋገሪያ ሆነች። በስተመጨረሻ ኢሕአዴግ አዲስ የፓርቲ ሊቀመንበር መረጠ። አዲሱ ሊቀመንበር የሀገሪቱ

ጠቅላይ ሚኒስትር ሆነው ተሾሙ። ሌላ ለውጥ እና ተስፋ ተሰነቀ፤ ሕዝብ በደስታ አደባባይ ወጣ።

"ኢትዮጵያ ውስጥ ያለው አፋኝ ሥርዓት ተቀይሮ እና ሁሉም የኢትዮጵያ ሕዝቦች እኩል መብት የሚያገኙበት ቀን ይመጣል ብዬ ተስፋ አደርጋለሁ። እኔም ወደ ሀገር ቤት ሄጄ የኢትዮጵያ ታሪክ አካል የምሆንበት ቀን ይመጣል።" - አትሌትና የመብት ተሟጋቹ ፈይሳ ሊሌሳ

ከኦሊጋርኪ ወደ ዴሞክራሲ፡ የ2010 የፖለቲካ ለውጥ

ከላይ ባነሳነው መልክ በወጣቱ እልህ አስጨራሽ ትግልና ትልቅ መስዋዕትነት ኢሕአዴግ ውስጥ አስገዳጅ ለውጥ መጣ። በ2005 ዓ/ም በቀላል ጥያቄዎች የተጀመረው የኦሮሞ ወጣቶች እንቅስቃሴ ራሱን ወደ አብዮታዊ እንቅስቃሴ ለውጦ ነበር ማለት ይቻላል። በወቅቱ አንዳንድ የመንግስት አፈ ቀላጤዎች የቀለም አብዮት ብለው ሲጠሩት ሌሎች ደግሞ መንግስት ውስጥ የተፈጠረ "ጥልቅ መንግስት" ነው ይላሉ። የስም ምርጫው አብዮቱን ለማደናቀፍ ነበር የሚሉም አሉ። ነገር ግን ሊደናቀፍ የማይችል አብዮት መሆኑን አረጋግጧል። ይህ አብዮት በመሰረቱ በኢትዮጵያ ከተደረጉት ታሪካዊ አብዮቶች ሁሉ የተለየ ነበር ማለት ይቻላል። ዘመኑም የተለየ ነውና። የኢንፎርሜሽን አብዮት ሊባል የሚችል ነበር። ከቀደምቶቹ አብዮቶች በተለየ ይህ አብዮት በልሂቆች አልተመራም። ዓላማውም አንድን ገዥ በሌላ መተካት አልነበረም። የኢትዮጵያን ሕዝብ የስልጣን ባለቤት ለማድረግ ያለመ አብዮት ነው ማለት ይቻላል። ኢትዮጵያን በትክክል ዴሞክራሲያዊ ሪፐብሊክ የማድረግ ዓላማ ያነገበ አብዮት ነበር ቢባልም የተጋነነ አይሆንም። አብዮቱ ፖለቲካዊ ብቻም አልነበረም፣ ኢኮኖሚያዊ፣ ማኅበራዊ እና ባህላዊም ጭምር ነው።

ሀገሪቱን ከጥቂት የሥልጣንና የሀብት ስግብግብ አምባገነኖች (ኦሊጋርኪ) አላቆ ለትክክለኛው ባለቤት ለኢትዮጵያ ሕዝብ ለመስጠት ያለመ አብዮት ነው። ስለዚህም ከኦልጋርኪ ወደ ዴሞክራሲ ለማሸጋገር የተደረገ አብዮት ነው ማለት ይቻላል። አብዮቱ ኢትዮጵያን የሁሉም ኢትዮጵያውያን

ለማድረግ ያለመ አብዮት ነው። ይሄ አካሄድ ታሪክን ወደኋላ የተመለከተ እንደሆነም ማንሳት ይቻላል። ከታሪካችን የምንረዳው ወይ ስግብግብ ሰዎች የኢትዮጵያን አብዮቶች መርተዋል ወይም ደግሞ አብዮቱ ራሱ አብዮተኞችን ስግብግብ አድርጓቸዋል። አብዮተኞቹ ስኬታቸውን ወደ ኋላ ተረድተው ሲንከባከቡ ብዙኃኑ ግን ጭቆናቸውን ወደ ኋላ ተረድተው ይቃወማሉ። ይህ አለመጣጣም በአብዮት አዙሪት ውስጥ እንድንከርም አድርጎናል። አዲሱንም ትውልድ አሁን ባለው ሁኔታ ላይ ከማመጽ የተሻለ አማራጭ እንዳይኖረው እና በሀገሪቱ ውስጥ አስከፊ የአብዮት አዙሪት እንዲፈጠር አድርጓል። አብዮታዊ ለውጥ በጣም ውድ ለውጥ መሆኑ ሊሰመርበት ይገባል።

“

አብዮት ልጆቿን ትበላለች

——

ኤርነስት ሮህም

ለዚያም ነው መላው ዓለም ተሃድሶን ወይንም ሂደታዊ ለውጥን እየመረጠ ያለው። በሕዝባዊ አብዮቶች ውስጥ የማያቋርጥ ማሻሻያዎችን ማቀናጀት የአብዮቱን ወጪ ይቀንሳል ብቻ ሳይሆን ዘላቂም ያደርጉታልና።

የሆነው ሆኖ የኢትዮጵያ ሕዝብ በተለይ ደግሞ የኦሮሞ ወጣቶች በከፈሉት ውድ መስዋዕትነት መጋቢት 24 ቀን 2010 ዓ.ም ገዥው ፓርቲ የኢትዮጵያ ሕዝቦች አብዮታዊ ዴሞክራሲያዊ ግንባር (ኢሕአዴግ) የኦሮሞ ሕዝብ ዴሞክራሲ ድርጅት (ኦሕዴድ) ሊቀመንበር የሆኑቱን ዐቢይ አሕመድን (ዶ/ር) ጠቅላይ ሚኒስትር አድርጎ በመምረጥ ኢትዮጵያ ሦስተኛውን የፖለቲካ ለውጥ አስተናገደች። ጠቅላይ ሚኒስትሩም በተመረጡ በመጀመሪያው ስድስት ወራት ብቻ በርካታ ለውጦችን በማድረግ በመላ ሀገሪቱ እንዲሁም በዓለም አቀፍ ደረጃ አነጋጋሪ መሆን ቻሉ።

በከፍተኛ ሁኔታ የተከፋፈለ እና እልፍ አእላፍ የፖለቲካ፣ የኢኮኖሚ፤ የጸጥታ እና የሰብአዊ ቀውሶች የተደቀነባትን ሀገር የተረከቡት ጠቅላይ

ሚኒስትሩ ከሁሉ ነገር በፊት በሀገሪቷ ተጥሎ የነበረውን የአስቸኳይ ጊዜ አዋጅን በፍጥነት አነሱት፣ በመቀጠል የፖለቲካ ምህዳሩን ለማስፋት በሺዎች የሚቆጠሩ የፖለቲካ እስረኞችን ፈቱ፣ በሀገሪቷ በመንግስት ለተፈጠሩ ግፎች በይፋ ይቅርታ ጠየቁ፣ በሽብርተኝነት የተፈረጁ የፖለቲካ ፓርቲዎችን ወደ ሀገር መለሱ፣ የሚዲያና የሲቪል ማህበራት አፋኝ ሕጎችን አነሱ፣ ደፋር የተባለውን የመደመር ፍልስፍናንም አስተዋወቁ። በኋላ ለሁለት አስርት ዓመታት የዘለቀውን የጦርነት ደመናና አለመረጋጋት የሰፈነበትን የኢትዮጵያና የኤርትራን ጉዳይ ለመቋጨት ወደ ጎረቤት ኤርትራ አመሩ። በመቀጠል በሳውዲ አረቢያ፣ በተባበሩት አረብ ኢምሬትስ፤ በጅቡቲ፣ በኬንያ፣ በሶማሊያ፤ በሱዳንና በግብጽ ጉብኝቶችን በማድረግ ዲፕሎማሲያዊ ግንኙነትን አጠናከሩ።

ከኢትዮጵያ ዳያስፖራ ማኅበረሰብም ጋር ግንኙነቶችን ለማጠናከር ወደ ተለያዩ ሀገራት ጉዞ አደረጉ። በአሜሪካ፤ በአውሮፓ፤ በተባበሩት አረብ ኢምሬትስ፤ በምሥራቅ አፍሪካ ሀገራትና በግብጽ የነበራቸው ቆይታ እጅግ የተሳካ ነበር። በጣም ስሜት ቀስቃሽ እና አስታራቂ ንግግሮችን በማቅረብ ሕዝቡን ጮቤ አስረገጡ። ሁሉ ነገር ተለዋወጠ። ከፍተኛ ቁጭትና ተስፋ መቁረጥ ውስጥ የነበረው ማኅበረሰብ በተለይ በዳያስፖራው ያሉ ትውልደ ኢትዮጵያዊያን በሰበር ዜና ሰከሩ። በጣም በርካታ ሰው ወደ ሀገር ቤት መጉረፍ ጀመረ። ዳያስፖራው ሀገሩን በቀን አንድ ዶላር ብቻ በማዋጣት እንዲረዳ ተጠየቀ፣ ይሁንና ተግባራዊ ምላሹ የተጠበቀውን ያህል አልነበረም። ደጋፊዎች ከመጠን ባለፈ ድጋፍና አድናቆት በዚያው ልክ ደግሞ ተቃዋሚዎችም ወደ መራር ጥላቻና ትችት አመሩ። ነገሩን በቅርብ ርቀት እከታተል ስለነበር “ዐቢይማኒያ’ እና “ዐቢይፎቢያ” የተሰኙ አጭር ጽሑፍ በማኅበራዊ ሚዲያ ጻፍኩ። ይህንንም ተከትሎ የተለያዩ የዓለም አቀፍ ሚዲያዎች “ዐቢይማንያ” የሚለውን ተውሰው በርካታ ጹሑፎች ተጻፉበት።

በዚህ ሁኔታ የተጀመረው የለውጡ መንገድ ያለፈተና መጓዝ ግን አልቻለም። በመላ አገሪቱ በሚሊዮን የሚቆጠሩ ተፈናቃዮችን ያፈራው እና ሀገሪቷን

በእጅጉ የፈተነው የማኅበረሰብ ግጭት እንደቀጠለ ነበር። ኢሕአዴግ ውስጥ በተፈጠሩ ሹኩቻዎች ደግሞ በትግራይ እና በአማራ ክልል መካከል አስፈሪ የጦርነት ድባብ ነግሶ ነበር። የክልል መንግስታት ልዩ ኃይሎች ስልጠናና የጦር መሳሪያ ውድድር ውስጥ መግባታቸው በግልጽ ይታይ ነበር።

የኦሮሞ ነጻነት ግንባር ሰራዊት በክልሉ በሠፊው ወደ መደራጀት ገባ። በዚህም በክልሉ ፍርሃትና ስጋት ነገሰ። ነገሮችን ለማስተካከል የተደረጉ ጥረቶችም ጉልህ ፋይዳ አልነበራቸውም። በኋላ የአንበጣና የኮረና ወረርሽኝ ተግዳሮት ተጨመረበት። በዚህ ምክንያት ሀገራዊ ምርጫን ማስተላለፍና የገዥውን ፓርቲ የስልጣን ዘመን ማራዘም የግድ ሆነ። ሕወሓትና የተቃዋሚው ጎራም ይሄን ወደ መንቀፍ ሄዱ። ከዚያም አልፈው ሕወሓት በትግራይ ክልል የምርጫ ቦርድ ዕውቅና የሌለው የተናጠል ምርጫውን አካሄደ። ይህንን ተከትሎ የፌዴሬሽን ምክር ቤት ለአዲሱ የትግራይ መንግስት ዕውቅና እንደማይሰጥ አስታወቀ። በዚህና በሌሎች ምክንያት ሕወሓት በሰሜን እዝ ላይ ጥቃት በመሰንዘር ሀገሪቱን ወደ ግጭት ከተተ። ሀገሪቷ ለሁለት ዓመታት የዘለቀ ጦርነት ውስጥ ወደቀች። ጦርነቱ ብዙ ዓለም አቀፍ ጫናዎችን በሀገራችን ላይ ያመጣ ነበር። በስተመጨረሻም በፕሪቶሪያና በናይሮቢ በተደረሱ ስምምነቶች ጦርነቱ በሰላም ስምምነት ተጠናቀቀ። የትግራይ ጦርነት መቆሙ ራሱ ግን ሌሎች በርካታ ጦርነቶችን የቀሰቀሰ ሀሳብ ሆነ። የተፋጠጠውን የልዩ ኃይል ትጥቅ ማስፈታት ሌላ ፈተና ደቀነ። ይሁናን ሁሉንም በብዙ ችግሮች ውስጥም ቢሆን ማሳካት ተቻለ።

እስካሁን ከተዘረዘረው ሁሉ በላይ በጣም አሳሳቢው ጉዳይ ግን በኢትዮጵያ የፖለቲካ ልሂቃን መካከል ያለው አለመተማመን እና መከፋፈል እንደሆነ ይታወቃል። እኛ ስልጣን ካልያዝን ምንም ነገር አይስተካከልም የሚል አቋም ያላቸው ልሂቃን ሕዝቡን ግራ ማጋባታቸው የችግሮች ሁሉ እናት ነው ማለት ይቻላል። በኢትዮጵያ የወደፊት ዕጣ ፈንታ ላይ የሚካሄደው ክርክር በዋናነት በሁለት ተቃራኒ ብሔርተኝነቶች የሚዘወር መሆኑን ቀደም ባለው ክፍል አይተናል። ይህም የብሔር ብሔርተኝነት አራማጆችና የኢትዮጵያ

ብሔርተኝነት አራማጆች መካከል የሚደረግ ነው። የብሔር ብሔርተኞች ጥሪ በሀገሪቱ በኅብረ-ብሔራዊ ፌደሬሽን ማዕቀፍ የማኅበራዊ ውሉን ማደስ ላይ ትኩረቱን የጣለ ነበር። የኢትዮጵያ ብሔርተኞች ደግሞ ፌደሬሽኑ ፈርሶ በአዲስ መልክ የኢትዮጵያ አንድነት ይጠናከር የሚል ዓይነት አስተያየቶችን ይሰነዝራሉ። በነዚህ በተፋጠጡ ኃይሎች መካከል ጠቅላይ ሚኒስትሩ ገለልተኛ ሆነው ወደ መሃል ለመሳብ ትልቅ ሙከራ አድርገዋል የሚል እምነት አለኝ።

ምንም እንኳን ጠቅላይ ሚኒስትሩ በሀገሪቱ እውነተኛ ዴሞክራሲያዊ ምርጫ ማካሄድ ቅድሚያ የሚሰጡት ጉዳይ እንደሚሆን ቁርጠኝነታቸውን ለማሳየት የቀድሞ የተቃዋሚ ፓርቲ መሪ ብርትኳን ሚደቅሳን የብሔራዊ ምርጫ ቦርድ ዋና ሰብሳቢ አድርገው የሾሙና ፓርቲያቸው በፍትሃዊ፣ ነጻ እና ሁሉን ባሳተፈ ምርጫ ከተሸነፈ ስልጣኑን ለማስረከብ ዝግጁ መሆናቸውን ቃል የገቡ ቢሆንም የኮረና ወረርሽኝ የምርጫን ጉዳይ በጊዜያዊነትም ቢሆን አስተጓጎለ። በርግጥ ጠቅላይ ሚኒስትሩ ቃል ይግቡ እንጂ ኢትዮጵያ ለነጻና ፍትሃዊ ምርጫ ምቹ ሁኔታና ጠንካራ የዴሞክራሲ ተቋማት እንደሌላት ይታወቃል። አሁንም ቢሆን አንዱ የኢትዮጵያ መፍትሄ እዚሁ ላይ ያለ ይመስለኛል። ህዝባዊ እና ኃላፊነት የተሞላበት ውይይት የሚያበረታታ ዴሞክራሲያዊ ባህልና ተቋም ማዳበር ቅድሚያ የሚሰጠው ነገር መሆን አለበት። ምርጫ በራሱ ግብ አይደለም። ለምርጫ የሚያስፈልጉ ቅድመ ሁኔታዎች ካልተሟሉ ምርጫ ስም ብቻ ሆኖ ይቀራል።

በሽግግር ላይ ያሉ ሀገራት ፈተናዎችን ማስተናገዳቸው የተለመደ ነው። ይሁን እንጂ በሀገራችን በተዛባ ትርክቶች ውስጥም እንኳን ቢሆን ተስፋ የሰነቁ ዜጎች አልጠፉም። የለውጥ ራዕይ ተግባራዊ ለማድረግና ጠቃሚ ማሻሻያዎችን ተቋማዊ ለማድረግ ተጨማሪ እና ቀጣይነት ያለው ትጋት፤ ጊዜና ድጋፍ ይፈልጋል። በመጨረሻም ወደ አሳታፊ ዴሞክራሲ የምንሸጋገርበት ልዩ እድል አለን የሚለው እምነት የፀና ነው። የዴሞክራሲ ሂደቱ ወደ ኋላ እንዳያፈገፍግ በከፍተኛ ጥንቃቄ፣ በትዕግስት፣ በታላቅ ጨዋነት እና በኃላፊነት ስሜት

መከታተልና መምራት ግን ከምንም ጊዜ በላይ አስፈላጊ ይሆናል። ለውጥን መምራት ትልቅ የአመራር ጥበብና ጥንቃቄ የሚፈልግ ጉዳይ ነው።

ተሃድሶ፡ የኢትዮጵያ የለውጥ አረዳድ ለውጥ

በኢትዮጵያ የተሃድሶ ታሪክ የውድቀት ታሪክ ነው ማለት ይቻላል። ምንም እንኳን ተከታታይ የኢትዮጵያ አምባገነኖች በስተመጨረሻም ቢሆን ተሃድሶን የሞከሩ ቢሆንም ሁሉም በተመሳሳይ መልኩ ዘግይተው በመጀመራቸው ስኬታማ አልሆኑም። ይህም ጉዳይ የተሃድሶውን አማራጭ በሀገሪቱ እስካሁን ጎልቶ እንዳይታይ አድርጎታል።

የዘውዳዊው ሥርዓት የዘርፍ ግምገማ፤ ወታደራዊው ጁንታ ከሻዕቢያ፣ ከሕወሓትና ከኦነግ ጋር ያደረገው ውይይትና ስምምነት፤ የኢሕአዴግ ያልተሟሉ የተሃድሶ ተስፋዎች የሚያመሳስላቸው ብዙ ነገር አለ። ከእነዚህ ተሞክሮዎች የምንማረው ተሃድሶ ከኢትዮጵያ መሪዎችና የሕዝቡ የለውጥ ግንዛቤ ጋር ላይስማማ ይችላል የሚል ሊሆን ይችላል። ይህ ማለት ግን ተሃድሶ የማይቻል ነው ማለት አይደለም። በእርግጠኝነት ተጨማሪ ጥረት፣ ዲሲፕሊን፤ ጥሩ ዕቅድ እና ትግበራ ያስፈልገዋል ማለት እንጂ።

በፖለቲካው አረዳድ ተሃድሶ ለረጅም ጊዜ የቆዩ የመልካም አስተዳደር ችግሮችን ለመፍታትና ዴሞክራሲያዊ ሽግግርን የማጎልበት ግብ በመያዝ የሚደረገውን ጉዞ ያሳያል። መታደስ በግለሰብ ደረጃም ያስፈልጋል። አዲስ አመላካከት፤ አዲስ አተያይ፤ መንፈስን ማደስ እጅግ አስፈላጊ ነገር ነው። ስለሆነ ተሃድሶ የቅንጦት ምርጫ ሳይሆን መሰረታዊ ማሻሻያ መንገድ ነው ማለት ነው። ተሃድሶው በመርህና በፍኖተ ካርታ የሚመራና የሕዝቦች የአስተዳደር ስርዓት እንደገና በማዋቀር አዲስ ብሩህ ተስፋ የሚጀምርበት ነው። በመንግስታዊ ተቋማት ውስጥ የሚሰራው ተሃድሶ ደግሞ ሕዝቡ በተለያዩ የመንግስት ቅርንጫፎች ላይ እምነቱን እንዲያዳብር የሚያደርግ መሆን አለበት። በተለይም የመልካም አስተዳደር እጦት እና የፍትህ ስርዓቱ ወገንተኛ መሆኑ የችግሩ ምንጭ በሆነበት ሀገር በተለያዩ የመንግስት ቅርንጫፎች ላይ ታማኝነትን መመለስ እጅግ ወሳኝ ይሆናል።

በዚህ ሂደት የዳኝነት፣ የወታደር፣ የመረጃ፣ የመገናኛ ብዙኃን እና የምርጫ ሥርዓቱን ነጻነት ማስጠበቅ በኢትዮጵያ የዴሞክራሲ ሽግግር ውስጥ ጉልህ ሚና ይኖረዋል። በዚህ ረገድ ቀደም ሲል የተወሰዱ ዋና ዋና እርምጃዎች ቢኖሩም የኢትዮጵያ ሕዝብ በመንግስት ስርዓቱ ላይ ያለውን እምነት ለማሳደግ ብዙ መስራት አለበት። ሂደቱን ከሌሎች ሀገራት በማስረጃ እና በተሞክሮ በመደገፍ እና ለአውዱ ልዩ ሞዴሎችን በማዘጋጀት ተሃድሶው ተቀባይነት ያለው እና ዘላቂ እንዲሆን ማድረግ ያስፈልጋል።

በመጀመሪያ ደረጃ የፖለቲካ ሪፎርሙ፤ ሰላማዊ፤ አዳጊ እና ምቹ መሆን አለበት። ስለተሃድሶ ሲነሳ ተያይዘው ሊነሱ የሚገቡ ጉዳዮች አሉ። በተሃድሶ ሂደት በዋናነት ሁለት ተገዳዳሪ ቡድኖች ሊኖሩ እንደሚችሉ መገንዘብ ያስፈልጋል። አንደኛው ቡድን የነበረውን ሥርዓት ማስጠበቅና ማስቀጠል የሚፈልግ (the guardians of the status quo) ሲሆን ሌላኛው ደግሞ የፖለቲካ ለውጥ አራማጆች (advocates of the reform) ይሆናል። በተሃድሶ ሂደት በእነዚህ ሁለት ኃይሎች መካከል የሚደረጉ ድርድሮችና መጓተቶች ሀገራትን ውድ ዋጋ የሚያስከፍሉና የተሃድሶ ሂደቱን የሚቀለብሱ ሆነው ይታያሉ። በኢትዮጵያም የታየው እውነታ ይሄው ነው። የነበረውን ሥርዓት ማስጠበቅና ማስቀጠል በሚፈልግ እና የፖለቲካ ለውጥ አራማጆች መካከል የነበረው ግብግብ የተካረረ ነበር። እነዚህን መካረሮች ለመቀነስ የሕዝቡ ግንዛቤና ሚና እጅግ አስፈላጊ ይሆን ነበር። ሕዝቡ ለአንዱ ቡድን ድጋፍ በመስጠት ሌላኛው በሀሳብ ተሸንፎ ከጫወታው ራሱን እንዲያወጣ ማድረግ ይችል ነበር። ይህ ማለት ከተሃድሶ ደጋፊዎች ለለውጥ አመራሩ ከማጨብጨብ የዘለለ አስተማማኝ የማኅበራዊ ድጋፍ መሠረት ማበጀት ይጠበቅ ነበር ማለት ነው።

ኢትዮጵያ ውስጥ ተሃድሶ ለመጀመሪያ ጊዜ እንዲሳካ አሁንም ከኢትዮጵያውያን ትልቅ አስተዋጽኦ ይጠበቃል። ይሄም የለውጥ አመራሩን በልበ ሙሉነት መደገፍ ነው። የማኅበራዊ ድጋፍ መሠረታቸውን እና የመደራደር አቅማቸውን ማሳደግ ብቻ ነው። በዚህ መንገድ ታማኝነታቸውንም፤ አቅማቸውንም

መገንባት ይቻላል። ከዚሁ ጎን ለጎን ተቋማትን ማሻሻልና መለወጥ እንዲሁም አዳዲስ የዴሞክራሲ ተቋማትን መገንባት እጅግ አስፈላጊ ነው። ይህ ደግሞ ወደ ዴሞክራሲ የሚወስድ ትክክለኛ መንገድ ነው።

ኢትዮጵያ ውስጥ አሁንም ድረስ ለውጥን የምንረዳበት መንገድ የራሱ የሆነ ክፍተቶች ያሉት መሆኑ ግልጽ ቢሆንም ከጊዜ ወደ ጊዜ አዲስ የለውጥ አረዳድ እየመጣ ስለመሆኑ ግን መናገር ይቻላል። ከዚህ አንጻር የለውጥ አረዳድ መለወጥ የመጀመሪያው የኢትዮጵያ ለውጥ ነው ማለት ይቻላል።

ለምሳሌ በ1966 ዓ/ም ለውጥ በትልቅ ወታደራዊ እርምጃ የዘውድ ስርዓቱ እንደተገረሰሰ ይታወቃል። የዘውዱ መሪ ዐፄ ኃይለ ሥላሴም በግድያ ከስልጣን ተወገዱ። ሌሎችም በጣም በርካታ ወታደራዊና የሲቪል አመራሮች በግድያ ተወግደዋል። የመጀመሪያውና ሁለተኛው የደርግ ሊቀመናብርት የጄኔራል አማን አምዶም እና የጄኔራል ተፈሪ በንቲን ግድያንም ማንሳት ይቻላል።

በአንፃሩ በ1983 ዓ/ም ለውጥ ‘ታጋዩ’ ወደ መሃል ሀገር ለመግባት የወሰደው እርምጃ ቀላል የሚባል ነው። ለዚህ ሂደት የአሜሪካ የስለላ ድርጅት እጅ እንዳለበት የሚነገር ሲሆን ብዙ ነገርም በንግግር እንዳለቀ ይታወቃል። ውጤቱ የደርግ ሊቀመንበር ጓድ መንግስቱ ኃይለማርያም ከመገደል ወደ መሰደድ የወታደሩም ሆነ የሲቪል አመራሮች ከመገደል ወደ መታሰር ያመጣ ነበር። ይሄ በራሱ ካለፈው ለውጥ ጋር ሲነጻፀር መሻሻሎች የታዩበት መሆኑ ግለጽ ነው።

በ2010 ዓ/ም ለውጥ ደግሞ መሪዎችን ከመገርሰስና ከማሳደድ እጅግ በተለየ ሁኔታ መሪው ራሱ የለውጥ አካል መሆን እፈልጋለሁ በማለት በራሱ ፈቃድ ስልጣኑን ወደ መልቀቅ እና በቀጣይነት ከአዲሱ አመራር ጋር ወደ መምራት መምጣቱ በርግጥም ትልቅ ለውጥ ነው። የብልጽግና ፓርቲ ካለፉት ስርዓቶች ውድቀት በመማር ተሃድሶን የሀገራዊ ለውጥ ዋነኛ መርህ በማድረግ የሽግግር ሂደቱን እየመራ ይገኛል። መደመር ካለፈው መልካም ነገሮችን በመውሰድና በማስቀጠል መለወጥ ያለበትን ብቻ በመለወጥ ወደፊት መጓዝን እንደ ፖለቲካ መንገድ ያስቀምጣል። “እኔ እጅግ በጣም ዕድለኛ ጠቅላይ ሚኒስትር ነኝ፣

ምክንያቱም በሀገሪቱ ታሪክ የቀድሞ ጠቅላይ ሚኒስትር ጋር በጋራ መስራት በመቻሌ" ይላሉ ክቡር ጠቅላይ ሚኒስትር ዐቢይ አሕመድ (ዶ/ር)። በዚህ መንገድ ኢትዮጵያ ውስጥ የለውጥ አረዳድ ለውጥ መኖሩን ማንሳት ይቻላል። ከላይ ያነሳናቸው ነጥቦች በኢትዮጵያ ለውጥ ራሱ እየተለወጠ መሆኑን በግልጽ የሚያሳይ ነው።

ከላይ ለመግለፅ እንደተሞከረው በሀገራችን በተለያዩ ጊዜያት የተከሰቱትን የለውጥ ሂደቶች ስናይ ያለውን በአብዮት መንቀል ብቻ ያለመ እንጂ ቀጣዩን የለውጥ ጉዞ መሬት አስረግጦ የህዝብ መሰረት ኖሮት እንዴት ወደፊት መጓዝ እንዳለበት ብቃት ያለው ትልም እንዳልነበረ ከውጤቶቹ መረዳት ይቻላል። ከለውጡ ማግስት ጠንካራ ስርአት ከመትከል አንፃር አላማውን ታሳቢ ያደረገ ፈጣን የድህረ ለውጥ አስተዳደር/አመራር ተግባር ከመፈፀም ይልቅ መዘናጋቶች በሰፊው ታይተዋል። በዚህም ምክንያት አላስፈላጊ ዋጋ ከመክፈልም ባሻገር የለውጡን አቅጣጫ እስከማስቀየር የደረሰ እንደነበር ታሪክ ምስክር ነው። ከዚህም በተጨማሪ የድህረ-ለውጥ አስተዳደር አስፈላጊነቱ ብዙም ትኩረት ያላገኘና ቀድሞ ያልታሰበበት ጉዳይ እንደነበር ታይቷል።

ይሁንና በለውጦቹ የተወሰዱ እርምጃዎችና የደረሱ ውድመቶችን ብቻ ሳይሆን ለውጡን የሚመሩ ኃይሎች ላይም ጭምር ለውጥ ተስተውሏል። በ1966 ዓ/ም ለውጥ የሕዝቡ ነው ቢባልም ለውጡንም ሆነ የድህረ ለውጥ አስተዳደሩን የተቆጣጠረው መለዮ ለባሹ ነበር። በአንጻሩ በ1983 ዓ/ም ለውጥ ምንም እንኳን የታጠቁ ኃይሎች ሚና ቢኖራቸውም የሽግግር መንግስት የማቋቋም እርምጃ መወሰዱና ድህረ ለውጥን በሲቪል አመራር ለመምራት ሙከራዎች መደረጋቸው ጥሩ እርምጃ ነበር። የ2010 ዓ/ም ለውጥ ደግሞ ሙሉ በሙሉ የሕዝቡ መሆኑና ድህረ ለውጡም በነበረው መዋቅር ውስጥ በሪፎርም ለማስቀጠል መሞከሩ በአውዱ ሲታይ ከነውስንነቱ ትልቅ ለውጥ ነው ማለት ይቻላል።

ሲጠቃለል በሃገራችን በተካሄዱ ለውጦች ላይ እንደ ቅደም ተከተላቸው ከጊዜ ወደ ጊዜ መሻሻሎች ቢኖሩም አሁንም ድህረ ለውጥን በጥብቅ ዲሲፕሊን

በጠንካራ ስትራቴጂና በተቀናጀ እቅድ ከመምራት እንዲሁም ለውጡ የታለመለትን አላማ እንዲመታ ለማስቻል በፍጥነት ከመምራት አንፃር በርካታ ክፍተቶች የታዩ መሆኑ ብቻ ሳይሆን ያላለፍነው ፈተናም ጭምር መሆኑን ወስደን ድህረ ለውጥን በአግባቡና በትኩረት መምራት እንደ ሀገር ተጠናክሮ ሊሰራበት የሚገባው ቁልፍ ተግባር መሆን ይገባዋል።

ምዕራፍ 12

ጣልቃ-ገብነት፡ የኢትዮጵያ እና የምዕራባውያን ፍጥጫ

“

አንድ ሰው ስለፍትሃዊነት ማውራት ባበዛ ቁጥር የኪስ ቦርሳዎን በጥንቃቄ መከታተል አይርሱ፤ ሊነጠቅ ነውና።

—

ሙራይ ሮዝባርድ

ኢትዮጵያዊነትም ሆነ ምዕራባዊነት በተቃራኒ አረዳድም ቢሆን በጣልቃ ገብነት (Interventionism) ምሰሶ ላይ የቆሙ ማንነት ይመስለኛል። ምዕራባዊነት ጣልቃ ገብነትን በማራመድ ላይ የተገነባ ስነልቦናና ብሔርተኝነት ነው። ኢትዮጵያዊነት ደግሞ ጣልቃ ገብነትን በመቃወም ላይ የተገነባ ስነልቦናና ብሔርተኝነት ነው። በተቃራኒ መንገድም ቢሆን ሁለቱም የተገነቡት በጣልቃ ገብነት ዙሪያ ነው ማለት ነው። ምዕራባዊነት በዓለም አቀፍ ደረጃ ጠቅልሎ መግዛት ይፈልጋል። ኢትዮጵያዊነት ደግሞ ቢያንስ በሀገር ደረጃ ነጻነትና ሉዓላዊነትን ያቀነቅናል። ምዕራባዊነት ዓለም-አቀፋዊነትን ሲያቀነቅን ኢትዮጵያዊነት ደግሞ የብሔርተኝነት ዝንባሌ ያይልበታል። ስለዚህ ኢትዮጵያዊነት የምዕራባዊነት ተገዳዳሪ (antithesis) አድርጎ ማየት ይቻላል።

የምዕራባዊነት ትንተና

ምዕራብ አቅጣጫ ጠቋሚ ቃል ነው። ከምሥራቅ አንጻር ሲታይ ብቻ ትርጉም የሚሰጥ ቃል። ምሥራቅ በሌለበት ምዕራብ እንደ አቅጣጫ ጠቋሚ ትርጉም አልባ ይሆናል። ከዚህ አንጻር ምዕራባዊነት ቋሚ ትርጉምና ገጽታ ያለው ጽንሰ ሀሳብ አይደለም። ይሁን እንጂ ምዕራባዊነት ከግሪኮ-ሮማን ስልጣኔ ጋር የተገናኘ፣ የተሻለ ስልጣኔና ዘመናዊነትን የሚያመላክት ጽንሰ ሀሳብና የስነልቦና ውቅር እንደሆነ ድርሳናት ያስረዳሉ። የጽንሰ ሃሳቡ ውልደትም ከክርስቶስ ልደት በፊት በ479 እንደሆነ ይነገራል። በዚህ ጊዜ ግሪክ (The Greek City States) ከፐርሺያን ኢምፓየር (Persian Empire) ጋር የተዋጉበት ወቅት እንደነበርና ግሪኮች በጦርነቱ እጅግ በጣም የተበለጡ ቢሆንም ትልቁን የፐርሺያን ኢምፓየር ማሸነፍ የቻሉበት ወቅት እንደነበር ይነገራል። በአቅጣጫ አቀማመጥ የግሪክ ሲቲ ስቴት ወደ ምዕራቡ የፐርሺያን ኢምፓየር ደግሞ በምሥራቅ አቅጣጫ የነበረ ሲሆን በጦርነቱ የግሪክ አሸናፊነት የምዕራባውያን አሸናፊነት ሆኖ ተወሰደ።

ከዚህ በተጨማሪ ግሪኮች ራሳቸውን የሰው ፍቅር ያላቸው፣ የሰለጠኑ አድርገው ሲያዩ በአንፃሩ ፐርሺያኖችን እንደ አምባገነንና ኋላቀር አድርገው የማየት አዝማሚያ ነበር። ከዚህ እንደምንረዳው ምዕራባዊነት ስለምዕራባውያን ጥሩነት ብቻም ሳይሆን ምዕራባውያን ላልሆኑ ሕዝቦችም ጥሩ ያልሆነ ግንዛቤን ይዞ የተፈጠረ ጽንሰ ሀሳብና የሥነ-ልቦና ውቅር መሆኑን መረዳት ይቻላል። የማንነት ስዕሉ ራስን ከሌላው ጋር ማነጻጸር ብቻ ሳይሆን ሌላውንም መግለጽ ይሆናል ማለት ነው። ከምዕራባውያን አንጻር ሌሎች ተነጻሪ ሆኑ ማለትም አይደል?

ከዚያም በዘለለ ምዕራብ አውሮፓ ከህዳሴ (Renaissance)፣ ከአብርሆት ዘመን (Enlightenment)፣ ከሳይንስ አብዮት (Science Revolution) እና ከኢንዱስትሪ አብዮት (Industrial Revolution) ጋር በተገናኘ መልኩ ራሳቸውን የዓለም ብርሃን አድርገው የማየት ከዚያም አልፈው የዘመናዊነት፣

የልማት፣ የዕድገት፣ የስልጣኔ፣ የዴሞክራሲ እና የሰው ልጅ ሁሉ መብት ተሚጋች አድርገው የዓለምን ዕይታ ለመቀየር ጥረት አድርገዋል። በዕድገት አስተሳሰብም ዘመናዊነት ምዕራባዊነት (የምዕራባውያንን ዕሴቶች መቀበል እና መላበስ)፣ አውሮፓዊነት ነው የሚሉ ጸሐፊዎች አሉ። ይሄን ጉዳይ በመተንተን የልማት ሶስኦሎጅስቱ ዶስ ሳንቶስ ስሙ የሚጠቀስ ነው።

ምዕራባዊነት በአስተሳሰብ ደረጃ ራስ ተኮር (Ethnocentric) ነው። እኛ የተሻለ ዕውቀት ያለን ሕዝቦች ነን፤ እኛን የሚመስሉ እኛን የሚከተሉ የተሻሉ ይሆናሉ፤ እኛን የማይመስሉና የማይከተሉ ደግሞ መሻሻል ያለባቸው ስለሆኑ እኛ ጣልቃ እየገባን የማሻሻል፣ የማሰልጠን፣ የማስተካከል ኃላፊነትም፣ መብቱም አለን ብለው ያስባሉ። ይሄንኑ አመለካከት የብሔርተኝነት መጥፎ ጫፍ አድርገው የሚያቀርቡ አሉ።

በዚህ አተያይ ነው እ.ኤ.አ. በ1884 የምዕራብ ሀገራት ተሰብስበው አፍሪካን ለመከፋፈል የወሰኑት። በዚህ አተያይ ነው የቅኝ አገዛዝ የተጀመረው። እውነታው ግን ለራሳቸው ዕድገት የሚሆን ሀብት ለማፈላለግ ነበር። በባሪያ ንግድ ጉልበት በመበዝበዝ የተሻለ ጥቅም ስላገኙ አሁን ደግሞ ሌሎች አንጡራ ሀብቶችን በማግኘት መበልፀግ ነው ዓላማቸው። ይህንን አተያይ በኋላ በሌሎች የዓለማችን ሕዝቦች ላይ ለመጫን ከፍተኛ ጥረትና ሙከራ አድርገዋል። አለመከተልም በአማራጭ ደረጃ እንዳይኖር ለማድረግ ብዙ ጥረዋል። የፖለቲካ አስተሳሰባቸውን ሌሎች ላይ ለመጫን አሁንም ድረስ ሙከራዎችን የቀጠሉ ስለመሆኑ ማንሳት ይቻላል።

ምዕራባውያን ዛሬም ድረስ የራሳቸው ባህልና የፖለቲካ አስተሳሰብ ካላቸው ሀገራት ማለትም እንደ ቻይና፣ ሩሲያና ኢራን ጋር የሚያደርጉት እሰጣ-ገባ ከዚህ "እኛ የተሻልን ነን፤ እኛን የማይመስሉ ሁሉ የተሻሉ አይደሉም ስለዚህ ጣልቃ እየገባን ጫና እያደረግንባቸው እኛን እንዲመስሉ፣ የተሻሉ እንዲሆኑ እናደርጋለን ከሚለው አስተሳሰባቸው የመነጨ ስለመሆኑ መጥቀስ ይቻላል። የሊበራል ኢንተርናሽናሊዝም የመጨረሻ ዓላማም ከዚህ የተለየ አልነበረም። የብሔርተኝነት በዓለም ዙሪያ አውሬና አጥፊ ተደርጎ መሳልም በተወሰነ

መልኩ የዚሁ ተቀጥላ ነው።

ኢትዮጵያዊነትስ?

ኢትዮጵያና ኢትዮጵያዊነት ልክ እንደ ምዕራባዊነት ቋሚ የሆነ ትርጉምና ገጽታ የለውም ማለት ይቻላል። ይሄን በዚህ ክፍል የመጀመሪያ ምዕራፍ ለማስገንዘብ ሙከራ ተደርጓል። በጊዜ ሂደት የሚይዘው የመሬት ስፋት፣ ታሪክ፣ የፖለቲካ ባህል፣ ኃይማኖትና ማንነት ተለዋውጧል። ይሁን እንጂ የዛሬው የኢትዮጵያ ገጽታና አሁን ያለው የኢትዮጵያዊነት ስነልቦና በ19ኛው መቶ ክፍለ ዘመን የተቀረጸ ስለመሆኑ የታሪክ ድርሳናት ይጠቁማሉ። አሁን ላለው የኢትዮጵያዊነት ገጽታ፣ ስነልቦናና ማንነት አስተዋጽኦ ካደረጉ ነገሮች መካከል ዋነኛ ሊባል የሚችለው ደግሞ ይሄው ከላይ ያነሳነው የምዕራባውያን አስተሳሰብ፣ ስነልቦናና ጣልቃ ገብነት ነው ማለት ይቻላል።

የኢትዮጵያውያንን የስነልቦና ውቅር ከገነቡ ታሪካዊና ማኅበራዊ ክስተቶች መካከል አንዱ ጣልቃ ገብቶ ንብረቱን ለመዝረፍ፣ ማንነቱን ደፍጥጦ የራሱን ለመጫን የመጣውን ወራሪ መክቶ መመለሱ ነው። ይህን ለማድረግም ኢትዮጵያውያን ከጫፍ ጫፍ በመንቀሳቀስ በአንድነት ቆመው መመከታቸው ተመልሶ የኢትዮጵያውያን የማንነትና የስነልቦና መሠረት መሆን ችሏል። የዓድዋ ትሩፋት የኢትዮጵያንም ሆነ የኢትዮጵያውያንን ስነልቦናና ማንነት በመገንባት ረገድ አይተኬ ሚና ነበረው።

ይህ የኢትዮጵያውያን የአሸናፊነት፣ የነጻነት እንዲሁም የአልገዛም ባይነት ስነልቦና ደግሞ ምዕራባውያን ለራሳቸው ከሰጡት ማንነትና ስልጣን ጋር በእጅጉ የሚጋጭ ሆነ። ይህ ጉዳይ በኢትዮጵያውያኖች ዘንዳ ብቻም የቀረ አልነበረም። ለሌሎችም የጥቁር ሕዝቦች ትልቅ መልዕክት ያስተላለፈ ጭምር ነበር። ደግመው ቢሞክሩትም ደግመው በመሸነፍ አረጋገጡ። ስለሆነም ታሪክ ምዕራባዊያኑ በጥናት ጭምር አረጋግጠናል ያሉትን የበላይነታቸውን ተፈታተነ። ይሄም ኢትዮጵያን በዓይነቁራኛ እንዲያዩዋትና እንዲከታተሏት ሳያስገድዳቸው አልቀረም የሚል መላምቶችም አሉ።

ከዚያም ባለፈ ኢትዮጵያ ለሌሎች የአፍሪካ ሀገራት ምሳሌ በመሆን ታነሳሳብናለች የሚለው በስጋት የተያዘ ስለመሆኑ አያጠራጥርም። በተጨማሪም የኢትዮጵያ ጂኦፖለቲካዊ አቀማመጥ የተለየ ትኩረት እንድትስብ ያደርጋታል። ኢትዮጵያ የብዙ ኃያላን ትኩረት በሆነው የአፍሪካ ቀንድ መገኘቷና ከሌሎች የጎረቤት ሀገራት የተሻለ የታሪክና የሕዝብ ቁመና ያላት መሆኗ ልዩ ትኩረት እንድትስብ አድርጓታል። ከዚህ አንጻር በቀጥታ በኢትዮጵያ ጉዳይ ጣልቃ ለመግባት ቀላል ስለማይሆን በተለያዩ አማራጮች አካባቢያዊና ውስጣዊ ችግሮችን በመደገፍና በማቀጣጠል ችግሮቹን ለማባባስ ያልተቋረጡ ሙከራዎች እንደተደረጉ ይታወቃል። እነዚህ ሙከራዎች አሁንም አሉ ወደፊትም እንደሚኖሩ ጥርጥር የለውም።

ምዕራባዊነት ከቆመባቸው ምሰሶዎች ዋነኛው "እኛ የተሻልን ነን፤ የሰው ልጆች ሁሉ የተሻሉ የሚሆኑት እኛን ከመሰሉ እና እኛን ከተከተሉ ብቻ ነው፤ ስለዚህ እኛን እንዲሆኑ ጣልቃ እየገባን እንቀይራቸዋለን" የሚል እሳቤ ነው። ከዚህ በተቃራኒ ኢትዮጵያዊነት ደግሞ "አልገዛም፤ በእኔ ጉዳይ ጣልቃ መግባት አትችሉም" የሚል ጠንካራ አቋም ላይ የተገነባ ስነልቦና ነው። እነዚህ ሁለት እሳቤዎች የሚጻረሩና የሚጋጩ ናቸው። ይሄ ተጻራሪ አመለካከት ኢትዮጵያ የምዕራባውያንን ትኩረት እንድትስብ አድርጓታል። ከዚህም የተነሳ ኢትዮጵያ የዓለም ጦርነቶች ጥንስስ የተጠነሰሰባት እንዲሁም የቀዝቃዛው ጦርነት መውጫ ጦርነት የተካሄደባት ሆነች የሚሉ አሉ።

በሁለተኛ ደረጃ ኢትዮጵያ ነጻነቷን አስጠብቃ በመቆየቷ ለብዙ ቅኝ የተገዙ ሀገራት የነጻነት ምሳሌ ሆና ትታያለች። ከዚህ አንጻር ኢትዮጵያ የተሻለ ሀገር ከሆነችና የተሻለ ነገር ካሳየች ሌሎች ቅኝ የተገዙ ሀገራት የእኛን ጣልቃ ገብነት ላይቀበሉ ይችላሉ በማለት ከፍራቻ የመነጨ ጫና ለማሳረፍ የሚሞክሩ ይመስለኛል። በመሆኑም የምዕራባውያን የኢትዮጵያ ዕይታ በስጋት የተሞላ ነው ማለት ይቻላል። ኢትዮጵያ ውስጥ ጠንካራና የሕዝብ ድጋፍ ያለው መሪ ከመጣ ደግሞ ኢትዮጵያውያንን ብቻ ሳይሆን አፍሪካውያንን በማስተባበር

ለእኛ ጣልቃ ገብነት የማይመች አህጉር ይፈጥራሉ ብለው የመስጋትም ነገር ይኖራል። ከዚያ ባለፈ ደግሞ ኢትዮጵያ በአፍሪካ ቀንድ ጠንካራና በአንፃራዊነት የተረጋጋች ሀገር ናት። የምዕራቡ ሀገራት ከመካከለኛው ምሥራቅ የሚያገኙትን ጥቅም በቀጣይነት ለማስጠበቅ ኢትዮጵያ ትልቅ ሚና አላት። ከዚህ አንጻር የምዕራባውያንን ጥቅም ብቻ በትዕዛዝ ለማስጠበቅ የቆመ ደካማ መሪ እንዲኖር ይፈለጋል።

በአጠቃላይ ከጥቅም ፍላጎቶች፣ ከኢትዮጵያ ታሪክ፣ እና ከጠንካራ ሀገር እና መሪ ፍራቻ በሚመነጩ ምክንያቶች ምዕራባውያን ከኢትዮጵያ ጋር ያላቸው ግንኙነት ወጥ አይደለም። በአፍሪካ ለእነሱ ተላላኪ መሆን የሚችሉ ዕውቀትና የሕዝብ ድጋፍ የሌላቸውን መሪዎችን ለማፍራት ብዙ ሥራዎችን እንደሚሰሩ ይታወቃል። ከዚህ በፊት በዚህ መንገድ ወደ ስልጣን የመጡ መሪዎች በሀገራችንም ታይተዋል። ለምሳሌ ሕወሓት መሩ ኢሕአዴግ ወደ ስልጣን የመጣው አንዳንድ ጸሐፊዎች እንደሚሉት "The Cohen Coup in Ethiopia" በሚባል መንገድ እንደነበረ ማንሳት ይቻላል። ከዚያ በኋላ የእነሱን ስነልቦና የመላበስ ባህሪ በሠፊው አሳይቷል። ባለፉት ዓመታት ምዕራባውያን በኢትዮጵያ ላይ ያሳዩት ጫና፤ ለማድረግ የሞከሩትም የጣልቃ ገብነት ሙከራ ጠንከር ያለ ቢሆንም አዲስ ግን አይደለም። አሜሪካ ብቻ ከዚህ በፊት በተደጋጋሚ ጫና አድርጋለች። በጣሊያን ወረራ ጊዜ ማዕቀብ ጥላለች፣ በዚያድ ባሬ አማካኝነትም ኢትዮጵያን አስወግታለች። አሁን ላይ ጫናው አዲስ ባይሆንም ከሌላው ጊዜ በተለየ የጠነከረበት ምክንያት ግን ሁለት ይመስለኛል።

የመጀመሪያው ለጠንካራ መንግስት ካላቸው ፍራቻ ጋር በእጅጉ የሚገናኝ ነው። ምዕራባዊያኑ ጠቅላይ ሚኒስትር ዐቢይ አሕመድ አፍሪካ ውስጥ ማየት የሚፈልጓቸው ዓይነት መሪ አይመስሉኝም። በምርጫ ያውም ምዕራባውያኑ ባልታዘቡትና ዕውቅና ባልሰጡት ምርጫ ወደ ስልጣን ሲመጣ ደግሞ በበለጠ የሚፈሩት ዓይነት መንግስት እንደሚሆን ይገመታል። በጎረቤት የአፍሪካ ሀገራት መካከል ጠቅላይ ሚኒስትሩ የፈጠሩት ስምምነት በዚህም

ምክንያት የሰላም ኖቤል ተሸላሚ መሆናቸው ብዙ የምዕራባውያን መሪዎችን ረብሿል። ሁለተኛው ምክንያት የግብጽ ጉዳይ ነው። ግብጽ የምዕራብ ሀገራት ኢትዮጵያ ላይ ጠንከር ያለ ጫና እንዲያሳርፉና እንዲያዳክሟት ውትወታዎችን ታደርጋለች። የምዕራብ ሀገራትም ከግብጽ ጋር ባላቸው የጠነከረ ወዳጅነትና በአረቡ ዓለም የእነሱን ጥቅም እንደምታስከብር ሀገር ተሰሚነቷ ትልቅ ነው።

ከቅርብ ጊዜ ወዲህ ምዕራባውያን ኢትዮጵያ ላይ የሚያደርጉት ጫና እና የጣልቃ ገብነት ሙከራዎች ከላይ ካነሳናቸው ሁለቱ ምክንያቶችና ሌሎች በርካታ ታሪካዊና ስነልቦናዊ ጉዳዩች ድምር ውጤት ነው ብዬ አምናለሁ። ይሁን እንጂ ኢትዮጵያኖች ከፋፍሎ ለመግዛት የመጣን ኃይል በአንድ ላይ ቆመው የመመከት ረጅም ታሪክ አላቸው። ጣሊያኖች ዐፄ ዮሐንስን ለማዳከም ብለው ዐፄ ሚኒሊክን ዘመናዊ መሳሪያ አስታጥቀው ነበር። በኋላ ግን ዐፄ ሚኒሊክ ያንኑ መሳሪያ ተጠቅሞ ጣሊያኖችን አሸንፏል። በውስጥ ጉዳያችን ላንስማማ እንችላለን ከውጭ የሚመጣብንን ጥቃት በጋራ በመመከት ግን ታሪክ የማይሽረው አንድነት አሳይተናል። በተለይ ደግሞ ከምዕራባውያን የተቃጣብንን ጥቃት በጋራ ቆመን በመመከት ዓለም ምስክራችን ሆኗል። ኢትዮጵያዊነትና ምዕራባዊነት በዚህ ረገድ መሰረታዊ ልዩነትና ግጭቶች እንዳሉት ግልፅ ነው። የኢትዮጵያውያን የምዕራባውያንን የዓለም ዕይታ መስበር ትልቅ ተቃርኖ የፈጠረ ነገር ነው። አሁን ደግሞ ኢትዮጵያ በይፋ የ"BRICS Plus" አባል መሆኗ ነገሩን ግልፅ ያደርገዋል። ከዚያም በተጨማሪ ምዕራባውያን በኢትዮጵያ ጉዳይ በቀጥታ ጣልቃ መግባት አለመቻላቸው ሁሌም ሌሎች የጣልቃ መግቢያ አማራጮችን እንዲሞክሩ ያስገድዷቸዋል። እነዚህን በእጅ አዙር የሚመጡ የጣልቃ ገብነት ሙከራዎችን ደግሞ ኢትዮጵያ በአርበኞች ልጆቿ እየተፋለመች ነው። በቅርብ ጊዜ በተቃጣው የጣልቃ ገብነት ሙከራ ላይ የአፍሪካ ወንድም እህቶቻችን የሰጡት ድጋፍ ግን መቼም የማይረሳ ነው።

በነገራችን ላይ ኢትዮጵያውያን በአርበኝነታቸው በዓለም ደረጃ ዕውቅና አላቸው። የአርበኝነት ትርጉሙ ከጊዜ ወደ ጊዜ እየተለዋወጠ የመጣ ቢሆንም ፋሽስት ጣሊያን ሀገራችንን በወረረ ጊዜ አርበኛ ተብለው የፋሽስትን

ሥርዓት ከተቃወሙና ለአገዛዙ ሳይንበረከኩ ከተዋጉቱ ጀምሮ ዛሬም ድረስ በተለያዩ የማኅበራዊ ሚዲያ እውነታን በማጋለጥ ከውስጥም ሆነ ከውጭ የተጋረጡብንን ችግሮች መቋቋም የሚያስችል ዘዴ ቀይሰው የሚፋለሙ የቁርጥ ቀን ልጆችን ሁሉ የሚያጠቃልል ጽንሰ ሀሳብ ነው። ለሀገርና ለሕዝብ ጥቅም ያልቆሙ ስርዓቶችን በድፍረት የሚጋፈጡ፣ በስርዓቱ ውስጥ ሆነው ስልታዊ በሆነ የፖለቲካ ጥበብ ያዳከሙ እና ለመቀየር በየትኛውም መንገድ የተገዳደሩ በሙሉ አርበኛ ናቸው ማለት ይቻላል።

አርበኝነትና ብሔርተኝነት እጅግ የተቀራረቡ ጽንሰ ሀሳቦች መሆናቸውንም የተለያዩ ምሁራን ያነሳሉ። ሁለቱም ዜጎች ለሀገራቸው ወይም ለብሔራቸው የሚኖራቸውን ስሜትና ድጋፍ ያመላክታሉ። አርበኝነት ከሮማውያን ዘመን ጀምሮ የረዥም ጊዜ ታሪክ ያለው ሲሆን ብሔርተኝነት ደግሞ ከ18ኛው ክፍለ ዘመን መገባደጃ ጀምሮ በብሔር የመጣ ነው ይባላል። አርበኝነት ወይም ፓትሮቲዝም "ፓትሪያ" ወይም "አባት ሀገር" ከሚለው ቃል የመጣ እና ለመንግስትና ለሀገር ያለውን ጥበቃ ያመላክታል። አርበኝነት ከሀገር ፍቅርና ከሊበራሊዝም ጋር ሲያያዝ ብሔርተኞች ደግሞ ከብሔርተኝነት ጋር ያቆራኙታል። ይሁንና ሁለቱም የሀገር ፍቅር ዉጤት ስለመሆናቸው ግን መካድ አይቻልም።

በኢትዮጵያ ሰዎች ራሳቸውን ከብሔርተኝነት ማራቅ ሲፈልጉ ወይም ብሔርተኝነታቸውን መሸሸግ ሲፈልጉ በአርበኝነት ውስጥ ይደበቃሉ ይላል በፍቃዱ ሀይሉ። ሁለቱ ጽንሰ ሐሳቦች ተቀራራቢ ቢሆኑም አንድ ግን አይደሉም። በተለይ እንደኛ ባሉ ባለብዙ ብሔር ሀገራት ውስጥ አርበኝነት የሀገር ፍቅርን የሚገልጽ ጽንሰ ሀሳብ ሲሆን ብሔርተኝነት ለራስ ብሔር የሚኖረን ስሜትና አመለካከት ነው። አርበኝነት የሃገሬንና የወገኔን ጥቅም አላስነካም ባይነት ነው። በእርግጥ የሁለቱን ጽንሰ ሀሳቦች ልዩነት ግልጽ አድርጎ ማስቀመጥ ቀላል አይሆንም። አንዳንድ ሰዎች አርበኝነት ልኩን ሲያልፍ ብሔርተኝነት ይሆናል ይላሉ። አርበኛ ሀገሩ በምታደርገው ነገር ይኮራል፣ ብሔርተኛ ደግሞ ሀገሩ ምንም ብታደርግ ይኮራል በማለት በሁለቱ መካከል የኃላፊነት ስሜት ልዩነት መኖሩን የሚያመላክቱም አሉ።

ክፍል አራት

ብሔርተኝነትና የፖለቲካ ወደፊት

የዓለማችን ጉዞ፣ የሁላችን ስምሪት
በመርህ ወደፊት፣ በምናብ የኋሊት
ሆኖ ቢያስጨንቀን፣ ቢያጋባንም ግራ
የሀሳብ ልዩነት፤ ገዝፎ እንደ ተራራ
ተደምረን በዕርቅ፣ ለመጓዝ በጋራ
በጥበብ በስሌት፣ በመከባበር ስሜት
ሆነን በአንድ ቤት፣ በልዩነት ውበት
ለጋራችን ጥቅም፣ እየፈጠርን አቅም
በብሔርተኝነት ግፊት፣ ብንወድቅስ ወደፊት?!

ካርል ማርክስ ካፒታልዝምን በማጥናት ዕድሜውን የጨረሰ የዓለማችን ምርጡ ፈላስፋ ነው። አበዳሪና ረሃብ ከሀገር ሀገር እያሳደደው የካፒታሊዝም መተኪያ ነው ያለው ሶሻሊዝም ምን መምሰል እንዳለበት በቅጡ ሳይነግረን ከዚህ ዓለም በሞት ተለየ። ሙሉ ጊዜውን በሚያልፈው ላይ አሳልፎ የወደፊቱን በቅጡ ሳይነግረን አለፈ። የሙያ አጋሩ ፍሬድሪክ ኤንግልስ በቀብር ስነስርዓቱ ላይ ባነበበው እንጉርጉሮ እንዲህ ብሎ ነበር።

“ካርል ማርክስ በዘመኑ እጅግ በጣም የተጠላ እና የተጠረጠረ ሰው ነበር። ሞናርኪስቶች እና ሪፐብሊካኖች እኩል ከግዛታቸው አባረውታል። እጅግ ወግ አጥባቂ ቡርዥዎችም ሆኑ በጣም ዴሞክራሲያዊ ነን ያሉ መንግስታት እኩል በእርሱ የስም ማጥፋት ዘመቻ ተካፍለዋል። ይህን ሁሉ እንደ ሸረሪት ድር ወደ ጎን ገሸሽ በማድረግና አስፈላጊነቱ ሲያስገድደው ብቻ መልስ እየሰጠ ሥራውን ቀጠለ። በዚህም ከሳይቤሪያ እስከ ካሊፎርኒያ ማዕድን ማውጫ፣ በሁሉም የአውሮፓ እና የአሜሪካ ግዛቶች በሚሊዮን በሚቆጠሩ አብዮታዊ የሥራ ባልደረቦች የተወደደና የተከበረ ሰው ሆነ። ካርል ማርክስ ዛሬ ተመልሶ ላይሰማ አሸልቧል። ብዙ ተቃዋሚዎችም ሊኖሩት ይችላል፣ ይሁንና አንድም የግል ጠላት ግን አልነበረውም። ስሙም ለዘመናት ጸንቶ ይኖራል፤ ሥራውም እንዲሁ።”

ኤንግልስ እንዳለውም ካርል ማርክስ በዓለም ላይ የቤተሰብ ስም ሆነ። በአንድ ወቅት በሀገራችን ኢትዮጵያ “ካርል እንዳለው” ብሎ ማውራት በዘመኑ ፋሽን እንደነበርም ይታወሳል። በወቅቱ ብዙ አብዮተኛ መንግስታት የኢትዮጵያ አብዮተኞችን ጨምሮ በቅጡ ያልተቃኘውንና ያልተገነዘቡትን ሶሻሊዝም ቀድተው ለመሸከም በሚከብድ መንገድ ሕዝቡ ጫንቃ ላይ ጫኑት። ሶሻሊዝምም በዓለም አቀፍ ደረጃ ላይነሳ ወደቀ። ብቸኛና አሸናፊ ርዕዮተ-ዓለም የተባለው ሊበራል ዴሞክራሲም አሁን ላይ ተመሳሳይ ፈተና እየገጠመው መሆኑ ግልጽ እየሆነ ነው። እኛ ግን ዛሬም ስለዓለም-አቀፋዊነት እና ስለኒዎ-ሊበራሊዝም እንጠበባለን። የግለሰብ መብት የመብቶች ሁሉ ቁንጮ ነው በሚለው የ19ኛ ክፍለ ዘመን ክርክር ውስጥ ሆነን የ21ኛው ክፍለ ዘመን የብሔርተኝነት ቁጥጥር ስር እየወደቀ ይመስላል።

ለዚህ ደግሞ ብዙ ማሳያዎችን ዋቢ ማድረግ ይቻላል። እ.ኤ.አ. በ2016 ከድህረ-ገጹ እስከ ታገደበት ቀን ድረስ ዶናልድ ትራምፕ አሜሪካንን በቲውተር ማንቀሳቀስ ችሎ ነበር። በኋላም የአካውንቱ መዘጋት ትራምፕ የራሱን ማኅበራዊ ሚዲያ "የእውነት ማኅበራዊ (Truth Social)" እንዲጀምር አነሳሳው። ፌስቡክም ዓለም አቀፋዊነትን የሚተቹ የኢትዮጵያና ሌሎች የአፍሪካ ሀገራት ተጠቃሚዎችን አካውንት አገተ። ይህንንም ተከትሎ ኢትዮጵያ የራሴን ማኅበራዊ ሚዲያ አበለጽጋለሁ አለች። ቻይና የኒዮ-ሊበራሊዝም አቀንቃኝ የሆኑ ማኅበራዊ ሚዲያዎችን ካገደች ሰነባብታለች።

ማኅበራዊ ሚዲያዎች የዓለም-አቀፋዊነት መገለጫ ሆነው ቢመጡም ብዙም ሳይቆዩ ለብሔራዊ የማኅበራዊ ሚዲያዎች በር እየከፈቱ ይመስላል። ይሄ ደግሞ ከብሬ-ኤግዚት፤ ከዶናልድ ትራምፕ አሜሪካን መልሶ ትልቅ ማድረግ እና የአውሮፓዊያን ህዝባዊነት ጋር ተዳምሮ የብሔርተኝነት ጥሩ ማሳያ ሆኗል። ለመቶ ዓመታት የተሰበከው ዓለም-አቀፋዊነት አሁን ላይ እየተቀደመ ይመስላል። በርካታ ጸሓፍት ብሔርተኝነት ለበጎ ዓላማ ሊውል የሚችል ቋሚ የፖለቲካ ኃይል መሆኑን ገልጸው ሊበራሊዝም ከብሔርተኝነት ጋር ካልተስማማ ዕጣ ፈንታው ጥሩ እንደማይሆን ይተነብያሉ።

"ዴሞክራሲ ብሔራዊ ፕሮጀክት ነው" ትላለች ዮኤል ታምር። የዓለም-አቀፍ ማኅበረሰብ በተፈለገውና በተጠየቀው መሠረት ድጋፍ ማድረጉ እንዳለ ሆኖ ሀገራት ለራሳቸው ጉዳይ መፍትሄ የማፈላለግ ሙሉ መብትና ኃላፊነት አላቸው ስትል አክላ ትገልጻለች። "ለአፍሪካ ችግሮች አፍሪካዊ መፍትሄ ያስፈልጋል" የሚለው መርህ የአፍሪካ ብሔርተኝነት መገለጫ መሆኑን ከዚህ መረዳት እንችላለን። በሀገራችንም ለሀገራችን ነባራዊ ሁኔታ የሚመጥን አስተሳሰብና አቀራረብ መያዙ የዚሁ ተቀጽላ ተደርጎ ሊታይ የሚገባ ነው።

ቀዝቃዛው ጦርነት ካበቃ ጊዜ ጀምሮ ሊበራል ዴሞክራሲ የፖለቲካ የበላይነት አግኝቶ እንደነበር ይታወቃል። ሊበራል ዴሞክራሲ የማይታበል የፖለቲካ ርዕዮተ-ዓለም ነው ተብሎም ተሞጋግሷል። ከዚህም የተነሳ በዓለም አቀፍ ደረጃ የዴሞክራሲያዊ መንግስታት ቁጥር እጅግ እንደጨመረ ይታወቃል።

የምዕራቡ ሊበራል ዴሞክራሲ በዓለም ዙሪያ አዲስ የነጻነትና የእኩልነት ዘመን እንዳመጣ መግባባት ተፈጥሮ ነበር። ይሁን እንጂ ይህ መግባባት ከጊዜ ወደ ጊዜ እየተዳከመ ሄደ። ብሪኤግዚት እና የዶናልድ ትራምፕ ምርጫ ደግሞ በዓለም ላይ ትክክለኛውን የዴሞክራሲን ምስቅልቅል ገጽታን አጋለጡ። የሕዝብ ኃይል በቀላሉ የብዙሃኑን አምባገነንነት ማስፈጸሚያ ሊሆን እንደሚችልም ፍንጭ ሰጠ። በአጠቃላይ ግን የምዕራብ ሊበራል ዴሞክራሲ ለሁሉም ሀገራት እኩል ይሰራል የሚለው እሳቤ ትክክል እንዳልሆነ ከሞላ ጎደል ስምምነት ተፈጥሮበታል።

አሁን ባለው ነባራዊ ሁኔታ የዓለማችንን ዕጣ ፈንታ የተሻለ ለማድረግ ማስታረቅና በሰጥቶ መቀበል መርህ ለመዳኘት መዘጋጀት አስፈላጊ ብቻ ሳይሆን አስገዳጅ መርሆ ነው። ዓለማችን የግጭት አውድማ ነበረች። ከፖለቲካ ርዕዮተ-ዓለም ጀምሮ በጣም በርካታ የማይታረቁ የሚመስሉ አመለካከቶችና እሳቤዎች የሞሉባት ዓለም ናት። የዚህ ግጭትና ጥላቻ መሰረት ደግሞ የሰው ልጅ ጭንቅላት ነው። የዕርቅ መነሻም የሰው ልጅ ጭንቅላት ነው። የሰው ጭንቅላት በግንዛቤ ይታዘዛል። ሰው ከተረዳና ካመነ ምንም ነገር ማስተካከል የሚችል ፍጥረት ነው። ለመታረቅ፣ ለማስታረቅ፣ ለመስማማት እና ለማስማማት ግንዛቤ በቂ ሊሆን ይችላል።

በዚህ የመጽሐፉ ክፍል በዋናነት ማስታረቅ ላይ ትኩረት እናደርጋለን። ክፍሉ ሦስት ምዕራፎች ያሉት ሲሆን በመጀመሪያው ምዕራፍ በብሔርተኝነት፣ በሊበራሊዝምና በዴሞክራሲ መካከል ሊኖር ስለሚገባው ዕርቅና ጥምረት እናነሳለን። ይህ ዕርቅ እጅግ አስፈላጊ ጉዳይ መሆኑን በአስተሳሰቦች መካከል የነበሩ መሻኮቶች እና ዓለማችንን ያስከፈሉትን ውድ ዋጋ በማንሳት እንመለከታለን። ስለዚህ ማቀራረብ፤ ማግባባትና ማስታረቅ የግድ ይሆናል። የሶስቱ መደመር ለሰላም፤ ለዕርቅና ለብልጽግና ከፍተኛ አስተዋጽኦ ይኖረዋል። ከሀገራችን ነባራዊ ሁኔታ አንጻር ሲታይ ደግሞ እጅግ አስፈላጊ ጉዳይ ነው። ለአተገባበሩም በሀገራችን ምቹ ሁኔታዎች እንዳሉ እናነሳለን።

በሁለተኛው ምዕራፍ በብሔርተኝነትና በሀገር ግንባታ መሀከል ስለሚኖረው ግንኙነት እናያለን። ብሔርተኝነት እንዴት ለሀገርና ለዴሞክራሲ ሥርዓት ግንባታ አስተዋጽኦ ሊያደርግ እንደሚችል እንመለከታለን። ብሔርተኝነት ጠንካራ ስሜት ላይ የሚገነባ መሳሪያ ስለሆነ ለሀገርና ዴሞክራሲ ሥርዓት ግንባታ መጠቀም ከቻልን የምንፈልገውን በጎ ዓላማ ለማሳካት ቁልፍ ነው። በሀገራችን የሀገርና የዴሞክራሲ ሥርዓት ግንባታ የገጠሙትን ፈተናዎችና የመፍትሄ ሀሳቦችንም እንቃኛለን። ኢትዮጵያ በሀገርና በዴሞክራሲ ሥርዓት ግንባታ ሂደቷ ገና ጅምር ላይ ስለሆነች ይህንን እንደ መልካም አጋጣሚ መጠቀም ይቻላል። ከዚህ አንጻር ብሔርተኝነትን ማከም እንደ አንድ የሀገር ግንባታ ሂደት ሊታይ ይገባል። ገዥ ሀገራዊ ትርክት መገንባትም የዚህ ሂደት አካል ነው።

በሦስተኛውና የመጽሐፉ የመጨረሻ ምዕራፍ ሀገራዊ ምክክርን እንደ ትልቁ ግብ፣ መርህና መፍትሄ እንመለከታለን። ሀገራዊ ምክክር በየጊዜው ሊደረግ የሚገባ የሀገር ግንባታ ህክምና መሆኑን እናነሳለን። በኢትዮጵያ የሀገር ግንባታ ሂደት ከነአካቴው የተረሳ የቤት ሥራ ነው። አሁን ባለው ነባራዊ ሁኔታ ሀገራዊ ምክክርና መግባባት እንደ አማራጭ ሳይሆን እንደ ግዴታ መታየት ያለበት ጉዳይ ነው። አማራጭ ሊቀመጥለት የማይችል ቁልፍ ጉዳይ ነው። በምዕራፉ ለዚህ ቁልፍ የሀገር ግንባታ ፈውስ አስፈላጊ የተባሉ ነጥቦችን በማንሳት እናጠቃልላለን።

ምዕራፍ 13

መደመር፡ የብሔርተኝነት፣ የሊበራሊዝምና የዴሞክራሲ ዕርቅ

"

ለጤናማ የዴሞክራሲ ሥርዓት ግንባታ ብሔርተኝነት እጅግ አስፈላጊ ነው።

—

ዩኤል ታምር

እንደ ፖለቲካ አስተሳሰብ ብሔርተኝነት የራስን ዕድል በራስ የመወሰን ፍላጎት ያቀነቅናል። ይሄ አስተሳሰብ ብሔር እና ብሔረ-መንግስት የሁሉ ነገር መሠረት ናቸው በሚል እምነት ላይ የቆመ ነው። በብሔርተኝነት የፖለቲካ አስተሳሰብ የግለሰብ ፍላጎትና ነጻነት እንደ ሁለተኛ ጉዳይ ይታያል። በተቃራኒው ሊበራሊዝም በዓለም ላይ ያሉ ሰዎች ሁሉ ነጻ እንዲሆኑ የሚሻ የፖለቲካ አስተሳሰብ ነው። ከዚህ አንጻር ሊበራሊዝም ግለሰብን ዋና ግብ አድርጎ የመመልከት አዝማሚያ ሲኖረው ብሔርተኞች ደግሞ የነጻነት ፍላጎት

መሠረት ቡድን ነውና በቡድን ደረጃ ነጻነት ከሌለ በግለሰብ ደረጃ ነጻነት ሊኖር አይችልም፤ ከኖረም በቂ አይሆንም ይላሉ። ብሔርተኝነትም ሆነ ሊበራሊዝም ስለነጻነት ይተጋሉ። ልዩነታቸው ነጻነት በምን ደረጃ ቢሆን አመርቂ ውጤት ያመጣል በሚለው ጥያቄ ላይ ነው።

በሁለቱ አስተሳሰቦች መካከል የነበረው ፍጭት ግን ቀላል አልነበረም። ፍጥጫው ብቻ ሳይሆን ፍጥጫውን ተከትሎ የደረሰው አደጋና የተከፈለው መስዋዕትነት ትልቅ ነበር። ሁለቱ የዓለም ጦርነቶች፣ የዘር ማጽዳት ወንጀሎች፣ ከፍተኛ የንብረት ውድመቶችና ሌሎች በርካታ ችግሮች ደርሰዋል። አሁን ባለው ነባራዊ ሁኔታ ግን እነዚህን ሁለት አመለካከቶች ደምሮ ማስኬድ ይቻላል የሚለው አመለካከት ጠንከሮ እየወጣ ነው።

የጦርነቶቹ ትውስታ

እ.ኤ.አ. ኅዳር 11 ቀን 1918 በኤምፔርያሊዝም እና በብሔርተኝነት መካከል የተደረገው ትርጉም አልባ የመጀመሪያው የዓለም ጦርነት (WWI) ተጠናቀቀ። ከአሥራ ስድስት ሚሊዮን በላይ ሰዎችን ሕይወት የቀጠፈው አንደኛ የዓለም ጦርነት 'ጦርነቶችን ሁሉ ለማቆም የተደረገው ጦርነት' ተብሎ ይታወቅ ነበር። ሆኖም ከ20 ዓመታት በኋላ ረጅሙና እጅግ አውዳሚ የሆነው ሁለተኛ የዓለም ጦርነት (WWII) በእነዚሁ ሁለት አስተሳሰቦች መካከል እንደገና ተቀሰቀሰ። ከስድስት ዓመታት ደም መፋሰስ በኋላ ጦርነቱ በ1945 ተጠናቆ ሊበራሊዝም በአሸናፊነት ወጣ። በምዕራቡ ዓለም ብሔርተኝነት የተዋረደ፣ ከሊበራል መሠረት የተገነጠለ እና ከገዳይ አምባገነንነት ጋር የተያያዘ ሆኖ ቢሳልም በቅኝ ግዛት ስር ለነበሩ ሀገራት ግን የድህረ ቅኝ ግዛት እንቅስቃሴዎች ሞተር ሆኖ ለነጻነት መንፈስ መሠረት መጣሉን የቀጠለበት ሁኔታ ነበር።

ሁለቱንም ጦርነቶች በአሸናፊነት ያጠናቀቁት ምዕራባውያን ዋነኛ ጠላታቸው በሞስኮ እንደቀረ እያመኑም ቢሆን ድሉን ማክበራቸውን ቀጠሉ። አልተሳሳቱም ሞስኮ የቀረው ጠላታቸው ጠንካራ ተገዳዳሪ ሆነ። ሁለተኛው የዓለም ጦርነት አልቆ ከሃያ ዓመታት በኋላ እ.ኤ.አ በ1968 አሌክሳንደር ዱቤክ

የተባለ የቼኮዝሎቫኪያ የኮሙኒስት ፓርቲ ማዕከላዊ ኮሚቴ ፕሬዚዳንት ከሶቪየት ኅብረት ነጻ ለመውጣት ሙከራ አደረገ። ይሄን ተከትሎ የራሽያ ጦር ቼኮዝሎቫኪያን ወረረ። በዚህ ምክንያት ጃን ፓላች የተባለ የቼክ ተማሪ የፕራግ ስፕሪንግ መጨረሻን በመቃወም ራሱን አቃጠለ። ምዕራባውያኑ ይሄንን አጋጣሚ የሰው ልጅ በየቦታው በግሉ ለነጻነት ከመሞት ወደኋላ እንደማይል ማሳያ ነው በማለት አራገቡ። በርግጥ ፓላች ራሱን ያቃጠለው የቼክ ብሔርተኛ ስለሆነ ነው የሚሉም አሉ። ከሁለት አስርት ዓመታት በኋላ በ1989 የበርሊን ግንብ ፈረሰ። በ1990ዎቹ መጀመሪያ ደግሞ ሶቭየት ኅብረትም ፈራረሰች። በሃያ ዓመታት የሚቀያየረው የዓለም የፖለቲካ ሁኔታ የዓለም መጨረሻ ላይ መድረሱን ፍራንሲስ ፉክያማ ከተበው። የሊበራልዝም ልዕልና በይፋ ታወጀ።

"የታሪክ ፍፃሜና የመጨረሻው ሰው"

ምዕራባውያን ሊቃውንት እ.ኤ.አ. በ1980ዎቹ መጨረሻ የፈረሰውን የበርሊን ግንብ በርዕዮተ ዓለማት መካከል ሲደረግ የቆየው ትግል ማክተሚያ አድርገው አወደሱት። በተለይም የብሔርተኝነት ዘመን ማክተሙን አበሰሩበት። ፍራንሲስ ፉኩያማ በ1992 ከሶቭየት ኅብረት መፍረስ በኋላ ባሳተመው "The End of History and the Last Man" በተሰኘው መጽሐፉ 'የምንመሰክረው የቀዝቃዛ ጦርነት ማብቂያ ብቻ ሳይሆን የታሪክ ፍጻሜም ነው አለ። የሰው ልጅ ርዕዮተ-ዓለም ዝግመተ ለውጥ የመጨረሻ ነጥብ እና የምዕራቡ ዓለም ዓለም-አቀፋዊነት አሸናፊ ሆኖ መውጣቱንም ነው አለ። ሊበራል ዴሞክራሲ የሰው ልጆች የመጨረሻ ርዕዮተ ዓለማዊ አስተሳሰብና የመንግስት ሥርዓት ሆኖ ይኖራል ብሎም ደመደመ። የፍሬድሪክ ኤንግልስ እና የካርል ማርክስ ፍልስፍና በመከተል የሰው ልጅ ታሪክ እንደ ዝግመተ ለውጥ ሂደት መታየት አለበት የሚለው ፉክያማ ከዚህ አንጻር የታሪክ ፍጻሜ ማለት ሊበራል ዴሞክራሲ የሁሉም ሀገራት የመጨረሻ የመንግስት ስርዓት ይሆናል ይላል። እንደ ፉኩያማ ገለጻ፣ ከፈረንሳይ አብዮት ጀምሮ፣ ሊበራል ዴሞክራሲ ከየትኛውም ርዕዮተ-ዓለማዊ አማራጮች የተሻለ መሆኑን በተደጋጋሚ

አረጋግጧል ይላል። ከሊበራል ዴሞክራሲ ወደ ሌላ አማራጭ መሸጋገር የሚታሰብ አይሆንም በማለትም አስጠነቀቀ።

አንዳንዶች ፉኩያማ "የአሜሪካ ዓይነት" ዴሞክራሲን እንደ ብቸኛውና "ትክክለኛ" የፖለቲካ ሥርዓት ያቀርባል ብለው ይተቻሉ። በመሆኑም ሁሉም ሀገራት የአሜሪካን የመንግስት ሥርዓት መከተል አለባቸው እንደማለት ነው ሲሉ ደጋፊዎቹ ደግሞ ይሄ የፉኩያማን ሥራ በተሳሳተ መንገድ ማንበብ ነው ይላሉ። ፉከያማም ቢሆን እንዲህ በማለት ተከራክሯል፡-

የእኔ ክርክር ከአንድ የፖለቲካ ሥርዓት ጋር የሚገናኝ አይደለም። አሁን ካለው የአሜሪካ የፖለቲካ ሥርዓት ይልቅ ደግሞ የአውሮፓ ኅብረት ዓለም በታሪክ መጨረሻ ላይ ምን እንደሚመስል በትክክል እንደሚያንጸባርቅ አምናለሁ ይላል። በእግዚአብሔር፣ በብሔራዊ ሉዓላዊነት እና በወታደራዊ ኃይል ከሚያምነው የአሜሪካ ፖለቲካ ይልቅ የሉዓላዊነትና ባህላዊ የስልጣን ፖለቲካን ተሻግሮ የሕግ የበላይነት የሰፈነበት ድህረ-ብሔር ተቋማትን ማቋቋም የቻለው የአውሮፓ ኅብረት ከ"ድህረ-ታሪክ" ዓለሙ ጋር የሚስማማ ነው ብሎ ይከራከራል።

የሆነው ሆኖ ነገሮች ፉከያማ እንደተነበየው ቀጥ ብለው ከመሄድ ይልቅ ጠመዝማዛ መንገድ የያዘ ይመስላል። እልፍ ጥያቄዎችንም ይዞ በመምጣት ነገሩን አወሳሰቡት። የድህረ-ታሪክ አውሮፓ ኅብረት ጠንካራ መሥራች ብሪታኒያም የአውሮፓን ኅብረት ጥላ ወጣች። ብሪ-ኤግዚት (Brexit) ዛሬ የዓለም ቋንቋ ሆኗል። ሌሎች የአውሮፓ ሀገራትም ጸረ-ስደተኛ አመለካከቶችን አራመዱ። ጣሊያን እንግሊዝኛ ቋንቋን አገደች፤ አሜሪካ የፈረሰውን ግንብ መልሼ እገነባለሁ አለች። በአጠቃላይ መንገዱ ፉከያማ እንዳለው የወደፊት ግስጋሴ ሳይሆን የኋሊት ሆነ። መልስ ላላገኙ በርካታ ፈታኝ ጥያቄዎች መልስ ፍለጋ ወደኋላ ማየት የዓለም ታሪክ ገጽታ ነውና እንደገና ተጀመረ።

ፈታኞቹ ጥያቄዎች

ዓለም-አቀፋዊነት እየጨመረ ሲሄድ ዓለምን ከየትም ቦታ ማየት የሚችሉ ሰዎችም በቁጥር በረከቱ። በዚያው ልክ ደግሞ የግለሰቦች ራስን የመግለጥ

ፍላጎት (expressive individualism) እየጨመረ ሄደ። በክርስቲያን የሥነ ምግባር እሴት ጥላ ስር ይሰራሉ ተብለው የተገመቱ ነገሮች በዚያ ልክ አልሄዱም። በዚህ መንገድ አማራጭ የለውም የተባለው ሊበራል ዴሞክራሲም ፈተና ገጠመው። በርካታ መልስ አልባ ጥያቄዎች ገጠሙት። ሰዎች ‘እኛ ማን ነን?’ ‘የጋራ የፖለቲካ ማንነታችን በምን ይገለፃል?’ ‘ለምን እርስ በርስ መተማመን አቃተን?’ ‘የተሻለና አስተማማኝ የጋራ ወደፊት በትብብር እንዴት መፍጠር እንችላለን?’ የሚሉ ጥያቄዎች ሁሉ በሊበራሊዝም አሳማኝ መልስ ያላገኙ ጥያቄዎች ሆኑ። የሰው ልጅ መብት እና የመሳሰሉቱ እንደተጠበቀው አልሰሩም።

ሊበራል ዴሞክራሲ ከብሔርተኝነት ጋር ሲነጻጸር ለሰው ልጅ አብሮነትና መሰረታዊ ጥያቄዎች መልስ በመስጠት ረገድ እምብዛም ነው። በተጨማሪ ሊበራል ዴሞክራሲ የቆየ ባህላዊም ሆነ ተፈጥሮአዊ መሠረት ስለሌለው ለጥያቄዎች ዘላቂ መልስ መስጠት ላይ ክፍተቶች አሉት። ለጥያቄዎች መልስ የመስጠት የዳበረ ልምድም የለውም ተብሎ ይተቻል። በተቃራኒው ብሔርተኝነት ደግሞ ለነዚህ ጥያቄዎች መልስ በመስጠት ረጅም ባህል ያለው የፖለቲካ አስተሳሰብ ነው። ይሄ መሠረታዊ ልዩነት በጊዜ ሂደት መካከለኛውና የማይንቀሳቀሰው የማኅበረሰብ መደብ በሊበራል መሪዎች ላይ እምነት እንዲያጡ አድርጓል። በመሆኑም ሊበራሊስቶች በማኅበራዊ እምነት መቀነስ አደጋ ውስጥ ወደቁ። በአሁኑ ወቅት የሊበራል አመራር አመኔታም በእጅጉ በመሸርሸር ላይ ይገኛል። በዚህ ሁኔታ የፖለቲካ ትኩረት ወደ ብሔርተኝነት እየተመለሰ ስለመሆኑ በሠፊው ይነገራል።

ብሔርተኝነት እንደ መደብ ትግል

“ካርል ማርክስ ስለ መደብ ትግል የተናገረው ትክክል ሆኖ ጊዜውን መተንበይ ላይ ግን ተሳስቷል” ትላለች ዬኤል ታምር። የመደብ ትግል በምንም መልኩ ቢፈነዳ በ21ኛው ክፍለ ዘመን ይሆናል፣ ትግሉም በማይንቀሳቀሱና ዓለምን ከአንድ ቦታ ብቻ በሚመለከቱ የደሃው መደብ እና በሚንቀሳቀሱና ዓለምን

ከሁሉም ቦታ መመልከት በሚችሉ የግሎባሊስት ልሂቃን መካከል ይሆናል ትላለች።

በሁለቱ መደቦች መካከል በሚደረገው ትግል ደግሞ ዓለም-አቀፋዊነት እምብዛም የማያስፈራውን የመካከለኛው መደብ የማይንቀሳቀሰውን ዝቅተኛውን የማኅበረሰብ ክፍል በመቀላቀል ወደ ማኅበራዊ ኃይልነት እንዲቀየር ያደርጋል ተብሎ ይጠበቃል። የመካከለኛው እና የዝቅተኛው መደብ የጋራ ትግል የሚፈጠረው የፖለቲካ ጫና ደግሞ ዓለም-አቀፋዊነትን የሚያቀነቅኑ የግሎባሊስት ልሂቃን ተገደው ወደ ብሔርተኝነት ጨዋታ እንዲመጡ ያደርጋል። በዚህ መንገድ የመደብ ትግል ወደ ብሔራዊ ትግል ይቀየራል። ከዚህም በላይ ዓለም-አቀፋዊ ቀውስ እና የአሸባሪ ጥቃቶች የግሎባሊስት ልሂቃን ወደ ብሔራዊ ቤታቸው እንዲመለሱ ጫና ማሳደሩ አይቀሬ ነው። ስለዚህ የፖለቲካ ፔንዱለሙ ከማኅበራዊነት ነጥሎ ወደ ዓለም-አቀፋዊ ምሰሶ የወሰደው ትውልድ ወደ አንድ በማምጣት አጋርነት እንዲፈጥሩ ያደርጋል። በዚህ መንገድ ሁሉም ሰው ወደ ብሔራዊ እሴት (National Ethos) ይመለሳል ማለት ነው።

ይሄ ሂደት በሃያኛው ክፍለ ዘመን ከጎዳናዎች ጠፍተው የነበሩ ብሔራዊ ሰንደቅ-ዓላማ አውለብላቢዎች በሃያ አንደኛው ክፍለ ዘመን ሙሉ በሙሉ ወደ ጎዳና እንዲመለሱ አደረገ። ሊበራል የሚባሉ እንደ አሜሪካ፣ ብሪታንያ እና ፈረንሳይ ያሉ ሀገራት ውስጥ ብሔርተኝነት እንደገና ማገርሸቱ በዚህ መንገድ ነው። የብሔርተኝነት እንቅስቃሴ ለዓለም አቀፋዊያን አሳሳቢ በሆነ መንገድ በዓለም ዙሪያ ተመልሷል። ይሄን እንቅስቃሴ የተለያዩ ኃይሎች ለተለያየ ዓላማ ሲጠቀሙበት ይስተዋላል። ህዝበኛ የሆኑ ፖለቲከኞች ለአምባገነንነት፣ የዘር ጥላቻ አራማጆች ለጭፍን የዘር ጥላቻ፣ የኃይማኖት ጽንፈኞች ደግሞ ለኃይማኖታዊ ልዩነት ማፋፋሚያ ይጠቀሙበታል።

ይሄ አካሄድ ብሔርተኝነትን ለአጸፋዊ ምላሽ ሰጪነት የተዘጋጀና ኒዎሊቢራሊስቶቹ እንደሚሉትም ጸረ-ዴሞክራሲ ነው የሚለውን አመለካከት የሚያጠናክር እንዳይሆንም ስጋቶች አሉ። በተቃራኒው ደግሞ ብሔርተኝነት

አሳታፊ፣ ፈጠራ እና እኩልነትን የሚያበረታታ መሆኑን በማጉላት በጎ ባህሪውን የሚያድስ፣ በኒዮሊበራሊዝም እና በሃይፐር ግሎባሊዝም ለተፈጠሩት በርካታ የዓለማችን ችግሮች መልስ ሊሰጥ የሚችል፣ ለዴሞክራሲ ፕሮጀክትም በጣም አስፈላጊ አድርጎ ማየት ይቻላል። ስለዚህም ብሔርተኝነት የግል መጫወቻቸው ካደረጉትና አሁንም የራሳቸውን ጥቅም ብቻ ለማስከበር ከሚጥሩ የቀኝ ዘመም ጽንፈኞች አላቆና ባህሪውን እንደገና በመረዳት ለተራማጅ በጎ ዓላማዎች መጠቀም ከመቼውም ጊዜ በላይ አስፈላጊ እንደሆነ የሚናገሩ በርካታ ናቸው።

ወደ ብሔራዊ እሴቶች እየተመለስን ነውን?

አሁን በዓለም ዙሪያ ባለው አተረጓጎም ብሔርተኝነት በዜጎች መካከል ያለውን የቁርጠኝነት ስሜት እንደገና የማደስ ፍላጎትና ቃል ኪዳን ሆኖ ይታያል። ብሔርተኝነት ለሰው ልጅ ይሰጥ የነበረው ባህላዊ እና ሥነ-ልቦናዊ ትርጉምና እርስ በርስ የማቆራኘት አቅሙ ከምን ጊዜው በላይ ለዘመናዊው ዓለም አስፈላጊ ነው። ከዚህ አንጻር አንዳንዶች ሊበራሊዝም የሰው ልጅን በመነጣጠል ለውስብስብ ችግሮች አጋልጧል ብለው ይከሳሉ። ከዚህ በተቃራኒ ብሔርተኝነት ሰውን ከሰው ጋር በማቆራኘቱ ለመንግሥትም ሆነ ለሀገር ግንባታ ትልቅ ፋይዳ ያለው እንደሆነ ይጠቀሳል።

አሁን ባለው የዓለም ነባራዊ ሁኔታ የብሔርተኝነት አሳታፊነት፣ ፈጠራን ማበረታታት፤ እኩልነት ላይ ያለው አመለካከት፤ ግለሰቦችን የማብቃት እና መሠረታዊ ሰብዓዊ ጥያቄዎችን የመመለስ አቅሙ ሰዎችን በቀላሉ ወደ ብሔርተኝነት የመመለስ ፍላጎት የማይናወጥ ያደርገዋል ተብሎ ይገመታል። ይኼ መርህ ብሔርተኝነትን ቋሚና የማይሸነፍ የፖለቲካ ኃይል ያደርገዋል ተብሎም ይገመታል። ኒዮ-ሊበራሊዝም እና የማደጎ ልጁ ዓለም-አቀፋዊነት የፈጠሯቸው ችግሮች ሰውን ወደ ብሔርተኝነት ለመመለስ ትልቅ ዕድል ፈጥረዋል። ይሄን ታላቅ ምልሰት ጤናማና ዘላቂ ለማድረግ በብሔርተኝነት፤ በሊበራሊዝምና በዴሞክራሲ መካከል ሚዛን ማስጠበቅ ብቻ ይቀራል። ይሄ

ሂደት በትክክል ከተጠናቀቀ ብሔርተኝነት የሰላም፣ የእኩልነት፣ የብልጽግናና የሀገር አንድነት ምሰሶ ሊሆን እንደሚችልም ብዙዎች ይተነብያሉ።

መደመር፡ የአስተሳሰብ ሚዛን

"መደመር" የተሰኘው የኢትዮጵያን የፖለቲካ፣ የኢኮኖሚና የውጭ ግንኙነት ፖሊሲን የሚያመላክተው የጠቅላይ ሚኒስትር ዐብይ አህመድ (ዶ/ር) መጽሐፍ የሰው ልጅ ብቻውን መሆን ስለማይችል በፉክክርና በትብብር መካከል ሚዛን በመጠበቅ፤ ሀብትና ጉልበትን በመሰብሰብና በማስተባበር ወረት ማከማቸትና ለጋራ ጥቅም ማዋል እንደሚገባ ይጠቁማል። ሀገራት ያስመዘገቡትን የፖለቲካና የኢኮኖሚ ድሎች ጠብቆ በማስፋት፣ የተሠሩ ስህተቶችን ደግሞ በማረም የመፃኢውን ትውልድ ጥቅምና ፍላጎት ማሳካት እንደሚያስፈልግ ይገልጻል።

ሁሉንም ነገር በአዲስ መልክ ከመጀመር መልካም ነገሮችን ማስቀጠል፣ ለየብቻ ከመስራት አብሮ መስራትን ያበረታታል። የሀገር አንድነትን፣ የዜጎችን ክብርና ብልፅግናን ለማረጋገጥ ሚዛን መጠበቅ ትልቅ ሚና እንዳለውም ይጠቁማል። መደመር "በልዩነት ውስጥ ያለ አንድነት ነው፤ ከመተሳሰብ የሚመነጭ ውበት ነው" ይላል። ከዚህ አንፃር መደመር የወቅቱን የዓለም ፖለቲካ የተረዳና ብዝሃ ፍላጎቶችን ለማስተናገድ ያለመ አስተሳሰብ መሆኑን መጠቆም ይቻላል። "መደመር" የነጻ ገበያንና የኢንተርፐሪነራል መንግስት አስተሳሰቦችን፤ የግለሰብና የቡድን ዴሞክራሲያዊ መብቶች በእኩል ደረጃ ማክበርን እንደ መርህ የሚከተል ሚዛናዊ የመሀል ፖለቲካ አስተሳሰብ ነው። በፖለቲካ አመለካከቶች መካከል ሚዛን መጠበቅ ካልተቻለ አደጋው የከፋ ይሆናልና።

አሁን ባለው ነባራዊ የዓለም ሁኔታ ብሔርተኝነት በሙሉ አቅሙ ወደ ፖለቲካው ሜዳ እየተመለሰ መሆኑ ግልጽ ነው። ነገር ግን ላለፉት መቶ ዓመታት የፖለቲካውን አስተሳሰብ ከተቆጣጠሩ የሊበራሊዝም እና የዴሞክራሲ አስተሳሰቦች ጋር የኃይል ሚዛን የለውም። በዚህ ምክንያት በቀላሉ እንደገና

ወደ አጥፊ ኃይልነት ሊለወጥ የሚችልበት አጋጣሚዎች ሊፈጠሩ እንደሚችል ስጋቶች አሉ። ከምንም ነገር በላይ ልናስወግደው የሚገባን ነገር ርዕዮተ-ዓለማዊ ግጭቶችን ነው። ዓለም ከዚህ አስቀያሚ ባህል መውጣት አለበት። ለዚህ የተሻለ የመውጫ ስልት የሚሆነው ደግሞ የተለያዩ ሀሳቦችን እንደ አስፈላጊነቱ ማመዛዘንና ማስታረቅ ነው። በብሔርተኝነት፣ በሊበራሊዝም እና በዴሞክራሲ መካከል ያለው የሦስትዮሽ አጋርነት የርዕዮተ-ዓለም ጦርነትን እና እያደረሰ ያለውን ውድመት ያቆማል። በዚህ መንገድ በአጥፊነት የሚከሰሰው ብሔርተኝነት ለጋራ በጎ ዓላማ መዋል እንደሚቻል ብዙዎች ይተነብያሉ።

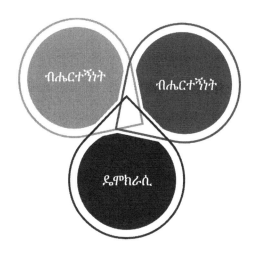

በሊበራሊዝም፤ በዴሞክራሲና በብሔርተኝነት መካከል መግባባት መጥፋቱ በሁለቱ የዓለም ጦርነቶች ወደ መቶ ሚሊዮን የሚጠጉ ሰዎችን አሳጥቶናል። ይህ አጋርነት አሁን የሃያ አንደኛው ክፍለ ዘመን መዳኛ ሊሆን እንደሚችል ጥርጥር የለውም። ዴሞክራሲ የተወለደው በብሔር ስሜት ውስጥ ነው፣ ሁለቱም በተፈጥሯቸው የተሳሰሩ ናቸው። አንዳቸው ከሌላው ተለይተው ሙሉ በሙሉ ሊጠቅሙ አይችሉም። ስለዚህ ዴሞክራሲ እንደ ብሔራዊ ፕሮጀክት መታየት አለበት። ራስን ብቻ ያማከለ እና ገላጭ ግለሰባዊነትን

በብሔርተኝነት፤ በጋራ መንፈስ መተካትም ያስፈልጋል። በዚህ ሁሉም ሰው የሕይወት ዋጋ ሳይከፍል እና ውድመት ሳይመጣ ያሸንፋል። ይህ ደግሞ የሰው ልጅ ካለፈው ክፍለ ዘመን መማር ያለበት ትልቅ ትምህርት ይሆናል። ከሊበራልና ከዴሞክራሲ እሴቶች ጋር የታረቀ ብሔርተኝነት የሰላም፤ የእኩልነት፤ የነጻነት፤ የብልጽግናና የሀገር አንድነት መሠረት እንደሚሆን በእርግጠኝነት መናገር ይቻላል።

ምዕራፍ 14

ብሔርተኝነትና የሀገር ግንባታ በኢትዮጵያ

"

ሀገራት ትልቅ ሆነው አይወለዱም፤ ትልቅ ሆነው ይገነባሉ።

—

ቤንጃሚን ሱሉላ

ሀገረ-መንግስት የሰው ልጅ የመጨረሻው የስልጣኔ፤ የዕውቀትና የጥበብ ውጤት ነው። የሰው ልጅ መጀመሪያ ሀገረ-መንግስትን ይገነባል። የሀገረ-መንግስት ግንባታ በቋሚነት የሰፈረ ሕዝብ፣ የተከለለ ግዛት፣ ሉዓላዊነት እና ዓለም-አቀፍ እውቅና ያለው ሥርዓተ መንግስት እና የሕዝቡን ፍላጎት ለማሟላት የሚሰራ የፖለቲካ ስርዓትን ያጠቃልላል። በዚህ ሂደት ከሚያጋጥሙ ችግሮች ትምህርት በመውሰድ የመንግሥት ሥልጣንን ተጠቅሞ ሀገራዊ ማንነትን ይገነባል። ሀገራዊ ማንነት ሰዎች አብረው ለማስታወስ እንዲሁም አብረው ለመርሳት በሚወስኑት ጉዳይ ላይ የሚገነባ መታወቂያ ነው ይላል ኤርነስት ሬኔን። የሀገር ግንባታ ሂደት ዋነኛ ዓላማ በአንድ ሀገር ውስጥ የሚኖሩ ሕዝቦች የተረጋጋና ዘላቂ አንድነት እንዲኖራቸው ማድረግ ነው። ከዚህ አንጻር የሀገር ግንባታ በዋናነት ማኅበራዊ ስምምነት መፍጠር ይሆናል ማለት ነው።

ለሀገር ግንባታ ከሚያስፈልጉ ቅድመ ሁኔታዎች አንዱ የሕዝብን ፍላጎት በእኩልነት ማሟላት የሚችል የመንግስት ሥርዓት ነው። ይሄ ደግሞ በዋናነት የመንግስት የአስተዳደር ተቋማትን መፍጠርና ማጠናከርን፣ ግዛቶችን ማረጋጋት እና ዘላቂ ልማትን በማከናወን የሕዝብን ፍላጎት ማሟላት የሚችል አቅም የመገንባት ሂደት ነው። አንድ ሀገር እንደ ሀገር ለመቆም ሁለት ነገሮችን መገንባት የግድ ይሆናል። አንደኛው የሀገረ-መንግስት ግንባታ (State Building) ሲሆን ሁለተኛው ደገሞ የሀገር ግንባታ (Nation Building) ነው።

"Nation" የሚለው የእንግሊዘኛ ቃላት ጥሬ ትርጉሙ "ብሔር" ቢሆንም በብሔረ-መንግስት አስተሳሰብ ሀገርንም ሊያመላክት ይችላል። ምክንያቱ ደግሞ በብሔረ መንግስት ግንባታ ማዕቀፍ ብሔርና ሀገር ተደራራቢ ስለሚሆኑ ነው። እንደ ኢትዮጵያ ባሉ ኅብረ-ብሔራዊ ሀገራት ግን "Nation" የሚለው ከላይ እንዳነሳነው ሙሉ ገላጭ አይሆንም። ጥቅም ላይ ሲውልም ወይ በከፊል ገላጭ ወይ ደግሞ በተለምዶ ሀገር የሚለውን ለመግለጽ ብቻ ይሆናል ማለት ነው። ሀገረ-መንግስታት በተለያየ ገጽታ ሊገነቡ ይችላሉ። ለምሳሌ በኤምፓየር መልክ፣ በብሔረ-መንግስት መልክ ወይም በኅብረ-ብሔራዊ ሀገረ-መንግስት መልክ ሊገነቡ ይችላሉ። በኤምፓየር ስር የሀገር ግንባታ ትኩረት የለውም። ምክንያቱ ደግሞ የዜጎች እኩልነት የሚረጋገጥበት ስላልሆነ ነው። በጥንታዊት ኢትዮጵያም ቢሆን በመሬት አያያዝና በኃይማኖት ዕይታ የተለያዩ ደረጃዎች እንደነበሩ ይታወቃል።

ዘመናዊ የሀገር ግንባታ በብሔረ-መንግስት (Nation-State) ስር የሚደረግ የሀገር ግንባታ እና በኅብረ-ብሔራዊ ሀገረ-መንግስት (Multinational State) ስር የሚደረግ የሀገር ግንባታ ተብለው በሁለት ዋና ዋና ቦታ ሊከፈል ይችላል። በብሔረ-መንግስት ማዕቀፍ ሀገር ግንባታና ሀገረ-መንግስት ግንባታ ተመሳሳይ ሂደት ይሆናሉ። ምክንያቱ ደግሞ አንድ ብሔር አንድ መንግስት ስለሚመሰርትና በሕዝቡ መካከል ትስስርና መግባባት መፍጠር ብዙም አስፈላጊ ስለማይሆን ነው። በሌላ አባባል ሕዝቡ የአንድ ብሔር አባል ስለሆነና ማኅበራዊ ትስስራቸው ቀድሞውንም ጠንካራ ስለሚሆን የሀገር ግንባታ አስፈላጊነት እምብዛም ነው ማለት ነው። ሆኖም ግን የሀገር ግንባታ

ሂደት በየጊዜው አዳዲስ ፈተናዎች የሚገጥሙት በመሆኑ ሁሌ መታደስ ይኖርበታል፡፡

የብሔረ-መንግስት ግንባታ (Nation-State Building) በገነነበት ዘመን፣ ብሔርተኝነት ግለሰብንም ሆነ ማኅበረሰብን በመቅረጽ ሁሉን አቀፍ ኃይል ሆኖ ያገለግል ነበር፡፡ የግለሰቦችን ባህሪ በመቅረጽ እና የመላውን ማኅበረሰብ ዕጣ ፈንታ ማዋቀር ችሎም እንደነበር መረጃዎች ያመላክታሉ፡፡ በወቅቱ ብሔርተኝነት ዘመናዊውን መንግሥት ከአስተዳደር አገልግሎት ሰጪ ተቋም ወደ ህዝባዊ ተቆርቋሪነት የቀየረበት ሁኔታ እንደነበርም ይገለፃል፡፡ መንግስትነት ከገለልተኛ አስተባባሪነት ያለፈ አገልጋይነት እንዲሆን አድርጓል፡፡ የሀገርን ጽንሰ ሀሳብም ወደ 'እናት ሀገር'፤ የመንግስት ሚናን ደግሞ ወደ 'አባታዊ ሚና' ያመጣው ብሔርተኝነት እንደሆነ በሠፊው ይነገራል፡፡ የብሔረ-መንግሥት ግንባታ የበጎ አድራጎት መንግሥት ለመመስረት አስፈላጊ የሆነውን የማኅበራዊ ትብብርና ትስስር የመፍጠሪያ መንገድ ሆኖም አገልግሏል፡፡ በዚህ አተያይ ብሔርተኝነት ብሔራዊ ትስስርን በመፍጠር ከመደብ፣ ከፆታና ከትውልድ የተሻገረ ሚና እንደተጫወተ መረጃዎች ይጠቁማሉ፡፡ ዛሬ የደህንነት ንግስት (Welfare Queen) የሚባሉ ሀገራት የብሔርተኝነት ተጽዕኖ ውጤት እንደሆኑ ማንሳት ይቻላል፡፡

በኅብረ-ብሔረዊ ሀገረ-መንግስት ግንባታ (Multinational State Building) ውስጥ ደግሞ የሀገር ግንባታ ልክ እንደ ሀገረ-መንግስት ግንባታ እጅግ ወሳኝ ጉዳይ ነው፡፡ በግዛቱ ውስጥ በርካታ ልዩነቶች ያሉ በመሆኑና ሕዝቦች የሚጋሩት ማንነቶች ውስን ስለሚሆኑ የጋራ መገለጫና በሕዝቦች መካከል ትስስር የሚፈጥሩ ማንነቶችና እሴቶችን መገንባት አስፈላጊ ይሆናል፡፡ በኅብረ-ብሔራዊ የሀገር ግንባታ ሂደት የብሔርተኝነት ሚና የተገደበ ይሆናል ተብሎ ይታመናል፡፡ ከብሔርተኝነት ይልቅ ሁሉንም አባላት የሚገልጽ የዜግነት ማንነት በጋራ እንዲላበሱ በማድረግ የአርበኝነት ስሜት የመፍጠር ሂደት ይከተላሉ፡፡ በኅብረ-ብሔራዊ ሀገር ዜግነት ሰዎችን ከሀገረ-መንግስቱ ጋር የሚያስተሳስር ማንነት ሆኖ ይገነባል፡፡

ይህ በኅብረ-ብሔራዊ የሀገር ግንባታ ሂደት ብሔርተኝነትን ከፖለቲካ ሜዳ የማራቅ ጉዳይ ለብሔራዊ ትስስር መዳከምና ለኒዮሊበራል አመለካከቶች መስፋፋት እንዲሁም ለግለሰባዊነት አለቅጥ መጎልበት መንገድ እንደከፈተ ይነገራል። በዚሁ ሂደት የሰው ልጅ በመደመር ሊያገኝ የሚችለውን ኃይል እንዳጣም ይነሳል። አሁን ባለው አመለካከት ደግሞ ብሔርተኝነትንና ሊበራሊዝምን ማስታረቅ እና የብሔር ማንነትንና የዜግነት ማንነቶችን እኩል ማሳደግ እንዲሁም ማክበር ለሰው ልጆች አብሮነት የበለጠ ፋይዳ እንደሚኖረው እነዚሁ ጸሐፍት ያስቀምጣሉ። በኅብረ-ብሔራዊ ብሔርተኝነት፣ የሲቪክ ብሔርተኝነት እና የሊበራል ብሔርተኝነት ለዚህ እንደ ማካካሻ የሚቀርቡ ናቸው።

በምዕራቡ ዓለም ዴሞክራሲያዊነት እና ብሔራዊነት በአሥራ ዘጠነኛው እና በሃያኛው ክፍለ ዘመን መሳ ለመሳ ይሄዱ የነበሩ እንደሆነም ይታወቃል። በዚህ ጊዜ በጣም በርካታ ሀገራት ተፈጥረዋል። የራስን ዕድል በራስ የመወሰን መርህ የሕዝቦች የበላይነት እና የአስተዳደር ወሰኖች ከብሔርና ከቋንቋ ጋር መጣመርን እኩል ያጠናከረ ነበር። በ21ኛው ክፍለ ዘመን በዓለም ላይ ያሉ ግዛቶች ቁጥር በአራት እጥፍ የጨመረውም በዚሁ ሂደት እንደሆነ ይታመናል። ከዚህ ውስጥ ሰባ በመቶ የሚሆኑት በሦስት የጊዜ ቅደም ተከተል ከትላልቅ ኢምፓየሮች በመገንጠል የተፈጠሩ ሀገራት ናቸው። የመጀመሪያው ከአንደኛው የዓለም ጦርነት በኋላ ከኦስትሮ-ሃንጋሪ እና ከኦቶማን ኢምፓየር የተገነጠሉ ናቸው። የሁለተኛው ደግሞ ከሁለተኛው የዓለም ጦርነት ማብቃት ጋር ተያይዞ የቅኝ ግዛት ማብቃት የፈጠራቸው ሀገራት ናቸው። ሦስተኛዎቹ ደግሞ የቀዝቃዛው ጦርነት ማክተምና ከበርሊን ግንብ እና ከሶቪየት ኅብረት መፍረስ ጋር ተያይዞ የተፈጠሩ ሀገራት ናቸው። በ21ኛው ክፍለ ዘመንም አዳዲስ ሀገራት ብቅ ማለታቸውና የመገንጠል ጥያቄዎች አወዛጋቢ ርዕሰ ጉዳይ ሆነው የቀጠሉበት ሁኔታ መኖሩ ግልጽ ነው። በነዚህ ሁሉ ሂደቶች የብሔርተኝነት ሚና እጅግ የላቀ ነበር። በተመሳሳይ ሁኔታ ብሔርተኝነት በሀገር ግንባታ ሂደት ውስጥ የሚኖረው ሚና እጅግ ከፍተኛ እንደሆነ ይታወቃል።

የኢትዮጵያ ሀገር ግንባታ ፈተናዎች

በተለያየ ቅርጽም ቢሆን ኢትዮጵያ በዓለማችን ጥንታዊ ሀገረ-መንግስት ካላቸው ሀገራት ተርታ ትሰለፋለች። ይህ በእንዲህ እያለ የኢትዮጵያ ሀገረ-መንግስት እስከ ዛሬም ድረስ ድርብ የቅቡልነት ፈተና ውስጥ ያለ ሀገረ-መንግስት መሆኑ ይታመናል። የኢትዮጵያ ሀገረ-መንግስት እንደሌሎች በርካታ የዓለማችን ሀገረ-መንግስታት የጦርነት ውጤት በመሆኑ ይታወቃል። ይህ ደግሞ የቅቡልነት ፈተና ሰለባ እንዲሆን ካደረጉ ምክንያቶች አንዱ ነው። ከዚህ በተቃራኒ የሀገር ግንባታ ፕሮጀክት ጥሩ ራዕይ እና ቁራጥነት ያላቸው ዜጎችና መሪዎች ንድፈ ሀሳብና የጥበብ ሥራ ሆኖ የሀገረ-መንግስትን ቅቡልነት ለማረጋገጥ አስፈላጊ እርምጃ ነው። የሀገር ግንባታ ፕሮጀክት ሁሌም አዳዲስ ፈተናዎች የሚገጥሙት፥ የማያቋርጥ እንክብካቤና አዲስ ፈጠራ የሚፈልግ ሂደት ነው። አሁን ባለንበት ዓለም ሀገረ-መንግስት አስፈላጊ የሆነ የፖለቲካ አደረጃጀት ነው። በሕዝቦች መካከል በሚፈጠር የአብሮ መኖር ቃል ኪዳን የሚመሰለው የሀገር ግንባታም በዓለም አቀፍ ደረጃ በጣም ጠቃሚ ፕሮጀክት ሆኖ ይገኛል።

የሀገር ግንባታ ፕሮጀክት በአንድ የፖለቲካ አካል ውስጥ ሕዝቦችን የሚያቆራኝ እና የዓላማ ግንዛቤ የሚሰጥ የሚዳሰሱ እና የማይዳሰሱ ትስስሮችን የመፍጠር ሂደት ነው። ከዚህም በተጨማሪ ብዙ ጊዜ የሚወስድ እና ከተሰጠው ግዛት ጋር የሚስማማ የፖለቲካ ሥርዓት የመገንባት፤ የዜግነት ትስስር የመፍጠር ብሎም የፖለቲካ ተቋማትን እና የጋራ ሀገራዊ ራዕይና ዓላማ መገንባትን የሚያካትት ውስብስብ ሂደት ነው። ጠቅለል ተደርጎ ሲታይ የሀገር ግንባታ በዜጎች መካከል የጋራ ዕጣ ፈንታ ስሜት እና የባለቤትነት አስተሳሰብ የመፍጠር ሂደት ነው።

ኢትዮጵያ የፖለቲካ ግዛቷን ከውጭ ወረራ በመጠበቅ ረገድ ትልቅ ታሪክ ያላት ሀገር ናት። ያልተደፈረ ዳር ድንበር እና ሀገረ-መንግስት ባለቤት መሆናችን እጅግ የሚያኮራን የታሪክ ገጽታችን ነው። በዚያው ልክ ግን ያላለቀ የሀገርና

የዴሞክራሲ ሥርዓት ግንባታ ፈተና ውስጥ መሆናችን ቁጭት ሊያጭርብን ሲገባ በዚያ ልክ ስሜት የማይሰጠን ሕዝብ ሆነናል ማለት ይቻላል። ብዙ የአፍሪካ ሀገራት በቅኝ ግዛት ስር ሲወድቁ አባቶቻችን ደማቸውን ገብረው የሀገር ህልውና እና ክብር ማስጠበቃቸው በጣም ትልቅና አኩሪ ታሪክ ነው። ኢትዮጵያ በከፈለችው የደም ዋጋ በጸና የነጻነት መሠረት ላይ መቆም ችላለች። የዓድዋ ድል እስከዛሬም በኢትዮጵያ ታሪክ ውስጥ ከፍተኛውን ደረጃ የያዘ ታሪካዊ አጋጣሚ ነው። ከኢትዮጵያም አልፎ የጥቁሮችን የነጻነት ወኔ የቀሰቀሰ ነበር። ይህ አስደናቂ ድል ኢትዮጵያኖች ለሰላም፤ ለነጻነትና ለሉዓላዊነታቸው የከፈሉት ዋጋ እንደሆነ የዓለም ታሪክ ያስታውሳል። ኢትዮጵያ ነጻነቷ እና ክብሯ በቅኝ ግዛትና በወረራ ሳይደፈር የቆየ ቢሆንም፣ በደም የተከበረውን ነጻነት ግን በሥራ ማስከበር አቅቶን ሀገራችን በተደጋጋሚ የህልውና አደጋ ውስጥ ስትገባ አይተናል።

ኢትዮጵያ እንደ ሀገር ለመቀጠል ከውጭም ሆነ ከውስጥ ለሚነሡ ችግሮችና አደጋዎች ዘላቂ መፍትሄ መስጠት አለባት። ህልውናዋን ለማስጠበቅ ተደጋጋሚ ጦርነት ውስጥ ገብታ ድልን የተጎናፀፈች ሀገር መሆኗ እንደተጠበቀ ሆኖ ጥቃት ሲቃጣባት ሕይወታቸውን ለመስጠት የማይሳሱ ልጆቿ በጠንካራ የሥራ ባህል የኢትዮጵያን ነጻነት ሙሉ ማድረግ ተስኗቸው እስከ ዛሬም ሀገራችን ተመጽዋች ሆና ትገኛለች። ኢትዮጵያ በአንድ በኩል ሁሉንም መሥዋዕትነት በመክፈል ሉዓላዊነቷን ለማስጠበቅ የተዘጋጁ ዜጎች ሀገር በሌላ በኩል ደግሞ ከድል በኋላ ሊመጣ የሚችለውን አደጋን ለማስቀረት አስፈላጊ ሥራዎችን በበቂ ሁኔታ ሳይሰሩ የሚዘናጉ ዜጎች ሀገር ነች። ኢትዮጵያ እነዚህን ሁለት ባህሪያት የተላበሱ ዜጎች ሀገር ናት። በጣም ደሃ፤ ደካማና እና ነጻ ሀገር። የውጊያ ጦርነት እንጂ የኑሮና የዕድገት ጦርነት የማያሳስበው የባለሁለት መልክ ሕዝብ ሀገር። ነጻነት ማለት በጠብመንጃ ብቻ ማሸነፍ ነው ብለው የሚያምኑ ሕዝቦች ሀገር ናት - ኢትዮጵያ።

የኢትዮጵያ ነገር መቼም ተቃርኖ አያጣውም። በአንድ በኩል ለሀገራችን ክብር ሲባል ማንም ያልከፈለውን መስዋዕትነት የምንከፍል ጀግኖች ነን። በሌላ

በኩል ደግሞ በሌሎች ሀገራት ዜጎች በቀላሉ የተከፈሉትንና ሀገራትን የተሻለ ደረጃ ያደረሳቸውን መስዋዕትነት ባለመከፈላችን ደም ከፍለን ያገኘነውን ነጻነት ለሌሎች ትንንሽ ጥቅሞች አሳልፈን የምንሰጥ ደካሞች ነን። ይሄን ሁሉ አንድ ላይ ስናይ የኢትዮጵያ ዋነኛ ችግር የብሔርተኞች መጥፋት ነው የሚል እምነት እንድይዝ ያደርገኛል። ብሔርተኛ ተቆርቋሪ ነው፤ ብሔርተኝነት በስሜት፣ በወኔ፣ በቁጭት ነገሮችን ለማሳካት መትጋት ነው።

ኢትዮጵያ ኅብረ-ብሔራዊና ጥንታዊ ሀገረ-መንግስት ያላት ሀገር ናት። የኢትዮጵያ ሀገረ-መንግስት ግንባታም የተጠናቀቀው በበርካታ የብሔርተኝነት ቀለም ባላቸው ሂደቶች ውስጥ አልፎ መሆኑን በክፍል ሶስት አይተናል። በተቃራኒው የኢትዮጵያ ሀገር ግንባታ ዛሬም ድረስ ያላለቀ የቤት ሥራ ሆኖ ይገኛል። የኢትዮጵያ ሀገር ግንባታ ማነቆ ከሆኑት ነገሮች የመጀመሪያውን ደረጃ የሚይዘው ደግሞ ተፎካካሪ የሆነዉ ብሔርተኝነት ነው ማለት ይቻላል። ከዚህም የተነሳ ኢትዮጵያ ውስጥ ያሉ የተለያዩ ማንነቶችም ሆኑ የኢትዮጵያ ዜግነት በበቂ ሁኔታ ያልጎለበተ ማንነት ሆኖ ቀርቷል። የኢትዮጵያን ሕዝብ ብዝሃነትና ውበቱን የሚወክሉ ተቋማትና የጋራ መገለጫዎች በበቂ ሁኔታ አልተፈጠሩም። በአጠቃላይ ኢትዮጵያውያን የጋራ ዓላማ፣ የጋራ መገለጫዎች፤ የጋራ ዕጣ ፈንታ እና የጋራ አስተሳሰብ አላቸው ለማለት ይከብዳል።

“የሀገርና የዴሞክራሲ ሥርዓት ግንባታ በኢትዮጵያ ለምን ወደ ኋላ ቀረ?” የሚለው ጥያቄ ሁልጊዜም ተገቢና ወቅታዊ ጥያቄ ነው። ኢትዮጵያ የአፍሪካ የነጻነት ተምሳሌት ሆና ትታያለች፤ ይህ የሆነው ኢትዮጵያውያን ሙሉ በሙሉ ነጻ ሕዝቦች በመሆናቸው ሳይሆን የውጭ ወራሪን ከመቶ ዓመት በፊት በማሸነፋቸው ነው። ከዚያ ባለፈ የኢትዮጵያ ሕዝብ አሁንም በብዙ ፈተናዎች ውስጥ ይኖራል። በሀገራችን መሃይምነት ከፍተኛ ደረጃ ላይ ይገኛል፣ ድርቅ፣ ረሃብ እና ወረርሽኝ ህዝባችንን በየአመቱ በከፍተኛ ቁጥር ይገድላሉ። ይሄ ደግሞ የእኛን የነጻነት ትርክት አንፃራዊ ያደርገዋል ማለት ነው። በአባቶቻችን የመቶ ዓመት ጠላትን የማሸነፍ ድል መኩራራቱ እንዳለ

ሆኖ የዘመናችንን ጠላት ማሸነፍ አለመቻላችን ግን ኢትዮጵያውያንን ሁሉ ሊያሳፍር፣ ሊያስቆጭ እና ሊያነሳሳ የሚገባ እውነት ነው። ለዚህ አሳፋሪ ሁኔታችን ብዙ ምክንያቶችን መጥቀስ ይቻል ይሆናል። ከእነዚህም የሀገር ግንባታው አለማለቅ የአንበሳውን ድርሻ ይወስዳል። የሀገር ግንባታው ማነቆ ደግሞ በዋናነት ሦስት ይመስሉኛል። እነዚህም የታሪክና የትርክት፥ የተቋምና የአመራር እጦት ፈተናዎች ናቸው።

የታሪክና የትርክት ፈተና

በዚህ መጽሐፍ ክፍል ሁለት ለማንሳት እንደተሞከረው አብዛኛው የዓለም ታሪክ የጦርነት ታሪክ ነው። ዘመናዊ ታሪክና ትርክቶችም በነዚያ ጦርነቶች ዙሪያ የተቃኙ ናቸው። ሀገራችን ኢትዮጵያ ደግሞ ለዚህ ሞዴል ሀገር ናት። በታሪክ ጉዳይ ላይ ሁለት ተቃራኒ ጎራዎች እንዳሉ ይታወቃል።

በአንድ በኩል የትላንቱን ጦር ቀስቃሾችን ጀግና በማድረግና በማንገስ የጦርነቱ ውጤት የሆነውን ሀገርና ድንበር ጠብቆ ማስቀጠል ብቻ ዓላማቸው ያደረጉ ናቸው። ይሄ ቡድን የፍጹማዊ አንድነት ትርክት አቀንቃኝ ሲሆን ለሀገረ-መንግስት ግንባታ እንጂ ለሀገር ግንባታ ደንታ የሌለው፣ ከመንገድ ያፈነገጠውን ሁሉ እንደመጤ፣ ያልነቃ፣ የሀገር ስሜት የሌለው አድርጎ የሚከስ የማንነት መታወቂያ ሰጪ ሆኖ ቁጭ ያለ ቡድን ነው። አንድ ሰው ኢትዮጵያዊ የሚሆነው በእነሱ ፍቃድና መመዘኛ ብቻ ይመስላቸዋል። የዚህ ቡድን ማዕከላዊነትን ይዞ ለሌሎች የኢትዮጵያዊነት ቪዛ ሰጪ መሆን ገፊ ነው ይላሉ ፕሮፌሰር ኃይሌ ገሪማ። ለእነዚህ ኃይሎች "ኢትዮጵያ ሀገር መሆኗ ቀርቶ እንደ ውሽማ ትታያለች" በማለትም ይገልጻል።

የሁለተኛዉ ቡድን ደግሞ በተቃራኒው ያለፈው ታሪክ ተበዳይ ሆኖ ራሱን የሳለና የትላንቱን ጦር ቀስቃሾች በመውቀስና በመክሰስ ላይ ብቻ የተጠመደ ቡድን ነው። ይሄ ቡድን ደግሞ የፍጹማዊ ልዩነት ትርክት አቀንቃኝ ሆኖ ማንነቱን የበደልም፣ የመሰባሰቢያና የነጻነት ትግል መነሻም አድርጎ ይመለከታል። በኢትዮጵያ በርካታ የማኅበረሰብ ብሔርተኝነቶች የተቃኙት

በዚህ መንገድ ይመስለኛል። ስለዚህ የትላንቱን ጦር ቀስቃሾች አጥብቀው የሚቃወሙ፣ የሚተቹና የሚያንቋሽሹ እንደ ጀግናና ጥሩ ብሔርተኛ መታየታቸው የተለመደ ነገር ነው።

በአጠቃላይ ስለኢትዮጵያውያን የሚከተለውን ማለት የምንችል ይመስለኛል። እኛ ኢትዮጵያውያን ተሰራልን ወይም ተሰራብን ብለን በምናስበው ቁንጽል ታሪክ ውስጥ ተደብቀን መኖር የምንወድ ሕዝብ መሆናችን። ትላንታችን ካዛሬያችን እና ከነጋችን የሚበልጥብን፤ የሚናፍቀን፣ የሚያንገበግበን ሕዝቦች ነን። ከዚያ በተቃራኒ ደግሞ እኛ ራሳችን ለታሪክ መኖር ግድ የማይሰጠን፤ የእኔ ዐሻራ ምንድነው? ብለን መጠየቅ ብዙ የማይታየን ሕዝቦች ነን። ስለሀገር ጥሩ ነገር ስናወራ ስለአባቶቻችን ሀገርና ገድል እንጂ ስለራሳችን ዐሻራ የማናነሳ፤ ስለበደሉን ስናወራ ስለአባቶቻችን በደል እንጂ ስለራሳችን እምብዛም የማንገልጽ፣ በዚህ ሂደትም የራሳችንን ስንፍና ቁልጭ አድርገን የምናሳይ ሕዝቦች ነን። ብቻ እኛ ስላለፈው ታሪክ ስንጨነቅ፣ ስንጨቃጨቅና ስንነታረክ ታሪክ ረስቶን የሚያልፈን ሕዝቦች መሆናችን ግልጽ ነው። ከዚህ አዙሪት ውስጥ ለመውጣት ለውጥ እጅግ አስፈላጊ ነው። የለውጥ ሁሉ መጀመሪያ ደግሞ ኢትዮጵያኖች በታሪክ ሳይሆን ለታሪክ መኖር እንዲጀምሩ ማስቻል ነው። በዚህ የለውጥ ሂደት ደግሞ ለራሳችን የምንነግረውን ትርክት መቀየር የግድ ይሆናል።

ለሰው ልጅ በጣም አደገኛ ከሚባሉ የውሸት ትርክቶች የመጀመሪያውን ደረጃ የሚይዘው ሰው ለራሱ የሚነግረው የውሸት ትርክት ነው ይባላል። “አንድ ሰው በህይወቱ እውነተኛ አብዮት ለመፍጠር ከፈለገ መጀመሪያ ለራሱ ከሚነግረው የውሸት ታሪኮች ጋር መስማማት አለበት” ትላለች የማኅበራዊ ሳይንስ ባለሙያዋ ብሬኔ ብራውን። በኢትዮጵያ ሁሉም ሰው ራሱን ጀግና፤ ሀገር ወዳድ፤ ኩሩ፤ ለሰው ሟች አድርጎ የማቅረቡ ነገር “ለራስ ሲቆርሱ አያሳንሱ” እንደሚባለው ነው። ለሕዝብም ሲሆን በዚያው ልክ ነው። የእኛ የሆነን ሁሉ የተሻለ አድርጎ የማቅረቡ ነገር የጎላ ነው። ከሌሎች ጋር ለመኖር ይሄን ራስ ተኮር ትርክት መቀየር ያስፈልጋል። አንዳችን ስለሌላኛችን በወንድማማችነት

ስሜት መረዳትና መግለጽ ያሻል። ሀገር የዚህ እሳቤ ውጤት ነውና።

ኢትዮጵያ አሁን ባለችበት ሁኔታ የ19ኛው ክፍለ ዘመን የመስፋፋት ጦርነት ውጤት ናት። ይህ ጦርነት ደግሞ በደቡቡ የሀገሪቷ ክፍል የሚገኙ በርካታ ብሔሮች እና ብሔረሰቦችን ያልተፈወሱ ቁስሎች ውስጥ ጥሎ ያለፈ ክስተት ነው። ይሄ ታሪክ ታዲያ የብዙ ውጥረት መንስኤ ሆኖ የጋራ ሀገርን ለመፍጠር የሚደረገውን ጥረት እያደናቀፈ ይገኛል። በኢትዮጵያ የሀገር ግንባታ ሂደት የጋራ የዜግነት ማንነት መገንባት ወሳኝ እርምጃ ነው። የኢትዮጵያ ዜግነት በዓለም ላይ ካሉ እጅግ ጥንታዊ ሊሆኑ ከሚገባ የዜግነት ማንነት ተርታ መሰለፍ ሲገባው በዕድገት ያነሰ ነው። ይህም የአወዛጋቢው ታሪካችን ውጤት ነው። የጋራ ዜግነት መገንባት የሚቻለው በስምምነት ነው። ሰዎች ሲከፋፈሉ እና የተለያየ የታሪክ ንባብ እና ግንዛቤ ሲኖራቸው የጋራ ማንነት መገንባት አስቸጋሪ ይሆናል። የሰሜን ኢትዮጵያ ሰዎች የደቡብ ኢትዮጵያን ሰዎች እውነታ ሳይረዱ፣ አንዱ ዜጋ በሌላኛው የተገዛ ተደርጎ ከታየ፣ አንዱ የተጠመቀ ሌላኛው ያልተጠመቀ ተባብለን ሀገራዊ ጉዞ አይኖርም። ሀገር መገንባት በሰዎች መካከል በመረጃ ላይ የተመሰረተ ውይይት እና ጠንካራ ግንኙነት ማድረግን ይጠይቃል። እነዚያን ክፍፍሎችና ማነቆዎች በማለፍ ጥሩ ትርጉም ያለው፣ ሁሉን አቀፍ፣ የብሔር እና የዜግነት ማንነቶችን ያከበሩና የሚያዳብሩ ሁሉም ኢትዮጵያውያን በእኩልነት የሚቀበሉት የሀገርና የዴሞክራሲ ሥርዓት ግንባታ ሂደትን ማራመድ ለኢትዮጵያ ወሳኝ እርምጃ ነው።

ይህ እንዲሆን ኢትዮጵያውያን የታሪክ ሰለባ ሆነው ራሳቸውን ከመመልከት አልፈን ስህተቱን ላለመድገም በታሪክ ላይ በቁም ነገር መነጋገር ያስፈልጋል። በሀገርና በዴሞክራሲ ሥርዓት ግንባታ ሂደት ላይ በታሪክ የሚነሱ ተግዳሮቶችን ማሸነፍ የሁሉም "ዜጋ" ዋና ኃላፊነት ሊሆን ይገባል። ኢትዮጵያውያን በታሪክና ትርክት ላይ ሀገራዊ መግባባት በመፍጠር ጥሩውን አብሮ ለማስታወስ፤ መጥፎውን ደግሞ አብሮ ለመርሳት ለአንዴና ለመጨረሻ መስማማት ያስፈልገናል። ይሄ ሳይሆን የሀገር ግንባታም ሆነ የዴሞክራሲ

ሥርዓት ግንባታ አይሳካም። ታሪክና ትርክት ላይ ለአንዴና ለመጨረሻ ጊዜ ለመግባባት መነጋገር ያስፈልጋል። ለመስማማት ሆን ብሎ መነጋገር!

ከላይ እንዳነሳሁት ይሄ የበርካታ ሀገራት ታሪክ ነው። በብዙ ሀገራት በታሪክ ላይ የተፈጠሩ ክፍፍሎችን ወደ ጠረጴዛ ዙሪያ በማምጣት ተደራድረውበት፣ ተመካክረውበት በሰጥቶ መቀበል ሕግ ዘግተውት ወደፊት መሄድ ችለዋል። በእኛ ሀገር ግን ሰጥቶ መቀበል የሚባል መርህ ገና ስላልዳበረ ሁሉም ሙሉ በሙሉ አሸናፊ ለመሆን ነገሩ በረገጠበት ቆሞ ይገኛል። አሁን ባለው ነባራዊ ሁኔታ በኢትዮጵያ የዕውቀት መለኪያ፣ የምሁርነት መገለጫ፣ የልሂቅነት ማሳያ ሌላኛውን ጎራ ለመተቸት፣ ለማንቋሸሽ፣ ለማብሸቅ የምንጠቀማቸው የቃላት ጥንካሬ የሆነ ይመስላል። "ልክ ልካቸውን ነገራቸው" ለመባል መላላጡና መጋጋጡ እንደ ሀገር ዋጋ እያስከፈለን መሆኑን የተረዳነው አይመስልም። የተለየ ሀሳብ ያራመደ ሰው በጥይት ተደብድቦ እስከመሞት የደረሰበትን ዝቅጠት እየተመለከትን ነው።

በአጠቃላይ የተዛባ ታሪክና ትርክት የኢትዮጵያ ራስ ምታት መሆናቸው ላይ ስምምነት አለ። የዚህ የተዛባ ታሪክና ትርክት መነሻ ደግሞ የሀገረ-መንግስት ግንባታው የተከተለው መንገድ ነው። በርካታ ሀገረ-መንግስታት የጦርነት ውጤት ቢሆኑም የሀገር ግንባታ ሂደት ግን ሁሌም የንግግርና የስምምነት ውጤት ነው። ስለዚህ በስልጣን ጥማት የታወረ ኢጎን ሰከን አድርጎ በምክንያት ላይ የተመሰረተ ንግግር መጀመር ያስፈልጋታል። ራስን ብቻ ከማዳመጥ ወጥተን ሌሎችንም ማዳመጥ፣ ባለሀገር እኛ ብቻ ነን ከሚለው የታወረ አስተሳሰብ ተሻግረን ስለጋራ ሀገር መነጋገር፣ እኛ የለንበትም ከሚለው ሁሉን ነገር የመካድ ፖለቲካ ተላቀን ታሪካዊ ስህተቶችንም ሆነ ጥንካሬዎችን ለመጋራት መዘጋጀት አብሮ ወደፊት ለመሄድ ወሳኝ ምዕራፍ መሆኑን መረዳት እጅግ አስፈላጊ እርምጃ ነው።

የተቋም እጦት ፈተና

የተቋም ግንባታ የሀገረ-መንግስት ግንባታ ትልቁ ምሰሶ ነው። ከዚህ አንጻር

በአንድ በኩል ኢትዮጵያ ጥንታዊ ሀገረ-መንግስት ካላቸው ሀገራት ተርታ ትሰለፋለች ቢባልም ጠንካራ የመንግስት ተቋማት በቅጡ ያልተገነባባት ሀገር መሆኗ ደግሞ የሀገረ-መንግስት ግንባታው ራሱ በተገቢው ሁኔታ ያላለቀ ለመሆኑ ጥሩ ማሳያ ነው። እንደ ኢትዮጵያ ባሉ ተፎካካሪና አንዳንዴም እርስ በርስ የሚጋጩ ፍላጎቶች በሚንጸባረቁባቸው ሀገራት ሁሉንም ያለ አድልዎ ለማስተናገድ ተቋማት ዋስትና ይሰጣሉ። በኢትዮጵያ የሀገርና የዴሞክራሲ ሥርዓት ግንባታ አንዱና ትልቁ ፈተና እነዚን መሰል ገለልተኛና ጠንካራ ተቋማት አለመኖራቸው ነው። የአንድ ሀገር ፖለቲካዊ እና ማኅበራዊ አለመግባባቶችን በሰላማዊ መንገድ መፍታት እና ኢኮኖሚያዊ ዕድገትን ማስቀጠል የሚቻለው ጠንካራ የዴሞክራሲ ተቋማት ሲኖሩ ብቻ ነው። ተቋማቱ ሕግ አውጥተው ትክክለኛ ብቃት ያላቸውን ሰዎች ያለአድልዎ በመቅጠር የሕዝብን አመኔታ በማነሳሳት ግልጽ፣ ፍትሃዊ እና ወጥነት ያለው አገልግሎት ለመስጠት ወሳኝ ሚና አላቸው።

ኢትዮጵያ በዴሞክራሲ ተቋማቶቿ እጅግ በጣም ኋላ ቀር ሀገር ናት። መሪዎች ራሳቸውን እንደ ብቸኛ መፍትሄ ከማቅረብ ውጭ ዘላቂ ተቋማትን በመገንባት ረገድ አልተሳካላቸውም። ስለሆነም አሁን ባለው ሁኔታ ኢትዮጵያ ውስጥ ዘላቂነት ያለው የሀገር ግንባታ ግቦችን ለማሳካት የሚረዱ ተቋማትን መፍጠር ጊዜ የማይሰጠው ጉዳይ ነው። ከዚህ አንጻር ምንም እንኳን ባለፉት ጥቂት ዓመታት ጥረቶች ቢደረጉም ከሚያስፈልገው ጋር ሲነጻጸር ግን በጣም ኋላ ቀር ነው። የዴሞክራሲ ተቋማትን የመገንባት ጅምርን መደገፍ እና ያሉትን ተቋማት ዴሞክራሲያዊ ማድረግ የሁሉም ኢትዮጵያውያን የቤት ሥራ ሊሆን እንደሚገባ መጠቆም ያስፈልጋል። ተቋማት በበቂና በተገቢ መንገድ ሳይገነቡ የሀገር ግንባታ ፕሮጀክት ማጠናቀቅ ፈጽሞ አይታሰብም። ተቋማትን መከታተልና ብልሹ አሰራሮችን መዋጋት ደግሞ የሁሉም ዜጋ ኃላፊት መሆን ይኖርበታል።

የአመራር እጦት ፈተና

ከምንም በላይ ኢትዮጵያ በታሪኳ ሁሉ የመሪነት ውድቀት የገጠማት ሀገር

ናት ማለት ይቻላል። የመሪነት ክፍተት ያልታየበት የታሪክ ዘመናችንን ፈልጎ ማግኘት ቀላል አይደለም። ስኬቶችን ያስመዘገቡ የኢትዮጵያ ገዥዎች እንዳሉ ሁሉ በጣም አሳፋሪ የሚባሉ ስህተቶችንም የፈጸሙ አሉ። ሀገሪቱን ከነፈተናዎቿ የድንበር አንድነቷን ጠብቆ ማስቀጠል ትልቅ ነገር ነው። ነገር ግን ደግሞ የባህር በሮቻችንን ያጣነውና የተቆለፍነውም በመሪዎቻችን ታሪካዊ ስህተት መሆኑ ሊካድ አይችልም። አመራር ሲባል ግን ብዙ ጊዜ በእኛ ሀገር እንደሚቀርበው የአንድ ወይም የተወሰኑ ግልሰቦች ሥራ ብቻ የሚያሳይ አይደለም። አመራርነት የመሪዎችን ታማኝነት፣ ቁርጠኝነት እና ብቃት እንዲሁም የጋራ ራዕይ፣ ትኩረት እና አጠቃላይ የልሂቃን ዕድገትና ፍላጎትን የሚያመላክት ነው። በሀገር ግንባታም ሆነ በዴሞክራሲ ሥርዓት ግንባታ ውስጥ አመራር ወሳኝ ሚና እንዳለው አያጠያይቅም።

በኢትዮጵያ ታሪክ የአመራር አረዳድ ከተፈጥሮ ጋር የተቆራኘም ስለሆነ ለግለሰቦች የመሻሻል ፍላጎት ቦታ የሚሰጥ አልነበረም። እራሳቸውን የእግዚአብሔር መልዕክተኛ አድርገው የሚቆጥሩ መሪዎችን አይታለች ኢትዮጵያ። አብዛኞቹ የኢትዮጵያ መሪዎች ተቋም ከመመስረት ራሳቸው እንደተቋም የመግዛት ዝንባሌ የነበራቸው ናቸው። በሰዎች መካከል ያለውን ማኅበራዊ ትስስር ከማጠናከር በዙሪያቸው ያሉትን ብቻ የመከተልና የማስከተል ዝንባሌም አላቸው። የኢትዮጵያን ሕዝብ ማኅበራዊ ትስስር፣ ታሪካዊ ቅሬታዎች፣ ኢኮኖሚያዊና ፖለቲካዊ ፈተናዎችን ተረድተው በጥሩ አዕምሮና ፍኖተ ካርታ የሚያዩ መሪዎችን አልታደልንም። ለሀገርና ለዴሞክራሲ ሥርዓት ግንባታ ቦታ የሚሰጥ መሪ ከሌለ ደግሞ የሀገርም ሆነ የዴሞክራሲ ሥርዓት ግንባታ እሳቤ የተሟላ አይሆንም። ኢትዮጵያውያን ለሀገር የወደፊት ዕጣ ፋንታ ስሜት ያላቸው፤ የሕግ የበላይነትን በማክበርና በማስከበር የሚያስተዳድሩ መሪዎች እንዲኖሩን ብዙ አልመናል። በተለይም ባለፉት ሦስት አስርት ዓመታት በታሪካዊ ችግሮች ላይ መግባባትን የሚፈጥር እና ለተሻለ ነገ የሚያዘጋጅ መሪን ስናልም መቆየታችን የአደባባይ ምስጢር ነው።

ሀገሪቷ የብዝሃነት መገለጫ እንደመሆኗ በጣም በርካታ ፍላጎቶችና የሚጋጩ ህልሞች እንደሚንፀባረቁባት ግልጽ ነው። ለዘመናት የተጠራቀሙ ጥያቄዎች ያሉባት ሀገርም ናት - ኢትዮጵያ። ከዚህም በተጨማሪ ዘመኑ ፍላጎቶች ያለገደብ የሚገለፁበት ዘመን ነው። ስለዚህ ከምንም በላይ እነዚህን ችግሮች በሙሉነት የሚረዳና አካታች አመራር መስጠት የሚችል መሪ ያስፈልጋታል። አካታች መሪ ማለት የተለያዩ ቡድኖችን ፍላጎት በመርህ እና ከአድልዎ ነጻ በሆነ መንገድ የሚረዳ፣ የሚያከብር እና በብቃት የሚመራ ማለት ነው። በዚህ ሂደት ግን ያለመተማመንን የሚፈጥሩና የሚያሰፉ ነገሮችን እንደ ሕዝብ መቆጣጠር የግድ ይሆናል። አሁን ባለንበት ዘመን አካታች አመራር ከመቼውም ጊዜ በበለጠ አስፈላጊ ሆኗል። አካታች አመራርነት ከተለያዩ ተለዋዋጭ ሁኔታዎች ጋር የሚጣጣም አረዳድ በመያዝ፤ ልዩነትን በመረዳትና ለመደመር እሳቤዎች ታማኝ ሻምፒዮን በመሆን፤ ሊገጥማቸው ከሚችሉ አድሎአዊ አመለካከቶች እና ልማዳዊ ዝንባሌዎች ለመፋታት የሚሞክሩ፥ ጥሩ አድማጭና ተግባቢ በመሆን እንዲሁም ከሁሉም በላይ ቡድን በመገንባት እና ለቡድኑ የሚበጀውን ለማድረግ ጉጉት የሚያድርባቸው መሪዎች እንደሆኑ ይታመናል።

በእኔ አረዳድ ኢትዮጵያውያን የሚፈልጉት መሪ የጠፋ አይመስለኝም። አንዳንዴ መመኘት ብቻ ሥራችን ሆኖ ይሆን? የሚል ጥያቄ ያድርብኛል። ለምሳሌ ዐቢይ አሕመድ (ዶ/ር) በጣም በርካታ ኢትዮጵያውያን የሚፈልጉት ዓይነት መሪ ነው ብዬ አምናለሁ። ፍትሃዊና ዴሞክራሲያዊ የመቻቻል ስሜት የተላበሰ መሪ ነው የሚል እምነት አለኝ። ይሄን እምነት ፈትኜዋለሁ፤ ከሩቅ ሆኜም አይቼዋለው፤ ሀገር ቤት ገብቼም ገምግሜዋለሁ። በኋላም የካቢኔው አባል ሆኜ አብሬው ሰርቻለሁ። ዐቢይ በችሎታ እና በታማኝነት ሀገሩን ለማገልገል ዝግጁ ነው። ከወረሳት የተሻለች ኢትዮጵያን የመምራት ራዕይ ያለው መሪ ነው። ይህ ማለት ግን ሁሉን ነገር ብቻውን ይፈታል ማለት አይደለም። ወይም እርሱ ፍፁም ሰው ነው ማለት አይደለም። የኢትዮጵያ ሕዝብ መሪዎቹን እንዴት በባለቤትነት መጠቀም እንዳለበት እና ከሁሉም በላይ ጥሩ የአመራር ባህሪ ያላቸውን ብዙ መሪዎች ማፍራት እንዳለበት

መማር ያለበት ይመስለኛል። በአጠቃላይ አስፈላጊውን ወሳኝ ድጋፍ መስጠት ማለትም ስህተታቸውን ማረም እና ስኬቶቻቸውን ደግሞ ማበረታታት የሀገርና የዴሞክራሲ ሥርዓት ግንባታውን ያፋጥነዋል የሚል እምነት አለኝ።

የብሔርተኝነት ህክምናና የኢትዮጵያ ሀገር ግንባታ

ኢትዮጵያ በተቃረኑ ትርክቶች የተሞላች የብሔርተኞች ሀገር ስለመሆኗ ከላይ አንስተናል። ከብሔርተኝነት ባህሪያት አንዱ ደግሞ ካለፈው መምዘዝና እዚያ ውስጥ መፈንጠዝ ነው። ሁሉም ብሔርተኝነት ማለት በሚቻል የኋሊት ምልከታና ትርክት ላይ ይመሰረታሉ። የኢትዮጵያም ሆነ በኢትዮጵያ ውስጥ ያሉ ብሔሮች ብሔርተኝነትንም በተመሳሳይ መልኩ ከወደኋላ የሚቀዱት ነገር አላቸው። እነዚህ ከኋሊት የሚቀዱ ምልከታዎችና ትርክቶች ደግሞ የተለያየ የታሪክ አረዳድ አላቸው። ኢትዮጵያ ውስጥ በሠፊው የሚንጸባረቁ የፖለቲካ ተቃርኖዎች ምንጭም ይሄ የተለያየ የታሪክና የፖለቲካ አረዳድ ነው። ይሄን የፖለቲካ ተቃርኖ እንዴት ማከም ይቻላል የሚለው ጥያቄ ለረጅም ጊዜ የተጠየቀ ጥያቄ ነው። አጭሩ መልስ የሚመስለኝ ኢትዮጵያ ውስጥ የሚንጸባረቁ “ብሔርተኝነቶችን አክሞ በማዳን ነው” የሚል ነው።

በዋናነት የኢትዮጵያ ተቃርኖ መነሻ ሰዎች “ኢትዮጵያዊ” መሆንን የሚረዱበትና የሚገልጹበት መንገድ ነው ማለት ይቻላል። ኢትዮጵያዊ የመሆን አንዱ መገለጫ መንገድ የኢትዮጵያ ፓስፖርት መያዝ ወይም የኢትዮጵያ “ዜጋ” በመሆን ሲሆን ሌላኛው ደግሞ ሰዎች ለታሪክ፣ ለቅርስ እና ለባህል በሚኖራቸው ስሜት ነው። በታሪክ፣ ቅርስ እና ባህል ላይ የተመሰረተው ኢትዮጵያዊ መሆን ምን ማለት እንደሆነ ወጥና ሁለንተናዊ ስምምነት የለውም። ምክንያቱ ደግሞ የተለያዩ ብሔረሰቦች የተለያየ ታሪክ፣ የተለያዩ ቅርሶች እና ባህላዊ ወጎች ስላላቸው ይመስለኛል። ብዙ ጊዜ በስልጣን ላይ ያሉ ቡድኖች የራሳቸውን ታሪክ፣ ቅርስ እና ባህል በመጫን ከኢትዮጵያዊነት ጋር ያመሳስላሉ። ከሁሉም በላይ ግን በፖለቲካ ልሂቃን መካከል ያለው አለመግባባት በኢትዮጵያ ውስጥ ላለው ታላቁ የፖለቲካ ተቃርኖ መንስኤ ነው ማለት ይቻላል።

ንቁ የፖለቲካ ተሳትፎ ያላቸው ኢትዮጵያውያን ወይም የኢትዮጵያ የፖለቲካ ልሂቃንን "የፍፁም አንድነት አቀንቃኝ ብሔርተኞች" እና "የብሔር ልዩነት አቀንቃኝ ብሔርተኞች" ብሎ ሁለት ቦታ መከፈል ይቻላል። የፍፁም አንድነት አቀንቃኝ ብሔርተኞች ኢትዮጵያ የተዋሃደ እና የማይከፋፈል ግዛት ያላት ሀገር ናት ብለው ያምናሉ። እንዲሁም "ኢትዮጵያዊነት" የብሔረሰብም የዜግነትም ማንነት ነው ይላሉ። ይህ ቡድን የብሔር ብሔረሰቦችን ጥያቄዎች የኢትዮጵያ የግዛት አንድነት አደጋ አድርጎ ይመለከታል። በሌላ በኩል የብሔር ልዩነት አቀንቃኝ ብሔርተኞች ኢትዮጵያ የብዝሃ ብሔር፣ ቋንቋ እና ባህል ሀገር ናት ብለው ያምናሉ። "ኢትዮጵያዊነትም" የዜግነት ማንነት ነው ይላሉ። እናም በሀገሪቱ ውስጥ ያለው እያንዳንዱ ብሔር የራሱ ብሔረሰባዊ ማንነት እና የጋራ የዜግነት ማንነት አለው ይላሉ። የብሔር ብሔረሰቦችን ጥያቄ ሙሉ በሙሉ መመለስ ለኢትዮጵያ ዴሞክራሲና ቀጣይነት ቅድመ ሁኔታ ነው በሚለው ከሞላ ጎደል ይስማማሉ። የፍጹም ልዩነት ብሔርተኞቹ ለኢትዮጵያ የተሻለው የአስተዳደር መዋቅር የክልል ራስን በራስ ማስተዳደር እና ዴሞክራሲያዊ ፌደራሊዝም ነው ብለው ሲያምኑ የፍፁም አንድነት አቀንቃኞች ደግሞ ይሄ ለሀገር አንድነት አደጋ የሚፈጥር የሕወሓት ሴራ ነው ይላሉ።

በ1983 ዓ/ም የኢሕአዴግ ወደ ስልጣን መምጣት ብሔር ብሔረሰቦች ታሪካዊ ቅሬታቸውን እንዲገልጹ ጠባብ መስኮት ከፍቷል ማለት ይቻላል። ይሄን ተከትሎ በተለያዩ ፖለቲካዊ እና ማኅበራዊ ጉዳዮች ላይ ያለው አለመግባባት በከፍተኛ ደረጃ እየጨመረ እንደመጣም ይታወቃል። ኢሕአዴግ በከፋፍለህ ግዛ ፖሊሲው ወንድማማቾችን በማጋጨትና ልዩነት በማስፋት የስልጣን ዘመኑን ለማራዘም ሙከራዎችን አድርጓል። የፖለቲካ ክፍፍሉን ለማስቀጠል "ጠባብ ብሔርተኞች" እና "ጠቅላይ ትምክህተኞች" የሚሉ መለያዎችም ተፈጥረዋል። ይህ በእንዲህ እያለ ኢሕአዴግ ኢትዮጵያ ውስጥ ያሉ ልዩነቶችን እንደፈጠረ አድርጎ ማቅረብ ግን ትክክል አይሆንም። ኢሕአዴግ ራሱ ኢትዮጵያ ውስጥ የነበረና ያለ ልዩነት የፈጠረው ግንባር መሆኑ ከግንዛቤ መወሰድ ይኖርበታል።

ምንም እንኳን ሀገራችን በስሜት የሚመራ የፖለቲካ መለያየት ውስጥ መውደቋ አሳዛኝ እውነታችን ቢሆንም የኢትዮጵያ ሕዝብ ግን የፍትህና የአስተዳደር ምሽግ ሆኖ የኖረ ሕዝብ መሆኑ መረሳት የለበትም። ሕዝቡ የመንግስት ስርዓት ፍትህና ርትህን ሲያጓድል መሃል በመግባት የተሻለ ሀገር ለመገንባት ሙከራዎችን አድርጓል። አሁንም የሀገር ግንባታ የቤት ስራውን በማጠናቀቅ አዲስ የፖለቲካ ማኅበረሰብ ለመመስረት ግዴታውን እየተወጣ ይገኛል። ይህ በእንዲህ እያለ በአሁኑ ወቅት የሀገራችን ብሩህ አእምሮዎች ጎጂ የሆኑ ታሪክና ትርክቶችን በማነብነብ ላይ ብቻ የተጠመዱ ሆነዋል። ይሄ ደግሞ የወጣቱን ክፍል ተስፋ ወደ መቁረጥ ወስዶ እንደ ተለመደው በአመጽ መፍትሄዎችን ለማምጣት እንዲሞክር ያደርጋል። የሀገር ሽማግሌዎች ጭምር ወዳጅነትን ሳይሆን ጠላትነትን የክብርና የፍትህ መንገድ አድርገው እንዲቀበሉ ተደርገዋል። ሃይ ባይ ጠፍቶ በለው የሚል ተበራክቷል።

የሀገሪቱ የፖለቲካ ምህዳር በበቀል፣ በፍርሀት እና በጥላቻ መርዘኛ ሃይሎች ወጥመድ ውስጥ ወድቋል። ስለዚህም ሁከትን እንደ ትክክለኛ መንገድ መቀበል፣ ሁከት ፈጣሪዎችን እንደ ጀግኖች ማወደስና የራስንም ጥፋትና ውድመት እንደ እድገት ማየት አዲስ ባህል እየሆነ ይመስላል። ሀገርም ሆነ ሀገረ-መንግስት የሰው ልጅ የፈጠራ ውጤት ነው። ይሄ የአስተዋዮች የፈጠራ ውጤት በዓለም አቀፍ ደረጃ ተቀባይነት ያገኘው የሰውን ፍላጎት በሰላማዊ መንገድ ማስከበር በመቻሉ ነው። እነዚህ ተቋማት በኅብረት ፈቃድ የተፈጠሩ እና በጋራ ተግባር ሊፈርሱ የሚችሉ መሆናቸው ግን መረሳት የለበትም።

ሀገራችን በብዙ የደም ዋጋ የተገነባችና ተጠብቃ የቆየች ሀገር መሆኗ ነጋሪ አያሻውም። ዛሬ ተነጋግሮ መስማማት ከባድ ሆኖ ሀገር ለማፍረስ የሚዝት በርክቷል። ስለዚህ የኢትዮጵያ ሕዝብ የተሳሰረ ዕጣ ፋንታውን፤ ለመረጋጋት፣ ለዲሞክራሲ እና ለብልጽግና ያለውን ቁርጠኝነት የሀገር ግንባታ የቤት ስራውን በማጠናቀቅ ለማረጋገጥ ቃልኪዳኑን ማደስ ይኖርበታል። ልሂቃኑም የኢትዮጵያን ሕዝብ በመከፋፈልም ሆነ አንድ ላይ በመጠርነፍ ዘላቂ ሰላምና ነጻነት ማምጣት እንደማይቻል እና የኢትዮጵያ ብሔር ብሔረሰቦች ዕጣ ፈንታ

እጅግ የተሳሰረ መሆኑን አምኖ የሀገር ግንባታው ለግለሰባዊ፣ ብሔራዊና ሀገራዊ ማንነቶች እኩል እውቅና በመስጠት የጋራ ራዕይ የመንደፍ ስራ ተባብረን መስራት ላይ ማተኮር ይኖርብናል። ይሄን ዓላማ ለማሳካት ደግሞ ጽንፍ የወጡ አመለካከቶችን፣ ትርክቶችን እና የብሔርተኝነት እሳቤዎችን ወደ መሃል በማምጣት ማስታረቅ ያስፈልጋል። ሁላችንንም በጋራ የሚገዛን ትርክትና ሀገራዊ እሳቤዎችን ማጎልበት ያሻል።

ይሄን የቤት ስራ በጥሩ ሁኔታ የጀመሩት ዐቢይ አሕመድ (ዶ/ር) የሕዝብ ኃይል ውጤት መሆናቸው የሚካድ ባይሆንም ከነበረው የፖለቲካ ተቃርኖ ግን ሊያመልጡ አልቻሉም። በትግሉ ውድ ዋጋ የከፈሉ በሺዎች የሚቆጠሩ ወንድም እህቶቻቸውን ያጡ የኦሮሞ ቄሮዎች እና ቃሬዎች ዐቢይ አሕመድን የወደቁ ጀግኖች ሃውልት አድርገው ይመለከቷቸዋል። ጠቅላይ ሚንስትሩ የኦሮሞና የኢትዮጵያ ብሔር ብሔረሰቦች ጥያቄን ይመልሳሉ ብለው ያምናሉ። የኦሮሞ ሕዝብ ለዘመናት ሲያነሳቸው የነበሩ የመሬት፣ የቋንቋና ራስን በራስ የማስተዳደር ጥያቄዎችን ከስር መሰረቱ ይመልሳሉ የሚል ጽኑ እምነት አላቸው። ከእነዚህ ጥያቄዎች በርካታዎቹ የተመለሱ ቢሆንም አፋን ኦሮሞን የፌዴራል የሥራ ቋንቋ የማድረግ ጉዳይና በአዲስ አበባ ዙሪያ የሚነሱ ጥያቄዎች አሁንም ያልተቋጩ መሆናቸው ይታወቃል። አሁንም ሕዝቡ እነዚህን ጉዳዮች በጉጉት እየጠበቀ ከመሆኑ ጋር ተያይዞ የተለያዩ የፖለቲካ ኃይሎች እንደማታገያ ነጥብ መጠቀማቸውም አልቀረም።

ከዚህ በተቃራኒ ያለው ኃይል ደግሞ ጠቅላይ ሚኒስትሩ የኢትዮጵያ አንድነት ሃውልት ነዉ ብለው ያምናሉ። ስለሆነም በስራ ላይ ያለውን የብሔር ፌደራሊዝምን አፍርሶና ሕገ መንግስቱን ቀይሮ ኢትዮጵያን አንድና የማትከፋፈል ሀገር ያደርጋታል ብለው ይጠብቃሉ። አንዳንዶች የኢምፓየር ገጽታዋን ይመልሳል ብለው ማመናቸውም የቀረ አይመስልም። “የጎሳ ፖለቲካ”ን በሕግ ያግዱልን ብለው በአደባባይ ሲጠይቁም የተደመጡ በርካቶች ነበሩና።

የጠቅላይ ሚኒስትሩ ፈተና እንግዲህ የጀመረው እነዚህ እርስ በርሳቸው

ከሚጣረሱ አመለካከቶች ነበር ማለት ነው። በርግጥ የኢትዮጵያ ተቃርኖ ከጠቅላይ ሚኒስትሩ በላይ ዕድሜ ጠገብ ነው። ጠቅላይ ሚኒስትሩን ልዩ የሚያደርጋቸው ሁለት ዋና ዋና ምክንያቶችን ግን መጥቀስ የሚቻል ይመስለኛል። የመጀመሪያው ጠቅላይ ሚኒስትሩ እንደቀደሙቱ የሀገሪቱ የፖለቲካ መሪዎች ማኅበራዊ መሰረት ለይተው አለመምጣታቸው ነው። ለምሳሌ ደርግ ወደ ስልጣን ሲመጣ ማኅበራዊ መሰረቴ ሰራተኛው ነው ብሎ የሰራተኛውን ውግንና ይዞ እንደመጣው ወይም ኢሕአዴግም ማኅበራዊ መሰረቴ አርሶአደሩ ነው እንዳለው በጠቅላይ ሚኒስትር ዓብይ የሚመራው ብልጽግና ፓርቲ በተለየ ሁኔታ የሚወግንለትም ሆነ የሚኮንነው የማኅበረሰብ ክፍል አልነበረውም። የፍረጃን ፖለቲካ በማስቀረት ለሁሉም ኢትዮጵያዊያን የምትሆን ሀገር ለመገንባት የሚያልመው ብልጽግና ሁሉም ኢትዮጵያዊ ማኅበራዊ መሰረት ነው ይላሉ። ሁለተኛው ምክንያት ጠቅላዩ ሀገሪቷ ውስጥ ያሉትን የፖለቲካና የማኅበራዊ ተቃርኖዎችን በድፍረት መንካታቸው ይመስለኛል።

በእነዚህ ሁለት ምክንያቶች ጠቅላይ ሚንስትሩ መጀመሪያ አካባቢ ከሁለቱም ኃይሎች ከፍተኛ ድጋፍ ከተቸራቸው በኋላ ነቀፌታን ማስተናገዳቸው አይቀሬ ሆነ። ለነጠላ ቡድናዊ ፍላጎቶች ወግነው አለመቆማቸው በቡድኖቹ በመፈረጅ የሴራ ፖለቲካ ሰለባ እንዲሆኑ መንገድ ከፈተ። በአንድ በኩል "አሮጊቷ ኢትዮጵያ" እንደገና እንድታንሰራራ የሚሰራ የኢትዮጵያ ብሔርተኛ ነው ተብሷል። በሌላ በኩል ደግሞ ኦሮሙማን ለማጠናከር የሚሰራ የኦሮሞ ብሔርተኛ ነው ተብሎ ተከሷል። በርግጥም ጠቅላይ ሚኒስትሩ፤ ፓርቲያቸውና መንግስታቸው አሁንም ቢሆን የብሔር ብሔረሰቦችን ጥያቄ ይቀበላሉ፣ በኢትዮጵያ አንድነትም አይደራደሩም። ይሄን የሲዳማ ሕዝብና የሌሎችም የደቡብ ብሔር ብሔረሰቦች ያነሱት ጥያቄ ላይ እንዲሁም የኢትዮጵያ የግዛት አንድነትን የሚፈታተኑ ችግሮች ላይ በወሰዱት እርምጃ በተግባር አሳይተውናል። ነገር ግን በነዚህ ሁለት የተቃረኑ ቡድኖች መካከል ሆኖ ሁለቱም በሚፈልጉት ፍጥነትና አቅጣጫ መሄድ በፍፁም ቀላል አይሆንም። በኢትዮጵያ ልሂቃን መካከል ያለው ተቃርኖ ማስታረቅ ለአንድ

መሪም ሆነ መንግስት እጅግ ከባድ ነው። የኢትዮጵያ ሕዝብ ከመንግስት፣ ከፖለቲካ ፓርቲ፣ ከፖለቲከኛና ልሂቃን ዕድሜ የዘለለ የጋራ ማስታወሻ (memory)ና ውርሰ-ቅርስ (heritages) ያለው መሆኑ ግን አሁንም እነዚህን ተቃርኖዎች ለማከም ጥሩ ተስፋ የሚሰጥ ነው።

ዐቢይ አሕመድ (ዶ/ር) የኢትዮጵያን ታላቁን የፖለቲካ ተቃርኖ እንደሚገነዘቡና ለማከምም አዲስ የፖለቲካ አካሄድ መዘርጋት እንደሚያስፈልግ በአንድ ወቅት ገልጸው ነበር። "መደመር" እና "ግንቦችን ማፍረስ-ድልድዮችን መገንባት" የሚሉ መሪ ሀሳቦችም በሀገሪቱ ያለውን መለያየት ለመቀነስ የታቀዱ ስለመሆኑ አመላክተው ነበር። በተጨማሪም እያንዳንዱ ቡድን ከቅርፊቱ ወጥቶ ከሌላኛው ቡድን ጋር ከመገናኘቱና ከመነጋገሩ በፊት ባለበት ህክምና እንደሚያስፈልገው በንግግራቸው ብዙ ጊዜ ጠቁመዋል። በሀገሪቱ መሰረታዊ የስነ-ልቦና፣ ማኅበራዊ፣ መንፈሳዊ እና ፖለቲካዊ ድልድይ መገንባት አስፈላጊነት በግልጽ አስቀምጠው ነበር። የዚህ ታላቅ ዕቅድ ስኬት ግን በእያንዳንዱ ኢትዮጵያዊ ፈቃደኝነት እና አስተዋጽኦ ላይ የተመሰረተ እንደሆነ ሳይታለም የተፈታ ነው። አሁንም ቢሆን ኢትዮጵያውያን "ለዚህ ታላቅ ድልድይ ፕሮጀክት ዝግጁ ነን ወይ?" የሚል አስቸኳይ ጥያቄ ራሳችንን መጠየቅ አለብን የሚል እምነት አለኝ። የኢትዮጵያ ህልውና በዚህ ላይ የቆመ ነውና።

በጥቅሉ አሁን ባለው ሁኔታ የኢትዮጵያ ሀገር ግንባታ ፕሮጀክት በርካታ ውስብስብ ጉዳዮችን በአንድ ላይ ማቀፍ ያለበት የቤት ሥራ ነው። ከሁሉ ነገር በፊት ያለፈውን ነገር አጥርቶ መረዳት፣ አረዳዱን መጋራት፣ አብረን ማስታወስ ያለብንን እና አብረን መርሳት ያለብንን መለየት፣ ከዚያ ያንን ምዕራፍ ለአንዴና ለመጨረሻ ጊዜ በስምምነት መዝጋት ይጠይቃል። በመቀጠልም እያንዳንዱ ክልልና ብሔር በየደረጃው የጋራ የሆኑ ራዕይና ዓላማ መቅረጽ ያስፈልገዋል። በእነዚህ ራዕይና ዓላማ ላይ ደግሞ በክልል ደረጃ ወይም በብሔር ደረጃ ስምምነት መፍጠርና የጋራ ማድረግ ያስፈልጋል። ክልሎች ወይም ብሔሮች የተጋሩትን አጀንዳ በሀገር አቀፍ ደረጃ አምጥቶ በሰጥቶ መቀበል መርህ

ተደራድሮ ስምምነት ላይ መድረስ ያስፈልጋል። ያለፈውን ታሪክ በስምምነት ከዘጋን፤ ክልሎች፤ ብሔሮችና ብሔርተኞች የተስማሙባቸውን አጀንዳዎች በሀገር አቀፍ ደረጃ የጋራ ካደረግናቸውና ሀገራዊ አጀንዳዎችንና ማንነቶችን አብረን ከወሰንን የኢትዮጵያ ውስጣዊ ችግር ተፈታ ማለት ነው።

ይሁን እንጂ የኢትዮጵያ ሀገር ግንባታ ፕሮጀክት ውስጣዊ ብቻ አለመሆኑ ሊሰመርበት ይገባል። ድንበር ተሻጋሪ የሆኑ ጥያቄዎችን ያነገቡ የብሔርተኝነት እንቅስቃሴዎች መኖራቸው ከግንዛቤ ተወስዶ ከጎረቤት ሀገራትና ከምስራቅ አፍሪካ ቀጠና ጋር ያለን ግንኙነት መጠናከር ይኖርበታል። ኢትዮጵያ በአፍሪካ ቀንድና በምስራቅ አፍሪካ ቀጠና ያላትን ግንኙነት በተመሳሳይ የሰጥቶ መቀበል መርህ ማስተካከል ያስፈልጋል። የተጀመረውን ሀገራዊ ጥቅም የሚያስገኙ ስምምነቶችን ማስፋት ያስፈልጋል። በዓለም አቀፍ ደረጃም ያለንን ግንኙነት በዲፕሎማሲ ጥበብ ማስተካከል እንዲሁ ያስፈልጋል። ዲፕሎማሲ የራስን ፍላጎት በሌሎች ሀገራት ማሳደግ ነውና በሌሎች ሀገራት ውስጥ ማሳደግ የሚገባንን ጥቅም በመለየት ይሄንኑ ለማስጠበቅ የሚያስፈልጉ አካሄዶችን በመምረጥ መሥራትን ይጠይቃል። እነዚህን ነገሮች በጥንቃቄ መሥራት ከቻልን በእኛ ዓይን ብቻ ሳይሆን በሌሎችም ዓይን ጠንካራ ሀገር የመሆን እድላችን ከፍተኛ ነው። ከወረስናት ሀገር የተሻለች ኢትዮጵያ ለልጆቻችን የማውረስ እድላችንም ትልቅ ይሆናል።

ገዥ ትርክትና የኢትዮጵያ ሀገር ግንባታ

ሀገራት የዜጎች ስምምነት ውጤት ናቸው። ምንም እንኳን በርካታ ሀገረ መንግስታት የጦርነት ውጤት ቢሆኑም የሀገር ግንባታ ግን ሁሌም የዜጎች ስምምነትና የጋራ ትርክቶቻቸው ውጤት ናቸው። ትርክት ሀገርን በመገንባትና በማፍረስ ረገድ ትልቅ ሚና እንዳለው ይታወቃል። እንደ ኧርነስት ሬናን ገለጻ ሀገር የሚገነባው ዜጎች በጋራ ለመርሳትና በጋራ ለማስታወስ በሚወስኑት ውሳኔ ነው። ይህ ማለት የዜጎች ስምምነትና የጋራ ትርክት የሀገራት መሰረት ነው ማለት ነው። ኢትዮጵያን እንደ ሀገር ካጋጠሟት ችግሮች መካከል ሀገራዊ

መግባባት ላይ የተመሰረተ የታሪክ አረዳድና ትርክት መፍጠር አለመቻሏ ዋነኛው ነው ማለት ይቻላል። በዜጎች ስምምነትና ሀገራዊ መግባባት የሚገነባ ትርክት በዘርፉ ባለሙያዎች ታላቁ ትርክት (Grand Narrative) በመባል ይታወቃል። ትርክት የሚለውን ጽንሰ ሀሳብ ለመጀመሪያ ጊዜ እንደተጠቀመ የሚነገረው ፈረንሳዊው ፈላስፋ ዣን-ፍራንሷ ሊዮታርድ ታላቁ ትርክት ወይም ሜታ ትርክት በአንድ ሀገር ውስጥ የሚኖሩ ሕዝቦችን እውነታ የሚያሳይ ትርክት ነው ይላል። የትርክትን ጉልበት ለማሳየትም "የነጻነት እና የእውነት ትርክት" የምዕራባውያንን አስተሳሰብ ለሁለት ምዕተ ዓመታት እንደገራ ይናገራል ሊዮታርድ። በሀገራችን ተጨባጭ ሁኔታ ታላቁ ትርክት የኢትዮጵያ ብሔር ብሔረሰቦችና ሕዝቦች የሚጋሩት ትርክት ይሆናል ማለት ነው። በርግጥ ሁሉም የኢትዮጵያ ብሔር ብሔረሰቦችና ሕዝቦች የራሳቸው የሆነ ወግ፣ ቋንቋ፤ ባህል፤ ቅርስ፤ ታሪክና ትርክት ያላቸው ቢሆንም ዕጣ ፈንታቸው የተሳሰረ በመሆኑ የጋራ የሆነ ገዥ ታሪክና ትርክት መገንባት እጅግ አስፈላጊ ይሆናል። ስለዚህ የየግላቸውን በየግል እያሳደጉ አካታችና የሚያግባባ ታሪክና ትርክት ደግሞ አብሮ መገንባትና ማሳደግ አስፈላጊ ይሆናል ማለት ነው።

ትርክት በማኅበረሰቡ ተቀባይነት ያገኙ ታሪካዊና ነባራዊ ክስተቶችን፣ ቁሳዊና ኢ-ቁሳዊ ትሩፋቶችንና እሴቶችን እንዲሁም የወል ማንነቶችን የሚገልጽ ንግርት ነው። በሀገራችን ገዥ ትርክት ባለመገንባቱ የሀገር ግንባታ ሂደቱ ጽንፍ በያዙ የፍጹማዊ አንድነትና የፍጹማዊ ልዩነት ትርክት አቀንቃኞች ፈተና ውስጥ ወድቋል የሚሉ ብዙ ናቸው። ከዚህ በተቃራኒ ገዥ ትርክት የገነቡ ሀገራት ደግሞ የሀገረ መንግስት ግንባታቸውን አጠናቅቀው ብቁ የዴሞክራሲ ተቋማትን ገንብተው ሰላምና ብልጽግናቸውን ማረጋገጥ ችለዋል። ከዚህ አንጻር በሀገራችን የሚቀነቀኑ "ፍጹማዊ አንድነት" እና "ፍጹማዊ ልዩነት" ትርክቶች ለሀገር ሰላምና ለሕዝቦች አንድነት አደጋ የደቀኑ መሆናቸው ይታወቃል። የፍጹማዊ አንድነት ትርክት ለብዝሀነት እውቅና የማይሰጥ በመሆኑ በሀገሪቱ ለበርካታ የማንነት ግጭቶች መንስኤ ሆኖ ቆይቷል። ከዚያ በተቃራኒ የፍጹማዊ ልዩነት ትርክት ደግሞ የጋራ የሆኑ እሴቶችና ማንነቶችን በመካድና በሕዝብ መካከል ጥርጣሬ በመፍጠር ሀገራዊ አንድነት እንዲዳከም

አድርጓል። ትርክት ግለሰቦችም ሆነ የተለያዩ የወል ማንነቶች የጋራ ዓላማና ታሪካዊ ዳራ እንዲኖራቸው በማድረግ ለአመለካከት ትርጉምና ቅርጽ ይሰጣል። ስለዚህ ገዥ ትርክት ሀገራዊ ማንነት ከመገንባት አንጻር ትልቅ ሚና ይኖረዋል። የሚያግባቡን ሀገራዊ እሴቶችን ለማጠናከር፣ በዜጎች መካከል ትስስርን ለመጨመር፣ በመንግስትና በህዝቦች መካከል መተማመንን ለመፍጠርና ኅብረ-ብሔራዊ አንድነትን ለማጎልበት የጋራ ሀገራዊ ትርክት መገንባት እጅግ ያስፈልገናል።

ስለዚህ የኢትዮጵያን ብሔር ብሔረሰቦችና ሕዝቦች የጋራ ገዥ ዓላማና ራዕይ በመቅረፅና በእነሱ ላይ የጋራ መግባባት በመፍጠር ለስኬታማነቱ ደግሞ በጋራ መስራት አስፈላጊ እርምጃ ይሆናል። በአጠቃላይ የኢትዮጵያ ገዥ ትርክት በኢትዮጵያውያን የጋራ ማንነት ላይ ትኩረቱን የሚያደርግ፤ ለዜግነትና ለሀገራዊ ብሔርተኝነት እውቅና የሚሰጥ፣ የሀገር ፍቅር ስሜትን የሚያዳብር መሆን ይኖርበታል። በብሔረሰባዊና በሀገራዊ ማንነቶች መካከል ያለውን ፉክክርና ግጭት የሚያስታርቅ ከዚያም ባለፈ በኢትዮጵያዊ ብሔርተኝነት እና በማኅበረሰባዊ ብሔርተኝነት መካከል ያለውን ፉክክርና ግጭት ሚዛን የሚያስጠብቅና መፍትሄ የሚሰጥ መሆን ይኖርበታል። መጪው ትውልድ በዚህ አስተሳሰብ ቢገነባ መብቱንና ጥቅሙን ማስከበር የሚችል ጠንካራ ሀገር ይኖረዋል የሚል እምነት አለኝ።

ሀገራችን ኢትዮጵያ የብዝሃ ማንነት ባለቤት እንደ መሆኗ በእኩልነት፤ በፍትሃዊነት እና በመተማመን ላይ የተመሰረተ ኅብረ ብሔራዊነትን መገንባት ያስፈልጋል። ከዚህ አንጻር ደግሞ ብሔርተኝነት ከነጠላ ትርክትና ከነጠላ ቡድናዊ ፍላጎት ተሻግሮ የጋራ ፍላጎቶችና የወል እውነቶችን መሰረት ያደረገ መሆን ይኖርበታል። በነጠላ ትርክት ላይ የቆሙና ያልተገሩ የብሔርተኝነት እንቅስቃሴዎች በዓለም ደረጃም ሆነ በሀገራችን ከፍተኛ የማህበራዊ፤ ኢኮኖሚያዊ እና ፖለቲካዊ ውድመቶችን ያደረሱ መሆናቸው ይታወቃል። ኢትዮጵያ ዛሬ ሁሉንም ዜጎቿን በእኩልነትና በፍትሃዊነት እንድታስተናግድ፤ ለሚመጣው ትውልድ የተሻለች ሀገር ለማስረከብ ከወዲሁ መነጋገርና

ሁሉም ራሱን የሚያይባት ሀገር ለመገንባት የሚያስችል ኅብረ-ብሔራዊ ብሔርተኝነትን ማዳበር ያስፈልጋል። ለዚህ ደግሞ የነጻነት፣ የእኩልነት፣ የፍትሃዊነት፣ የወንድማማችነት እና የኅብረ-ብሔራዊ አንድነት እሴቶችን መሰረት ያደረገ ትርክት ግንባታ እጅግ ወሳኝ እርምጃ ነው። ይሄን መገንባት ግን በአንድ ጀምበር የሚጠናቀቅ ነገር አይደለም። ጊዜ እና ጠንካራ ዘዴ እንዲሁም ቁርጠኝነት ይጠይቃል። ሆኖ ብሎም ስምምነት ላይ ለመድረስ ጊዜ ወስዶ በተረጋጋ መንፈስ መወያየት፤ መደራደርና መነጋገርን ይጠይቃል። ለዚህ ሁሉ ደግሞ ጥሩ መድረክ ያስፈለጋል። ይህ መድረክ የሀገራዊ ምክክር መድረክ ነው። ይህን ጉዳይ በሚቀጥለው ምዕራፍ በሠፊው የምናየው ይሆናል።

ምዕራፍ 15

ሀገራዊ ምክክር፡ የሀገር ግንባታ ፈውስ

"

በጥሩ ሁኔታ ከተመራ ሀገራዊ ምክክር ኢትዮጵያ ውስጥ ያሉትን ክፍተቶች ለመጠገን ጥሩ እርምጃ ይሆናል።

—

ተግባሩ ያሬድ

ከላይ ለማንሳት እንደተሞከረው እንደ ኢትዮጵያ ያሉ ኅብረ-ብሔራዊ ሀገራት በሁለት ትላልቅ የግንባታ ምሰሶዎች ላይ ይቆማሉ። የመጀመሪያው ምሰሶ የሀገረ መንግት ግንባታ ምሰሶ (State Building) ሲሆን ሁለተኛው ደግሞ የሀገር ግንባታ ምሰሶ (Nation Building) ነው። በኢትዮጵያ የሀገረ-መንግስት ግንባታ ከነቁስሉና በርካታ ችግሮቹም ቢሆን ከሞላ ጎደል ተጠናቋል ማለት ይቻላል። ይሄ ሂደት ከመቶ አምሳ ዓመት በፊት ከጎረቤት ሀገራት ጋር ድንበር አካሎ የዛሬዋን ኢትዮጵያ የዓለም ካርታ ላይ በማኖር ተጠናቋል። ሆኖም ቀጥሎ ወይም ጎን ለጎን ሊካሄድ የሚገባው የሀገር ግንባታ ፕሮጀክት እስከዛሬም የተረሳ የቤት ሥራችን ሆኖ ይገኛል። የዚህ የቤት ሥራ አለመጠናቀቅ ደግሞ ኢትዮጵያን ለበርካታ ችግሮች አጋልጧል።

አሁን ባለው ሁኔታ ኢትዮጵያ የግዛት አንድነቷን አስጠብቃ እንደ ሀገር ለመቀጠል የመጀመሪያ እርምጃ ይሄን የቤት ሥራ ማጠናቀቅ መሆን አለበት። በሀገራችን የሚታየው ቀውስ የኢትዮጵያ ሀገረ-መንግስት ካለው ረጅም ዕድሜ አንጻር መታየት የሌለበት ችግር መሆኑ አያጠያይቅም። ስለዚህ ኢትዮጵያውያን ሀገራዊ መግባባት በመፍጠር በጋራ ወደፊት መሄድ አማራጭ የሌለው እርምጃ መሆኑን ተረድተን ለዚሁ መሳካት በቁርጠኝነት መሥራት ይገባናል።

ኢትዮጵያ በታሪኳ ከተለያዩ ውጫዊ ጠላቶቿ ጋር ተዋግታ ነጻነቷን ማስከበር የቻለች ሀገር ናት። ከቱርኮች፣ ከግብጾች፤ ከደርቡሾችና ከጣሊያኖች ጋር ተዋግታ አሸንፋለች። ከሁለተኛው የዓለም ጦርነት በኋላ ደግሞ በዓለም ላይ ጥሩ የሚባል ሚና ወስዳ የሊግ ኦፍ ኔሽንስ ብቸኛ የጥቁሮች አባል ሀገር መሆን ችላለች። የተባበሩት መንግሥታት ድርጅት ሲመሠረት ደግሞ ከመስራችነትም አልፋ ሕግ የማርቀቅ ዕድል ነበራት። የአፍሪካ ሀገራት ለነጻነታቸው ያደርጉትን ትግል በመደገፍ ታሪክ የማይረሳው ሚና ተጫውታለች። ነጻ ከወጡ በኋላም የአፍሪካ አንድነት ድርጅትን በመመሥረት ግንባር ቀደም ሚና በመጫወቷ ዝናን አትርፋለች።

ኢትዮጵያ በተለይ በጦርነት አውድማ ድል ማድረግን ገንዘቧ ያደረገች ሀገር ናት። ይሁን እንጂ በዓለም አቀፍ መድረኮች የተጎናፀፈችውን ታሪክና ዝና በህዝቦቿ ዘንድ ማስረጽ አለመቻሏ ትልቅ ጠባሳ ጥሎባታል። ሀገሪቷ ወራሪን በመቅጣትና በማባረር ያገኘችውን ልምድ በድህነትና ድንቁርና ላይ አለመድገሟ፣ የሞትንለትን ነጻነትና ፍትሃዊነትን ለዜጎቿ በበቂ ሁኔታ አለማጎናጸፏ ውድ ዋጋ አስከፍሏታል።

ኢትዮጵያ ጥንታዊ የመሆኗን ያህል ሀገራዊ መግባባትን በመፍጠር ላይ የተሳካ ሥራ አልተሰራም። ዜጎቿ በእኩል ደረጃ የሚቀበሉትን የጋራ ማንነት መገንባት አለመቻሏ የሚያስቆጭ ብቻ ሳይሆን የሚያሳፍርም ነው። አሁን ባለው ነባራዊ ሁኔታ በኢትዮጵያ የብሔር ማንነትን (ብሔረሰብነት) ከሀገራዊ ማንነት (ዜግነት) ጋር አስታርቆ መሄድ የግድ ነው። ኢትዮጵያውያን በግለሰብ፣

በብሔር እንዲሁም በሀገር ደረጃ የሚገለፁበትን የተለያዩ ማንነቶች የመምረጥ መብቱ የእነሱ ሆኖ በሀገር ደረጃ የጋራ የሆነ ማንነት መገንባት ግን እጅግ አስፈላጊ ነው። ኢትዮጵያኖች የብሔር ማንነታቸውን በብሔራቸው ደረጃ እንደሚያሳድጉ ሁሉ የጋራ ሀገራዊ ማንነትን ደግሞ በሀገር ደረጃ በጋራ ማጎልበት እንደ ሀገር ለመቀጠል ወሳኝ ነው። የሀገር አንድነት ለማጣናከር ተብሎ የብሔር ማንነቶችን መግፋት ጠባሳ እንደጣለብን ሁሉ የብሔር ማንነቶች ብቻ ጎልተው የጋራ ሀገራዊ ማንነት እየኮሰሰ ከሄደም ጥሩ አይሆንም። ስለዚህ የወል ሀገራዊ ማንነትን በጋራ መገንባቱ እንደ ሀገር አብሮ ወደፊት ለመሄድ እጅግ ወሳኝ እርምጃ ይሆናል።

ስለታሪካዊ ስህተቶቻችን ስንጨቃጨቅ ዛሬ ሌላ ስህተት ከመድገምና ችግር ውስጥ ከመኖር ወስነን ታሪካዊ ስህተቶችን በመፍታት አወዛጋቢ የሆኑትን ደግሞ በይደር ይዘን የዘመናችንን ፈተናዎች አሸንፈን ህዝባችን የተሻለ ሕይወት እንዲመራ ማገዝ ይኖርብናል። ለዚህ ደግሞ መስማማት የመጀመሪያው እርምጃ ነው። ለመስማማት ደግሞ መነጋገር፣ መወያየትና መደማመጥ እጅግ አስፈላጊ ይሆናል።

በርግጥ ይሄ አካሄድ ታሪካዊ ስህተቶችን ከስህተትነታቸው አይሰርዝም። መደገምም ሆነ መቆስቆስ የሌለባቸው ስህተቶች ስለመሆናቸውም ጥያቄን አያስከትልም። ለአንዴና ለመጨረሻ ጊዜ በውይይትና በስምምነት መዘጋት ያለባቸው ስለመሆኑ ልብ ይሏል። በታሪካችን የተሰሩ ስህተቶችን መነሻ አውቀን፣ ዳግመኛ ላለመድገም ተስማምተን፤ በጋራ ሀገራዊ ማንነት የሚገለጽ ሁሉም ዜጋ ያላንዳች መድልዖ የሚሳተፍበት አንድ የፖለቲካ ማኅበረሰብ ለመፍጠር ወስነን መነጋገርና መመካከር መጀመር ያስፈልገናል። ይሄ ምክክር ታዲያ ሆን ተብሎ ለመስማማት ተወስኖ የሚጀመር ምክክር መሆን ይኖርበታል።

ሀገራዊ ምክክር፡ ጽንሰ ሀሳብ፤ ፋይዳና አካሄድ

ሀገራዊ ምክክር አንዱ የማኅበረሰብ ፖለቲካዊና ማኅበራዊ ቀውሶች መፍቻ ዘዴ ነው። በከፍተኛ የፖለቲካ ቀውስ ውስጥ ያለፉ ወይም በድህረ-ጦርነት የፖለቲካ ሽግግር ውስጥ ባሉ ሀገራት በርካታ ሀገራዊ ባለድርሻ አካላት መካከል መግባባትን ለመፍጠር የሚደረግ የፖለቲካ ሂደት ነው - ሀገራዊ ምክክር። ሀገራዊ ምክክር የነባር ፖለቲካ ተቋማት ቅቡልነት ጥያቄ ውስጥ በሚገባበት ጊዜ፤ በፖለቲካ ልሂቃን መካከል ስምምነት ሲጠፋ እና በመንግስት እና በሕዝቡ መካከል አዲስ ማኅበራዊ ስምምነት በሚያስፈልግበት ጊዜ የሚደረግ እጅግ ወሳኝ የፖለቲካ ሂደት እንደሆነ የብዙ ሀገራት ልምድ ያሳያል።

ሀገራዊ ምክክር በተለይም በፖለቲካ ተቃውሞና በትጥቅ አመጽ ግንባር ቀደም ሆነው የቆዩ የግጭት መንስኤዎችን ለመፍታት ዓይነተኛ ዘዴ እንደሆነም ይታመናል። የፖለቲካ ማሻሻያዎችን በማድረግ፤ ሕገ-መንግሥት በማውጣትና በማሻሻል ብሎም ሰላምና መረጋጋትን በማስፈንና ሕዝቡ የጋራ ራዕይ እንዲይዝ የሚያደርግ የፖለቲካ ሂደት እንደሆነም በሠፊው ይታመናል። ባለፉት ሃያ አምስት ዓመታት ውስጥ ከቤኒን እስከ የመን፣ ከሴኔጋል እስከ ቱኒዝያ ድረስ በተለያዩ የፖለቲካ አውዶች እና አካባቢዎች ሀገራዊ ምክክሮች ተደርገዋል። እነዚህ ምክክሮች ለስኬታማ የፖለቲካ ሽግግር የነበራቸው አስተዋጽኦም እጅግ በጣም ከፍተኛ እንደሆነ የሀገራቱ ታሪክ ያሳያል።

በርግጥ በእነዚህ ምክክሮች ለመፍታት የታሰቡ ቀውሶች በእርስ በርስ ጦርነት የተከሰቱና ሀገራቱን ለመበተን ጫፍ ላይ ያደረሱ ነበሩ። ከዚህ አንጻር የምክክሮቹ ጭብጥ ከሞላ ጎደል በፖለቲካ ሥልጣን መከፋፈል ላይ ያተኮሩ ነበር ማለት ይቻላል። እነዚህ ሀገራት የማንነት ጥያቄ ላይ የጎላ ልዩነት ያልነበራቸውና በታሪካቸው በዳይና ተበዳይ ተብሎ የተሳለ ምናባዊም ሆነ ተግባራዊ ቡድንም ሆነ ቁርሾ ያልነበራቸው ናቸው። ስለዚህም ይመስለኛል ምክክሮቹ በተደረጉባቸው ሀገራት ምናልባት ከየመንና ከሱዳን በስተቀር በሁሉም በፖለቲካ ሥልጣን ክፍፍሉ ተስማምተው ሀገራቸውን ከአደጋ

ለመታደግ የቻሉት።

በብዙ ሀገራት የተደረጉ ሀገራዊ ምክክሮች የተጠናቀቁት በፖለቲካ ሥልጣን ክፍፍል ነው ማለት ይቻላል። በሌላ አነጋገር ለግጭቱና ለተከተለው ሀገራዊ ቀውስ ቁልፍ ጥያቄው የፖለቲካ ሥልጣን ክፍፍል ስለነበረ ባለድርሻ አካላቱ የፖለቲካ ሥልጣኑን ከተከፋፈሉ በኋላ አንጻራዊ ሰላምን ተጎናጽፈዋል። ዛሬ በሀገራችን ውስጥ እየተከሰቱ ያሉትን ማኅበራዊና ፖለቲካዊ ቀውሶች ለመፍታት በእነዚህ ሀገራት የተካሄደውን ዓይነት ምክክር ይዘትና ቅርጽ ተውሶ በሥራ ላይ ማዋል መሉ በሙሉ መፍትሄ አለው የሚል ግምት የለኝም። ምክንያቱ ደግሞ ሀገራችን ኢትዮጵያ በብዙ መልኩ ከእነዚህ ሀገራት የተለየች ስለሆነች እና የፖለቲካና ማኅበራዊ ጥያቄዎቿም በዚያው ልክ የተለያዩ ስለሆኑ ነው። ከላይ ለማንሳት እንደሞከርኩት ሀገራዊ ምክክር በተደረገባቸው ብዙ ሀገራት የነበረው ጥያቄና የተከሰተው ቀውስ ከሞላ ጎደል በፖለቲካ ሥልጣን ዙርያ የሚሽከረከር ሲሆን፣ በሀገራችን ግን የብዙ ችግሮች ምንጭ የሆነው የሀገር ግንባታ ሂደት አለመጠናቀቅና የጋራ ሀገራዊ ማንነት አለመገንባቱ ነው።

ስለዚህ “ሀገራዊ ምክክሩ” ሰፋ ተደርጎ በሀገራችን አውድ መቃኘት ያለበት ርዕሰ ጉዳይ ይሆናል ማለት ነው። በርግጥ ሀገራዊ ምክክር ሰፊ፣ አቃፊ፣ አሳታፊና ለመፍትሄ የቆመ ሂደት ነው። በዚሁ አግባብ በሀገራችን ከብዙ ሀገራት ልምድ በተለየ ሁኔታ ውሱን የሆኑ ማኅበራዊና ፖለቲካዊ ቀውሶች መፍቻ ዘዴ ተደርጎ ከመታየት አልፎ የመንግሥትን፣ የፖሊቲካ ድርጅቶችን እና የማኅበረሰብ ተቋማት ተወካዮችን አንድ ላይ የሚያመጣ ሂደት ነው። የኢትዮጵያን ሕዝብ በቀጥታም ሆነ በተዘዋዋሪ አንድ መድረክ ላይ በማምጣትና በማወያየት ችግሮቻቸውን በጋራ በመለየት ዘላቂ የጋራ መፍትሄ አበጅተው በሀገሪቷ ሰላም፣ ፍትሕ፣ ዴሞክራሲና ብልጽግና እንዲሰፍን በቅንነት የሚሰሩበት አካሄድ ይሆናል። ሀገር ህዝቦቿ አብሮ ለማስታወስ እንዲሁም አብረው ለመርሳት በሚወስኑት ነገር ላይ ይገነባል በሚለው መርህ ሕዝቦች አብረው ለመርሳትና ለማስታወስ የሚፈልጉትን ነገር የሚወስኑበት

መድረክ ያስፈልጋል። በኢትዮጵያ ሀገራዊ ምክክር ማለት ይሄ መድረክ ነው። ይህን ወሳኝ ሂደት በጥሩ ሁኔታና በስምምነት ለማካሄድና ዓላማውን ለማሳካትም ከጽንሰ ሀሳብ አጠቃቀም ጀምሮ፣ በአካሄዱና በተሳትፎ ላይ ከጅምሩ መስማማት የግድ ይላል።

በአንድ ሀገር ውስጥ የተለያዩ የፖለቲካና የማኅበረሰብ ቀውሶችን ለመፍታት የሚደረጉ ምክክሮች በተለምዶ "ብሔራዊ ምክክር" ተብለው ይጠራሉ። መነሻው ብሔር እና ሀገር አንድ ናቸው ከሚለው አስተሳሰብ እንደሆነም በዚህ መጽሐፍ የተለያየ ክፍሎች አይተናል። እንደ ኢትዮጵያ ባሉ ኅብረ-ብሔራዊ ሀገራት ግን ብሔር እና ሀገር የተለያዩ ጽንሰ ሀሳብ መሆናቸውንም ለማንሳት ሙከራ አድርገናል።

ብሔራዊ የሚለው ጽንሰ ሀሳብ አንድ ብሔር የራሱ የሆነ ነጻ መንግስትና ሀገር ሲኖረው ወይም ደግሞ ብሔርና ሀገር አንድ ሲሆኑ (the nation and the state at one) የምንጠቀምበት ጽንሰ ሀሳብ ነው። ስለዚህ ሀገራዊ ማንነት (Citizenship) እና ብሔራዊ ማንነት (Nationality) አንድ ናቸው ማለት ነው። በዚህ አውድ ደግሞ ለሀገረ-መንግስት ግንባታ እንጂ ለሀገር ግንባታ ብዙም ትኩረት እንደማይሰጡም አንስተናል። እንደ ኢትዮጵያ ባሉ ኅብረ-ብሔራዊ ሀገር (Multinational State) ደግሞ በአንድ ሀገር ውስጥ ብዙ ብሔሮች ስለሚኖሩ የዜግነት ማንነትን የሚጋሩ ሆኖ የተለያየ የብሔረ-ሰብ ማንነት (Nationality) ሊኖራቸው ይችላል። በዚህ አውድ ሀገራዊ ማንነት መገንባት ትልቁ የሀገር ግንባታ ሥራ ይሆናል ማለት ነው።

በብሔራዊ ሀገራት "ብሔራዊ" የሚለው ጽንሰ ሀሳብ ብሔሩንም ሀገሩንም ይገልጻል፤ ብሔርና ሀገር፣ ዜግነትና ብሔረሰብነት አንድ ስለሆኑ ማለት ነው። እንደ ኢትዮጵያ ባሉ ኅብረ-ብሔራዊ ሀገራት ግን "ብሔራዊ" የሚለው ጽንሰ ሀሳብ የንዑስ ገላጭ ይሆናል። በሀገራዊ ምክክር ወቅት በጽንሰ ሀሳቦች ላይ መስማማት ብቻ ሳይሆን የጋራ አረዳድ ፈጥሮ መሄድ ለመግባባት ቁልፍ መነሻ ነው። በእኔ አረዳድ ኢትዮጵያ ውስጥ ቢያንስ ሁለት ዓይነት ምክክር ያስፈልጋል። እነዚህም ብሔራዊ ምክክር እና ሀገራዊ ምክክር ናቸው። የሁለቱ

ልዩነትም እንደሚከተለው ቀርቧል።

ብሔራዊ ምክክር

በኢትዮጵያ ነባራዊ ሁኔታ "ብሔራዊ ምክክር" በአንድ ብሔር ወይም ክልል የተለያዩ የፖለቲካና ማኅበራዊ ኃይሎች መካከል የሚደረግ የምክክር ዓይነት ተደርጎ ሊወሰድ ይችላል። በርግጥ በሀገራችን በዚህ ጉዳይ ላይ ያለው አተያይ አወዛጋቢ ነው። አንድም "ብሔራዊ" የሚለው ጽንሰ ሀሳብ "ሀገራዊ" ከሚለው ጋር እንደ አንድ ይወሰዳል። በሌላ በኩል ደግሞ በአንድ ብሔር ውስጥ ባሉ የፖለቲካም ሆነ የማኅበራዊ ኃይሎች መካከል ልዩነት ያለ ተደርጎ አይታይም። ይልቁንስ በጋራ ሆነው በሀገር ላይ ወይም ሌሎች ኃይሎች ላይ ችግር ለመፍጠር የሚሰሩ ተደርጎ ይታሰባል። ቤኔዲክት አንደርሰን "ብሔር ታሳቢ የሚደረግ ማኅበረሰብ ነው" ያለው ለዚህ ይመስለኛል። ስለራሳችንም ሆነ ስለሌላ ብሔር ታሳቢ የሚደረግ ነገር ይበዛል። በኢትዮጵያ ለተፈጠሩ ስህተቶች አንዱ መነሻ ይሄ ይመስለኛል። የኢትዮጵያ ብሔሮች የብዙ ችግሮች ጀንያ ናቸው። በአንድ ብሔር ወስጥ ባሉ የፖለቲካና የማኅበረሰብ ልሂቃን መካከል ያለው ልዩነት (Intra-national differences) በሁለት ብሔሮች የፖለቲካና የማኅበረሰብ ልሂቃን መካከል ካለው ልዩነት (Inter-national differences) ይበልጣል የሚል እምነት አለኝ። በአንድ ብሔር ኃይሎች መካከል ያለው ችግርና ልዩነት በሀገር ደረጃ በተለያዩ የብሔር ኃይሎች መካከል ከሚታየው ችግር ከመብለጥም በላይ ለብዙ ሀገራዊ ችግሮች መሠረት ናቸው ማለት ይቻላል። ይሄ የዘረመል ሳይንቲስት ዶ/ር ሳራ በአንድ የበቆሎ ራስ ላይ ስለሚገኙ ሁለት ዘለላዎች ካቀረበችው አስተያየት ጋር ይመሳሰላል።

በብሔር ወይም በክልል ደረጃ ባሉ የፖለቲካ ፖርቲዎችና የማኅበረሰብ ድርጅቶች መካከል የሚታየው ልዩነት ሰፊ ስለሆነ ራሱን ችሎ መታከም አለበት የሚል እምነት አለኝ። ያ ካልሆነ የብሔር ኃይላት ውስጣዊ ችግሮቻቸውን ወደውጭ በመግፋትና ሌላ የውጭ ኃይል ላይ በማሳበብ ለመደበቅ የሚደረገው ሙከራ ለሀገር ጠንቅ እየሆነ ይሄዳል። የተደበቀ ችግር ደግሞ ዘላቂ መፍትሄ አያገኝምና ለብሔሩም ሆነ ለሀገሩ ትልቅ ችግር መሆኑ

አይቀርም። ከዚያ ባለፈ ብሔራዊ ወይም ክልላዊ ምክክርና ስምምነት ከሌለ አንድ ሀገራዊ ምክክርና ስምምነት በቂ መነሻ አያገኝም ሁለተኛ ደግሞ የብሔር ኃይሎች ተስማምተው ካልመጡ በሀገር ደረጃ የሚደረገው ስምምነት በኋላ የተለያየ ፍላጎት ባላቸው የብሔር ኃይሎች ሊሸረሸር ይችላል።

ስለዚህ በኢትዮጵያ ሀገራዊ ምክክር ከመጀመሩ በፊት ብሔራዊ ምክክር፣ ብሔራዊ ውይይት፣ ብሔራዊ መግባባትና ዕርቅ ያስፈልጋል። ይሄ በአንድ ብሔር አባላት፣ በክልል መንግስት፣ በክልል የፖለቲካ ተቋማት፣ በክልል የማኅበረሰብ ተቋማት፣ በክልል የኃይማኖት አባቶች፣ የሀገር ሽማግሌዎችና የተለያዩ የብሔሩ ክፍሎች መካከል የሚደረግ የፖለቲካ መድረክ ነው። ሁሉም ብሔሮች በየብሔራቸውና ክልሎቻቸው ከተወያዩ በኋላ የተስማሙበትን ብሔራዊ ራዕያቸውን እንዲሁም ዓላማቸውን ይዘው በሀገር ደረጃ ደግሞ ከሌሎች ብሔሮችና ክልሎች ጋር በምን አግባብ በአንድ ሀገር ውስጥ አብረው መኖር እንደሚፈልጉ የሚገልጽ ብሔራዊ መግባባት የተደረሰበትን ሀሳብና አጀንዳ ይዘው ለሀገራዊ ምክክር ያቀርባሉ ማለት ነው። ሀገራዊ ምክክሩም ይሄንኑ መነሻ አድርጎ ይካሄዳል።

ሀገራዊ ምክክር

ሀገራዊ ምክክር በሀገር ደረጃ ብሔሮች እና ክልሎች የሚያቀርቡትን አጀንዳ መሠረት በማድረግ የሚካሄድ የምክክርና የውይይት መድረክ ይሆናል። ከላይ ለማንሳት እንደተሞከረው አሁን ባለው ነባራዊ ሁኔታ በሀገራችን የፖለቲካና ማኅበራዊ ቀውስ ዋነኛ ምክንያት ዜጎች የተስማሙበት የጋራ ሀገራዊ ማንነትና መገለጫዎች አለመኖር ነው የሚል አስተሳሰብ በሠፊው ይራመዳል። በሀገር ደረጃ መግባባት በመጥፋቱ በጣም በርካታ ችግሮች ተከስተዋል። ስለሆነም መላው የኢትዮጵያ ሕዝብ ለዘመናት፣ ዘርፈ ብዙ በሆኑ ማኅበረሰባዊና ፖለቲካዊ ቀውሶች ውስጥ ተዘፍቆ ይገኛል። እነዚህን ቀውሶች ከስር መሰረታቸው ለመፍታት መላውን የኢትዮጵያ ሕዝብ በቀጥታም ሆነ በተዘዋዋሪ አንድ መድረክ ላይ በማምጣት ስለችግሮቻቸውና መፍትሔዎቻቸው መወያየቱ አስፈላጊና አንገብጋቢ የወቅቱ ጉዳይ ይሆናል። የዚህ ምክክርና ውይይት ዋና

ዓላማም የነገዋ ኢትዮጵያ ዜጎች የተስማሙበት የጋራ ማንነትና መገለጫዎች እንዲኖሯት ማድረግ ነው። ሀገሪቱ ሰላም፣ ዴሞክራሲና ፍትሕ የሰፈነባት እና ሁለንተናዊ ቅቡልነት ያላት ሀገር እንድትሆን የሚያስችል ሁሉን አቀፍ የጋራ ምክክር እጅግ ያስፈልጋል።

በኢትዮጵያ ሊደረግ የሚገባው ሀገራዊ ምክክር አንዳንድ የፖለቲካ ልሂቃንና ተንታኞች እንደሚሉት፣ በፖለቲካ ፓርቲዎች መካከል ወይም በፖለቲካ ፓርቲዎችና በመንግሥት መካከል ለፖለቲካ ሥልጣን መያዣ ወይም ለሥልጣን ክፍፍል የሚያደርጉት ድርድር ዓይነት አይደለም። አንዳንዶች በሕዝብ ተወካዮች ምክር ቤት ጭምር እንደሚያነሱት ስልጣን ስጠኝና ውረድ ዓይነት ቀላል ነገርም አይደለም። መድረኩ የማኅበረሰቡ አባላት በተለያየ መንገድ የሚሳተፉበትና የጋራ በሆኑ ጉዳዮች ማለትም የሀገር ግንባታ፣ የጋራ ማንነትና መገለጫዎቹ እንዲሁም ሌሎች በጣም በርካታ ሀገራዊ ርዕሰ ጉዳዮች ላይ የሚወያዩበት፣ የችግሮችን ምንጭ የሚለዩበትና ሰላምና መረጋጋት እንዲሰፍን የሚረዳ ዘላቂ መፍትሄን የሚያስቀምጡበት ሀገራዊ መድረክ ነው። ይህ አጀንዳ ከፖለቲካ ወሰን ከፍ ያለ ሀገራዊ አጀንዳ መሆኑን ያመላክታል።

ኢትዮጵያ በህዝቦቿ መካከል ከፍተኛ ግጭትና አለመግባባት ባያጋጥማትም በሕዝብና በገዥ መደቦች መካከል ከፍተኛ የሆኑ አለመግባባቶች እንደነበሩ ግን አይካድም። በርካታ ያልተደመጡ በደሎች እንዳሉ ከትርክቶቻችን መረዳት ይቻላል። በደሎች እውነተኛም ሆኑ ታሳቢ የሚደረጉ የተበዳዮችን አቋም፣ ኃይል እና ስነልቦና እንዲሁም የበዳዮችን ሥነ ምግባራዊ እና ማኅበራዊ ምስሎችን ለአደጋ ያጋልጣሉ። ይሄ ደግሞ ግጭቶችን ያባብሳል። ስለዚህ ውጤታማ የምክክርና የዕርቅ ሞዴል የተበዳዮችንም ሆነ የበዳዮችን ስሜታዊ ፍላጎቶች የሚረዳ እና አከሞ የሚያድን መሆን አለበት። የተበዳዮችን የስልጣን ስሜት እና የበዳዮችን የሞራል ገጽታ ወደነበረበት የመመለስ አቅም ያለውም መሆን ይኖርበታል።

ኢትዮጵያ የተለያዩ ፍላጎቶችን በማርካትና የቡድን ስጋቶችን በማስወገድ

በጎ ግንኙነትን የሚያጎለብት አዲስ የምክክርና የዕርቅ ሞዴል ያስፈልጋታል። በተለያዩ ሀገራት የተካሄዱ ምክክሮች ለዚህ ጥሩ መነሻ ይሆናሉ። ነገር ግን ኢትዮጵያ በምክክርና በዕርቀ ሰላም ሂደት ውስጥ በወሳኝነት ትኩረት የሚሻ ልዩ አወቃቀር እና አውድ ያላት ሀገር መሆኗ መረሳት የለበትም። ስለሆነም በኢትዮጵያ ያለውን ታሪካዊ ስጋቶችን የተረዳ ሀገራዊ ምክክርና ዕርቅን የሚያፋጥን አዲስ ሞዴል መቅረጽ ያስፈልጋታል።

ሌላኛው በኢትዮጵያ ዘላቂ ስምምነት ማምጣት የሚያስችለው ነገር ከብሔርተኝነት ጋር የታረቀ ዴሞክራሲ መገንባት ነው። ለዴሞክራሲ መሠረት ናቸዉ የተባሉ ነጻነት፣ እኩልነት እና ወንድማማችነት ላይ የተገነባ ዴሞክራሲ መገንባት ያስፈልጋል። በብዙ የአውሮፓ ሀገራት ለፍፁም ንጉሣውያን (Absolute Monarchies) ጨቋኝ አገዛዝ ምላሽ በመስጠት ዴሞክራሲያዊ እሴቶች አድገዋል። በቅኝ ግዛት ስር ባሉ ሀገራት ደግሞ ሀሳቡ ከቅኝ ገዥዎች ጋር ቢመጣም ለነጻነታቸው ሊጠቀሙበት ሞክረዋል። በዚህ አካሄድ ዴሞክራሲና ብሔርተኝነት በቀጥታ ሳይቆራኙ ለጋራ ግብ በብዙ መልኩ ሰርተዋል። በአጠቃላይ ዴሞክራሲ ለመጥፎ ትውስታዎች እና ህመሞች ጥሩ የህክምና ምላሽ ያለው የፖለቲካ አስተሳሰብ ተደርጎ ይወሰዳል። ኢትዮጵያ እና ኢትዮጵያውያን በታሪካችን ለደረሱብን ማኀበራዊ እና ፖለቲካዊ ቀውሶች ሁሉ ምላሽ ለመስጠት ከብሔርተኝነት ጋር የታረቀ፣ የተደመረ እና ለእኛ ነባራዊ ሁኔታ ተስማሚ የሆነ ዴሞክራሲ መገንባት የሀገር ግንባታ ሂደቱ ቁልፍ ዓላማ መሆን አለበት።

የሌሎች ሀገራት ልምድ

ከቅርብ ጊዜ ወዲህ ሀገራዊ ምክክር ግጭቶችን ለመፍታት እና የፖለቲካ ለውጥ ለማምጣት ትልቅ ሚና እየተጫወተ ይገኛል። ካለፉት ጥቂት ዓመታት ወዲህ ሀገራዊ ምክክር በብዙ ሀገሮች ውጤት እያስገኘ ይገኛል። በእርግጥ አንድ ሀገር የተከተለው ሂደት ለሁሉም ሀገሮች ይሰራል ማለት ባይቻልም ልምዶቹ በተለይም ስኬቶቹ ለሌሎች ሀገራት ጥሩ መማሪያ እንደሚሆኑ አያጠያይቅም። በተለይ አቃፊነትን፣ ግልጸኝነትን እና የህዝብ ተሳትፎን

ለማረጋገጥ፣ ጥልቅና ዘላቂ መፍትሄ የሚያረጋግጡ አጀንዳዎችን በመለየት፣ የሕግና የአሰራር ደንቦችን ለመቅረፅ እና የማስፈጸሚያ እቅዶችን ለማውጣት የሌሎች ሀገራት ልምድ ትልቅ ሚና ይጫወታል። ባለፉት 25 ዓመታት (1990 - 2015) በ14 ሀገሮች ወደ 18 ሀገራዊ ምክክሮችና ውይይቶች ተካሂደዋል። ይሄም ከታች ባለው ሠንጠረዥ ቀርቧል።

ተ/ቁ	ምክክር የተካሄበት ሀገር	የምክክሩ ዓይነት	ዓ/ም
1	ቤኒን	ሀገራዊ ምክክር	1990
2	ማሊ	ሀገራዊ ምክክር	1991
3	ቶጎ	የቶጎ ሀገራዊ ምክክር	199/2006
4	ደቡብ አፍሪካ	የደቡብ አፍሪካ ኮንቬንሽን	1991-1993
5	ሶማሌላንድ	የቦራማ ሀገራዊ ምክክር	1993
6	ሜክሲኮ	የሳን አንዲረስ ምክክር	1995–1996
7	ፓፑዋ ኒው ጊኒ	የማርንሃም ምክክር	1997
8	ሶማሊያ	የሶማሌ ዕርቅ መድረክ	2000-2004
9	ኮንጎ (DRC)	ማዕከላዊ የኮንጎ ምክክር	2001-2003
10	አፍጋኒስታን	ሎያ ጂርጋ	2002-2004
11	ግብፅ	ሀገራዊ ምክክር	2011
12	ኔፓል	የሕገ መንግስት ምክክር	2008-20012
13	ቱኒዚያ	የቱኒዝያ ሀገራዊ ምክክር	2013-2014
14	የመን	ሀገራዊ ምክክር	2013-2014

በሰንጠረዡ በተቀመጡት ሀገሮች ከተደረጉት ምክክሮችና ውይይቶች ብዙ መማር እንደሚቻል ግልጽ ሆኖ ከ2013 እስከ 2014 የተካሄደው የቱኒዚያ ብሔራዊ ውይይት ግን ከሁሉም በተሻለ ለዓለም ጥሩ ምሳሌ ይሆናል ተብሎ ይታመናል። የውይይቱ መሪዎችም ላስመዘገቡት የላቀ ውጤት የኖቤል የሰላም ሽልማት እንደተበረከተላቸው ይታወቃል። በአራት የሲቪል ማኅበራት ጥምረት የተመራው የቱኒዚያ ሀገራዊ ምክክር ዘላቂ የሆነ ሕገ መንግስታዊ መፍትሄ በማምጣት የሂደቱን ወጤታማነት አስመስክሯል።

በኢትዮጵያ ሀገራዊ ምክክር የፖለቲካ አጀንዳ ከሆነ ሰነባብቷል። በተለይ ከ2010 ዓ.ም ለውጥ በኋላ በተናጠልም ሆነ በቡድን ባልተማከለ መልኩም ቢሆን ውይይቶች ሲካሄዱ ይስተዋላል። ይሁን እንጂ ልክ እንደሌሎች ሀገራት የፖለቲካ ስልጣን ክፍፍል ላይ የማተኮር አዝማሚያ ይታያል። ኢትዮጵያ ድርብ የቅቡልነት ችግር አለባት በማለት ስልጣን ላይ ያለውን መንግስት ማሸማቀቅ ላይ ትኩረት ያደረገ ይመስላል። የተለያዩ የፖለቲካ ኃይሎች ስልጣንን መጋራት የቅቡልነት ምንጭ አድርጎ የማቅረብ አዝማሚያዎች ይታያሉ። በዚህ መንገድ የሽግግር መንግሥት፣ የአደራ መንግሥት፣ የባለአደራ መንግስት እና ሌሎች የጥምር መንግስት ዓይነቶችን እንደ ዋነኛ መፍትሄ ያቀርባሉ። ሆኖም ግን የሀገራችን የፖለቲካ ችግር በስልጣን ክፍፍል ብቻ የሚፈታ ችግር አይደለም። የሀገራዊ ምክክራችን ዋና ዓላማም የፖለቲካ ሥልጣን ክፍፍል ማድረግ ሳይሆን የጋራ የሆነ ሀገራዊ ማንነትን በመገንባት የሀገረ-መንግስቱን ቅቡልነት ማረጋገጥና በመቀጠል ደግሞ በዴሞክራሲያዊ መንገድ ቅቡልነት ያለው መንግስት መምረጥ ነው። በመሆኑም ምክክሩ መሠረታዊ በሆኑና ለዛሬው ማኅበረሰባዊና ፖለቲካዊ ቀውስ የዳረጉንን ችግሮችን መለየትና ዘላቂ መፍትሔ መፈለግ ላይ ያተኮረ መሆን ይኖርበታል።

በኢትዮጵያ ሀገራዊ ምክክር የሁሉም ዜጋ ጉዳይ ተደርጎ መወሰድ አለበት። ሀገራዊ ለውጥ የእያንዳንዱን ዜጋ ሕይወት በተለያየ ደረጃ የሚነካ ስለሆነ፣ ከሀገራዊ ምክክር ሂደት የሚገለል አካል ሊኖር አይገባም። ይሄ ማለት ግን ጥንቃቄ አይፈልግም ማለት አይደለም። አካታች ውይይት በፖለቲካ ውስጥ

የተለያዩ ባለድርሻ አካላት እውነተኛ ውክልና እና አስተዋጽኦ እንዲያደርጉ እና ተግዳሮቶች በዘላቂነት እንዲፈቱ ለማድረግ ያለመ ነው። አካታችነት የምክክር ሂደትና ውጤቱ በህዝብ ባለቤትነት የተያዘ መሆኑን ለማሳየት ነው። ነገር ግን በፖለቲካ ምክክር ውስጥ ሁል ጊዜ ሁሉንም አካል ማካተት ትክክለኛ ነገር ነው ማለት አይደለም። አካታችነት ሁለት ስለት ያለው ሠይፍ ነው ይባላል። አካታችነት ቡድኖችን ወደ ተቀናጀ ኃይል በማንቀሳቀስና የተወሰኑ አቋሞችን በማነሳሳት የበለጠ ስር የሰደዱ 'እኛ' እና 'እነሱ' ማንነቶችን ሊፈጥር እንደሚችል ይታወቃል። አካታችነት በአቅም፣ በተጽኖ፣ በልዩነት እና በድምጽ መነጽር ሊተረጎም ይገባል። ከውክልና ብዛት የውክልና ጥራትና በውጤት ላይ የሚኖረው ጫና ትኩረት ውስጥ ያስገባ ውሳኔ ሊሆን ይገባዋል።

በአጠቃላይ የተሳካ ሀገራዊ ምክክር ለማድረግ፣ የተለያዩ የማኅበረሰብና የፖለቲካ ኃይሎች እንዲወከሉና ድምፆች እንዲሰሙ ለማድረግ የምክክር ፍኖተ ካርታ ያስፈልጋል። እንደኛ ባሉ ሀገራት ለሀገራዊ ምክክር ከሚያስፈልጉ ቅድመ ሁኔታዎች አንዱ የምክክር ፍኖተ ካርታ ነው። ሌላኛው የፖለቲካ እና የማኅበራዊ ባለድርሻ አካላትን ተሳትፎ ማረጋገጥ ነው። የተለያዩ ባለድርሻ አካላት በምክክር ፎርማት እና ይዘት ላይ የበኩላቸውን አስተዋጽኦ ማቅረብ እንዲችሉ ማድረግ ነው። እያንዳንዳቸው የፖለቲካ እና የማኅበራዊ ተዋንያን በሚያቀርቧቸው ሀሳቦች ላይ ጥልቅ ውይይት ካደረጉ በኋላ ሁሉን ያካተተ ፍኖተ ካርታ እና የአተገባበር ስትራቴጂ ለመቅረጽ በግብአትነት መጠቀም ያስፈልጋል። ይህ እርምጃ "አካታችነት" ምን እንደሆነ ለመወሰን ጭምርም ያገለግላል።

የኢትዮጵያ ሀገራዊ ምክክር ዋና ዋና አጀንዳዎች

በኢትዮጵያ በሀገራዊ ምክክር አጀንዳ ውስጥ እንዲካተቱና ባለድርሻ አካላት እንዲወያዩባቸው ከሚጠበቁ አጀንዳዎች የመጀመሪያው የጋራ ሀገራዊ ማንነት እንዳይገነባ መሰናክል የሆኑ ጉዳዮች ናቸው። ዝርዝሮቹን ለኮሚሽነሮቹ የማቀበል ድርሻና ኃላፊነቱ የመላው ኢትዮጵያ ሕዝብ ግዴታ እንደሆነም መታወቅ ይኖርበታል። ነጠላ ማንነት ጫፍ ረግጦ የወ ማንነት እየኮሰሰ

በመጣበት በዛሬዋ ኢትዮጵያ ለጋራ ማንነት መሰናከል የሆኑትን ሀገራዊ ጉዳዮች ለይቶ አሰባስቦ፣ ለውይይት አጀንዳ ማስያዙ ቀላል አይሆንም። ነገር ግን ችግሮቹን ከስር መሰረታቸው ለመፍታት እጅግ አስፈላጊ ጉዳይ ነው።

እንደሚታወቀው በሀገራችን አንዱ ወገን ትክክለኛ ነው ብሎ የሚያቀርበውን ታሪክ፣ ሌላኛው ደግሞ፣ "ለዘመናት የነበረን የጋራ ማንነት ለመካድ በኤሊቶች የቀረበ የውሸት ትርክት" አድርጎ ይመለከተዋል። እነዚህን አተያዮች ማቀራረብ የሂደቱ አካል ስለሆነ ኮሚሽኑ መጋፈጥ ያለበት ዕዳ ነው። የሆነው ሆኖ በባለድርሻ አካላት ለውይይቱ የሚቀርቡ አጀንዳዎችን የሚያሰባስብበትን ዘዴ በጥልቅ ማሰብ ይጠበቃል። ተቀዳሚ ተልዕኮው የኢትዮጵያ ሕዝቦች ከዳር እስከ ዳር ለውይይቱ አስፈላጊ ናቸው ብለው የሚያምኑባቸውን ጉዳዮች ወደ ኮሚሽኑ ሊያደርሱ የሚችሉበትን ዘዴና ማዕከል መፍጠር ነው። ዘመኑ የቴክኖሎጂ ዘመን በመሆኑ ማኅበረሰቡ የሚጠቁማቸው አጀንዳዎች የሚሰበሰብበት ማዕከልና የመረጃ ቋት አቋቁሞ መድረኩን ለሕዝቡ ተደራሽ ማድረግ ይቻላል። የሀገራዊ ምክክር አጀንዳዎችን ተደራሽ በሆነ መንገድ ከሕዝቡ ማሰባሰቡ እንዳለ ሆኖ የሚከተሉት ግን ለዘመናት ከኛ ጋር የኖሩ የንትርክ አጀንዳ ስለሆኑ እንዲጠቃለሉ ከወዲሁ መጠቆም የሚቻል ይመስለኛል።

ታሪክ እና ትርክት

ኢትዮጵያ የሕዝብ ታሪክ ቦታ ያላገኘባት ሀገር ናት። የተጻፈው ታሪክ ሁሉ ስለገዥዎች ስለሆነና በገዥዎች ላይ ደግሞ የተለያየ አመለካከት ስላለ በታሪክ ላይ መግባባት ከባድ ፈተና ሆኖ ይገኛል። የመሪ ታሪክ በመሆኑ ብቻ ሳይሆን በዘመኑና በአተራረኩ ላይም ስምምነት የለም። ግማሹ የመቶ አምሳ ዓመት ዕድሜ ያለው ታሪክ አለን ሲል ሌላው ደግሞ የሦስት ሺህ ዓመት የነገሥታት ታሪክ ያለን ጥንታዊት ሀገር ነን ይላል። አንዱ ቡድን ኢትዮጵያ ሕዝቡን በፖሊስ ጉልበት አንድ ላይ ያኖረች የብሔሮች እስር ቤት ነበረች ሲል ሌላኛው የለም በሕዝቦቿ መካከል እኩልነት ሰፍኖ ተጋብተውና ተዋልደው በሰላም ይኖሩ ነበር ይላሉ። በአጠቃላይ በታሪክ ላይ መግባባት የለም። ይሄ ለአንዴና

ለመጨረሻ ጊዜ መዘጋት ያለበት የምክክር አጀንዳ መሆን ይኖርበታል የሚል እምነት አለኝ። የሀገራዊ መግባባቱ ደግሞ ገዥ የሆነ የጋራ ትርክት መፍጠር የሚችል መሆን ይኖርበታል።

ሰንደቅ-ዓላማና ተያያዥ ምልክቶች

ኢትዮጵያ ጥንታዊ ሀገር ናት። አሁን ባላት ቅርጽ ደግሞ መቶ አምሳ ዓመት ገደማ ኖራለች። የተለያዩ ሀገራዊ ምልክቶችም አሏት። በዚህ ሁሉ ዘመን ግን የኢትዮጵያ ሕዝብ የመከረበትና በጋራ የእኔ የሚለው ምልክት የለውም። አረንጓዴ ቢጫ ቀይ መደብ ያለው ሰንደቅ-ዓላማ ለተለያዩ የሀገራችን ሕዝቦች የተለያየ ትርጉም ይሰጣል። ይሄ ከስር መሰረቱ ተጠይቆ መፍትሄ ሊበጅለት ይገባል። ሰንደቅዓላማው የመንግሥት ወይስ የሕዝብ ነው? የፖለቲካ ፓርቲ ዓርማ ወይስ የቤተ-ክርስቲያን ምልክት? ለወደፊትስ ሁላችንም የምንስማማበት አንድ ሀገራዊ ሰንደቅ-ዓላማና ሌሎች ምልክቶች ሊኖረን የሚችለው እንዴት ነው? ይሄ እጅግ አስፈላጊ የምክክር አጀንዳ ነው።

የፖለቲካና የዴሞክራሲ ባህል

በርካታ የዓለማችን ሀገራት ከአንድ ክፍለ ዘመን ያልዘለለ ዕድሜ አላቸው። ሰባ በመቶ የሚሆኑቱ ከዓለም ጦርነቶቹ በኋላ የተፈጠሩ ናቸው። ብዙዎቹ ከኢትዮጵያ ዕድሜ ያነሰ ዕድሜ አላቸው። እነዚህ ሀገራት ሳይቀሩ ልዩነትን አቻችሎ ሃሳብን በሃሳብ የመዋጋት ልምድ አካብተው ማኅበራዊና ፖለቲካዊ ችግሮቻቸውን በሰላማዊ መንገድ መፍታት ችለዋል። እኛ ግን ዛሬም ድረስ ልዩነትን አቻችለን መሄድ ላይ ችግሮች አሉብን። እንኳን ያልተማረውና ለዘመኑ "ሥልጣኔ" ያልተጋለጠው በርካታ ሕዝባችን ይቅርና፣ የሠለጠኑ በሚባሉ ሀገራት የተማርንም ጭምር የዴሞክራሲ እምብርት የሆነውን ልዩነትን አቻችሎ አብሮ መኖር ለምን አቃተን? ጠላት ተብሎ የተፈረጀን ተፎካካሪ ማሸነፍ ብቻ ሳይሆን፣ ማሸማቀቅ፣ ማዋረድና ብሎም የመደምሰስን ባሕል በግለሰብ ደረጃ ብቻ ሳይሆን በመንግሥትም ስንጠቀም የኖርነው ለምንድነው? ይሄ በምክክሩ መዳሰስ ያለበት የብዙ ችግሮቻችን መሠረት ይመስለኛል።

የሕገ-ሀገርና የሕገ-መንግሥት ጉዳይ

ሌላው ለኢትዮጵያ ሕዝብ ወሳኝ የመወያያ አጀንዳ የሚሆነዉ የሕገ መንግሥት ጉዳይ ነው። በታሪካችን ሕዝባችን ተወያይቶበት የእኔ ብሎ የተቀበለው ሕገ-መንግሥት ባይኖርም የ1995 ሕገ-መንግሥት አሁንም የውዝግብ ምንጭ ነው። በዚያው ልክ ካለፉት አራቱ ሕገ-መንግሥታት ጋር ሲነጻጸር ዘብ ቆመው የሚጠብቁ ብዙ ወገኖች አሉት። ሕገ-መንግሥቱ ምንም እንኳ ልክ እንደ ፊተኞቹ ሁሉ ከላይ ወደ ታች የመጣ ቢሆንም ከሌሎቹ ሕገ-መንግሥታት በተለየ መልኩ የሚንከባከቡት አሉ። በዚያው ልክ ደግሞ ሕገ-መንግሥቱ ሕዝቦቻችንን የከፋፈለ ብሎም ለመገዳደል ያደረሰ ሰነድ በመሆኑ ከነጭራሹ ተፍቆ በአዲስ መተካት አለበት የሚሉ ወገኖችም አሉ። በሁለቱ ጎራዎች መካከል ያለው ክፍተት በምን ሊሞላ ይችላል? ሁላችንንም እንኳን ባይሆን አብዛኞቻችንን የሚያስማማ የጋራ ሕግ ያስፈልገናል። መንግስት ሕዝቡን ሊገዛበት የሚጽፈው ሕገ-መንግስት ሳይሆን ሕዝቦች ተስማምተው የሚቀርጹት ሕገ-ሀገር (constitution) ያስፈልገናል። ለዚህ ደግሞ ምክክርና ውይይት ያስፈልጋል።

ፖለቲካ ፓርቲ፣ መንግስትና ሀገረ-መንግስት

በኢትዮጵያ በፖለቲካ ፓርቲ (Political Party)፣ በመንግስት (Government) እና በሀገረ-መንግስት (State) መካከል ያለው ግንኙነትና ልዩነት መዘበራረቅ ይታይበታል። በጽንሰ ሀሳብ ደረጃ የፖለቲካ ፓርቲ በይፋ በምርጫ ለመሳተፍ ተመዝግቦ ዕውቅና ያገኘና ዕጩዎችን አቅርቦ፣ ደግፎና ተወዳድሮ የመንግስት ስልጣን ለመያዝ የሚንቀሳቀስ ቡድን ነው። የፖለቲካ ፓርቲ ዋና ዓላማ በምርጫ በመሳተፍና በማሸነፍ የመንግስት ስልጣን ይዞ ማስተዳደር ነው።

መንግስት ደግሞ በአንድ የተወሰነ አካባቢ ሕግ እና ፖሊሲን በማውጣትና በማስፈጸም የማስተዳደር ስልጣን ያለው ተቋም ነው። መንግስት ከፖለቲካ ፓርቲ ሀሳብና ፖሊሲ ይወስዳል ነገር ግን ሀገር ያስተዳድራል። ይሄ ማለት

መንግስት ከፖለቲካ ፓርቲ ይሰፋል ማለት ነው። ሀገረ-መንግስት ደግሞ የራሱ የሆነ የታወቀ ነጻ ክልል፣ የፖለቲካ አስተዳደር፣ ሕገ-መንግሥትና ዕውቅና ያለው ከሌሎች ክልሎች ነጻ የሆነ ሉዓላዊ ሀገር ነው። ሀገረ-መንግስት በመንግስት ይመራል ነገር ግን ከመንግስት በላይ ነው። በእነዚህ ሶስቱ መካከል ያለውን ግንኙነት በቅጡ ማስቀመጥ አስፈላጊ ጉዳይ ነው። ስለዚህ በኢትዮጵያ የሀገራዊ ምክክር አጀንዳ መሆን ካለባቸው ጉዳዮች አንዱ በእነዚህ ሦስቱ ጽንሰ ሀሳቦች መካከል ያለውን ልዩነት ማስቀመጥ ነው።

የሀገራዊ ምክክር ተግዳሮቶችና ተጠባቂ ውጤቶች

የሀገራዊ ምክክር ሂደት በኢትዮጵያ በይፋ ተጀምሯል። አንዳንዶች ገና ከጅምሩ ይሽኛው ወይም ያኛው ቅድመ ሁኔታ ካልተሟላ በምክክሩ አንካፈልም ሲሉም ይደመጣሉ። ብዙ ሰው አውቆም ይሁን ሳያውቅ ሀገራዊ ምክክርን ከዕርቅና ድርድር ጋር ያምታታዋል። ድርድርና ዕርቅ በተመሳሳይ መልኩ የሰው ልጅ ግንኙነትን የተሻለ የማድረግ ዓላማ ያላቸው መስተጋብሮች ናቸው። ግንኙነቶች የተሻሉ እንዲሆኑ ቢያንስ ቢያንስ ወደ ነበሩበት ቦታ እንዲመለሱ የማድረግ ዓላማ ያላቸው ናቸው። እንደ ኖርበርት ሮፐርስ አገላለጽ “ምክክር ወይም ውይይት ትርጉም ያለው የአመለካከት እና የአስተያየት ልውውጥ የሚደረግበትና በዋናነት ግጭቶችንና አለመግባባቶችን በሰላማዊ መንገድ ለመፍታት የሚደረግ መስተጋብር ነው።” ድርድር ደግሞ ሁለትና ከዚያ በላይ የሆኑ ባለድርሻ አካላት በጋራ ጉዳይ ላይ ከስምምነት ላይ ለመድረስ የሚያደርጉት የግንኙነት ሂደት ነው። ድርድር አንድ ባለድርሻ አካል ከሌሎች ባለድርሻ አካላት ለማግኘት የሚፈልጉትን ነገር ለማግኘት የሚሄዱበት ዘዴ ነው።

ዕርቅ የምክክርና የድርድር ውጤት ነው። እነዚህ ሁሉ የማስታረቅ ሂደቶች ናቸው። ማስታረቅ ብዙውን ጊዜ ወደነበረበት ሁኔታ መመለስን ያመላክታል። ከተፈጠረው ስህተት፣ አለመግባባት ወይም ከተነሳው ግጭት በፊት ወደ ነበረው ሁኔታ መመለስንም ያሳያል። አንዳንድ ምሁራን እንደሚሉት ከሆነ ይህ አገላለጽ የሚታረቁ ቡድኖች መልካም ግንኙነት ውስጥ ባልነበሩበት

አውድ ውስጥ 'ዕርቅ'ን ከመጠቀም ይልቅ ፍትሃዊ የግንኙነት ሥርዓት መገንባትን መሠረት ማድረግ ሳያስፈልግ አይቀርም ይላሉ። ለምሳሌ በደቡብ አፍሪካ የአፓርታይድ ማዕቀፍ የድህረ-አፓርታይድ ወደ ቅድመ-አፓርታይድ መመለስ አይደለም። አዲስና የተሻሻለ ግንኙነቶችን የመፍጠር እርምጃ ነበር። በአጠቃላይ ዕርቅ "ሚዛናዊ" ጽንሰ-ሀሳብ መሆኑን ይገነዘባሉ፣ የተሻሻሉ ግንኙነቶችን የመፍጠር ሚዛናዊ ሂደትም ነው። ግንኙነቶች ሊሻሻሉ የሚችሉበት የተለያዩ ደረጃዎች ይኖራሉ፣ ስሜት፣ እምነት፣ አመለካከት፣ ባህሪ፣ ተቋማት እና ሌሎችንም ማንሳት ይቻላል። ለምሳሌ በጓደኞች መካከል አለመግባባት ከተከሰተ በኋላ መሠረታዊ አክብሮት፣ ፍቅር እና መተማመን እንደገና መመለስ ያስፈልጋል። ከደም አፋሳሽ የእርስ በርስ ጦርነት በኋላ የሁለቱ ወገኖች ትብብር እንደገና መጀመሩ ከሰላማዊ አብሮ መኖር የበለጠ የባህሪ ለውጥ ተደርጎ ሊገለጽ ይችላል። ከፍተኛዎቹ የፖለቲካ ዕርቅ ዓይነቶች ሕዝባዊ ወዳጅነት፣ ይቅርታ፣ ወይም ፖለቲካዊ አንድነት ተብለው ይታወቃሉ።

በኢትዮጵያ አውድ የሀገራዊ ምክክር ዓላማ የጋራ ሀገራዊ ማንነት መገንባትና በዚያ ላይ መግባባትን መፍጠር ነው። በፖለቲካ ፓርቲዎች መካከል የሚደረግ ድርድር ግን የፓርቲያቸውን ዓላማ ለማሳካት እንዲረዳ የፖለቲካ ሥልጣንን መከፋፈል ሊሆን ይችላል። ይህ ልዩነት ግልጽ ሆኖ ካልተቀመጠ የሀገራዊ ምክክር ሂደቱን ሊያደናቅፍ እንደሚችል ግልጽ መሆን አለበት። ግጭቶች፣ አለመግባባቶችና ሀገራዊ ቀውሶች በኢትዮጵያ ብቻ ሳይሆን በመላው ዓለም ሊከሰቱ የሚችሉ ነገሮች ናቸው። በርግጥ አንዳንድ ሀገራት ማኅበራዊ ቀውሶቻቸውን በሰላም ፈትተው አንጻራዊ የሆነ ሰላምና ፍትሕ የሰፈነበት ማኅበረሰብ መፍጠር ችለዋል። በኢትዮጵያ ግን ችግሮቹ መኖራቸውን አምኖ፣ የችግሮቹን መሠረታዊ ምክንያቶችን መለየትና ዳግመኛ እንዳያንሰራሩ ከማድረግ ይልቅ ከመጀመርያውም ችግሮቹ መኖራቸውን በመካድ፣ ወይም ላይ ላዩን ብቻ እየቀባቡ መሄዱ የተለመደ ሆኗል። ይሄ ደግሞ ለከፋ ሀገራዊ አደጋ እያጋለጠን ይገኛል።

ወቅታዊው የሀገራችን ፖለቲካዊና ማኅበረሰባዊ ሁኔታ እንደ ዱሮ ችላ ብሎ ለማለፍ የማይቻል ደረጃ ላይ ደርሷል። ምናልባትም በታሪካችን ሕዝባችን እንደዚህ የተፈተነበት ዘመን አልነበረም ብል ማጋነን አይሆንም። ቁጭ ብለን በቅንነት ካልተመካከርን ብሎም ሰላምና ፍትህ የሰፈነባትን ኢትዮጵያን ለመመስረት የጋራ መግባባት ላይ ካልደረስን የሀገራችንና የሕዝባችን የወደፊት ዕጣ ምን ሊሆን እንደሚችል ከወዲሁ መገመት ይቻላል።

ወደድንም ጠላንም ሀገራዊ ምክክሩ መሳካት አለበት። ለዚህ ደግሞ ሁላችንም በግልም ሆነ በቡድን ይሄን ዓላማ ከግብ የማድረስ ትልቅ ኃላፊነት አለብን። የምንተጋው የሁላችንም ህልውና ቀጣይነት እንዲኖረው ነው። ስለዚህ በምክክሩ ሂደት ውስጥ ሁላችንም በንቃት መካፈል ብቻ ሳይሆን፣ ለሀገሪቷ ህልውናና ለሕዝባቿ ሰላም ብሎም አንድ የጋራ ትርክትና ሀገራዊ ማንነት ለመገንባት ሲባል ባለሙያዎች የምክክሩን ውጤት አጠናቅረው ቀጣዩን የመፍትሔ አቅጣጫ ሲቀይሱልን በቅንነት ተቀብለን በተቻለን መጠን በተግባር ለመተርጎም ከወዲሁ ቃል መግባት አለብን። ምክክሩ የግድ መሳካት አለበት። ይሄ ብቸኛው ያልተዳዘነበት መንገድ ነው። ስለሆነም ሁላችንም የምክክሩን ዓላማ ደግፈን ከግብ የማድረስ ትልቅ ኃላፊነት አለብን፤ ለዚህ ብሔርተኛም አርበኛም መሆን አለብን እላለሁ።

ክፍል አምስት

መደምደሚያ

የማንነት ቁንጮው፣ የሰውነት አዋይ
የውዝግብ ምንጭ፣ የጦርነት ሲሳይ
የፖለቲካው አሁን፣ የብሔርተኝነት ጉዳይ
የማሰባሰብ አቅም፣ የማደራጀት ጉልበት
ይታረቅ ከዴሞክራሲ፣ ይሁን ለሀገር አንድነት!

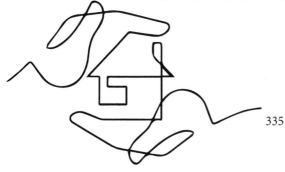

በዚህ መጽሐፍ ብሔርተኛነትን የብሔር አባል የመሆን ስሜት፣ አመለካከትና ሥነ-ልቦና፣ ዓለም በተሻለ ሁኔታ የምትመራው ብሔሮች የራሳቸውን ዕድል በራሳቸው መወሰን ሲችሉ ነዉ የሚል ርዕዮተ-ዓለም፣ ሰዎችን ማሰባሰብና ማደራጀት የሚችል ጠንካራ የመደራጃ መርሆ እንዲሁም ውስጣዊ ማንነትን ከመገንባት እስከ ሀገራዊ መግባባት ድረስ ትልቅ ሚና ሊጫወት የሚችል መሳሪያ መሆኑን አይተናል። ይህን ስሜት፣ አመለካከትና ሥነ-ልቦና፣ ርዕዮተ-ዓለም፤ መርሆና መሳሪያ ተጠቅመን አብረን መርሳት ያለብንን ረስተን፣ አብረን ማስታወስ ያለብንን በጋራ እንገንባ የሚለው ደግሞ የዚህ መጽሐፍ መደምደሚያ ነው።

ለወደፊት

"

በጭራሽ በጭራሽ አትበሉ

ዩኤል ታምር

በዚህ መጽሐፍ አራት ክፍሎችና አሥራ አምስት ምዕራፎች ባደረግነው ጉዞ ከምንም ነገር በላይ ስለብሔርተኛነት የተረጋገጠ መደምደሚያ መስጠት ቀላል እንዳልሆነ የተረዳን ይመስለኛል። ብሔርተኛነት ጠንካራና አወዛጋቢ የአስተሳሰብ ማዕቀፍ ነው። በሁለት የዓለም ጦርነቶች ፅብ አጫሪነት እና በሆሎኮስት መነሻነት የሚከሰሰው ብሔርተኛነት ስሙ ሲጠራ ብዙዎች ይፍረከረካሉ ትላለች ዩኤል ታምር። አመለካከቱ ከባድ ተጽኖ ፈጣሪ ከመሆኑ የተነሳ በርካታ የፖለቲካ ርዕዮተ-ዓለማት ንድፈ ሀሳቡን ወስደው ለመጠቀም ሞክረዋል። ቅኝ ገዥዎች ለቅኝ ግዛት፤ ነጻ አውጭዎች ለነጻነት ትግል፣ አምባገነኖች አምባገነናዊ ሥርዓትን ለመገንባት፣ ዴሞክራቶች ደግሞ ዴሞክራሲያዊ ሥርዓትን ለመገንባት ተጠቅመውበታል። ለተለዋዋጭ የዓለም-አቀፍ ሁኔታዎች ምላሽ ለመስጠት መልኩን እየቀያየረ የመጣው

ብሔርተኝነት አሁን በሰፊው ወደ ፖለቲካ ሜዳ እየተመለሰ ነው። አንድ እግሩን በሰው ልጅ ተፈጥሮና ያለፈ ታሪክ ውስጥ ተክሎ በአንድ እግሩ ብዙ ርቀት ወደፊት የተራመደ አታላይ ርዕዮተ-ዓለም ነው ይላሉ ተችዎቹ። ይሄን አስተሳሰብ ለጋራ በጎ ዓላማ እናውለው ወይስ እንደተለመደው አጥፊ ሆኖ ይቀጥል የሚለው ደግሞ ወሳኝ ጥያቄ ይሆናል። ውስጡ ያለውን ጭራቅ መግበን እንደገና ካሳደግነው አጥፊ የመሆን ዕድሉ ከፍተኛ ነው። በዚያው ልክ ጥሩ ጎኑን ካጎለበትን ደግሞ የሰላምና የሀገር አንድነት መሳሪያ እንደሚሆን ጥርጥር የለውም። በኬክማኖቪች አገላለጽ ብሔርተኝነት የአንድ ብሔር አባል የመሆን ንቃተ ህሊና ብቻ ሳይሆን የአንድን ሀገር ጥንካሬ፣ ነጻነት እና ብልጽግናን የማስቀጠል ቃል ኪዳን ነውና።

ስለዚህ ራስን 'ከፉኩያማ ወጥመድ' ነጻ በማድረግ ብሔርተኝነትን የወደፊት የፖለቲካ አስተሳሰብ አድርጎ መውሰዱ ጥቅሙ የጎላ ነው። ወደፊት ደግሞ ዛሬ ነው፤ ዛሬ ያልተገነባ ወደፊት አይኖርም። ትላንትን የረሳ ዛሬም መሰረተ-ቢስ ነው። ይህ መጽሐፍ በዚህ አረዳድና አውድ የተጻፈ መጽሐፍ ነው። ትላንትን የዳሰሰ፤ ዛሬን ያነጸ፤ ነገን ያለመ ጽሑፍ ነው። በሌላ አባባል ትላንትን የተረዳ ዛሬ ላይ ቆሞ ወደፊት አሻግሮ የሚያይ ጽሑፍ ነው ማለት ነው። ወደፊት ሁሌም አዲስ ነው። አዲስ "እኛ-ነትን" ይጠይቃል። አዲስ 'እኛ-ነት' ደግሞ በተለያየ መንገድ ይገነባል፤ በአዲስ ትውልድ፣ በአዲስ አስተሳሰብ፣ በአዲስ አመለካከት እና በአዲስ ዕይታ ሊገለጽ ይችላል። ለወደፊት አዳዲስ ነገሮች ቢያስፈልጉንም ያለንን ነገር በተወሰነ መልኩም ቢሆን ማስቀጠል ይጠይቃል። ለጤናማ ወደፊታችን የለውጥንና የማስቀጠልን ሚዛን መጠበቅ የመርህ መርህ ነው። በማስቀጠል ሂደት ውስጥ ደግሞ ጠንካራውን ማጠናከር፣ ደካማውን ማበርታት፤ የታመመን ደግሞ አክሞ ማዳን አስፈላጊ ሂደት ነው።

ከዚህ አንጻር የዚህ መጽሐፍ ዋነኛ ዓላማ በሀገራችን በብሔርተኝነት ዙሪያ የሚንጸባረቁ አመለካከቶችን አክሞ ማዳን ነው። የመጀመሪያው ህክምና ግንዛቤ መፍጠርና ሰዎችን ከብሔርተኝነት ፍራቻና ጥላቻ እንዲሁም ከገነነ ፍቅርና ጋሻ ጃግሬነት ማላቀቅ ነው። ሰዎች ብሔርተኝነትን በስሜት ሳይሆን

በስሌት እንዲረዱ ማድረግ ነው። ሁለተኛው ደግሞ ብሔርተኝነት ቋሚና ቀጣይነት ያለው የፖለቲካ ኃይል መሆኑን በማሳየት ለሰላም፤ ለብልጽግናና ለሀገር አንድነት እንድንጠቀምም መነሻ መጣል ነው። በዚህ ሂደት ራሳቸው የዳኑና ሀገራቸውን ለማዳን የሚሰሩ ዜጎችን መፍጠር ይሆናል። ከራሳቸው ጋር የታረቁና በሀገራቸው ዕርቅ ለማውረድ የሚሰሩ ዜጎችን የመፍጠር እርምጃ ነው ማለት ነው።

ብዙ ጊዜ ብሔርተኝነት ጸረ-ዴሞክራሲና ሀገር አፍራሽ ኃይል ተደርጎ ይታያል። ከዚህም የተነሳ በተከፈተበት ሁለት የዓለም ጦርነቶች ተሸንፎ ከዓለማችን የፖሊቲካ ዕይታ ተወግዷል የሚል እሳቤም ተይዞ ነበር። ሊበራል ዴሞክራሲም የዓለማችን የመጨረሻ ስልጡን የፖሊቲካ ርዕዮተ-ዓለም ሆኖ እንደሚቀጥል በፍራንክስ ፉኩያማ ተተንብዮ ነበር። የሆነው ግን ከዚህ በተቃራኒ ነው። ብሔርተኝነት ዓለማችንን ከጫፍ እስከ ጫፍ እያንቀሳቀሰ ያለ ዋነኛ የፖለቲካ ኃይል ሆኗል። ከአረብ ስፕሪንግ እስከ ኃይማኖት ጽንፈኝነት፤ አሜሪካን መልሶ ታላቅ ከማድረግ እስከ ብሬኤግዚት (Brexit)፣ ከጸረ-ስደተኛ ንቅናቄ እስከ አጥር መገንባት ያሉ እንቅስቃሴዎች በሙሉ የብሔርተኝነት መገለጫዎች ናቸው። አሁን ያለው ጥያቄ እንዴት አድርገን ይሄን የፖለቲካ ኃይል ለጋራ በጎ ዓላማ እንጠቀመው የሚለው ነው።

ብሔርተኝነት ጠንካራና ቋሚ የፖለቲካ ኃይል ነው። ለዘላቂ በጎ ዓላማና ተግባር ሊውል የሚችል የፖለቲካ አስተሳሰብ፣ መሳሪያና ርዕዮተ-ዓለም ነው። ለአንድ ሀገር ሰላም፤ ብልጽግናና ዴሞክራሲ ትልቅ ሚና ሊጫወት የሚችል አመለካከት ነው። በሰው ልጅ ታሪክ እጅግ አስከፊና አውዳሚ የሆኑ ሁለት የዓለም ጦርነቶች ተከፍተውበት ሊወገድ ያልቻለውም ጠንካራና ቋሚ የፖለቲካ ኃይል ስለሆነ ብቻ ነው። ስለዚህ ስለብሔርተኝነት ያለንን አመለካከት በመቀየር ለጋራ በጎ ዓላማና ተግባር ለመጠቀም መዘጋጀት ይኖርብናል። ለተሻለ ነገ ወደፊት ማየት ብቸኛ አማራጫችን ነው።

'ወደፊት' መመልከት፣ መውደቅም ካለብን ወደፊት ለመውደቅ መዘጋጀት አለብን ማለት ነው። ባለፉት አንድ መቶ ዓመታት በብሔርተኝነት ላይ

የተሰራው ሴራ ዓለማችንን ብዙ ዋጋ አስከፍሏታል። በርግጥ በዚህ ሴራ የተጎዱ እንዳሉ ሁሉ የተጠቀሙም በርካቶች ናቸው። ካለፈው የተጠቀሙ ወደኋላ መውደቅ ሊጠቅማቸው ይችል ይሆናል። የሚወድቁበትን አመቻችተዋልና። እኛን ግን ወደኋላ መውደቅ በፍፁም አይጠቅመንም። የምንወድቅበትን ፊት ለፊት እያየን ወደፊት መውደቅ የተሻለ አማራጭ ነው። ስለዚህ ያለን ጥሩ ዕድል ነገሮችን በማስታረቅና ሚዛን በማስጠበቅ ወደፊት መጓዝ ብቻ ነው። ማስታረቁ ከራስ መጀመር አለበት። በውስጣዊ ማንነቶቻችን መካከል ዕርቅ ማውረድ። ከሌሎች ጋር ጥሩ ማኅበራዊ መስተጋብር መፍጠር። ከዚያ ደግሞ በአስተሳሰቦች መካከል ዕርቅ ማውረድ። በዚህ ረገድ ደግሞ የብሔርተኝነት፤ የሊበራሊዝምና የዴሞክራሲ ዕርቅ እጅግ ወሳኝ ጉዳይ ይሆናል። ላለፉት አንድ መቶ ዓመታት አንዱ ሌላኛውን ለማሸነፍ ተብሎ በተደረጉ ትንቅንቆች መሳ ለመሳ አድገው የጎለበቱ አስተሳሰቦችን አስታርቆ አንድ ላይ ማስኬድ የግድ ይሆናል። በሀገራችን ኢትዮጵያ ደግሞ የሀገርና የዴሞክራሲ ሥርዓት ግንባታው ገና ጅምር ላይ በመሆኑ አስታርቆና ደምሮ ለመሄድ ጥሩ እድል ይሰጠናል። የመደመር እሳቤ ዋነኛ ማጠንጠኛም ይሄው ይመስለኛል። ዕርቁ ውስጣዊ ማንነት ከመገንባት እስከ ሀገራዊ መግባባት እንዲሄድ በማድረግ ፌዴሬሽኑ በሕዝቦች ጠንካራ ፍላጎትና ስምምነት ላይ የቆመና ከምንም በላይ ደግሞ ዴሞክራሲያዊነትን የተላበሰ እንዲሆን ማድረግ ይቻላል።

በዚህ አውድ የመጀመሪያው መደምደሚያችን የሚሆነው ብሔርተኝነት የዓለማችን የፖለቲካ እምብርት መሆኑን አምኖ መቀበል ነው። በዓለም ዙሪያ ፖለቲካው በብሔርተኞች እጅ መግባቱን መረዳት ነው። ይህ ትልቅ ለውጥ ነው። ይሄ ምናልባትም ብዙ ሰው ያልተዘጋጀበት ለውጥ ሊሆን ይችላል። በሊበራል ትምህርት ቤቶች የተማርናቸውን እሳቤዎች በአንክሮ ማጤን ሊጠይቅ ይችላል። ካለፈው ጋር ከመጣበቅ ለአዲሲቷ ዓለም መዘጋጀትን ይጠይቃል።

በዚያው ልክ ደግሞ ያለንበት ዘመን የተለየ ዘመን ነው፣ የዲጅታል ዓለም፣ የብዙ ነጻነቶች ዘመን፣ ሰፈርተኝነት ቦታውን ለቨርቹዋል ዓለም የለቀቀበት

ዘመን፣ ሰው ነጻነቱን በመውደድ ረገድ ጫፍ የረገጠ ሊበራሊስት የሆነበት ዘመን ነው። ሰው ያለገደብ ራሱን መግለጥ የሚፈልግ ግለሰባዊነት የገነነበት ዘመንም ነው። በመላው ዓለም የሚኖሩ ሕዝቦች የዴሞክራሲ እሴቶችን እጅግ አድርገው የሚወዱበት ዘመንም ነው። የብሔርተኝነት ስሜት ደግሞ እያየለ የመጣበት ዘመንና ዓለም ነው። ስለዚህ ወደፊት እነዚህን አስተሳሰቦች አስታርቆና አጣምሮ መሄድን ይጠይቃል ማለት ነው። ዓለማችን የግል ነጻነቱን የሚወድ፣ ከሌሎች ጋር ደግሞ በመርህ መኖር የሚፈልግ ብሔርተኛ የበዛባት ዓለም ናት። ስለሆነም በፖለቲካው ዕይታ ዓለማችን የሊበራል ዴሞክራሲያዊ ብሔርተኝነት መድረክ መሆን አለባት ማለት ነው። ወደፊት መዳኘ መንገዱ ይሄ ነው።

ለኢትዮጵያ

ኢትዮጵያ የብሔርተኞች ሀገር ናት። የኢትዮጵያ ሀገረ-መንግስት ግንባታ ሂደት በብዙ መልክ የብሔርተኝነት ቅኝትን የተከተለ ነው። ከዚህም ባለፈ ኢትዮጵያ ውስጥ ከተነሱ ታሪካዊ የሕዝብ ጥያቄዎች አንዱ የብሔሮች ጥያቄ ነው። ይሄ ጥያቄ በ1960ዎቹ የተማሪዎች ንቅናቄ ውስጥ ጉልህ ስፍራ የነበረውና ኢትዮጵያ ውስጥ ያለውን የማንነት ግንዛቤና አመለካከት በእጅጉ የቀየረ መሆኑም ይታወቃል። በራሱ የሕዝብ ጥያቄ ሆኖ ከመቅረቡም በላይ የሌሎች ጥያቄዎች መሠረት እንደነበርም ይታወቃል። ኢትዮጵያ ውስጥ የብሔርተኝነት እንቅስቃሴ ከብሔር ጭቆና ጋር ለማስተሳሰር የሚጥሩ ሰዎች ቢኖሩም የብሔርተኝነት እንቅስቃሴ የግድ ከጭቆና ጋር የሚገናኝ አይደለም። ብሔርተኝነት ብሔሮች የራሳቸውን መብት በራሳቸው መወሰን ሲችሉ ዓለም በተሻለ ሁኔታ ትመራለች የሚል አስተሳሰብ ነው። አስተሳሰቡ ጭቆናን አስቀድሞ የመከላከል እንጂ ለጭቆና መልስ የመስጠት አካሄድን አይከተልም።

ኢትዮጵያ ውስጥ በአንድ በኩል ዋልታ ረገጥ ብሔርተኝነት ለሀገር አንድነት እና ህልውና አደጋ ነው የሚሉ እንዳሉ ሁሉ በሌላ በኩል የኢትዮጵያ መሠረታዊ ችግር የእውነተኛ ብሔርተኞች መጥፋት ነው የሚሉም ብዙ

ናቸው። ኢትዮጵያ ወደ ሰማኒያ የሚጠጉ የተለያየ ቋንቋ፣ ባህል እና ተዛማጅ መልከዓ ምድራዊ አቀማመጥ ያላቸው ብሔሮች አሏት። ይሁንና እንደ ሀገር በራሳቸው ቆመው የተሻለ ጥቅም ማግኘት የሚችሉ ብሔሮች በጣም ውስን ናቸው። ይህ ማለት የኢትዮጵያ ብሔሮች ዕጣ ፈንታ የተጋመደ ነው ማለት ነው። በዚህ አውድ የእውነተኛ ብሔርተኛ እርምጃ የኢትዮጵያን ብሔሮችና ብሔረሰቦች የጋራ ጥቅም ማስከበር ይሆናል። ከዚህ አንጻር የጋራ ማንነትና እሴቶችን መገንባት የግድ ይሆናል።

ሀገራችን ኢትዮጵያ ለሀገርና ለዴሞክራሲ ሥርዓት ግንባታ ቅድመ ሁኔታዎችን ማሟላት ባለመቻሏ ለብዙ ዘመን ስትሰቃይ ኖራለች። በተለያየ ጊዜ የተከሰቱ የለውጥ መሪዎችንም ሳንረዳቸው ረግመናቸዋል፤ የራሳችንን ዕድል በነዚያ መሪዎች ውስጥ አምክነናል። አሁንም ከዚህ ጎዳና አልወጣንም። የተበላሸ የፖለቲካ ባህላችን ካለፈው የመማር እድል የሰጠን አይመስልም። ረግሞ ከመንቀል የዘለለ የፖለቲካ አስተሳሰብ አሁንም አልተፈጠረም። መጀመሪያ ነቅለን ከዚያ የፈለገ ይምጣ የሚለው የተለመደ አካሄዳችን ሀገራችንን ብዙ ዋጋ አስከፍሏል። የሀገር ግንባታ ረግሞ ከመንቀል የዘለለ አስተሳሰብ ይጠይቃል። የችግሩን መጠን መረዳት፤ ለዚያ የሚመጥን መፍትሄና ራዕይን መሰነቅ ይጠይቃል። የጋራ የታሪክ አረዳድና ትርክት መገንባት ይጠይቃል።

የሀገራችን ወደፊት አወዛጋቢ የሆኑ ታሪክና ትርክቶቻችን ላይ ለአንዴና ለመጨረሻ ጊዜ ተስማምቶ መዝጋት እንደሚያስፈልግ ሁሉ በጋራ ወደፊት አሻግሮ ማየትንም ይጠይቃል። ሀገርም ሆነ ብሔር በግለሰቦች ነጻ ፈቃድ ላይ የሚመሠረት መንፈሳዊ መርህ ነው ይላል ኧርነስት ሬናን። ይህ መንፈሳዊ መርሕ ደግሞ አንድም ድሮ ውስጥ አንድም ደግሞ አሁን ውስጥ የተገነባ ነው ይላል። የድሮው በሚታወስ ወይም በሚረሳ የጋራ የትዝታ ውርስ የሚገለጽ ሲሆን የአሁኑ ደግሞ አብሮ የመኖር ፍላጎት ላይ የሚቆም የዛሬ ስምምነት ነው። ስለዚህ ኢትዮጵያውያን በመረጃ ላይ የተመሰረተ ውይይትና ምክክር በማድረግ ያለፈውን እና የወደፊት ህይወታችንን በሚመለከት መግባባት ላይ መድረስ አለብን። ሀገር የሚገነባው ባለፈውና በመጭው የጋራ ጉዳይ ላይ ድርድር፣ ውይይትና ምክክር በማድረግ ከስምምነት በመድረስ ነውና።

የኢትዮጵያን ሀገር ግንባታ በጥሩ ሁኔታ ለማጠናቀቅ ሀገራዊ መግባባት ወሳኝ እርምጃ ነው። ኢትዮጵያ በፖለቲካ ለውጦቿ በጣም በርካታ ፈተናዎችን አስተናግዳለች። የፖለቲካ ሽግግርን ለማሳካት "ተቋማት" እጅግ ወሳኝ ናቸው። በተሃድሶ የሚደረግ የፖለቲካ ሽግግር ውስብስብ የሆነ የድርድር ሂደት ይጠይቃል። በሰጥቶ መቀበል መርሕ ጫፍ በረገጡ አስተሳሰቦችና ኃይሎች መካከል የተማከለ አረዳድና አሰራር መፍጠርንም ይጠይቃል። ይሄን ማድረግ አለመቻላችን ዋጋ አስከፍሎናል። አሁንም በተለያዩ ማኅበራዊና ፖለቲካዊ ኃይሎች መካከል የተማከለ አሰራር እንዲኖር መሥራት ይኖርብናል። ከሁሉ በላይ ደግሞ ብሔርተኝነትን በሚያራምዱ ኃይሎችና ግለሰቦች መካከል ሚዛኑን የጠበቀ ግንኙነት መፍጠር የግድ ነው። ካለበለዚያ ተፎካካሪ ብሔርተኝነት ሀገርን በመበተን ረጅም ታሪክ ያለው ኃይል መሆኑ ለሁሉም ግልጽ ሊሆን ይገባል። ለኢትዮጵያ ሀገረ-መንግስት ግንባታ መንገድ የጠረገውን ያህል የኢትዮጵያን ሀገር ግንባታ ፕሮጀክትን ካጓተቱ ምክንያቶች አንዱ ተፎካካሪ ብሔርተኝነት ነዉ።

ኢትዮጵያን ካለፈው መጥፎ ታሪክ በማላቀቅ አዲስ ምዕራፍ የሚያስጀምሩ መሪዎችን አለማግኘታችን ብቻ ሳይሆን ስናገኝም አለመጠቀማችን ትልቁ ፈተና ነው። ብቁ፣ ጠንካራና ተፎካካሪ የፖለቲካ ድርጅት እንዲሁም የዴሞክራሲ ተቋማትን መፍጠር አለመቻላችንም እንደ ሕዝብ ሊያስቆጨን ይገባል። በኢትዮጵያ ለጠንካራ ሀገር ግንባታም ሆነ ለሕዝቦች መቀራረብና ለማኅበራዊ ልማት አስፈላጊው ሀገራዊና ብሔራዊ ውይይት ተደርጎ በጋራ ለመጓዝ ቃል ኪዳኑን ማደስ ያስፈልጋል። ይሄ ደግሞ የኢትዮጵያ ሕዝብ በጋራ ሊወጣው የሚገባው የቤት ሥራ ነው።

ከዚህም በተጨማሪ ኢትዮጵያ ብቻዋን ተገልላ የተቀመጠች ደሴት አይደለችምና የሀገር ግንባታ ሂደቱ ክልላዊ እና ዓለም አቀፋዊ ሁኔታዎችን ከግምት ማስገባት ይኖርበታል። ኢትዮጵያ በአፍሪካ ጉዳዮች ላይ ትልቅ ሚና ተጫውታለች፤ አሁንም እየተጫወተች ትገኛለች። በአፍሪካ ውስጥ ያሉንን ሚናዎች ለማስቀጠል ራሳችንን በዚያ ደረጃ መገንባትና ማዘጋጀት

ይኖርብናል። የምሥራቅ አፍሪካ ክልላዊ ውህደት፣ ጸጥታና ሰላም ማስፈን፣ መሠረተ ልማቶችን መፍጠር፣ የኢኮኖሚ ዕድሎችን ማስፋፋት እና የጋራ ዴሞክራሲያዊ ተቋማት እና እሴቶችን ለማጎልበት የሚያስችሉ ስትራቴጂዎችን ማሟላት ይገባል። ኢትዮጵያ በመልከዓ ምድራዊ አቀማመጥ ወሳኝነት የተፈተነች ሀገር መሆኗን በደንብ ማጤን ያስፈልጋል። ከዚህ በተጨማሪ ድንበር ተሻጋሪ የብሔርተኝነት እንቅስቃሴዎች መኖራቸው ከግንዛቤ መወሰድ ይኖርበታል። ስለዚህ ከጎረቤት ሀገራት የሚመጣውን ፈተና በመተንተን በዘላቂነት መፍታት ይኖርብናል። በአፍሪካ በተለይ ደግሞ በምሥራቅ አፍሪካ የዴሞክራሲ ሥርዓት ግንባታ እና ቀጣይነት ያለው ልማት ማስተዋወቅ የኢትዮጵያ የሀገር እና የዴሞክራሲ ሥርዓት ግንባታ ሂደት አካል ተደርጎ ሊወሰድ ይገባል። በአጠቃላይ ሀገራዊ ጥቅምን የሚያሳድጉና የቀጠናውን ሰላምና ብልጽግና የሚያረጋግጡ ትብብሮችንና ስምምነቶችን ማጠናከር ያስፈልጋል።

በመነሻው

የብሔርተኝነት መነሻው የሰው ልጅ ማኅበራዊ እንስሳ መሆኑ ነው። ፍፁም ጤነኛ የሆነ ሰው ሙሉ በሙሉ ብቻውን መሆን የማይችል እንስሳ መሆኑ፣ የሰው ልጅ የሰብዓዊነት ጉዞ በማኅበር ተጀምሮ በማኅበር የሚጠናቀቅ ጉዞ መሆኑ፣ የሆሞ ሳፒያንስ ጥንካሬ ምንጭ የሰው ልጅ ተፈጥሮ መሠረት የሆነው ትብብር መሆኑ ሊሰመርበት ይገባል። በአጠቃላይ የሰው ሰውነት የሚገነባው በሌሎች ጥረት መሆኑ ለብሔርተኝነት ጥሩ መነሻ የሚጥል ነው። እንደ እኛ ባሉ ማኅበረሰብ ውስጥ ደግሞ ሰው ወደ ማኅበረሰቡ ሲቀላቀል በታላቅ ደስታ መቀበላችን፣ ከማኅበረሰቡ ሲለይ ደግሞ በታላቅ ሀዘን መሸኘታችን የማኅበራዊ እንስሳነታችን ትልቁ ማሳያ ተደርጎ ሊወሰድ የሚችል ነው።

የሰው ልጅ በቡድን ውስጥ ተወልዶ፣ በቡድን ውስጥ ተምሮና አድጎ፣ የቡድን ሕይወት ይመራል። ጤነኛ ሰው ከቡድን ሕይወት ውጭ ሕይወት ሊኖረው በፍጹም አይችልም። ይሄ ሰው የመሆን ትልቁ ሀቅ ነው። የሰው ልጅ የማደግ ጉዞም የቡድን ሕግጋትን የመማርና የማወቅ ጉዞ ነው። የሰው ልጅ

ስለተወለደበት ብቻ ሙሉ በሙሉ የማኅበረሰብ አባል አይሆንም። ይልቁኑ በጣም በርካታና ውስብስብ ማኅበራዊ ሂደቶችን አልፎ ነው የማኅበር አባል የሚሆነው። የአንድ ማኅበር አባል ለመሆን ከሚያስፈልጉ መስፈርቶች የመጀመሪያው ደግሞ የማኅበሩን ማንነቶችና መገለጫዎች፣ ሕጎችና ደንቦችን ማወቅ፣ መቀበልና መጠበቅ ነው። ይህ የማኅበር-ተኝነት ዋነኛው መስፈርትና ኃላፊነት ነው።

ማኅበራዊ ትስስርን ለሰው ልጅ የግድ ከሚያሰኙ ነገሮች አንዱ ደግሞ ሰው ከሌሎች እንስሳት ጋር ሲነጻፀር ደካማ እንስሳ መሆኑ ይመስለኛል። የሰው ልጅ ራሱን ችሎ ለመቆም በንጽጽር በጣም ረጅም ጊዜ ይወስድበታል። ስለሆነም ማኅበራዊ እንስሳነቱ ለዚህ እንደመፍትሄ የተፈጠረ ማካካሻ ነው ማለት ነው። የሰው ልጅ ድክመቱን በቡድን አባልነቱ ውስጥ የሚሸፍን ፍጡር ነው። የሟችነት ፍራቻውንም የቡድን አባልነቱ ውስጥ ይደብቃል ይላል ኤርነስት ቤከር። የማኅበር አባል መሆን ለሰው ልጅ ተፈጥሮ አስፈላጊ ብቻ ሳይሆን መሠረትም ነው። በሁሉም ባህል ውስጥ ሰዎች ለማኅበራቸው ያላቸው አመለካከት ለእናታቸው ያላቸው አመለካከት ነፀብራቅ ነው ተብሎ ይታመናል። በማደግ ሂደት ለተደረገላቸው እንክብካቤ በፍቅርና በታማኝነት ይመልሳሉ።

በዚሁ የማኅበራዊነት ዕይታ ብሔር የሰው ልጅ በጋራ ታማኝነት ተሳስሮ የሚኖርበት ውቅር ነው። በጋራ የታሪክ ሂደት በሚፈጠሩ የመልከዓ ምድራዊ አቀማመጥ፤ የባህልና የቋንቋ ትስስር የሚቀራኙ ሰዎች ማኅበር ነው - ብሔር። ብሔርተኝነት ደግሞ የዚህ ማኅበራዊ ቡድን አባል የመሆንና በቡድኑ መገለጫዎች ራስን የመግለጽ እንዲሁም የማኅበረ ቡዱኑን መገለጫዎች የመጠበቅ፣ የመንከባከብ፣ የማሳደግና የማስቀጠል ኃላፊነትን ያካትታል። ብሔርተኝነት በአንድ በኩል ለብሔራችንና ለብሔራዊ ማንነታችን የሚኖረን ስሜትና አመለካከት ነው። በሌላ በኩል ደግሞ ዓለም በተሻለ ሁኔታ የምትመራው የብሔሮች የራስን ዕድል በራስ የመወሰን መብት ሲረጋገጥ ነው የሚል እሳቤ ላይ የቆመ ርዕዮተ-ዓለም ነው። ብሔርተኝነት ከፍተኛ ሰዎችን የማሰባሰብና የማደራጀት አቅም ያለው የመረዳጃ መርሆም ነው።

የማኅበር አባል ከመሆን አውድ ስናይ ብሔርተኝነት ረጅም የማደግ ሂደታችንን ላሳካው ትስስርና በዚህ ሂደት በአንድም ይሁን በሌላ መንገድ አስተዋጽኦ ላደረጉ የቡድኑ አባላት ያለንን አመለካከት ይገልፃል። አመለካከቱ በአብዛኛው በብሔር ደረጃ የሚገለጽ ቢሆንም ስሜቱ ግን የግድ በብሔር ደረጃ ብቻ የምናገኘው ነው ማለት አይደለም። ከላይ ለማንሳት እንደሞከርኩት ለቡድን አባልነት የሚኖረን ስሜት የሚጀምረው ለእናታችን ከዚያም አልፈን ለቤተሰቦቻችን ካለን ስሜት ነው። እናቶቻችን ብዙ ድክመቶቻችንን ሸፍነው ያሳድጉናል። ቤተሰቦቻችን የብዙ ድክመቶቻችን መሸፈኛና የብዙ ጥንካሬያችን ምንጭ ናቸው። እናቶቻችንና ቤተሰቦቻችንን የምንወደው፣ አቅርበን የምናየው፣ የምንከባከበው፣ የምንጠብቀው፣ በእነሱ ለሚመጣብን ነገር ሁሉ መስዋዕትነት ለመክፈል ዝግጁ የምንሆነው፣ የማንነታችን መሠረት፣ የእኛ-ነታችን ከፋይ ስለሆኑ ነው።

ብሔርተኝነት የዚህ ለእናትና ለቤተሰብ ያለን ስሜት ተቀጥያ ነው የሚል አመለካከት አለ። ሀገርንም 'እናት ሀገር" ብሎ የመሳል ነገር የመጣው ከብሔርተኞች እንደሆነ ይነገራል። በመጀመሪያ ደረጃ ልክ እንደ አናትና ቤተሰብ ድክመቶቻችንን ሸፍኖ ጥንካሬን የሚያጎላ ስለሆነ ነው። የሰው ልጅ ደግሞ ድክመቱን የሚሸፍን፣ ጥንካሬውን የሚያጎላ ማንኛውንም ነገር ይወዳል፤ ይጠብቃል፤ ይሞትለታልም። ከዚህ በተጨማሪ የሰው ልጅ ሞትን ከመፍራቱ የተነሳ የተለያየ ቀጣይነት የሚኖራቸው ነገሮችን በመፍጠር ፍርሃቱን ያስታግሳል የሚሉም አሉ። በኃይማኖት ከሞት በኋላ ሕይወት ይኖራል ተብሎ እንደሚታመነው ሁሉ በብሔርተኝነት ደግሞ ሰው ከሞተ በኋላ በቡዱኑ አባላት እየታወሰ ይኖራል ተብሎ ይታመናል።

ይሄ ሲባል ግን ሁሉ ነገሩ ጥሩ ነው ማለት አይደለም። በብሔርተኝነት አመለካከት ውስጥ በርካታ ክፍተቶች አሉ። ለምሳሌ ብሔርተኝነት ከብሔር ውጭ ለሌሎች የቡድን የጭቆና ዓይነቶች በቂ ትኩረት የማይሰጥ መሆኑ አቅላይ (reductionist) ብቻ ሳይሆን ከዚያም አልፎ ጨቋኝ ያደርገዋል ብለው የሚከራከሩ አሉ። ከዚያ በተረፈ ደግሞ በቡድን ውስጥ የሚኖረውን

ልዩነት በማጥበብ ጥንካሬና ፈጠራን ይቀንሳል ብለው ይተቻሉ። አንድ ፖለቲከኛ የብሔር አባላት ስለሆነ ብቻ የሚደግፉት ከሆነ ፖለቲከኛው ደካማና ሰነፍ የሚሆንበት ዕድል ይፈጠራል። ለዚህም ይመስለኛል ብዙ ጊዜ ሰነፍ ፖለቲከኞች ከታታሪዎቹ በተሻለ ብሔርተኛ የመሆን ዕድላቸው ከፍተኛ የሚሆነው። ሰዎች የብሔር አባልነታቸውንና ብሔርተኝነትን በዚህ መንገድ ለድክመት መሸፈኛነትና ለፖለቲካ ጊዜ መግዣነት ሊጠቀሙበት ይችላሉ።

ብሔርተኝነት የሰው ልጅ ተፈጥሮ መሠረት ያለው የሦስተኛ ነብስ ጥሪ ነው። በሰው ልጅ ረጅም የማደግ ማኅበራዊ ሂደት የሚገነባው ብሔርተኝነት ከፍተኛ የሆነ የማሰባሰብና የማደራጀት አቅም ያለው የፖለቲካ አስተሳሰብ፣ መሳሪያና ርዕዮተ-ዓለም ነው። ስለዚህ ይህን ተፈጥሯዊ መነሻ ያለውን እና በረጅም የሰው ልጅ የዕድገት ጉዞ የሚገነባውን አስተሳሰብ ለጋራ በጎ ዓለማ በመጠቀም የተሻለ መግባባት መፍጠር እንደሚቻል በድፍረት መናገር ይቻላል።

ጉዞው

በትውልድ ሰንሰለት፣ በታሪክ ቅኝት
በቋንቋ ጥበብ፣ በባህል መቀነት
የሚያስተሳስር፣ የሰውን ሰውነት
በእውን የተጓዝነው፣ የብሔር-ተኝነት!

እኔ ብዙ ተጉዣለሁ፤ ከልጅነት እስከ ዕውቀት። ከጎሎሌ የትየለሌ። እናንተም በተመሳሳይ መልኩ እንደተጓዛችሁ እርግጠኛ ነኝ። ይሄ ጉዞ ብሔርተኝነትን የመሰሉ የፖለቲካ አስተሳሰብን የመሞላት እድል ጭምር አለው። ብሔርተኝነት በዓለማችን አሉ ከሚባሉ የፖለቲካ አስተሳሰቦች በጣም ጠንካራው ነው። በጣም ጥልቅ የሥነ ልቦና ውቅር፣ የሰላ የመደራጃ መርህና ጠንካራ የፖለቲካ መሳሪያ መሆኑም ግልጽ ነው። ከዚሁ የተነሳ ሁሉም በየፈርጁ በዓለም ዙሪያ ተጠቅመውበታል። ቅኝ ገዥዎች ለቅኝ ግዛት፣ ነጻ አውጭዎች ለነጻነት ትግል፣ አምባገነኖች አምባገነናዊ ሥርዓት ለመገንባት፣ ዴሞክራቶች ደግሞ

ዴሞክራሲያዊ ሥርዓትን ለመገንባት ተጠቅመውበታል። ግማሹ ወግተን ታሪክ አድርገነዋል በሚሉበት ጊዜም ሳይቀር ገሚሶቹ ደግሞ ከቅኝ ገዥዎች ነጻነትን ያገኙበት መሳሪያ ነው - ብሔርተኝነት። በኋላ ግን ብሔርተኝነት ተሸነፈ፤ ቀብሩ ተፈፀመ ተባለ። ዓለም ከብሔርተኝነት በፀዳ ሁኔታ ትቀጥላለች ተብሎም ተዛተ። ዓለም በፉኩያማ ወጥመድ ውስጥ በወደቀች ጊዜ በብሔርተኝነት ነጻነታቸውን ያገኙትን ጭምሮ አውገዙት አይበገሬው አስተሳሰብ ግን ለአንድ ምዕተ ዓመት ከተለሳለሰ በኋላ አሁን ከነሙሉ ጥንካሬውና ሞገሱ ወደ ፖለቲካው ጎዳና ተመልሷል። ለደጋፊዎቹ ብሥራት ለጠላቶቹ መርዶ በሚሆን መልኩ ዛሬ ላይ ብሔርተኝነት የፖለቲካ እምብርት ሆኗል። በአሜሪካ፣ በአውሮፓ፣ በቻይና በራሺያ፣ በአፍሪካ እንዲሁም በአረቡ ዓለም እያነጋገረ ይገኛል። በእርግጥም መልኩን ቀያይሮ ይሆናል እንጂ ሊበራሊስቶች እንደሚሉት ሙሉ በሙሉ ከፖለቲካው ሜዳ ርቆ አያውቅም። የዓለም-አቀፋዊነት ፕሮጀክትም የወደቀው ወደዚያው የሚወስደው ብቸኛ አውራ ጎዳና ብሔርተኝነት ከፖለቲካው ሜዳ ስለተገፋ ነው የሚሉም አሉ። ቀጣዩ ጊዜ የብሔርተኝነት መሆኑ አያጠራጥርም። ስለዚህ ያለን አማራጭ ይሄን አይበገሬ አስተሳሰብ ለጋራ በጎ ዓላማ ማዋል ነው።

ኢትዮጵያ የብዝሃ ማንነት ባለቤት ነች። ባለፉት አንድ መቶ ዓመታት በሀገራችን በርካታ የሕዝብ ጥያቄ ያነገቡ የብሔርተኝነት እንቅስቃሴዎች ተስተውለዋል። እነዚህ እንቅስቃሴዎች በአብዛኛው በነጠላ ቡድናዊ እውነት፤ ፍላጎትና ትርክት ላይ የተመሰረቱ ቢሆንም በሀገራዊ ምክክርና ውይይት በማስታረቅ በሕዝቦቿ እኩልነት፤ ፍትሃዊነት እና መተማመን ላይ የተመሰረተ ኅብረ-ብሔራዊ አንድነት ለመገንባት ጥሩ መሳሪያ ሆኖ ሊያገለግል እንደሚችል በልቤ ሙሉነት መናገር ይቻላል። በዚህ ሂደት ግን ሁሉም ያለፈውን በምክክር በመዝጋት የጋራ ወደፊት ለመቅረጽ ቁጭ ብሎ ለመነጋገር መፍቀድ ያስፈልጋል። ነጠላ ፍላጎቶችን ለጊዜውም ቢሆን ገታ በማድረግ የጋራ የሆኑ ጉዳዮች ላይ ትኩረት በማድረግ መወያየትና የጋራ መፍትሄ ማበጀት ይጠይቃል።

ብሔር-ተኝነት

ብሔርተኝነት ውስጥ ብርሃንም ጨለማም፣ ጭራቅም መልአክትም አለ። ምርጫው የኛ ነው። ውስጡ ያለውን ጨለማና ጭራቅ መግበን እንደገና ካሳደግን አጥፊ የመሆን ዕድሉ ከፍተኛ ነው። በዚያው ልክ ደግሞ ጥሩ ጎኑን እያጎለበትን ለሰላም፤ ለብልጽግናና ለሀገር አንድነት ብናውለው ያንኑ እንደሚያሳካም ግልጽ ነው። የመጽሐፉ ዋና መልዕክት ጥሩና ጠንካራ ጎኑን በማጉላት የጋራ ጠንካራ ሀገር እንገንባበት የሚል ነው። ኬክማኖቪች እንደሚለው ብሔርተኝነት የአንድ ብሔር አባል የመሆን ንቃተ ህሊና ወይም ስሜት ብቻ ሳይሆን የአንድን ሀገር ጥንካሬ፣ ነጻነት እና ብልጽግናን የማስቀጠል ቃል ኪዳን ነውና።

አበቃሁ!

ማጣቃሻዎች

Acemoglu, D. & Robinson, J (2012). Why Nations Fail: The Origins of Power, Prosperity and Poverty

Anderson, Benedict (2006). Imagined Communities: Reflections on the Origin and Spread of Nationalism. Verso. ISBN 9781844670864.

Archard, D. (1995) 'Myths, lies and historical truth: a defense of nationalism', Political Studies, vol.43, no. 3.

Ball, Terence (2017). Ideals and Ideologies: A Reader (10th ed.). Routledge. ISBN 9781315625546.

Badoglio, Pietro (1948). Italy in the Second World War: Memories and Documents. Oxford University Press.

Becker, E. 1973. The Denial of Death. New York: Free Press.

Beiner, R. (ed.) (1999) Theorizing Nationalism, New York, SUNY Press.

Blunck, M., et al. (2017). National dialogue handbook: A guide for practitioners. Berlin: Berghof Foundation.

Breuilly, John, ed. (2013) The Oxford Handbook of the History of Nationalism. New York and Oxford: Oxford Univ. Press, 2013.

Breuilly, John (2013a). "Nationalism and National Unification in Nineteenth-Century Europe". In Breuilly, John (ed.). The Oxford

Handbook of the History of Nationalism. pp. 149–174. ISBN 9780199209194.

Darwin, John (2013). "Nationalism and Imperialism, c. 1880–1940". In Breuilly, John (ed.). The Oxford Handbook of the History of Nationalism. pp. 341–358. ISBN 9780199209194.

Ernest Renan (1882) "What is a Nation?", text of a conference delivered at the Sorbonne on March 11th, 1882, in Ernest Renan, Qu'est-ce qu'une nation?, Paris, Presses-Pocket, 1992. (translated by Ethan Rundell)

Francis Fukuyama (2018) Identity: The Demand for Dignity and the Politics of Resentment. New York: Farrar, Straus and Giroux. 240 s. ISBN 0374129290

Francis Fukuyama (1992). The End of History and the Last Man. New York: Macmillan, Inc.

John B. Judis (2018) The Nationalist Revival: Trade, Immigration, and the Revolt Against Globalization: Columbia Global Reports

Hazony, Yoram (2018). The Virtue of Nationalism. New York, Basic Books

Heywood, Andrew (2021). Political Ideologies: An Introduction (7th ed.). Macmillan International. ISBN 9781352011944.

Holbraad, Carsten (2003). Internationalism and Nationalism in European Political Thought. Palgrave Macmillan. ISBN 9781403982315.

Keating, Michael (2011). “Nationalism”. In Badie, Bertrand (ed.). International Encyclopedia of Political Science. 5. pp. 1653–1658. ISBN 9781412959636.

Kecmanovic, D. (1996). What Is Nationalism?. In: The Mass Psychology of Ethnonationalism. Path in Psychology. Springer, Boston, MA. https://doi.org/10.1007/978-1-4899-0188-0_2

Motyl, Alexander J., ed. (2001). Encyclopedia of Nationalism: Leaders, Movements and Concepts. 2. Academic Press. ISBN 0122272323.

Reddy, Michael (1979). The conduit metaphor. In A. Ortony (Ed.), Metaphor and thought. Cambridge: Cambridge University Press.

Rowe, Michael (2013). “The French Revolution, Napoleon, and Nationalism in Europe”. In Breuilly, John (ed.). The Oxford Handbook of the History of Nationalism. pp. 127–148. ISBN 9780199209194.

Tamir, Y. (2019) Why Nationalism, Princeton University Press, 2019 M02 19 - 205 pages

Thompson, Mark R. (2011). “Nationalist Movements”. In Badie, Bertrand (ed.). International Encyclopedia of Political Science. 5. pp. 1658–1663. ISBN 9781412959636.

Yuval Noah Harari (2019) Sapiance; The short History of Human

ሀብታሙ አለባቸው (2017) ታላቁ ተቃርኖ: “ዐጼ ምኒልክ ሠርተውት ያለፉት ነገር በትክክል ምንድነው?

ዐቢይ አሕመድ (2019) መደመር። አዲስ አበባ

ዐቢይ አሕመድ (2020) የመደመር መንገድ። አዲስ አበባ

ዐቢይ አሕመድ (2023) የመደመር ትውልድ። አዲስ አበባ

ጌቴ ገላዬ (2004) የሼህ ሁሴን ጅብሪል ትንቢታዊ ግጥሞች፤ የአፍሪቃ እና የኢትዮጵያ ጥናቶች የትምህርት ክፍል፤ ሐምቡርግ ዩኒቨርሲቲ፥ ጀርመን

ዩሱፍ ያሲን (2014) አሰባሳቢ ማንነት በአንድ ሀገር ልጅነት የኢትዮጵያ ዕጣ ፋንታ፤ አይሶፕ አሳታሚ፤ የመጀመሪያው እትም (ጥር 1፣ 2014)

ብላቴን ጌታ ኅሩይ ወልደ ሥላሴ (1928) የኢትዮጵያ ታሪክ ከንግስተ ሳባ እስከ ታላቁ የዓድዋ ድል

ተክለ ፃድቅ መኩሪያ (1951) የኢትዮጵያ ታሪክ፣ ከዱኩዋ አምላክ እስከ ልብነ ድንግል፤ ትንሳኤ ዘጉባኤ ማተሚያ ቤት

https://birhanumlenjiso.blogspot.com

www.eapri.org/blogs

Made in the USA
Middletown, DE
31 May 2024

55103559R00229